ያንዲት ምድር ልጆች
ታሪካዊ ልብ ወለድ መፅሐፍ

በአማረ ተግባሩ በየነ (ዶ/ር)

ቅፅ ፩

ታህሣስ 2010

ያለደራሲው ፈቃድ መልሶ ማሳተም
በሕግ የተከለከለ ነው::

ISBN 91-630-2745-3

መታሰቢያነቱ በእሥር ላይ እያለሁ
በሞት ለተለየው አባቴ ተግባሩ በየነ

መቅድም

ይህንን ያንዲት ምድር ልጆች ብዬ የሰየምኩትን ታሪካዊ ልብ ወለድ መፅሐፍ የፃፍኩት በቀድሞው ጊዜያዊ ወታደራዊ አስተዳደር ደርግ ዘመን የፖለቲካ እስረኛ ሆኜ በቆየሁባቸው እንደ ኢትዮጵያ አቆጣጠር ከ1969 እስከ 1974 ድረስ ባሉት ዓመታት ውስጥ ነበር። አራተኛ ክፍለ ጦር በመባል ይታወቅ በነበረው ማጎሪያ እስር ቤት በነበርኩበት የእስራት ዘመን ከፃፍኳቸው በርካታ ፅሁፎች መሀል በጓደኞቼ እርዳታ ከመጥፋት ድኖ ለሕትመት የበቃው መፅሐፍ ይህ ብቻ ሲሆን በዚያን ጊዜ የሰጠሁትን አርዕስት ሳልቀይር፣ በቋንቋም ሆነ በባህርያት አገላለፅ ምንም ዓይነት ክለሳና እርምት ሳላደርግ፣ ይዘቱም ሆነ በመፅሐፉ ውስጥ የተፈጠሩት ባህርያት በጊዜው ራሳቸውን ይገልፁበት የነበረው አንደበት እንደተጠበቀ ሆኖ እነሆ እንዳለ ላንባቢ አቅርቤዋለሁ። ይህ መጽሐፍ በ1960ና 70ዎቹ ዓመታት እኔም እራሴ የነበረኝን የፖለቲካ አመለካከት፤ መቆርቆርና ምሬት የሚያስታውስ በመሆኑ ይዘቱ እንደተጠበቀ አድርጎ ማቅረቡ ለታሪክ የሚጠቅም በመሆኑ ከጊዜው ፖለቲካ ጋር አብሮ መንፈስ በሚል (ወይም በእንግሊዝኛ ለ«ፖለቲካል ኮሬክትነስ» ሲባል) እርምትና ክለሳ ማድረግ አላስፈለገኝም።

ምንም ዓይነት የፅሁፍ ሥራ መገምገም ያለበት በተፃፈበት የታሪክ ወቅት ውስጥ በመሆኑ አንባቢም አሁን ባለውም ሆነ ቀደም ሲል በነበሩት መንግስታት ላይ ያለው አመለካከት ችግር ሳይፈጥርበት፣ ይህችን መጽሐፌን እንዲያነብልኝ እጠይቃለሁ። የሰው አእምሮ ዛሬ ፊት ለፊቱ አፍጥጦ በያዘው ሁኔታ የተነሳ ያለፈውን በትክክለኛ መልኩና ይዘቱ ያለማስታወስ ዝንባሌ ማሳደሩ የማይቀር ነው። ካስታወሰም ደጉን እንጂ ክፉውን ማሰብ ላይሆንለት ይችላል። ያለፈው አሁን ላለው ማካካሻ አድርጎ ሊገነዘበው ቢፈልግ የሚገርም አይሆንም። ምናልባትም የኔ መፅሐፍ ያንዳንድ አንባቢያንን ስሜት የሚነካ ቢሆን በታሪካዊ ልበ ወለድ መልክ ያቀረብኩት ሃሳብ እኔ ራሴ በክፉም ሆነ ደግ፤ በመከራም ሆነ በደስታ፤ ያየሁትና ያጋጠመኝ ስለሆነ በዚህ በኩል ታሪክን በታሪክነቱ የማቅረብ መብቱ የራሴ እንደሆነ እንዲታወቅልኝ እሻለሁ።

ለኢትዮጵያውያን ወገኖቼ ለማቅረብ ከባድ ችግር ሆኖብኝ እንደነበር አንባቢ እንዲያውቅልኝ እሻለሁ። እስከዛሬ ሊዘገይ ከቻለባቸው ዋናዎቹ

ያንዲት ምድር ልጆች፤ ቅፅ ፩ ገፅ 1

ምክንያቶች የማሳተሚያ አቅም ማጣትና የቤተሰብ ሁኔታ ሲሆን ሌላው ምክንያት ደግሞ ልብ ወለድ የመፃፍ ልምድ ስለሌለኝና ላንባቢም ደፍሬ ማቅረቡ የሚያበረታኝ አለመሆኑ ነበር፡፡ አሁንም ይህንን ረቂቅ ያነበቡ ወዳጆቼና ጓደኞቼ ባያበረታቱኝ ኖሮ ደፍሬ ላንባቢ ማቅረቤን እጠራጠራለሁ፡፡ የፃፍኩትም የሚያነብልኝን ወገን አስቤና አዘጋጅቼ አልነበረም፡፡ በእሥረኛነት ዘመኔ ግልፅ ያለ ፖለቲካ ነክ ፅሁፍ ማዘጋጀት በሰው ሕይወት ላይ አደጋ የሚያስከትል ስለነበር በጭንቅላቴ ውስጥ ሲያብሰለስሉኝ የነበሩትን ሃሳቦች በታሪካዊ ልብ ወለድ መልክ ለመቅርፅ ወሰንኩ፡፡ ይህ ውሳኔዬም ቢሆን በተቀዳሚ የራሴን የውስጥ ስሜትና ብሶት ለማርካት ነበር፡፡

በመፅሐፉ ውስጥ የቀረቡት ገለፃዎች በልጅነት ዕድሜዬ የገጠሙኝና በጭንቅላቴ ውስጥ ተቀረፀው የኖሩ፤ በኋላም በፖለቲካ ትግል ውስጥ ከገባሁበት ወቅት ጀምሮ የራሴን ዕውቀት ለማጎልበቻ በሚል በራሴ ጥረት አሰባስቤና በጥቃቅን ማስታወሻና በአእምሮዬ ይዤ ያኖርኳቸው እውነታዎች ሲሆኑ እነርሱንም በማገጣጠም እንደ ታሪካዊ ልብ ወለድ ልፅፋቸው ችያለሁ፡፡

የኢትዮጵያ የረዥም ጊዜ የነፃነት ታሪክዋን፣ ብሔራዊ ክብሯንና ልዕልናዋን ለማስጠበቅ ባባቶቻችን የተከፈለው መስዋዕትነት የምንኮራበት ነው፡፡ በ1970ዎቹ ዓመታት ወደ ፖለቲካ ትግል የገባሁበትም ዘመን ይህንኑ አኩሪ ታሪክ የሚጋራ አዲስ ትውልድ ከኔ ቀድሞ እንደ አሸን በፈላበት ወቅት ነበር፡፡ ይሁን እንጂ ያን ጊዜም የማውቃት ኢትዮጵያ ፍትህ የተጓደለባት፤ በስልጣኔ ወደፊት ልትራመድ ያልቻለች፤ ድህነት ያቀራመዳት ስትሆን በሌላ በኩል ደግሞ በምቾትና በማንአለብኝነት የሚንደላቀቁ የሕዝብ ልቅሶና ዋይታ ምንም የማይመስላቸው ገዥዎች እንደነበሯት ግልፅ ነበር፡፡ የዚያች ብሔራዊ ነፃነቷ ተከብሮ የኖረች አገር ኩሩ ዜጎች መሆናችን እንደተጠበቀና ጥያቄ ውስጥ የማይገባ ሆኖ በኢትዮጵያውያን መሃል ያለው የገዥና የተገዥነት ግንኙነት ተለውጦ ፍትህን፤ እኩልነትን፤ ሰላምንና ብልፅግናን መመሪያው ያደረገ ሶሺያሊስታዊ ያስተዳደር ዘይቤ ባገራችን እንደሚያስፈልግ አምኖ ከተነሳው ትውልድ እኔም ተደባልቄ ነበር፡፡ እርግጥ ይህንን ዓላማ ለማሳካት እኔም ራሴ በጊዜው የተጠቀምኩበት የትግል ዘዴ የማያሸንፍና መስዋዕትነቱም የመረረ ነበር፡፡ የፖለቲካ እሥረኛም በነበርኩበት ዘመን የመጣልኝ ሃሳብ የሚከተለው ነበር፡፡ ይኸውም ካባቶቻችን የብሄራዊ ነፃነት ትግል በኋላ

የተከተለው አዲሱ ትውልድ ለእኩልነት፣ ለፍትህና ለብልፅግና ብሎ የተነሳበት ሶሺያሊስታዊ እንቅስቃሴ ምክንያት ያለውና ተገቢ እንደነበር ሕያው ሆኖ በሚኖር፣ ምስክርነቱንም በራሱ ሊናገር በሚችል ልብ ወለድ መቅረፅ ያስፈልጋል የሚል ነበር። የዚህም ጥቅሙ የተነሳንበት ዓላማ የቅንጦትና እንደ መላዕክት አብልተው፣ አጠጥተው የሚያስተዳድሩንን መሪዎች በጥጋብና በማስተዋል ጉድለት ጠልተንና አስጠልተን ሕዝብ እንዲነሳባቸው እንዳደረግን ተደርጎ በመጭው ትውልድ አእምሮ ውስጥ ተቀርፆ እንዳይቀር አስተዋፅኦ ያደርጋል የሚል ነበር። በዚህ በኩል የኔ መፅሐፍ ምን ያህል አስተዋፅዖ እንደሚያደርግ ባላውቅም በዚያ ረጅም የእሥራት ዘመን በዚህ አቅጣጫ ለመፃፍ ሙከራ አድርጌያለሁ። በተረፈ ፍርዱን ላንባቢ እተወዋለሁ።

የዚህ መፅሀፍ ረቂቅ የተጠናቀቀው እዚያው አራተኛ ክፍለ ጦር በነበርኩበት ዘመን ሲሆን ዕቅዱም መፅሐፉን በሶስት ቅፅ የማቅረብ ነበር። የመጀመሪያውና ሁለተኛው ክፍል ከፋሺስት ኢጣሊያ ወረራ በኋላ የተከተለውን ያገራችንን ሁኔታ የሚተርክ ሲሆን ሁለተኛው ክፍል የብዙሃኑ ያገሪቱ ልጆች ዕጣ ምን እንደነበርና መብት የለሽነታቸው፣ ዋይታና ልቅሷቸው፣ በየሥራ ቦታው የሚደርስባቸው ጉስቁልና ወዴት ዓይነት የለውጥ እንቅስቃሴ እንዳመራ ለማስጨበጥ የሚሞክር ነው። ሦስተኛው ቅፅ በየካቲት 1966 የፈነዳውን የለውጥ እንቅስቃሴ በገፀ ባህርያት በማሰስ በተለይም በዚህ ክፍል ውስጥ የቀረፅኳቸው ባህርያት በሥር ነቀሉና ሶሺያሊስታዊ የለውጥ አቅጣጫን ይዞ በመፋፋም ላይ በነበረው አብዮት ውስጥ ተጠቃሚ ለመሆን የተነሳውን የወዛደሩን መደብ ትግል አጉልቶ የሚያሳይ ነበር። የዚህን መደብ ትግል ከደርግ አመጣጥ ጋር በማቆራኘት መጀመሪያው ላይ በለውጥ ቤዛነት «የሕዝቡን የልብ ትርታ» ሲያዳምጥና ከሕዝቡም ድጋፉን እያገኘ ከሄደ በኋላ እያደር አረመኔያዊ እየሆነ፣ ባጠቃላይ የሠራተኛውን ሕዝብ ጥቅምና ፍላጎት ከመክዳቱ ባሻገር ያገሪቱን አኩሪ ብሔራዊ የነፃነት ታሪክና ቅርስ በማጉደፍ፣ የውጭ ኃይል ተገዥ በመሆን፣ አገሪቱን ወደ ጦር ሠፈርነት በመለወጥ፣ ያደረሰውን ዕልቂት በልብ ወለድ መልክ የሚተርክ ነበር። በሶሺያሊስት መርኅ ላይ ለተመሰረተ እኩልነት፣ ዲሞክራሲያዊ ሥርዓትና ሰላም የተነሳው የሕዝብ ትግል እንዴት እንደተጨናገፈ የሚቀርፅ ነበር። ይህንን ሶስተኛ ክፍል የኔንም ሆነ የጓደኞቼን ሕይወት አደጋ ላይ የሚጥል ከፀጥታ ሁኔታ ጋር የተገናኘ ድንገተኛ ሁኔታ በእሥር ቤት ውስጥ

በተፈጠረ ጊዜ ጓደኞቼ ሊያጠፉት በመቻላቸው ዛሬ የዚያ ፅሑፍ ቅጂ በእጄ አይገኝም። እንደገና ልፅፈው ባስብም ከአቅም ማጣትና ጊዜውም እየረዘመ በሄደ ቁጥር የእኔም አመለካከት እየተለወጠና ሌላ ሰው እየሆንኩ በመሄዴ ያንን ዘመን እመለከትበት በነበረው ዓይን ሳልመለከተው ብቀር ላንባቢም የምቀርፀው ሥዕል በብዙ መንገድ ፊት አስቤ ካዘጋጀሁት የተለየ ይሆናል በሚል ሥጋት እስካሁን ልመለስበት አልቻልኩም። ወደፊት በምን መልክ እመለስበትም እንደሆን ቁርጥ ውሳኔ አላደረግሁም።

የዚህ መፅሐፍ ረቂቅ እንዲሁ እንዳይቀር የሚጠይቀውን ጊዜና ድካም በመገንዘብ እስከመጨረሻው ድጋፏ ላልተለየኝ ባለቤቴ ላቀች ዳኘ ምስጋናዬን አቀርባለሁ። ፕሮፌሰር ሽፈራው በቀለ በአዲስ አበባ ዩኒቨርስቲ የታሪክ መምህርና ተመራማሪ የነበሩ፤ ፋሲል ይርጉ በቺካጎ፣ አሜሪካ የኒያላ አሳታሚ ድርጅት ባለቤትና የሥነ ፅሑፍ ተመራማሪ፤ እንዲሁም ደግሞ በቅርቡ ፕሮፌሰር ባህሩ ዘውዴና አቶ ኤፍሬም ዳኜ፣ ወርቃማ ጊዜያቸውን በመሰዋት በመፅሐፌ ላይ ላቀረቡት እጅግ ተገቢና አልሚ ግምገማ ከፍተኛ ምስጋናዬን አቀርባለሁ። በተለይም ደግሞ አቶ አያልነህ ሙላት ይህ መፅሐፍ በዶኩሜንተሪ ፊልም እንዲቀረፅና በኢትዮጵያ ደራሲያን ማህበር እንዲታተም ላቀረበልኝ ሃሳብና ላደረገልኝ እርዳታ ምስጋናዬ ከፍተኛ ነው።

አማረ ተግባሩ በየነ (ዶ/ር)

የሽፋን ሥዕል በዮሐንስ ደመላሽ፤
የመጽሐፉ ዲዛይን ቅንብር በፈስቀ ደነቀ

ክፍል አንድ

ምዕራፍ አንድ

ጀግና ነው! የጎራው ጦር አዝማች፣ በምርኮ ከሄደም በኋላ፣ እሱ በደቡብ ምዕራብ ኢትዮጵያ ትግሉን ቀጥሏል። የመጀመሪያውን የጦር ሜዳ ቁስል የቆሰለው፣ ዳባት ላይ ነበር። ከዚያ በፊት፣ በዕድሜው ሙሉ አይቶት የማያውቀው የጠላት አይሮፕላን ያዘነበው ቦምብ ከሽንጡ ላይ አቁስሎታል። የጀግንነቱ ማስመስከሪያ ግን እንዳባጉና፣ ማይጥምቀት፣ አቢዓዲ፣ ሰለክላካና በተለይም የሽሬ ጦር ሜዳዎች ናቸው።በእንዳባጉና ጦርነት፣ ሁለት አልቤን አስቀርቶ፣ ሦስት የእጅ ቦምቦች ማርኮ እሱም ከታፋው ላይ ቆስሎአል። ሽሬ ላይ ሲዋጋ ክንዱ ላይ ቢቆስልም፣ ሁለት የኢጣሊያ ወታደሮች ገድሎ፣ ኣንድ ድግን መትረየስ ማርኳል። የባሻነት ማዕረግም፣ ከጦር አዝማቹ ከራስ እስጨናቂ ያገኘው በሽሬ ጦርነት ላይ ባሳየው ቆራጥ ያገር ፍቅር መንፈስና በፈጸመው ጀብዱ ነው።

ጦሩ በስርዓት የሚመራ ማፈግፈግ ለማካሄድ፣ ከፍተኛ ተጋድሎ አድርጓል። ጠላት በቦምብ፣ በታንክ፣ በመድፍና በተለይም በመርዝ ጢስ አሰቃቂና የከፋ ጥቃት እያደረሰበት፣ አያሌ መስዋዕትነት እየከፈለ፣ የሞተው ሞቶ፣ የቀረው ከጦር አዝማቹ ጋር ደብረ ማርቆስ ገብቶአል። የጦር አዝማቹና ባሻው ግን አልተለያዩም። ጀግናው የጦር አዝማች፣ እንደገና አንድ ሺህ ያህል ሽምቅ ተዋጊ ጦር አሰባስቦ፣ ወደ ደቡብ ምዕራብ ኢትዮጵያ ተጓዘ። ባሻውም ከዚሁ ጦር ጋር አብሮ ተጓዘ። በዚያ ቁጥሩ ሰላሳ ሺህ የሚደርስ ሰራዊት ለማደራጀትም ተችሎ ነበር። በልበ ሙሉው ጀግና የጦር አዛዥ፣ በራስ እስጨናቂ መሪነት፣ የኢትዮጵያ አርበኞች በጌራ፣ በሊሙ፣ በጊቤ፣ ከኢጣሊያ ፋሺስት ጋር ከፍተኛ ጦርነቶች አድርገው፣ በዚያ የባህር ማዶ መጤ የሰለጠነ ጠላት ላይ እጅግ አኩሪ የሆኑ ድሎችን ተቀዳጅተዋል። ይሁን እንጂ፣ ድሉ ዘላቂ ሊሆን አልቻለም። የጦር አዝማቹ ከሽምቅ ውጊያ ይልቅ የፊት

ለፊት ፍልሚያዊ ጦርነት ለማድረግ በመምረጡ ጦሩ በፋሽስቱ የኢጣሊያ ጦር መፈታቱ አልቀረም።

በወቅቱ ጦርነት ላይ፣ ጠላት ድል በማድረጉ፣ የጦር አዝማቹ በጠላቶች እጅ በምርኮ ወደቀ። ኢጣሊያ ፋሽስት፣ ባገኘው ጊዜያዊ ድል ደንፍቶ ሰላማዊ ሰዎችን፣ በማጎሪያ ሰፈሮች ሰብስቦ ለመፍጀትና አገሩንም ለማቃጠል የመጨረሻውን የማስጠንቀቂያ ዛቻ ባያስተላልፍ ኖሮ፣ ሌላው ቢቀር ጀግናው የጦር አዝማች፣ ራስ አስጨናቂ አንድ ራሱን ማጥፋት አይገደውም ነበር። በዙሪያው የተሰበሰቡት አርበኞች ‹‹አንተ እጅህን ስጥ! እኛ በዱር በገደሉ ለነፃነታችን እስከ መጨረሻው የደም ጠብታ እየተዋጋን እንሞታለን!›› ባይሉት ኖሮ፣ እሱም ራሱ በጠላት እጅ ምርኮኛ መሆንን አያደርገውም ነበር። እሱም ራሱ አስጨናቂ፣ ‹‹በእኔ በአንድ ሰው ጦስ ሰላማዊው ህዝብ ማለቅ የለበትም። እኔ ህዝብ አላስጨርስም። የእኔ ነጠላ ህይወት፣ ከብዙ ኢትዮጵያዊያን ህይወት፣ ቤትና ንብረት አይበልጥም!›› ብሎ ነበር ከኢጣሊያ ፋሽስት የቀረበለትን የምርኮ ጥያቄ የተቀበለው። በዙሪያው የተሰበሰቡ አርበኞች ‹‹እኛ የነፃነት ተጋድሎአችንን በዱር በገደሉ እንቀጥላለን!›› ብለው የጦር አዝማቹ የቀረበለትን የምርኮ ጥያቄ እንዲቀበል አጥብቀው ሲለምኑት ራስ አስጨናቂ ተስማማበት። ምንም ምርኮኛ ቢሆንም በፈረሱ ተቀምጦ እንዳማረበት አንድ ታላቅ የጦር መሪ የሰፈነበት አስፈሪ ግርማ ሞገስ ሳይለየው በኩራት እንዲገባና እጁን እንዲሰጥ ከለመኑት መሀል አንዱ ባሻው ነበር። ባሻው ከቀሩት የጎራ ጓደኞቹ ጋር ሆኖ የአርበኝነት ተጋድሎውን በዱር በገደሉ ቀጥሎአል። የጦር አዝማቹ በምርኮ ወደ ጠላት ገብቶአል ብሎ ተስፋ አልቆረጠም። የጠላት ኃይል እየገፋ አርበኛውን ለመደምሰስ ባለ ሀይሉ በመጣ ቁጥር ለሽምቅ ውጊያ አመቺ ወደ ሆነ ስፍራ በማፈግፈግ ከደቡብ ምዕራብ ወደ ደቡብ ጎሙጎፋ ድረስ ጎራቸውን እየለዋወጡና ከደጃች ወልደማርያም ሰዎች ጋር ሀይልን እያስተባበሩ እያጎለበቱ ጠላትን ከአዋከቡት ስመጥር ከተባሉት ጀግኞች መሃል አርበኛው ባሻ ቢተው ይገኝበታል።

ብላታ ጎበዝ አየሁን የሚያክል ስመጥር ጀግና፣ ወደ ካርቱም መሰደድ አርበኛው በሰማ ጊዜ፣ ለጥቂት ጊዜ ማጂ በሚገኘው የእንግሊዝ ቆንስላ በኩል ወደ ሱዳን ሄዶ ከብላታ ጎበዝ አየሁ ጋር

እንዲገናኝ ባሻ ቢተውን ልኮታል።

‹‹ባሻ ቢተው እባላለሁ። የተላኩት በደቡብና በደቡብ ምዕራብ ኢትዮጵያ ከሚገኙ የኢትዮጵያ አርበኞች ነው።››

ተቀብሎ ያነጋገረው ብላታ ኅበዝ አየሁ ነበር። በባሻው ቆፍጠን ያለ አነጋገርና የዱር ሰውነት ተደስቶበታል፣ ኮርቶበታል። ባሻው እንዲሁ መቅለስለስ አያውቅም። ኅንበስ ቀና እያለ ማኅብደድም አይሆንለትም፣ አያውቅበትም። የሚያውቀው ወኔ ባልተለየው አኳኋን፣ በተጠንቀቅ ቆሞ የመጣበትን ጉዳይ ግንባሩን ሳይሰብር፣ ሃያልነት የሚያንፀባርቅ ግርማ ሞገስ መገርመምና በአስፈሪ ድምፅ ማውረድ ነው። ብላታ ኅበዝ አየሁ፣ ፈገግ ብለው ለጀግናው አክብሮት በመስጠት እየሳቁ ያዳመጡትም በዚሁ ምክንያት ነው።

‹‹ለካስ እነኝህን የመሰሉ ጀግኖች ላገራቸው ነፃነት በዱር በገደሉ ሲወድቁ የእነሱን መላክተኛ ተቀብሎ ማነጋገርም ኩራት ይሰጣል! የኢትዮጵያ ሀዘንና ልቅሶ፣ ደስታና ፈንጠዝያ የሚለውጥበት ቀን ደርሷል!›› አሉ። ‹‹አርበኞች ምን ቸገረን ብለው ላኩህ?›› ሲሉም ለባሻው ጥያቄ አቀረቡለት።

‹‹በዱር በገደል ያለ፣ የምበላው፣ የምጠጣውና የምለብሰው ቸገረኝ ብሎ፣ እርሶን የመሰለ ጀግና ዘንድ፣ አንድ ወንድሙን ሂድልን ብሎ መች ይልካል! የቸገረው ነፍጥ ነው። አልቤኑ፣ ቤልጅጉ ነው። ጥይት ነው የቸገረው። ጠላትን ምን እንቀልበው? ቶሎ ይላክልን። የሩቁን ትተን የቅርቡን ስራህን የምናደንቅ፣ ባርማጮሆና በጭላጋ እንኳ በሰራከው ስራ የምንኮራብህ ያርበኛ አስተባባሪ ጠላትን እንደገብስ የቆላከው ብላታ ኅበዝ አየሁ ይህንን ችግራችንን ሰምተህ አንድም ቀን ተኝተህ አታድር ብለህ ንገርልን ተብዬ ነው የተላክሁ።›› ያርበኛው ሁሉ ችግር ያርበኛው ሁሉ ቃል ይህ ነው!

ብላታ ኅበዝ አየሁ ካባውን በአንድ ትከሻው አጣፉና ከወዲያ ወዲህ ከወዲህ ወዲያ ጎርደድ ጎርደድ አለ።

‹‹ደህና! እንግዲህ እኛው ዘንድ ሰንብተህ ሁሉንም ይዘህ እዚህ ካሉት ወንድሞችህ ጋር ተዋውቀህና ተጫውተህ በስርአት እንድትሸኝ እናደርጋለን!››

አሁንም ከወዲያ ወዲህ መንጎራደዱን ቀጠለ። ድንገት ፊቱን ወደ

አርበኛው ዞር አደረገና ‹‹ለመሆኑ ባሻ ብሎ ማዕረግ የሰጠህ ማነው?›› አለው።

‹‹ራስ አስጨናቂ ናቸው የሰጡኝ!››

‹‹ምን ሰራህ ብሎ ሰጠህ ? ››

አርበኛው ፈገግ አለ።ፈገግታውን በማስቀደም ደረቱን ነፋ አድርጎ በኩራት በጀግንነት መንፈስ ለተጠየቀው ይመልስ ጀመረ።

‹‹በእንዳባጉና፣ በማይ ጥምቀት፣ በአቢዓዲ፣ በሰላክላካና በተለይም በሽሬ ጦርነት የሰራሁትን ጀብዱ፣ ስንት ኢጣሊያዊ እንዳስቀረሁ ስንት አልቤን፣ ቦምብና መትረየስም እንደማረክሁ የሽንጤን፣ የታፋዬን፣ የክንዴን ቁስል አይቶ ጀግናው የጦር መሪ ራስ አስጨናቂ ይህን ማዕረግ ሰጡኝ!››።

‹‹አንተ ያልተሾምክ ማን ሊሾም!›› አለ ጎበዛየሁ መንጎራደዱን ተወት አድርጎ ላንዳፍታ ቆም አለና በአድናቆት በአንክሮ እየተመለከተው። ‹‹አንተ ያልተሾምክ ማን ይሾም! እኔ ጀግና እወዳለሁ። ሆኖም ያገር ነፃነት ከሹመትና ከሀብት ቀርቶ ከራስ ውድ ህይወት ሺህ ጊዜ የሚበልጥ ነው። እንግዲህ ስማኝ። ላገራችሁ ነፃነት የምትከፍሉት የሕይወት መስዋዕትነት ፍሬ መስጫው ደርሷል። እናንተ ላገራችሁ ነፃነትና ለወገናችሁ ኩራት ብላችሁ በዱር በገደሉ ያላችሁ የኢትዮጵያ አርበኞች አንድነታችሁን መጠበቅ አለባችሁ። ትውልድ ሊኮራባችሁና ስማችሁን ለዘላለም ሲያነሳው የሚኖረው በጀግንነታችሁ ብቻ ሳይሆን በአንድነታችሁም ጭምር ነው። ባርበኞች መሃል ያለው መለያየት አንድነት ማጣትና እኔ እበልጥ! እኔ እበልጥ! የሚለው የርስበርስ መናናቅ ጠላትን እንጂ ወገንን እንደማይጠቅም ልታውቁት ይገባል። በዚህ የመከራ ቀን አንዱ ትልቅ ጥረት ኢጣልያ ፋሽስትን አርበድብዶ በጦር አውድማ ወቅቶ ካገር ማባረር ብቻ እንዳይመስልህ! አርበኛውን ላንድ ዓላማ ማስተባበር አንዱ ትልቅ ጥረት ነው። ከነፃነት በፊትም ሆነ ነፃነት ከተመለሰ በኋላ፣ ያርበኛው በአንድ ዓላማ አንድ መሆን፣ በጠላት ላይ ፈጥኖ ድል ከማግኘት የበለጠ አገርን በሰላምና በጋራ ተባብሮ ባዲስ ለመገንባት ዋስትና ይሰጣል። ባርበኛው ሁሉ ልብ ሊያድር የሚገባ መንፈስ ይህ ነውና ልብ ብለህ ስማኝ! ይህንኑ መልክቴንም

ለወንድሞችህ አድርስልኝ።››

ባሻ ቢተውም የብላታን ያህል በአርበኞች መሃል ያለውን ልዩነት ባያውቅም፣ ያንድነት መጥፋት ሁሉም የየራሱን አለቃና ጭፍራ እየመረጠ መከተሉና በአንድነት ለመተባበር አለመቻሉ ዘወትር እንደቆጨውና እንደከነከነው ነው። ስለዚህም የብላታ ኀበዝአየሁ ልባዊ ምክር አጥንቱ ድረስ ተሰማው።

ከ15 ቀናት በኋላ ጠመንጃና ጥይት እንዲሁም ለስንቅ የሚሆን የተገኘውን ያህል ጥሬ ገንዘብ ተሰጠውና ባሻ ቢተው ወደ ዱሩ ለመመለስ ተዘጋጀ።

ከካርቱም ወደ ደቡብ ምዕራብ ኢትዮጵያ ያርበኞች ሰፈር ለመገስገስ ሲነሣ፣ ብላታ አንድ ቃል ብቻ ተናገረው። ‹‹ይህ ክፉ ቀን አልፎ እንገናኝ ይሆናል!››አለው። የጀግና ልብ የሚቆርጥ እንጂ፣ በደፈናው የሚጨክን ስላልሆነ፣ የመጨረሻዋ የስንብት ቃል የባሻ ቢተውን አንጀት አላወሰችው። ዕንባው ዓይኑ ላይ ቅርር ሲል ጥርሱን ነክሦ ለመመለስ ሲታገለው ከብላታ ጋር ዓይን ለዓይን ተገናኙ። የእሳቸውም ደም ወዲያው ልውጥ አለ። በጦር ሜዳ ደንብ መሰረት ብላታ ኀበዝአየሁን ለመሰለ ጀግና የጦር መሪ የሚሰጠውን ተገቢ ሰላምታ በተጠንቀቅ ቆሞ ከሰጠ በኋላ፣ ባሻው ቀኝ ኋላ ዞሮ ወደ መኖሪያው፣ ወደ ደኑ፣ ወደ ጥሻው፣ ወደ ዋሻው፣ ወደ ደቡብ ምዕራብ ኢትዮጵያ ያርበኞች ሰፈር ተመለሰ።

ባሻ ቢተውና ብላታ ኀበዝአየሁ ትውውቃቸው የበዛ አይሁን እንጂ ካርቱም ከመገናኘታቸው በፊት ጎሬ ላይ ተያይተው ነበር። ያኔ ብላታ ኀበዝአየሁ ከራስ አስጨናቂ ጋር ጠላትን በሽምቅ ውጊያ እንጂ በፊት ለፊት መግጠም ከእንግዲህ የማያዋጣ ነው ብለው ለመምከር ጎሬ በመጡ ጊዜ፣ ባሻ እጅ ነስተዋቸዋል። ያኔ የራስ አስጨናቂ ጦርም ሆነ ተከታዩ የበዛ ስለነበር ባሻ ብላታን ቀርበው ለማነጋገር ደረጃቸው አልፈቀደላቸውም። ይህም ሆኖ፣ ብላታ ኀበዝአየሁ አርበኛው በሙሉ የሚኮራባቸው ጀግና በመሆናቸው ባሻም ያደንቋቸዋል። ጣሊያንን ማይጨው ላይ ለመውጋት ጃንሆይ ወደዚያ ሲሄዱ እሳቸው የአዲስ አበባ ከንቲባ ነበሩ። ከማይጨው ሽንፈት መልስ ንጉሠ ነገሥቱ አዲስ አበባ ሲገቡ የኢትዮጵያ ጦር ሰራዊት ጠቅላይ ሰፈሩን ወደጎሬ አዛውሮ ሰራዊት እየመለመሉና

እያሰለጠኑ በዚያ ክረምት ከበጋ ለጠላት ጥቃት በማይመች ጥሻና ገደሉ፤ ዝናቡም ጭምር ከመሬት ከፍታው ጋር ለጠላት ታንክና አውሮፕላን እንዲሁም ለእግረኛው ወራሪ በሚያዳግት፣ በሚያስቸግረው አገር ሰፍሮ በሽምቅ ውጊያ የነፃነት ትግሉ እንዲቀጥል ሃሳባቸውን ከሰጡት መሐል፣ አንዱ ብላታ ኀበዝአየሁ ናቸው። ንጉሠ ነገሥቱም በስደት ወደ ውጪ አገር ለመሄድ የድብቅ ዝግጅታቸውን ጨርሰው በባቡር ጉዞ መጀመራቸውን ከደጃች አባተጫን ሲሰሙ፣ አቃቂ በሰቃ ድረስ ተጉዘው ባቡሩን ለማቆምና ‹‹አገሩንና ህዝቡን ያለመሪ ትተው ወዴት ሸሽተው ይሄዳሉ?›› ብለው ንጉሡን ከሚሄዱበት ለማስቀረት የሞከሩ እሳቸው ነበሩ። በኋላም ጣሊያን አዲስ አበባን ሊይዝ ሲቃረብ አርበኛውን ሰብስበው በየትውልድ አገሩ ሄዶ በዱር በገደሉ ትግሉን እንዲቀጥል ከመምከራቸውም በላይ በተለይ ባላምባራስ ይባስ የኋላው አገራቸው ጁሩ ገብተው ባርበኝነት እንዲዋጉ በመሳሪያ እስከማስገደድ ደርሰው፤ አዲስ አበባን ለጠላት እንዲሁ ከማስረከብ ይልቅ፣ ከተማዋን በእሳት ለኩሰው፤ የሽምቅ ውጊያውን ለመቀጠል ወደ ሰበታ ሄደዋል። በአመያ በኩል ከደጃች ገረሱ ጋር በመሳሪያና በሰው እየተረዳዱ ጠላትን ወግተዋል። ግንደበረት ላይ አርበኛውን ከሰበሰቡ በኋላ፤ በአንድ አላማ ለማስተባበር ሞክረዋል። ከዚያም እሳቸው በሆሮ ጉድሩ፤ በጎጃምና በጎንደር አርበኛውንና ዱር ያለውን ያገሬውን ህዝብ አስተባብረው ጠላትን በሽምቅ እየገጠሙ አርበድብደውታል። ኋላም በጎንደር፣ በጭልጋ፣ በአርማጭሆ፤ በወገራና በበለሳ፤ ለትውልድ የሚያኮራ ስራ ሰርተዋል። ከዚያም ለአጭር ጊዜ ሱዳን ሄደው ኢትዮጵያ ከጠላት ወረራ በኋላ፤ ስለምትመራባት አስተዳደር፤ በዚያ የሚገኙ አገር ወዳድ የኢትዮጵያ ስደተኞች ጋር ሐሳብ ተለዋውጠዋል። ባሻ ቢተውንም የተገናኙዋቸው በዚሁ ጊዜ ነበር።

ብላታ ኀበዝአየሁ ኢጣሊያ ፋሽስት ካገሪቱ ከተባረረ በኋላ ከንጉሠ ነገሥቱ ጋር በአስተዳደር አልተስማሙም። የአስተዳደር በደልን የፍርድ መዛባትንና የፍትህ መጥፋትን እንዲሁም ጉቦን፣ አድሎንና ሕገወጥ ብልጽግናን ከመቃወማቸውም በላይ እሰከተወሰነ አቅም ድረስ ለመሬት ስሪት ለውጥና ለንግግር ነፃነት ተከራክረዋል። ሆኖም ሕይወታቸው አጋናኝና መጠን ያለፈ አወዳሽ የማይሻ ነው። አንዳንዶች ከተማሩትና ካልተማሩትም መሀል የብላታ ኀበዝ

አየሁን ስም አለቦታው ማንሳትና ባልዋሉበትና ባልፈፀሙት ጀብዱ ማወደስ፣ እነርሱንም ላገር አሳቢ ያደረጋቸው ለሚመስላቸው ከተሜዎች ‹‹እኔ ከንቱ ውዳሴ አልሻም!›› እንዳሉአቸው ነው ብላታ።

አርበኛው ቀርቶ ባንዳው እንደ ባለ ውለታ እየተቆጠረ ሲሾም ደሞዝ ሲቆርጥለት፣ ማደሪያ መሬት ሲሰጠው ባሻ ቢተውን የሚያስታውሳቸው አላገኙም። ባሻ ‹‹ምን አባቱ ለኔ ክብሬ ሹመትና ሽልማት አይደለም። የነፃ አገር ሰው መባሌ፣ በባእድ አለመገዛቴ ክብሬና ሹመቴ ነው። በነፃዋ ያገሬ መሬት ላይ ጥሬ ቆርጥሜም ቢሆን ጥሩ እንቅልፍ ተኝቼ ማደሬ ትልቅ ፀጋ ነው!›› እያሉ እራሳቸውን ያፅናናሉ።

ባሻ ወደ ትውልድ አገራቸው ሳይመለሱ በአዲስ አበባ ደጀ ጠኚ ሆኑ። ያም ሆኖ የረባ እንጀራ አላገኙም ። የዶክተር ላምቤ ዘበኛ ነው የሆኑት። ባገራቸው በዳሞት፣ ዳዊት ደግመው ፅህፈት የሚያውቁ ነበሩ። በጊዜው የተሻለ እንጀራ አያሳጣቸውም ነበር። ግን አለወገን፣ አለዘመድ፣ ምን ቢማሩ ወድቆ መቅረት በብዙ የደረሰ ስለሆነ የባሻ እንጀራ ለዘበኝነት መታደሉ ከምንም የሚሻል ተባለ። ባሻ ቢተው በዚያ የመከራ ጊዜ ያፈሰሱት ደምና የቆሰሉት ቁስል ትዝ ሲላቸው እርግጥ ይመራቸዋል። ያም ሆኖ ያገር ነፃነትን በሚመለከት ዳግም ለመቁሰልና ለመድማት ዕድሜ አይወስነኝም የሚሉ ወኔ ያልተለያቸው አርበኛ ናቸው። በተረፈ ግን ደግነትና አዛኝነታቸው ለብቻ ነው።

ባሻ ቢተው ወደ አርበኝነት ሲሄዱ አራስ ቤት ትተዋቸው የሄዱትን የልጃገረድ ሚስታቸውን፣ ካገራቸው ከጎጃም አስመጥተው አዲስ አበባ ገሙ ሠፈር ኖረው ልጃቸውን ድረው የልጅ ልጅ ለማየት በቅተዋል። ኑሮአቸው የድህነት በመሆኑ ይጎሳቀሉ እንጂ ዕድሜያቸው እስከዚህ አረጁ የሚያሰኝ አልነበረም። እንዲያም ሆኖ ባሻ ቢተውን ዱሮ ባርበኝነት ጊዜ የሚያውቃቸው ዛሬ ሲያያቸው ‹‹እውነት እሳቸው ናቸው?›› እያለ የማይገረም የለም። ያርበኝነት ደማቸው ተለውጧል። አንደበታቸው ለስልሷል። ሁሉን ‹‹ጌታዬ!›› ነው የሚሉት። እጅ ነሽ፣ አጎንባሽና ተለማማጭ ሆነዋል። ያ የጥንቱ የጠዋቱ የዱር ባሕርይ ባዲስ አበባ ኑሮ ተገርቷል። ችግር የዳበሰው ጎናቸው ሁሉን ቻይ አድርጎአቸዋል። እርግጥ የሽምግልና

ዕድሜያቸው እየገፋ ሲሄድ ያቺ ተሟጣ ያላለቀች ወኔያቸው እየቀሰቀሰቻቸው ብዙ ይናገራሉ። በንጉስ ነገስቱ፣ በባለስልጣኑ፣ በቤተክነትና በደብር አለቆች ላይ የሚሰነዝሩት ወቀሳ ይቅርታ የለሽ ነው። ውሎአቸው ከሰፈሩ ወጣትና ከሚያድጉ ህፃናት ጋር እየሆነ በመሄዱ ‹‹ይህ ሽማግሌ በስተርጅና የሚሰራው ጠፍቶታል፣ አንድ መከራ በራሱ ላይ ሳያመጣ አይቀርም!›› የማይላቸው የገሙ ሰፈር አዛውንት አይገኝም።

የአምስት አመት የፋሽስት ወረራ አበቅቶ ነፃነት ሲመለስ ባሻ ቢተው ላገራቸው ነፃነት ለከፈሉት መስዋዕትነት ምንም ውለታ ሳይከፈላቸው የትም ወድቀው ከቀሩት ምስኪን ወገኖች አንዱ ሆኑ።

‹‹እኔ የምልህ ዘነበ!›› አሉ ባሻ የስራ ጓደኛቸውን ሁለቱም የዶክተር ላምቤን አጥር ደገፍ ብለው እንደቆሙ።

‹‹ምን ሊሉኝ ነው ባሻ?፣››

‹‹አሁን በዚያ ሞቶሞቢል ሲገቡ እጅ የነሳሃቸውን ሰው ልብ ብለህ አይተሃቸዋል?››

‹‹ማየትስ አይቻቸዋለሁ አላውቃቸውም እንጂ!››

‹‹እንዴት አታቃቸውም?›› ብላታ ኅበዝአየሁ ማለትኮ እኝህ ናቸው!››

‹‹ኧረግ! እሳቸው ኖረዋል? በዝና እንጂ በዓይን አለዛሬም አይቻቸው አላውቅ። ባርበኝነታቸውም ከጃንሆይ እንደማይስማሙ ሲወራ ዘወትር ነው የምሰማው። ለካስ እኝህ ኖረዋል!?›› እያለ መኪናቸው ወደቆመበት ፊቱን መልሶ እየተገረመ መለሰላቸው።

‹‹እንግዲህ እኝህ ናቸው። እወቃቸው። እኔ እንኳን! ያኔ በአርበኝነት ጎሬ የእኛ ጦር ካለበት ድረስ መጥተው ከራስ አስጨናቂ ጋር በተገናኙ ጊዜ ያየሁዋቸውና በኋላም ወደ ካርቱም ተልኬ በሄድኩ ጊዜ የተገናኘሁት ከሳቸው ጋር ነበር።

‹‹ታዲያ ሲገቡ ለምን ዝም አሏቸው? አያነጋግሯቸውም ነበር? አላቸው ዘነበ፤ ባሻ ተናግረው ሳይጨርሱ ካፋቸው ነጠቀና።

‹‹ምን ያድርጉልኝ ብዬ ዘነበ?››

‹‹ምን ይታወቃል ሰውየው፣ አይኮሩም ነው የሚባለው።››

‹‹አይ እባክህ ተወኝ ! ከብላታ ኅበዝአየሁስ ራስ አስጨናቂ አይቀርቡኝ ነበር›› አሉና ጭውውታቸውን እዚሁ ላይ እንዲቆም የፈለጉ መስለው ስንጥር ቢጤ ከመሬት አንስተው፣ ጥርሳቸውን ይጎረጉሩ ጀመር። ዘነበ ግን መልሶ ‹‹ራስ አስጨናቂኮ ደግ ሰው ናቸው። ላሽከሮቻቸው የገዛ መሬታቸውን በዚያ ሰሞን ሲሰጡ እንዴት እርሶ ምንም ሳያገኙ ቀሩ?›› ሲል ጠየቃቸው። ባሻ ብልጭ አለባቸው፣ ‹‹ታዲያ እኔ አሽከራቸው አይደለሁ። አብሪያቸው ላገሬ ነፃነት ዘመትኩ እንጂ!››። ዘነበ ግን ሊተዋቸው አልፈለገም። ‹‹እረ ራስ ውለታ መላሽ ናቸው ሲባል ሰምቻለሁ›› አለ ዘና ብሎ።

‹‹ይሆናል... ይሆናል!›› ባሻ ትንሽ ዝም ብለው ቆዩና ‹‹ እርግጥ የባሻነትም ማዕረግ የሰጡኝ እሳቸው ነበሩ። እኔ ግን እሳቸው ዘንድ ተመላልሼ ደጅ ጠንቼ የሚያቀርበኝ አጥቼ ቢሰለቸኝ ተውኩት እንጂ፣ ዓይን ለዓይን ቢያገጣጥመንማ ኖሮ ጫማቸው ላይ ወድቄ አንድ ነገር እንኳን አላጣም ነበር። ሌላው ቢቀር ያምስት ዓመት ያርበኝነት ሜዳሊያ ያሰጡኝ ነበር። ለኔስ ከሁሉም ነገር እሱ ይበልጥብኝ ነበር።

ባሻ ቢተው ያምስት ዓመት ያርበኝነት ሜዳሊያ ለማግኘት ስንት ጊዜ ጦር ሚኒስቴር ተመላልሰው፣ ‹‹ያምስት ዓመት አርበኝነት ሜዳሊያ፣ እንዲህ ለማንም የሚሰጥ አይደለም›› ተብሎ ከጦር ሚኒስትሩ ከራስ ይባስ የኋላው ትዕዛዝ ስለተሰጠ፣ የድሃ ጉልበታቸውን ጨርሰው ሁሉም ይቅርብኝ ብለው በብስጭት የተውት ጉዳይ ነው። ታዲያ አንዳንዴ ነገርን ነገር ሲያነሳው ራስ አስጨናቂ ዘንድ የሚያደርሳቸው ቢያገኙ የሚለምኗቸው ነገር ቢኖር፣ ገንዘብና ርስት ሳይሆን ላገራቸው ነፃነት የደከሙበትን ያምስት ዓመት ያርበኝነት ሜዳሊያ እንዲያሰጧቸው ብቻ እንደሆነ ዘወትር ሲናገሩ ይሰማሉ።

ብላታ ኅበዝአየሁ የመጡበትን ጉዳይ ፈፅመው ከመኪናቸው ሊገቡ ሲሉ ‹‹ባሻ ቢተው፣ ብላታ ኅበዝ አየሁን ጠጋ ብለው ቢያነጋግሯቸው ምን የሚጎዳዎት ነገር አለና ነው?›› እያለ ዘነበ ቢገፋፋቸው እሳቸውም ሳያውቁት ተገፍተው ሄደው ለጥ ብለው እጅ ነሱ።

ብላታ ግን በደንብ ሳያስተውሏቸው ቀርተው ኖሮ ወደ መኪናቸው ለመግባት ራመድ አሉ።

‹‹ጌታዬ ዘነጉኝ መሰለኝ!›› አሉ ባሻ እየደጋገሙ እጅ እየነሱ። ብላታ ኀበዝአየሁ ወዲያው ፊታቸውን መልሰው ትክ ብለው አዩአቸው።

‹‹አጥፍቼሃለሁ፣ አላወቅሁህም!››

‹‹ጌታዬ በአርበኝነት ዘመን ጎሬ መጥተው ተያይተን፤ ከዚያም እርሶ ሱዳን ሳሉ ካርቱም ድረስ መጥቼ ካርበኞች መላኬን ነግሬዎት እርሶ ዘንድ ሰንብቼ ነበር›› ሲሉ ባሻ ፍራት ፍራት እያላቸው ተናገሩ። ግራ ቀኝ የነበረው ሰው የዶክተር ላምቤ ሹሞችና ሰራተኛው ሁሉ ምን ይመልሱላቸው ይሆን ብለው ጆሯቸውን አቁመው ያዳምጣል። የባሻም ደፍሮ ማነጋገር ግር ያሰኛቸው ብዙ ናቸው። ባርበኝነት ጊዜ እንተዋወቅ ነበር ብሎ ነገር ከዶክተር ላምቤ ዘበኛ አፍ ወጥቶ ሲሰማ ብላታ ኀበዝ አየሁ እንደ ድፍረት የቆጠሩት እንደሆነ ባሻ ቢተው ምን ይውጣቸው ይሆን ያለም አልጠፋ። የዶክተር ላምቤ አስተዳደር ሹምም ብላታ ኀበዝ አየሁ ይሂዱለት እንጂ ባሻን አንድ ትልቅ ባለስልጣን ያውም ብላታ ኀበዝ አየሁን ያህል ትልቅ ሰው እንደ ቆሎ ጓደኛህ ጠርተህ እንድታነጋግር ማን ፈቀደልህ ብሎ ለመገሰጥም ሆነ ለመቆጣት የቸኮለ ይመስል ፊቱ ቀልቶ እዚያው ቆሞ ይታይ ነበር።

‹‹ኧረገኝ! ኧረገኝ!።።ብረሳ ብረሳ አንተን እንዴት ልርሳ! አንተ ነህ ያንን የመሰልክ ጀግና እንዲህ ከሰውነት ጎዳና የወጣኸው›› ብለው ብላታ ኀበዝ አየሁ መቆጨት እየታየባቸው ባሻን ከላይ እስከታች ባይናቸው ቃኙአቸው። ‹‹ለመሆኑ እዚህ ምን ትሰራለህ?›› ሲሉ ባሻ ቢተውን ጠየቋቸው ።

‹‹ዘበኝነት እየሰራሁ ነው ጌታዬ›› አንገታቸውን እንዳቀረቀሩ መለሱላቸው።

‹‹ላገርህ ነፃነት ለደከምከው፣ ውለታህን ተከፈልክ ማለት ነዋ!››

ባሻ መልስ ሳይሰጡ ቀና ያደረጉትን አንገታቸውን መልሰው ወደ መሬት ደፉት።

‹‹በል እንጂ ንገረኝ፤ አንተ ደግሞ ከመቼ ወዲህ ነው የምትፈራ ሰው የሆንከው?›› ብላታ ባሻን ባዘኔታ እየተመለከቱ እሳቸው መሬት መሬቱን እያዩ ወደ መኪናቸው በር ራመድ እያሉ ጠየቋቸው።

‹‹ጌታዬ ምን እናገራለሁ እርሶ ሁሉን መቼ አጡት። ቢሆንም የነፃነት ዋጋው ሹመትና ሽልማት አይደለም። ነፃነት ከአልማዝና ከእንቁ ከገዛ ሕይወትም እንደሚበልጥ እርስዎ ራስዎ ካርቱም ላይ የነገሩኝን ጌታዬ ይረሱት አይመስለኝም›› ሲሉ መለሱላቸው። ብላታ ምንም ሳይናገሩ የተከፈተላቸውን መኪና በር በእጃቸው ያዝ አደረጉት።

‹‹ቤቴን ታውቀዋለህ?›› አሉ አሰቡ አሰቡና።

‹‹ያፍንጮ በሩስ አይጠፉኝም ጌታዬ!››

‹‹እሁድ ጠዋት እዚያው ድረስ እንድትመጣ። እዚያው ሁሉንም እንጨዋወታለን››። ሲሉአቸው ባሻ ለጥ ብለው እጅ ነሱ። ብላታ ኅበዝአየሁ ከመኪናቸው ገብተው ሄዱ።

ብላታ እንኳንስ በዚያ በክፉ ቀን የሚያውቁትን ቀርቶ በተራ ጉዳይ ያነጋገሩአቸውን እንኳን አይተው አያልፉም። ቆመው ሲያነጋግሩ ለብቻው ነው ይባልላቸዋል። ባሻ ቢተውን እንደዚያ ቆመው ሲያነጋግሩ የተመለከታቸው ሁሉ አመሰገናቸው። ሁሉም ወደባሻ እየቀረቡ ‹‹አይዞት አንድ ነገር አያጡም›› አሏቸው። የተደናገጡባቸው ሁሉ እንግዲህ ባሻ ሊሸለሙ ነው እያሉ ከበቧቸው። ዘነበማ ‹‹አላልኩዎትም ካለመናገር ደጃዝማችነት ይቀራል! ይባል የለም?›› አላቸው። ተጫኔ ግን ባሻን ሳለማይወዳቸው ፈንጠር ብሎ የጎሪጥ እየተመለከተ ‹‹ሊበላ! ሽሜ መስሎሃል እንኳን ብላታ ኅበዝአየሁን ቀርቶ ጃንሆይን አቁመህ ብታናግር አንድነገር የምታገኝ እንዳይመስልህ፣ ሽሜ ጉጉ!›› አላቸው። ለከፋትና ለምቀኝነት ያለው እንጂ፣ ብላታ ባሻን ቆመው ስላነጋገሩአቸው ቅናት አንጀቱን አሳርሮታል። ተጫኔ እየደጋገመ ‹‹ሽሜ! ሊበላ! መስሎሃል!፡፡፡›› አላቸው። ባሻ ቢተው ክፉም ደግም ለተመኙላቸው ‹‹ቆመው ማነጋገራቸው ብቻ አጥግቦኛል ምንም ባያደርጉልኝ ይቅሩ›› ብለው ነው የመለሱት።

ያንዲት ምድር ልጆች፣ ቅፅ ፩ ገፅ 15

እሁድ እለት ባሻ አፍንጮ በር ብላታ ኅበዝአየሁ ቤት ማልደው ሄዱ። ያጋፋሪ ግልምጫና ግፍተራ አለገጠማቸውም። በሩ ወለል ብሎ ተከፍቶ ነው የጠበቃቸው። እልፍኝ ድረስ ሰተት ብለው ገብተው እጂ ነሱ። ብላታ ንግግርም ሳያበዙ ራቅ ብሎ የቆመውን ግምጃ ቤታቸውን ጠሩና

‹‹በል እኔ ፊት ያዘዝኩህን ፈጽምለት›› አሉት። ግምጃ ቤቱ ወደ ግድግዳው ዞር ብሎ ከደረት ኪሱ አካባቢ በካኪ ወረቀት መሳይ የተጠቀለለ ነገር አወጣና ለባሻ በእጃቸው ሰጣቸው። ከእጁ ተቀብለው እጅ ነስተው ምስጋናቸውን አቀረቡ። ሃምሳ ብር ነበር ተቆጥሮ የተሰጣቸው።

‹‹ለመሆኑ ያንገትህ ማስገቢያ ጎጆ ቢጤም አልቀለስክ?››

‹‹ከየት ብዬ ጌታዬ?››

‹‹እናንተ አርበኞች ልባችሁ ዱሩን አልረሳ አለ መሰለኝ። ቤት ሰርቶ መኖር አልናፍቃችሁ አለ ልበል?›› እንደ ፌዝም የከጀላቸው መስለው ጠላት ቤትና ንብረታቸውን አጥፋቶባቸው በዱር በገደሉ ተዋድቀው ያገራቸውን ክብርና ነፃነት ያስመለሱት አርበኞች ከነፃነትም በኋላ የትም ወድቀው የሚያስታውሳቸውና ለሰሩት ውለታ የሚገባቸውን ወሮታ የሚመልስላቸው አጥተው ያለመጠጊያ የትም ወድቀው የቀሩትን እንደነ ባሻ ቢተው የመሳሰሉትን አርበኞች ሲያነጋግሩ ብላታ ይህንን የመሰለ አነጋገር አላቸው። ‹‹ትዳርስ፣ ቤትስ ጌታዬ መች ጠልተን እናውቃለን? ዱሩን መኖሪያችን ያደረግን ነፃነት ቢጠፋ እንጂ ወደን ነው፣ ከሰውነት ወጥተን ከአውሬ እንጠጋ ብለንም አይደል ጌታዬ!›› ባሻ ያ ያርበኝነት ዘመናቸው ቆፍጣናነትና የማይሰበር እንደበታቸው በተገራና በለስላሳ አንደበት ተለውጦ ብላታ በፌዝ አስመስለው ያነሱባቸው ቁምነገር ውሉ ሳይሳታቸው አለሳልሰው መለሱ።

‹‹እውነትክን ነው!... እውነትክን ነው!፣፣ ለመሆኑ ሚስትና ልጆች አሉህ? ››

‹‹አዎ ጌታዬ! ››

‹‹ቤትህስ ለምትሰራበት ቦታ ቅርብ ነው?››

‹‹እሱስ ቅርብ ነው ጌታዬ ከራስ ሃይሉ ሰፈር በታች ገሙ ሰፈር ከሚባለው ነው የምኖረው። ቅርብስ ቅርብ ነው።››

‹‹ገሙ ሰፈር...? ገሙ ሰፈር...? እኮ የት ነው?›› ሲሉ ግንባራቸውን ሰብሰብ እንዳደረጉ ወደ ግምጃ ቤታቸው ዞረው ጠየቁ። ግምጃ ቤቱም እንደተጠየቀው ለጌታው በየተራ እያጣቀሰ ገሙ ሰፈር የት ቢሉ የት እንደሆነ ተወላጁ፣ ጭቃ ሹሙ፣ ወሰንተኛው ሳይቀር እንዳውዳሴ ማርያም አነበነበና በዚሁ ገሙ ሰፈር የብላታ ኅበዝአየሁ መሬት ከነባህርዛፉና በላዩ ላይ ያለ አሮጌ ቤት መኖሩን ተናገረ።

‹‹እኔስ እንኳንስ ቤትና ቦታ እንዳለኝ ቀርቶ ከነሰፈሩም ስም ተዘንግቶኝ ነበር። ገሙ ሰፈር አልክ?›› አሉ ብላታ።

እርግጥ እንደራስና ደጃዝማቹ አይብዛ እንጂ ብላታ ኅበዛየሁ የከተማም ሆነ ጤፍ፣ ገብስና ሰንዴው የሚጫንበት የባላገር ጋሻ መሬት አላቸው። እሳቸውን ያህል መኳንንት ባይጠቅማቸውም ለስማቸውም ቢሆን ሰፋፊ መሬት መያዙን፣ ብላታም አይጠሉትም።

‹‹እኔ አንድም ቀን ዞር ብዬ አይቼው የማላውቅ በስሜ ይገኝ ዝም ብዬ የምገብርበት ትንሽ ቤትና የባህር ዛፍ መሬት እዚያው አንተው ከምትኖርበት ገሙ ሰፈር አለኝ። እሱን ዕድሜህ እስከፈቀደልህ ድረስ ተጠቀምበት። መጦሪም ይሁንህ፣ ካንተም በኋላ ለልጆችህ ይሆናል።

ባሻ ተንደርድረው በብላታ ኅበዝ አየሁ እግር ላይ ወደቁ።

‹‹ኸረ አይገባም! የጊዜ ጉዳይ ሆነና ነው እንጂ፣ በዚያ በመከራ ሰዓት እኔና አንተ የጦር ጓደኞች እኮ ነበርን።

አንተም እንዲህ እንደዛሬው አልተጎሳቆልክም ነበር፣ የዛሬው ባሰ! የያኔው እንኳን ቢጎሳቆሉትም ያስከብር ነበር። የዛሬው ግን የሚያዋርድ ሆነ!›› እያሉ ከልብ አዝነውና ተቆጭተው ከንፈራቸውን መጠጡ።

‹‹ዕድሜ ይስጥልኝ! ያሰንብትልኝ! ያክብርልኝ! ይኸው የትም ወድቄ ስቀር አለርሶ እንዲህ ተቀብሎ ያነጋገረኝ፣ ይህንን

ያንዲት ምድር ልጆች፤ ቅፅ ፩ ገፅ 17

ላድርግልህ ያለኝ የለም!›› እያሉ ባሻ ቢተው አስር ጊዜ እጅ ነሱ።

‹‹እኔ ባቅሜ የማደርግልህ ይህን ብቻ ነው። ከዚህ በላይ ማድረግ አምችል እንዳይመስልህ።››

‹‹ኧረ ጌታዬ! ይህንን ንጉሥም አያደርገው!›› ብለው ባሻ ሲናገሩ ብላታ ኅበዛየሁ ሳቅ አሉ።

‹‹አንተን የመሰለ ላገሩ የሰራ ከንጉሥ ፊት ማን ያቀርበው መሰለህ።›› አሉ ፈገግ ማለታቸውን እንደቀጠሉ። ወዲያው ካጠገባቸው ራቅ ብሎ የቆመውን ግምጃ ቤታቸውን ጠሩት… ውሉን በአስቸኳይ ፈፅምለት። አንተም እንደ አቅምህ ይህን ሰው ካንድ ሁለቴ በላይ ታመላልሰውና ውርድ ከራስህ!›› ቀጥለው ወደ ባሻ ዞር ብለው ‹‹ በል እየመጣህ ጠይቀን። እንዳው አጥር ግቢው አስፈራኝ ብለህ በዚያው እንዳትጠፋ!›› ሲሉ ተናገሩና ቆሞ ይጠብቃቸው ከነበረው አውቶሞቢላቸው ገብተው ወደ ጉዳያቸው ሄዱ።

ባሻ ቢተው በዚያው በኖሩበት ሠፈር በብላታ ኅበዝአየሁ ችሮታ ባለ ቤትና ቦታ መሆናቸው ሲሰማ ሰው ጉድ አለ። ወዳጆቻቸው እሳቸውንና ሚስታቸውን እመት ጌጤነሽን ‹‹እንኳን ደስ አላችሁ!›› እያሉ እያገላበጡ ሲስሟቸው አንዳንዶች ግን በተንኮልና በምቀኝነት ዓይን አዩአቸው። ‹‹ብላታ ኅበዝአየሁ ከጃንሆይ ጋር ጠበኛ ሆነው ለባሻ ይህንን የሚያህል የባህር ዛፍ መሬትና ቦታ የሚሰጧቸው እሳቸው መንግስት አይደሉ፣ አንድ ነገር ቢኖር ነው እንጂ!›› እያሉ ጃንሆይ በናታቸው በኩል የጉሬጌ ዘር አለባቸው እኔም ጃንሆይን የምዛመደው በናታቸው በኩል ነው የሚለው በዝምድናው ምንም ያላገኘው ድሃው ተጫኔ ምቀኛቸው ሆነ። ሌሎችም ምቀኞች ተነሱባቸው። በተለይ ተጫኔ የባሻ የስራ ባልደረባ ‹‹ባሻ ቢተው የብላታ ኅበዝአየሁ ሰላይ ነው!›› እያለ አስወራባቸው። ‹‹የባህር ዛፍ መሬት ከነቤቱ የተሸለመው ሌላ ምን ነገር ኖሮ ነው መሰላችሁ? የብላታ ጆሮ ጠቢ ቢሆን ነው እንጂ!›› በማለት በስም ማጥፋት ዘመተባቸው።

ምዕራፍ ሁለት

ገሙ ሰፈር፣ እንደ ገዳም ሰፈር፣ እንደ ዘበኛ ሰፈር፣ እንደ ጠመንጃ ያዥ ሰፈር፣ እንደ ጣሊያን ሰፈር፣ እንደ ካሳ ገብሬ ሰፈር፣ ኢጣሊያ ፋሽስት ከወጣም በኋላ ለረጅም ዘመን ይህን ያህል ለውጥ ሳይታይበት የኖረ ሰፈር ነው። መለወጥና መሻሻል የጀመረው በቅርቡ ነው። ከመርካቶ በግ ተራን፣ ጠቅላይ ቢሮን አልፎ ደጃች ዘውዴ ገብረ ሥላሴ የሚታሙበት የእናታቸው መሬት ዋጋ እንዲያወጣ ሲሉ በከንቲባነታቸው ዘመን የቀደዱትን የዲቢዚቶን መንገድ ጀመር አድርጎ፣ በሁለተኛው መታጠፊያ ወደ ቀኝ የሚያወጣውን ሸቅብ ይዞ የሚገኘው ገሙ ሠፈር አንዳንዶቹ ሠናድር ያዥ ሠፈር ይሉታል። ባብዛኛው የሰፈረበት ነፍጠኛው ሲሆን የፊታውራሪ ኃብተ ጊዮርጊስ አሽከሮችና ገባሮች ነን የሚሉ ክስታኔ ተናጋሪ የሶዶ ጉራጌዎችና የአመያ ኦሮሞዎች ይገኙበታል። በቅርቡ ደግሞ ከሰናድር ያዥ ይልቅ ገሙ ሠፈር እየተባለ መጠራት የጀመረው የገሙ ጎፋ ገዥ የነበሩት ደጃች ወልደማሪያም በርከት ያሉ የገሙ ጎፋ ሰዎች አምጥተው በጪሰኝነት ስላሰፈሩበት ነው ይባላል። ባሻ ቢተውና እመት ጌጤነሽ ‹‹ዕድሜ ለብላታ ጎበዝአየሁ!›› እያሉ የሚኖሩበት ቤትና ቦታ የሚገኘው ከትልቁ ኮረንቲ ጋን በስተግራ ነው። ዘርዘር ባሉት ትላልቅ ባሕር ዛፎች መሐል ያለው የእግር መንገድ የሚያስገባውም እዚያው ድረስ ነው። ቤቱ ከማርጀቱና የጣሪያው ቆርቆሮ በክረምት ወራት ከማፍሰሱ፣ ልስኑ እየተናደ እየተናደ እንጨትና ማገሩ ከመታየቱና ፍርክርኩ ከመብዛቱ በስተቀር ኪራይ የማይከፈልበት የራስ ቤት ማኩራቱ አይቀርም።

ባሻ ቢተው አንድ ኮሪያ ዘምቶ የተመለሰ ክቡር ዘበኛ የሸጠላቸውን ቡሽ ባርኔጣ ባናታቸው ላይ ይደፉና ጤና ጥበቃ ለዘበኞች የሰጠውን ባለዘለበት ቁልፎች የበዙበት ካኪ ኮትና ሱሪ ይለብሱና፣ ጥልፍልፍ ቆዳ ጫማቸውን ይጫሙና፣ ባንድ እጃቸው አጭር ቆመጣቸውን በሌላ እጃቸው በእራፊ ጨርቅ የተጠቀለለ የምሳ ሳህናቸውን ይይዙና ደህና ጠብደል ጎልማሳ የማይራመደውን እርምጃ አንዱን ካንዱ እያስከተሉ ከገሙ ሰፈር ዶክተር ላምቤ፣ ከዶክተር ላምቤ ገሙ ሰፈር ጧትና ማታ ሲመላለሱ ላያቸው

አሁንም ጉልበታቸው ከቶ የደከመ አይመስልም። ነገር ግን ዕድሜያቸው ወደ ሃምሳው ገብቷል። ልጅነት፣ ወጣትነት፣ ጎልማሳነትና እርጅና በየተራቸው አንዱ ለሌላው ቦታውን እየለቀቀ መሄዳቸውን በጉልህ ይታይባቸዋል። ምንም እንኳን እንደልባቸው ወጥተው የሚገቡ ቢሆኑም አረማመዳቸውን ለተመለከተ ከድህነት ጋር ተዳምሮ አቅምና ጉልበታቸውን ለመፈታተን እየቀረበ የመጣውን የእርጅና ዘመን አልቀበል ብለው እልህ የያዛቸው ይመስላሉ። ባሻ ቢተው ጧት ማታ ከቤታቸው ሲወጡና ሲገቡ ላያቸው።

ባሻ አንድ ክፉ ጠባይ ቢኖራቸው እሱም ቤተስኪያን መሳም አለመውደዳቸው ነው። ‹‹ለቤተክስያኑማ እዚያም ከደጃፉ በምሪት ስይዘው እደርስበት የለ!›› ይላሉ እኩዮቻቸው በሰንበት እንኳን ለምን ቤተክርስቲያን ሄደው እንደማያስቀድሱ ሲጠይቋቸው። በተረፈ በረፍታቸው ባሻ ከሚስታቸው ከእመት ጌጤነሽ ጋር እየተቃለዱ ከቤታቸው መዋል አይከብዳቸውም። ሌላው ቢቀር ከተወለደች ገና መንፈቅ ያልሆናትን የልጅ ልጃቸውን አቅፈው መቀመጥ አይሰለቻቸውም። ሚስታቸው እመት ጌጤነሽ ስራ ሲበዛባቸው ‹‹እባክዎ ልጅቷን ያዙልኝ!›› ሲሉአቸው ‹‹ከእንግዲህማ የልጅ አጫዋች መሆናችን አይደል?›› ይሏቸዋል፤ የዕድሜያቸው ወደ እርጅና መቃረብ እየከነከናቸው።

ባሻ ከሁሉም ይበለጥ ደስ ብሉአቸው የሚጫወቱት የጠላት ጊዜውን ታሪክ አውሩልኝ የተባሉ እንደሆነ ነው። አለዚያ ጊዜ ታሪክ ጨዋታም ሆነ ቁምነገር ያለም አይመስላቸውም። ያንን የኢጣሊያ ፋሽስት የወረራ ዘመን ታሪክ የጠየቃቸውንማ እንደ ቁም ነገረኛ ሰው ነው የሚቆጥሩት። በዕድሜው ጠና ያለ ሲጠይቃቸው አይወዱም። ‹‹ያን ጊዜ አንተ የት እንደዋልክ ተናገር አንጂ፤ የኔንማ ባልናገረውም የሚያውቅ ያውቀዋል!›› ይላሉ። በተለይ ደግሞ የተማረ ወጣትና የሚያድግ ልጅ ሲጠይቃቸው ደስታቸው ለብቻው ነው። ብዙውን ጊዜ የተማረ ወጣትና የሚያድግ የሠፈር ልጅ ለቀም ያደርጉና ሚስጥር የሚናገሩ ይመስል፤ ለብቻ ወሰድ አድርገው ያወሩታል፤ ይተዋወቁታል። ጓደኛም ያደርጉታል። ከሽማግሌ ይልቅ ያለ ዕድሜያቸው ከወጣትና ከመንደሩ ልጆች ጋር የሚታዩት ለዚሁ ብለው ነው። ‹‹ያ ታሪክ የተረሳና ሌላ አዲስ ጠላት የገባ ዕለት አገራችን ትዋረዳለች፣ ልጆቻችንም መድረሻ

ዓይኖራቸውም›› ይላሉ። ግን ችግሩ ስለአምስቱ ዓመት የጠላት ወረራ አንዴ ማውራት የጀመሩ እንደሆን ምንም ማቆሚያ የላቸውም። በመሐል የሚያቋርጣቸውም አይወዱ። ለመጠጥ ብዙም ግድ የላቸውም። ከተገኘ ከጥሬ ስጋው ያጠብቃሉ። ይሁን እንጂ ጨዋታ ሲጀምሩ ‹‹በዚህ ላይ የዶሮ ዓይን የመሰለ የገብስ ጠላ ወይም አንድ ሁለት ያገሬ የጎጃም ዳግም አረቄ ቢገኝ! አይ ጨዋታ!›› ይላሉ ባሻ ቢተው ለወሬአቸው ለዛ ለመስጠት ሲሉ።

እመት ጌጤነሽ ቀይ ቀጭን ረዘም ያሉ፣ አንገተ ንቅሳት፣ ጥርሰ ፍንጭት፣ ከባሻ ቢተው አምስት አመት የሚያንሱ በ15 ዓመታቸው ለባሻ ተድረው ከባላቸው ጋር ጠላት በወጣ በሦስተኛው ዓመት ተገናኝተው የሚኖሩ አንገተ ሰባራና ሰው አክባሪ ሴት ናቸው። እመት ጌጤነሽ ባሻን ‹‹አንቱ ባሻዬ!›› ነው የሚሉአቸው፣ ባገሩ ልምድ ባል አንቱ ስለሚባል ነው መሰል። እሳቸው ግን እንደባላቸው ሳይሆን ቤተክርስቲያን መሳም ይወዳሉ። ሆኖም ያዲስ አበባ ቄስ አታላይ ነው ስለሚሉ፣ ለሰፈሩ ሴት ሁሉ ነፍስ አባት የሆኑትን ቄስ ወልደ መስቀልን ከቤታቸው አያስደርሱም። ለቤታቸው ሙት ናቸው። አመመኝ ደከመኝ አያውቁም። ጠላቸውን እየጠመቁ፣ ሲላቸው ደሞ ያገራቸውን የጎጃም ዳግም አረቄ እያወጡ ባሻ በሚያመጧት 25 ብር የወር ደሞዝ ላይ ለመደገፍ ይጥራሉ። የባልትናቸው ነገር ደግሞ ለብቻው ነው። እንጀራቸው፣ ወጣቸውና ጠላቸው፣ በሰፈሩ ሴቶች ዘንድ መከበሪያ አድርጓቸዋል። የባሻ ደሞዝ ከማነሱ የተነሳ ኑሮአቸው የችግር ሆኖ አይልበሱ፣ አያጊጡ፣ ይክሱ፣ ይጥቀሩ እንጂ ባገራቸው በዳሞት የደህና ሰው ልጅ ነበሩ። ‹‹እንኳን እኔ ልጄስ መች ደላት?›› ይላሉ አንድ ልጃቸው በላይነሽ ትዳር አልሆን ብሏት ዕድለ ሰባራ ሆና የቀረችውን እያነሱ። ከበላይነሽ ሌላ ባሻም ሆኑ እመት ጌጤነሽ ሌላ ልጅ የላቸውም። እመት ጌጤነሽ በላይነሽን ሲወልዱ ምጣቸው የጭንቅ ነበር። አንዲት በዳሞት የታወቀች ተብላ የመጣች አዋላጅ አዋልዳለሁ ብላ አጉል እሽታ አሽታቸው አምስት ቀንና ሌሊት አምጠው በመከራ ነው በላይነሽን የተገላገሉት። ጠላት ከወጣም በኋላ ከባላቸው ተገናኝተው አብረው ሲኖሩ ደም ደጋግሞ እየመታቸው የወርም፣ የሁለት ወርም እያስወረዳቸው ሞቱ ከተባለ በኋላ ነበር የሚተርፉት። በዚህ የተነሳ ሌላ ልጅ ሳይደግሙ በላይነሽን ብቻ ወልደው አበቁ። ባሻ ቢተው ሚስታቸው አንድ

ወንድ ልጅ ቢወልዱላቸው ይፈልጉ ነበር። ሆኖም ‹‹የግዜር ፈቃድ ካልሆነ›› ብለው ካንድ ሚስታቸው ከእመት ጌጤነሽ ፀንተው በፍቅር ይኖራሉ። አንድ ልጃቸው በላይነሽ ግን ዕድለ ሰባራ ሆና ቀረች።

ባሻ ልጃቸውን ለወታደር ካልሆነ ለሌላ አልድርም ሲሉ፣ እመት ጌጤነሽ ደሞ ‹‹ደህና የሚያስተዳድራት፣ ጠባየ ሸጋ ከሆነ፣ ወታደር ካልሆንክ ለልጃችን ባል አትሆንም ብለን ከደጅ ተመለስ እያልን፣ ልጃችን ቆማ ትቅር ነው የሚሉ!›› ሲሉ ባሻ ‹‹ልጄ ወታደር ካገባች ጠሚን አታድርም፣ ከዚህም ከዚያም ብሎ ያሳድራታል›› ሲሉ የእመት ጌጤነሽ ቀርቶ የሳቸው ፈቃድ ተፈጸመና፣ በላይነሽ ለአንድ የጦር ሰራዊት በአስራ አምስት ዓመቷ ተዳረች። እንኳን ከዚህም ከዚያም ብሎ ጠም የማያሳድር ባል ሊሆናት ይቅርና፣ ያችኑ የወር ደሞዙን እንኳን ወደ ቤቱ ይዞ የማይገባ ሰካራም ሆነ። በላይነሽን ገና በልጅነቷ ከወዲያ ወዲህ እያላጋ ቁም ስቅሏን አሳያት። በዚህ ላይ ቅናቱ ከጎረቤት ጋር እንኳን ቡና እንዳትጠጣ አቆራረጣት። ደህና ልብስ ለብሳ ከቤት ወጣ ያለችማ እንደሆነ ወዮውላት! ሆን ብሎ ነገር ይፈልግና ዱላ ያነሳ እንደሆነ ደፍሮ ገብቶ በላይነሽን የሚያስጥላት ዓይኖርም። በላይነሽ የመጀመሪያ ልጇን ለመውለድ ወርዋ ገብቶ ጦር ሰራዊት ባሏ አስር አለቃ አየለ በፍልጥ ሽንጧ ላይ አሳርፎባት ከሱ ዱላ አመልጣለሁ ስትል፣ እንቅፋት አዳፍቷት በአፍጢሟ ተተክላ እስዋም ትሞታለች ሆዷም ውስጥ ያለውም ጽንስ ሰው አይሆንም ሲባል ተረፈች። በላይነሽ በዚህ ዕድሏ ተማርራ አየለን ያገባችበትን ቀን እየረገመች፣ አየለን በዳሯት አባቷ እያዘነች ስትኖር የመጀመሪያ ልጅዋን እንደወለደች ልጅዋ መንፈቅ ሳይሞላት ለወላጆችዋ ሰጥታ ጠፋች። አስር አለቃ አየለም ዕዳ የቀለለው መሰለው። ‹‹የሰማንያ ሚስቴን ያስኮበለላችሁ እናንተ ናችሁ!›› ብሎ ባሻ ቢተውንና እመት ጌጤነሽን አላስቸገረም። የልጅ ማሳደጊያ እንዳይጠይቁት እሱም ልጄ ብሎ ሳይጠይቅ አድራሻውን ሰወረ። በላይነሽም የቢስ ቤት ቡና አበጣሪ ሆነች።

ባሻ ቢተውና እመት ጌጤነሽ፣ ገና መንፈቅ ያልሞላትን የልጅ ልጃቸውን ዓይን ዓይን እያዩ ያንድ ልጃቸው ዕድለ ሰባራ መሆን ዘወትር እያሳዘናቸው የበላይነሽን ነገር መተከዣ አድርገውታል።

‹‹መቼም የልጄ ደመኛ እኔ አባቷ ነኝ፣ በስንቱ በደልኳት!›› ከባል

ለደህና ባል አልዳርኳት፣ ከትምህርት ትንሽ እንኳን ቀለም እንድትለይ አላረኳት! አይ ድንቁርና!›› ይላሉ። ከፊት ለፊታቸው ካለው መደብ ላይ ለተቀመጡት ሚስታቸው።

‹‹አይ ባሻዬ! እኛ የትምህርት ጥቅሙ ሳይገባን ቀርቶ፣ ሴት ልጅ የናቷን ባልትና ካወቀች ጥሩ ትዳር አታጣም ብለን፣ ያውም ለሴት ልጅ ትምህርት ተገቢ ሳይመስለን ቀርቶ፣ ከባልም ከወታደር የተሻለ ባል የሌለ መስሎን አንድ ልጃችንን በብዙ በደልናት››።

‹‹እሱስ እውነትሽን እኮ ነው ጌጤነሽ፣ የእኛ ልጅ ያውም ሴቷ የቢሮ ጣፊ ትሆናለች ብዬ አይደል። እንዲያው እንደዘመኑ ልጅ ቀለም ብትለይ ለሷም ቢሆን ያኮራታል ብዬ ነው። በትዳሩም ለልጄ አለ እኔ ማን ደመኛ ጠላት አላት ጌጤነሽ? የሚያንገበግበኝስ እሱ አይደል። እድለ ሰባራ ያደረግኳት እኔው አባቷ ነኝ። እንደዘመኑ ልጅ የሷን ፈቃድ መጠየቅ የአባትነት ክብሬን የሚያጎድፍ መስሎኝ በራሴ ድንቁርና ልጄን ለአጉል ሰው ድሬ ይኸው ዕድሜ ልኳን የምታዝንብኝ አባት ሆንኳት›› አሉ ባሻ ቢተው ሀዘናቸውን መደበቅ እያቃታቸው። የልጅ ልጃቸው የመንፈቅ ህጻን ከአልጋቸው ላይ እግሯንና እጅዋን እያወራጨች ከፊቷ የቆመውን በጭስ የጠቆረ ግድግዳ የሚያናግራት እና የሚያጫውታት ይመስል እሱን እሱን እያየች የመፍገግ እና የመናገር ዓይነት ድምፅ ስታሰማ ዓይናቸው አረፈባት።

‹‹እሷ መርጣ ብታገባ ይሻል ነበር ነው ያሉኝ ባሻዬ?›› ሲሉ እመት ጌጤነሽ ጠየቋቸው።

‹‹ይሻል ነበር ጌጤነሽ። መጥፎም ቢሆን ሰው መርጦላት በሰው ምርጫ ከማዘን የራስ ምርጫ መጥፎ ሆኖ ያኔ በራስ ስህተት መጠጠት ይሻል ነበር። ደግሞ ማን ያውቃል ያንን ውርጋጥ ሰካራም የኔ ልጅ ላትፈቅደው ትችል ነበር። እንዲያው ለነገሩ ያህል እንኳን ፈቃዷን ሳንጠይቅ አይደል ዝም ብለን የዳርናት!››

‹‹እኛንም እኮ የጎዳን ዕውቀት ማጣቱ ነው ባሻዬ። እኔና እርሶ በወላጆቻችን አማጭነት ተጋባን። እኛም ደግሞ በተራችን ይህንኑ እናድርገው ብንል የግዜሩም ፈቃድ አልጨመርበት አለ መሰል ሳይሆን ቀረ››

‹‹አይ ጌጤነሽ ደህና መጥተሽ መጥተሽ የእኛን ጥፋት በእግዜር ላከክሺው›› አሏቸው። ባሻ እግዜርን የመውቀሻ ዕድል ካገኙ ፍርሃት እንኳን አይላቸውም። የጀመሩትን አርዕስት ትተው ወደ እግዜርን ለመውቀስ ይጣደፋሉ። ቢያንስ ከራሳቸው ኑሮ ጋር አያይዘው ይወቅሱታል።

‹‹እግዜሩም እኮ እንደ ሰው ሆንዋል ጌጤነሽ። በዱሮው ዘመን አምላኬ እርዳታህ አይጉደልብኝ! እኔ ባስብ አንተ ፈጽምልኝ! ያልሽው እንደሆነ በማግስቱ ያሳይሽ ነበር። ዛሬ እሱም እንደ ሰው ሆኗል። አይምሰልሽ ጌጤነሽ? ስንቱ የተበደለ ፍርድ እየተጓደለበት፣ ንብረቱን እየተቀማ፣ ወደ ፈጣሪው ቢያለቅስ ምን ያገኝ መሰለሽ? ምንም። ይኸው እኔ ላገሬ ነፃነት ደክሜ እግዜርም ሳይጨመርበት ቀርቶ ነው እንጂ በሰው ተንኮል ብቻ እንዲህ ተገፍቼ የትም ወድቄ እቀር ነበር?›› ብለው ዞረው ዞረው እራሳቸውን ወደሚነካቸው ጉዳይ ነጎዱ።

‹‹የት ሄዱ ባሻዬ? ጨዋታችን እግዜርን ለመውቀስ መች ነበር። ኧረ እግዜርን እንዲህ ማማረር ቢቀር ይሻላል። የባሰ አያምጣ! ያው ብላታ ጎበዝአየሁን የጣለልንስ እግዜር አይደል? ይኸው ለአንገታችን ማስገቢያ አግኝተናል። በቸገርን ጊዜ ሽጠን የምናውለው ባህርዛፍ በደጃፋችን እንዳለ ነው። አንድ ልጃችን በላይነሽ ብትቀር ለሷ ልጅ እንኳን ሳንተርፍ አንቀርም።›› ብለዋቸው የልጃቸው ልጅ ስታለቅስ፣ እሷን በተኛችበት ለማንሳት እና ለማጫወት ከተቀመጡበት ተነስተው ወደ አልጋው ሄዱ። ወዲያው መለስ ሲሉ ባሻ ተክዘው እና ከወለሉ ላይ ስንጥር ቢጤ አንስተው ጥርሳቸውን እየጎረጎሩ፣ አንገታቸውን ደፍተው እንዳቀረቀሩ አገኟቸው። ዕንባም ቅርር ያላቸው ይመስላሉ ባሻ ቢተው።

‹‹ምነው ባሻዬ? አሁን ባሁን ምነው? እንዲህ ዓይነ ውኃዎ እንዲህ ልውጥውጥ አለ?›› አሏቸው። እመት ጌጤነሽ ከድንጋጤያቸው የተነሳ በእቅፋቸው የያዟትን የልጅ ልጃቸውን እስከ መርሳት የደረሱ መስለው። ወዲያው በርጩማቸውን ወደ ባሻ ጠጋ አድርገው ምን አዲስ ነገር እንደተፈጠረና በባሻ ልብ የገባ ምን አሸባሪ ነገር እንደተፈጠረ ለማወቅ፣

‹‹ይበሉ እንጂ ባሻዬ የሆኑትን ይንገሩኝ በዲማው ጊዮርጊስ ይገፖታለሁ›› አሏቸው። ባሻ ግን ፊታቸውን ከእመት ጌጤነሽ ለማራቅ ከመሞከር ያለፈ ብዙ ለመናገር አልቻል ብለው ከቆዩ በኋላ ያ ዓይናቸውን እንደማደፍረስ ያደረገው ገጽታ ተለወጠና ከማዘን ይልቅ የመቆጨት እና የቁጣ መንፈስ ተቀስቅሶባቸው እንዲህ አሏቸው፣

‹‹ጌጤነሽ! ብላታን እኮ ወሰዷቸው››

‹‹ወዴት ባሻዬ?››

‹‹ያው እንደተለመደው ወደ ግዞት ነዋ!››

እመት ጌጤነሽ ‹‹ውይ! ውይ!›› እያሉ ከተቀመጡበት ተነስተው የልጅ ልጃቸውን ካልጋው ላይ መልሰው እራሳቸውን በድግፋቸው ይዘው

‹‹ውይ! ጌታዬ ምኑን ወሬ ነው የሚነግሩኝ? በቅርቡ አይደል እንዴ ከግዞት ተለቀው ቤታቸው የገቡ››

‹‹ምን ይሄ ብቻ ጌጤነሽ! የጠቅላይ ፍርድ ቤት አፈ ጉባዔ አድርገውስ የሾሟቸው ጃንሆይ አይደሉ? ብላታ ከግዞት እንደተመለሱ። ዘመድ አዝማዱስ ቢሆን እንኳን ለቤትዎ አበቃዎት ማለቱን እየተወ እንኳን ደስ አለዎ እያለስ አይደል ከቤታቸው እየደረሰ የተመለሰ››

‹‹ታዲያ ጃንሆይን የሚያስከፋ ነገር ብላታስ ቢቀርባቸው ምንአለ ባሻዬ››

‹‹አይ ጌጤነሽ! ስለ ጃንሆይ ሲወራ የምንሰማውን አንቺም ሳታውቂው ቀርተሽ ነው? ጃንሆይ እኮ ላብሮ አደጎቻቸውም ሆነ ለወዳጆቻቸው፣ ና ሳመኝ ብለው አንድ ጉንጫቸውን ሰጡ ማለት በሌላው ለመንከስ ያሰቡልሽ ነገር አለ ማለት ነው! የሚባለው እውነት ሳይሆን ይቀራል ብለሽ ነው?››

እመት ጌጤነሽ ድንግጥ ብለው ከቆሙበት እንደመቅረት ብለው ፊታቸውን ወደ ባሻ ዞር አድርገው

‹‹እርሶ ደግሞ ይሄንን ወሬ ከየት ብለው አመጡት። ይህንን የመሰለ

ከፉ ወሬ ሌላ ስፍራ እንዳያነሱ በዲማው ጊዮርጊስ ይዤታለሁ።››

‹‹አይ ጌጤነሽ ምነው በሳቸው ፊንታ መቀመቅ ባወረዱኝ!››

‹‹እኛ ምን እንድንሆን ብለው ነው? እርሶ ይህንን የሚመኙ›› ብለው ‹‹ይልቅስ አምላክን መማፀንና ብላታን መልሶ ለቤታቸው እንዲያበቃቸው ለታቦታቱ ስለት ማግባት ነው የሚሻል›› ብለው ባሻን ከተቀመጡበት ትተዋቸው ወደ ልጅ ልጃቸው መለስ አሉ። ከዚያ ወደ ደብሪቱ ዘንድ ለመሄድ ወጣ ብለው መለስ ቢሉ ባሻን ከነበሩበት አላገኙዋቸውም። ለካስ እዚህ ደርሼ እመለሳለሁ ሳይሉ ከቤት ወጥተው መንገዳቸውን አቅንተው ኖርዋል። እመት ጌጤነሽ ግን የባላቸው ጉዳይ እንዳሳሰባቸው ብዙም ሳይቆይ ባሻ ወደ ቤት ተመልሰው፡-

‹‹ጌጤነሽ! ጌጤነሽ!›› እያሉ መጣራት ያዙ። ፊታቸው ፈገግ ብሎ የመፈንደቅ ስሜት እየታየባቸው ‹‹አንቺ ለመሆኑ መላእክትነት አለሽ እንዴ? ብላታ ለጊዜው ነው እንጂ ከሄዱበት የግዞት ስፍራ ተመልሰው ከቤታቸው ይገባሉ የሚባል ወሬ ይዤልሽ እኮ ነው የመጣሁት።››

‹‹አላልኮትም ባሻዬ!? አንድዬ ታምራቱን ላሳይ ካለ ምን ይሳነዋል ብለው ነው! ገና ስለታችንን ሳናገባ አሳየና ታምራቱን! ምኑንም አናስቀርበትም። ሕዳር ጊዮርጊስንም አልጠብቅ ለመዘከር! እርሶም እስቲ ልቦና ይስጦትና አምላክን ከማማረር ተወት ያድርጉ›› አሏቸው።

ባሻ ምንም አልመለሱም እንዲያው ከመደቡ ላይ ሄደው ዘርገፍ እንዳሉ እመት ጌጤነሽም ከማዕዳቸው ደፋ ቀና ለማለት ትተዋቸው ሄዱ። ዳግም መለስ ሲሉ ባሻ የልጃቸውን የበላይነሽን ነገር አነሱባቸው። ብቅ ብላ ዓይኗን ካዩ መንፈቅ አልፏታል። ስለ አንድ ልጃቸው ከየት ጀምረው በምን እንደሚቋጩት ቸግሯቸው ዓይን ለዓይን እንደተያዩ የልጅ ልጃቸው ስታለቅስ እሷን ለማንሳት እመት ጌጤነሽ ከተቀመጡበት ተነስተው ወደ አልጋው ሄዱ።

ምዕራፍ ሶስት

በላይነሽ መንፈቅ ያልሞላት ልጇን ለወላጆቿ ጥላ እሷ ቡና አበጣሪ ሆናለች። ባሻና እመት ጌጤነሽ የልጃቸውን ልጅ ባለ አቅማቸው ማሳደግ፣ ልጃቸውን በትደሩ ለበደሏት በደል ማካካሻ ያ ይሆንልናል ብለው ያስባሉ። ‹‹በልጇ እንኳን ብንክሳት!›› እንደተባባሉ ነው ዘወትር። እመት ጌጤነሽ ወተት ቢያጡ የልጃቸውን ልጅ አብሽ ይግቷታል። ትንሽ ካደገችላቸውና ዓመት ከሞላት እሷን የማሳደጉ ነገር እየቀለላቸው እንደሚሄድ ይሰማቸዋል። ‹‹ነፍስ ካወቀችማ የበላነውን በልታ ታድጋለች!›› ይላሉ እመት ጌጤነሽ። ‹‹የዚችን የጣን ነገር ጌጤነሽ እባክሽ አደራው የሰው ሳይሆን የግዜር ነው›› ሲሏቸው ባላቸው ባሻ ቢተው። አንድ ልጃቸው በላይነሽ ግን የትዳሩ ነገር አልሆን ቢላት፣ በወላጆቿ ላይ ሸክም መሆን ቢከብዳት፣ የገጠሩ ሰፈር ሀሜቱና ሽሙጡ ቢጎመራት፣ የቢስ ቤት ቡና አበጣሪ ሆነች።

በላይነሽ፣ ቡና እያበጠረች በቀን አንድ ብር ይሁን ሶስት ሽልንግ ይዛ እየገባች በዚሁ ትተዳደራለች። በላይነሽ ገና 18 ዓመትም አልሞላት። በዚህ ላይ እንኳንስ አግብታ የወለደች፣ የታሰበችም አትመስል። ጠይምነቷን ካባቷ ወሰደች እንጂ መልኳስ የናቷ ነው። የሷ መልክ የልጅነት ሆነና ከእመት ጌጤነሽ የበለጠ ቆንጆ ነች ይሏታል፣ ሁለቱንም ያዩ።

በላይነሽ እድለ ሰባራ በመሆኗ ባባት በእናቷ እንዳዘነች ነው። የአየለ ነገርማ ሲታወሳት ያንቀጠቅጣታል። ከሱ በመውለዷ እንደተቃጠለች ነው። ያለፈውን መርሳት ትፈልጋለች። ሌላ በላይነሽ መሆን ትሻለች። ቡና አበጣሪ ሴቶች እንደሚሆኑት መሆን በልጅነት ዕድሜዋ የደረሰባትን ሁሉ የሚያካክስላት ይመስላታል። ቢስ ቤት በተቀጠረች በወርና በሁለት ወርዋ ነው ባለ ሻማ ቀሚስ፣ ባለ ቂጥ አንቀጥቅጥ፣ ባለ ቀይ ሻሽ የሆነችው። የቁንጅና ምልክት ጉንጯ ላይ ተነቅሳለች። እንደ አብዛኛዎቹ ቡና አበጣሪ ልጃገረዶች በሻማ ቀሚሷ ስር በታጠቀችው ቂጥ አንቀጥቅጥ ወዲያና ወዲህ እየተገላበጠች፣ የተጠና በሚመስል አረማመዳቸው እየተረማመደች፣ ቅላፄ የተሞላበት አነጋገራቸውን እየተናገረች፣ በጎረምሶች

እየታጀበች፣ ካባኮራን ሰፈር ቢስ ቤት፣ ከቢስ ቤት አባኮራን ሰፈር መሄድና መመለስ፣ ያለፈውን የሚያስረሳ አዲስ ሕይወት ነው ብላ ይዛዋለች። ከጎረምሳው ጋር ስትጎናተል ማንም በፈትነት አይጠረጥራትም። መልኳና ልጅነቷ ከቀሩት የቢስ ቤት ቡና አበጣሪዎች የሚያንሳት አይደለችም። በላይነሽ እናት አባቷ ይናፍቋታል። ከሆዷ የወጣችው ያንጀቷ ቁራጭ መንፌቅ እንኳ ሳይሞላት ለእናት አባቷ ጥላላቸው የሄደቸው ልጇም በየቀኑ እንደናፈቀቻት ነው። እንኳን እናት አባት፣ እንኳን የወለደቻት ልጅ፣ ያደገችበት መንደር ጭምር ይናፍቃታል። በላይነሽ ግን ወላጆቿንም ሆነ አንድ ልጇን ለመጠየቅ ገሙ ሰፈር አትሄድም። ወላጆቿ ቤት አድጋ በተዳረችበት ሰፈር ከመኖር ይልቅ ወደማታውቀው ሰፈር ሄዳ ከማታውቃቸው ጋር በደባልነት ለመኖር ያስገደዳት ምክንያት አላት። የገሙ ሰፈር ሰው ሃሜተኛና አሽሟጣጭ ቢሆንባት፣ ባደገችበትና በተዳረችበት ሰፈር መኖር አልቻለችም። የሰው አፍ አላስኖር አላት። ‹‹ይህች ትዳሯን ባፍጢሙ ደፋታ የወጣች ጋለሞታ!›› እያሉ የገሙ ሰፈር አሽሟጣጮች ቡና መጠጫ ስላደረጓት በላይነሽ፣ ገሙ ሰፈርን ከነሰዉ ጠላችው። ቢመራት አባ ኮራን ሰፈር ከሁለት በሴተኛ አዳሪነት ከሚተዳደሩ ከልታማዎች ጋር ደባልነት ገባች። ቡና አበጣሪ ከሆነች ወዲያማ በብዙ ወራት አንድ ጊዜ ልጇንና ወላጆቿን ለመጠየቅ ባማኑኤል መሳለሚያ በኩል ወደደጃች በቀለ ወያ ሰፈር የሚሄደውን መንገድ ወደ ቀኝ ትታ፣ በፊት ለፊት በኩል በቀጥታ ወደ ደጃች ገረሱ ዱኪ ጫካና ዲቢዚቶ የሚሄደውን አዲስ የተቀደደ መንገድ ተወት አድርጋ ገና ወደ ገሙ ሰፈር የሚያወጣውን መታጠፊያ ኮረኮንች መንገድ ስትጀምር፣ ገና የፊታውራሪ ሳህሌን ቤት ከፍ ስትል፣ ገና የፊታውራሪ ሃብተ ጊዮርጊስ አባ መላ ባለቤት የነበሩት ወይዘሮ አልታዬ ወርቅ ግቢ ሳትደርስ የሰፈሩ ሴቶች ይጠራሩባታል። ባሽሙር ይሰድቧታል። ይጠቃቀሱባታል። ከስንቱ አሽሟጣጭ ጋር አፍ መካፈት የማትችለው ሲሆንባት ‹‹ሁለተኛም ልጄ ብዬ፣ እናት አባቴ ብዬ ገሙ ሰፈርን ብረግጥ እግሬን ይሰበረው›› እያለች ትምላለች። ትገዘታለች። ግን እርም የላትም። ቢሆንም በላይነሽ ጭክን ብላ ገሙ ሰፈር ብቅ ማለቷ አይቀርም። የምትፈራው የአሽሟጣጮቿ ምላስ ግን አይቀርላትም።

‹‹እይዋት እንዴት እንደሚያደርጋት!›› ስትል አንዷ አሽሙረኛ ትጀምራታለች።

‹‹ይህንኑ አስወድዷት አይደል እንዴ ቡና አበጣሪ የሆነችው!›› ትልና ሌላዋ ትቀበላታለች።

‹‹ጋሼ አየለ ስካሩስ ቢሆን! ከማንኛችንም ባሎች የበዛ አይደለም። እሷ ሌላ ነገር ቢያምራት ነው እንጂ!›› በማለት የአየለ የናቱ የጡት ልጅ ትለቀቅባታለች።

በላይነሽ መጣች ከተባለ ስራም ብትይዝ ጥላ ያዘለችውን ልጅ እንጠልጥላ ባሽሙር ልታብጠለጥላት የምትጣደፍ አበራሽ ነች፣ የገሙ ሰፈር ቀንደኛ አሽሟጣጭ!

በላይነሽ ሌላም ተጨማሪ ችግር አለባት። በወርም ሆነ በሁለት ወር ወደ ወላጆቿና ልጇ ለመሄድ ታስብና ባዶ እጇን መሄድ እየከበዳት ነገ ዛሬ እያለች ወሩ ሌላ ሁለተኛና ሶስተኛ ወር እየወለደባት ጠፍታ ትከርማለች። ለዚህ ዓይነት አንካሳ ኑሮ የዳረጉኝ አባትና እናቴ ናቸው እያለች ብታዝንባቸውም ትንሽ ቡና ገዝታ ሳትቋጥርላቸው ወይም ለልጇ አንድ ነገር ሳትይዝ ባዶ እጇን መሄድ ይከብዳታል። በስተርጅና የሷን ዲቃላ ጥላላቸው መሄዷ አማራጭ የማጣትና ያለፈውን ምሬት ለመርሳት ብላ ያደረገችው እንጂ፣ ችግራቸው የማይሰማት ሆና እንደማታውቅ ለልብ ጓደኞቿ ስትናገር ትሰማለች።

ባሻ ቢተውና እመት ጌጤነሽ፣ በላይነሽ ጥፍት ብላ ስትከርምባቸው ማሰባቸው አይቀርም። እመት ጌጤነሽ ሲመቻቸው ራሳቸው ከቤታቸው ይነሱና ወደ አባኮራን ሰፈር ከደባሎቿ ጋር ከምትኖርበት ወይም ደግሞ ቢስ ቤት፣ ልጇን አዝለው ይሄዱና ይጠይቋታል። ባሻ ግን ‹‹እናት አባትስ ይቅር የገዛ ልጇም አትናፍቃት? እኛስ ቢሆን አውቀን የበደልናት ነገር የለ! እኔ የት ደረሰች ብዬ በዚህ ዕድሜዬ እሷን ፍለጋ እግሬን አላነሳም!›› ይላሉ የበላይነሽን ወሬ ከሚስታቸው ጋር ሆነው ሲያነሱ። ነገር ግን ባሻም ቢሆኑ እርም የላቸውም። ያንድ ልጃቸው ነገር አያስችላቸውም። ‹‹ያቺ ልጅ አንድ ነገር እኮ ብትሆን የሚነግረንም የለ›› ይሉና እሳቸውም በላይነሽን ፍለጋ አባ ኮራን ሰፈር ይሄዳሉ።

ባዲሳባ ጎረምሳና ያራዳ ጨቤልሌ አጠራር ‹‹እፍ እፍ ኮሌጆች›› በመባል የሚታወቁት ቡና አበጣሪዎች ከልጅነታቸው ጀምሮ የሚያድጉት ቢስና እንዲሁም ሜሪያሊስ ፖፖፌሊፖና ኮታሪን በመሳሰሉ የውጭ ተወላጆች በሆኑ ቱጃሮች የቡና መጋዘን ነው። ስለሆነም የቤተሰብም ሆነ ያካባቢ ቁጥጥርና የባህል ተፅዕኖ በነርሱ ላይ ያለው ኃይል የተዳከመ ነው። ስለምንም ነገር ሃፍረት የላቸውም። ከመኖሪያ መንደራቸው ተነስተው መሐል አራዳን አቋርጠው ወደ የቡና መጋዘኖች መሄድና መመለስ የየዕለቱ ተግባራቸው ስለሆነ በየመንገዱ ከሚተናኮላቸው፣ ከሚጎነትላቸውና እጃቸውን ከሚጠመዝዝ ጎረምሳ ጋር ደህና ተላምደዋል። ቡናቸውን እያበጠሩ ማውራትና መዝፈን የተለመደ ስለሆነ ያነጋገራቸው ፍጥነት ሌላ ጉዳይ ነው። የዘመኑን የዘፈን ዜማና ግጥም ሲይዙ ለብቻ ነው። እንኳንስ እርስ በርሳቸው ቀርቶ ከወንዶቹም አይተፋፈሩም። አለባበሳቸውም የደንብ ልብስ ይመስላል። ቀይ ሻሻቸውን ባናታቸው ላይ ሸብ ያደረጉና፣ ከጉንጫቸው ላይ የቁንጅና ምልክታቸውን ያስነቅሱና፣ ባፋቸው መፋቂያ ይይዙና፣ ቀደም ያሉት ቡና አበጣሪዎች ሸራ ጫማቸውን አዲሶቹ ደግሞ ዘመን አመጣሹን ኮንጎ ጫማ ይጫሙና በላያቸው ላይ ነጠላ ቢጤ ጣል ያደርጉና ከሻማ ቀሚሳቸው ሥር በታጠቁት ቂጥ አንቀጥቅጥ ሽክርክር እያሉ አስር፣ አስራ አምስቱ አንድ ላይ ሆነው ጧትና ማታ በሄዱበት መንገድ ሲመለሱ ያያቸው ያራዳ ጎረምሳ፣

‹‹መጡ እፍፍ ኮሌጆች›› ይላል። ይህን ሲናገር የሰሙ እንደሆን እህል ውሃ የማያሰኝ የስድብ ናዳ ያወርዱበታል። ‹‹እፍ በል እፍ ያርግህ! እንዳንተ ዓይነቱን የሚፈልግ የለም! ቀንተህ ነው! ቅ… ይዞህ ነው!›› ይሉታል። ‹‹እነርሱን ለስድብና ለመልስ ማን ብሉአቸው!›› ይልና አፉን ይይዛል፣ አንድ ሲናገር አስር የተመለሰለት ጎረምሳ።

የበላይነሽ የቡና አበጣሪ ጓደኞች፣ ሁሉም አጅግ አስከፊ ከሆነ የድህነት ኑሮ ተወልደው በዚሁ ኑሮ ውስጥ ያደጉ ስለሆነ ባጠቃላይ አኗኗራቸው ላይም ሆነ በቡና ማበጠር ሥራቸው ላይ ሳያውቁት ከፍተኛ ምሬት አላቸው። የሚያሳዩት ጠባይና የሚፈፅሙት ተግባር እነሱ ባያውቁትም ምሬትና አመፅ ያዘለ ነው። በልማድና ወግ ነውር የሚባሉትን የአነጋገር ዘይቤዎችና ድርጊቶች ሲዳፈሩ ‹‹እነኚህ ዓይን አውጥተው የበሉ!›› ይባላሉ በወግ አጥባቂውም፣

በጨዋ ነኝ ባዩም፣ አስመሳዩም። መሰረታዊ ምክንያታቸውን ፈልጎ ሊደርስበት በማይሻው አጉል የተማርኩ ነኝ ባዩ ሁሉ ይሰደባሉ። ይሾፍባቸዋል።

የቢስ ቤት ቡና አበጣሪ ሴቶች ለቁጥር ይታክታሉ፣ ያስር አመት ዕድሜ ያላቸው ሴቶች ልጆች ሳይቀሩ የቡና ማበጠሩን ስራ ከጠዋቱ አንድ ሰዓት እስከ ምሽቱ አስራ ሁለት ሰዓት ድረስ ሲሠሩ ይውላሉ። ቢስ የሚከፍለው በተበጠረው ቡና ብዛትና ጥራት ስለሆነ ሕፃናቱ ከጥዋት እስከ ምሽት የልጅ ጉልበታቸውን ቢጨርሱም ያዋቂ ሴቶችን ሩብ ያህል እንኳን ብዛትና ጥራት ያለው ቡና ማበጠር አይችሉም። ደህና የደረሱ ልጃገረዶችና ባልቴቶችም ቢሆኑ ቀኑን ሙሉ ያበጠሩትን ቡና የፈለገውን ያህል ብዛትና ጥራት ቢኖረው ከብር እስከ ብር ከሃምሳ ቢያስብላቸው ነው። በቀን ከዚህ በላይ የምታገኝ ቡና አበጣሪ የለችም። የአስርና የአስራ ሁለት ዓመት ዕድሜ ያላቸው ሴቶች ልጆች ቢያገኙ በቀን ከስሙኒና ከሽልንግ አይበልጥም።

የምሳ ሰዓት ሲደርስ እዚያው ቡናውን እያበጠሩ ከቋጠሩት ይቀምሳሉ እንጂ ዕረፍት የሚባል ነገር የለም። እነርሱም ያለ እረፍት ቡና መልቀሙ በሚያገኙት ላይ ሳንቲም የሚያስጨምርላቸው እየመሰላቸው እዚያው አቧራቸውን እየጠጡ ቂጣና ቆሎአቸውን በአፋቸው ያደርጋሉ። ታዲያ የምትበላውን ቋጥራ ያልመጣች ወይም ከቢስ ቤት ደጃፍ ቂጣና ቆሎ ለመግዛት ሳንቲም ያልቋጠረች ብትኖር ማንም ዝም አይላትም። ሁሉም ቡና አበጣሪዎች የያዙትን እያቀረቡ ‹‹ከኔ ቅመሽ! ከኔ ቅመሽ!›› እያሉ ይሻሚታል። የስሙኒና የሽልንግ የቀን ገቢ ያላቸው ሕፃናት፣ የብርና የብር ካምሳ ገቢ ካላቸው ትልልቅ ሴቶች ከዚያው ላይ እርስ በርስ ለመረዳዳትና ለመተዛዘን ወደ ኋላ አይሉም። አብሮ አንድ ትልቅ መጋዘን ውስጥ ላንድ ዲታ ተበዝባዥ መሆን ውስጣዊ ያንድነትና ህብረት ስሜት አሳድሮባቸዋል።

የቢስ ቤት ቡና አበጣሪ ሴቶች አንዱ በሽታቸው እርስ በርስ በሆነው ባልሆነው መጋጨታቸው ነው። ይህም ቢሆን ማህበራዊ ምክንያት ስላለው ሲሰዳደቡ ለሚሰማቸው ጆሮ ይበጥሳሉ። ፀጉር መናጨት የጀመሩ እንደሆን የካቦ ዱላ ካልሆነ፣ ሌላዋ ሴት መገላገል አትችልም። ደግነቱ ቂም የሚባል ነገር አያውቁም።

ጠባቸው ጊዜያዊ ነው። ቢበዛ ከአንድ ቀን ኩርፊያ አያልፍም። በማግስቱ አለ አስታራቂ ሽማግሌ ታርቀው ጎን ለጎን ተቀምጠው ቡናቸውን እያነፈሱ ወሬአቸውን ሲደልቁ፣ ቆሎና ቂጣ ሲገባበዙ፣ ተጠባብቀው ወደ ቤታቸው ሲሄዱ ይታያሉ።

በላይነሽ ካባ ኮራን ሰፈር ተነስታ አስራ ሁለት ሰዓት ተኩል ሲሆን ቢስ ቤት በር ላይ እንደ ሌሎቹ ቡና አበጣሪዎች ትገኛለች። ከተኮለኮሉት መሐል አንዷ ትሆናለች። ማለዳ የፍተሻ ችግር የለባትም። እየተቆጠሩ መግባት ነው። የስልጤው ነስረዲን ነው ፈታሹ። ሲፈትሽ ዓይን የለውም። የቢስ ቤት ቡና አበጣሪ ሴቶች ፀጉር፣ ብብት፣ ጭን አካባቢና ሁለመና ሳይቀር ፈትሾ ማስገባትና ማስወጣት ተክኖበታል። ትንሽ ቡና ሰርቃ ለመውጣት የምትሞክር ቡና አበጣሪ ካገኘ ምህረት የለውም። ሠርቃ የተገኘች ቡና አበጣሪ ወዮላት! ትረገጣለች። ቢስ ግን ከስራ አያባርራትም። የበለጠ ጥቅሙ በዱላ አገላብጦ ማሰራት ነው።

ከጧቱ አንድ ሰዓት ቡና ማበጠሩ ይጀምራል። የተፈለፈለ ቡና ካለበት ሁሉም እያፈሰ በሰፌድ የቻለውን ያህል ይወስዳል። በእንቅብ ማንፈስ፣ የሚለቀመውን መልቀም፣ የተፈነከተውንም ቡና ከገለባው፣ ከጀንፈሉ መደባለቅ የተጣራውን ቡና ለብቻው በሰፌድ አድርጎ እፍ ማለት እንደገና በወንፊት መንፋት፣ በሰፌድ ማንቀርቀብ፣ መልቀም፣ ተለቅሞ ተጣርቶ ያለቀለትን ቡና ለብቻው መገልበጥ ግዴታቸው ነው። ጀንፈሉን፣ አፈሩን፣ ቆሻሻውን ባንድ ወገን ማድረግ፣ አቧራ መጠጣት፣ አመድ መምሰል፣ እያንቀረቀቡ፣ እየለቀሙ እፍ እያሉ ማውራት፣ መዝፈን፣ በትንሽ ነገር መላከፍ፣ መደባደብ፣ ፀጉር መናጨት፣ በካቦ ዱላ መገላገል፣ ጥሉና ኩሪፊያው ተረስቶ ቆሎ መገባበዝ ደግሞ ያለ ጉዳይ ነው።

‹‹ኧረ እባክሽ ካቦው መጣልሽ ይለክፍሻል!›› አለች በላይነሽ ዘይነባን።

‹‹እሱ እንደሆን እኔን የሚለክፍበት አያጣ!›› ስትል ዘይነባ መለሰችላት።

‹‹ተመልሶ መጣልሽ!›› አለቻት እንደገና ካቦው ካንድ እጁ ወደ ሌላኛው እጁ ቆመጡን እያቀባበለ እነሱ ወዳሉበት ሲመለስ አይታው።

‹‹ስራሽን ጥለሽ ምን ወሬ ታያለሽ! ነግሬሻለሁ፣ በዚህ ዱላ ነው የማገላብጥሽ›› አላት ካቦው ዘይነባን።

‹‹እርሶ ምን ቸገረዎት ካልሰራች ብርና ሽልንግ ማግኘቱ ይቀርባታል እንጂ እርሶን እንደሆነ አትጎዳም። የምትጎዳው እራሷን ነው!›› አለች ሁሉም እትዬ ዘውዲቱ የሚሏት ቡና አበጣሪ። ካቦው የሰፈሯ ሰው ስለሆነ ደፍራ የምትናገረው እሷ ብቻ ነች።

‹‹ለስራ እዚህ ከመጣች መስራት አለባት። ለመቀመጥ ከፈለገች ቤቷ መቅረት አለባት!›› አለና ወደ ሌሎቹ ሴቶች አለፈ።

‹‹ይድፋህ የሚደፋ ነገር ይዘዝልህ!›› አለችው መሄዱን አይታ ዘይነባ።

‹‹ባንሰራ ተቀመጠን ብንውል የምንጎዳው ያው እኛው ነን።

እሱ ምንስ ካቦ ቢሆን የራሱ ገንዘብ አደረገው እንዴ! ለቱጃር ገንዘብ እሱ ምን እንዲህ ያንገበግበዋል›› አለች ሌላዋ ቡና አበጣሪ።

ካቦው ጌቶቹ ያዘዙትን ነው የሚፈፀመው። ቡና አስመጭና ላኪዎቹ ቱጃሮች ሴቶቹ ስራ ፈተው ተቀምጠው እንዳይገኙ ካቦው እንዲቆጣጠር ትዛዝ ሰጥተውታል። በዱላ አገላብጦ እስከማሰራት ድረስ ነው የካቦው ስልጣን። መጋዘኑን ያጣበበ ያልተበጠረና ያልተለቀመ ቡና ተለቅሞ ተበጥሮና ታጥቦ ፉክክሩ ለበዛበት የውጭ ገበያ መድረስ አለበት። የቢስ ኩባንያ ባለቤቶች ወደ መጋዘኑ ብቅ ሲሉ እንኳን ተቆጣጥሮ የሚያሰራው የበላይና የበታች ካቦው ይቅርና ቡና አበጣሪዎቹ ሕፃናት ልጆች ሳይቀሩ የሚገቡበት ይጠፋቸዋል። ቡና አበጣሪ ስትባል ከድካምና ከመሰልቸት ካልሆነ በስተቀር በስራዋ የምትለግም የለችም። አስርና አስራ አንድ ሰዓት በቀን ደክመው ቢያገኙ ከብር ከሃምሳ ባይበልጥም ቢሆንላቸው የበለጠ ሰርተው ከዚያ የበለጠ ለማግኘት ይለፋሉ። የችግራቸውን ቀዳዳ የቱንም እንደማይሸፍንላቸው ቢያውቁም እንኳን አዋቂው ህፃናቱ ሳይቀሩ በስራቸው አይለግሙም። ‹‹እንጀራችን ነው፣ እናትና አባታችን፣ ወንድም እህቶቻችን እጅ እጃችንን ማየታቸው አይቀርም። ለምን ብለን እንለግማለን?››ይባባላሉ። ትንንሾቹ ልጃገረዶች ችግራቸውን በሩቁ

ያባረሩት ይመስል ገና ገንዘቡ በጃቸው ሳይገባ፣ ሳይጠራቀምላቸው፣ ይህንን አደርግበታለሁ፣ ያንን አገዛበታለሁ እየተባባሉ በተስፋ በልተው በተስፋ ያድራሉ። ቀኑ ሳይታወቃቸው ይመሽላቸዋል።

የምሳው ሰዓት ደረሰ። ሁሉም ወደ ቋጠረው ስንቅ ወደ ቂጣው፣ ወደ ቆሎው ሄደ። በላይነሽ ግን አለወትሮዋ ምንም ይዛ ስላልመጣች ለብቻዋ ከመጋዘኑ ቀርታ ቡናዋን ማንፈስ፣ ማንቀርቀብ፣ አቧራ መጠጣት፣ ማስነጠስ፣ መሳል ቀጠለች። ሳንቲም ቢኖራት ከቢስ ቤት ደጃፍ ካለው ጉልት የበቆሎ ቂጣ በድቁስ ትገዛ ነበር። ሌላው ቢቀር ቆሎ ትሸምት ነበር። የበቆሎ ቂጣውም ሆነ ቆሎው ዋጋቸው ያው ካምስትና ካስር ሳንቲም አይበልጥም ነበር። እሷ ግን ሳንቲምም አልቋጠረች።

‹‹ምነው በላይነሽ እንዴት ክፉ ነሽ? አንቺን ጥለን እንድንበላ ብለሽ ነው ለብቻሽ እዚያው የቀረሽው?›› አለቻትና አንዷ ቡና አበጣሪ በትንሽ ሳህን የያዘችውን ቋጠሮ ይዛ ወደ በላይነሽ ተጠጋች።

‹‹እንዴ! ኧረ እኔ አፈር በበላሁ! ኧረ ወደዚህ ቀረብ በይ›› አለች ሁሉም እትዬ የሚሏት ዘውዲቱ የራሷን የምሳ ሳህን በላይነሽ እንድትቀምስ ጠጋ አደረገችላት።

‹‹ላንቺ ጊዜ መች ብቻሽን በልተሽ ታውቂና ነው ዛሬ ፈንጠር ያልሽው?›› ብላ ቂጣዋን ይዛ ዘይነባም ወደ በላይነሽ ተጠጋች። የአረብ ክልስ ብትሆንም እስላም ነሽ ብሎ አብረንሽ አንበላም አይሏትም ዘይነባን። ለዚያውስ ስጋ አይቆረጥ!! ፋሲካ ማለት አንዳንድ ሴቶች ሽሮ አፍልተው እንጀራ ፈትፈተው ይዘው የመጡ እንደሆን ነው። ለቂጣና ለቆሎ ደግሞ እስላም ክርስቲያን መባባል የለም። ማናቸውም በማህላቸው የዘርም ሆነ የሀይማኖት ልዩነት እንዳለ ትዝም አይላቸው።

በላይነሽንም፣ ትንንሾቹ ሴቶች ልጆች ሳይቀሩ ከኔ ቂጣ፣ ከኔ ቆሎ ብይልን፣ ዝገኝልን አሏት።

‹‹በዚህ ዓይነት እኮ ከሁላችሁም ጠግቤ የበላሁ እኔ ነኝ!›› አለቻቸው እሷም ለጓደኞቿ። ግን ይህን ውለታ ብሎ፣ ቁም ነገር ብሎ፣ ከኛ የበለጠ በላሽ ተጠቀምሽ ብሎ የሚያነሳና የሚያስብ ስለሌለ ማንም ለበላይነሽ መልስ የሰጣት የለም። እሷም እንዲህ ማለቱ የተለመደ

ሆኖባት እንጂ መተሳሰቡና መተዛዘኑ ከሚበላውና ከሚጠጣው ነገር ሁሉ የበለጠ መሆኑን ታውቃለች። አንዷ ቡና አበጣሪ ጓደኛቸው እናት ቢሞቷት ነጠላዋን ከል ማስነከሪያ ፍራንክ ቢቸግራት ቡና አበጣሪ ሁሉ በነፍስ ወከፍ አምስትና አስር ሳንቲም አዋጥተው ጥቁር ቀለም ተነክሮ የሚሸጥ ነጠላ በብር ከስሙኒ ባግዳድ በመባል ከሚታወቀው መርካቶ አሮጌ ተራ ገዝተውላታል።

የስራ መውጫው ሰዓት ሲቃረብ መጋዘኑን በተጨማሪ ጉልበታቸው በነፃ መጥረግ አለባቸው። አንድ የቡና ገለባና ቆሻሻ መገኘት የለበትም። ይህንን ሰርተው ከጨረሱ በኋላ በካቦው አማካኝነት ቡናው እየተሰፈረና ጥራቱ እየታየ የቀን ሂሳባቸው ይከፈላቸዋል።

‹‹ዛሬስ ተመስገን ነው ሦስት ሽልንግ አገኘሁ እኮ አልማዝ›› አለች በላይነሽ።

‹‹አንቺስ ታድለሻል! አንድ ቆሻሻ አገኘሁበት ብሎ ሽልንግ ተኩል አልወረወልኝ መሰለሽ እንዴ!›› ስትል አልማዝ ብስጭት ብላ መለሰችላት።

‹‹እትዬ ዘውዲቱ እርሶስ ስንት አገኙ?››

‹‹አይ ዛሬስ እኔም አልቀናኝ! አንድ ሁለት ራስ ፍንክት ቡና ቢያገኝበት አንድ ብር ካልወሰድሽ አለኝ። እኔም ጉልበቴ ቢያሳዝነኝ መቼስ ለማን አቤት እላለሁ ብዬ ተቀበልኩት።››

‹‹ለኔ ስምንት ፍራንክ ብቻ ውሰጂ አለኝ!›› አለች። ያስር ዓመቷ ልጅ ገነት ኩርፍ ብላና ዕንባዋ ዓይኗ ላይ ተንቆርዝዞ።››

በላይነሽ ግን ብር ከሃምሳ በማግኘቷ ፊቷ በደስታ ፈካ ብሏል።

‹‹ሰሞኑን አስለቅሰውኝ ነበር፣ ትናንትስ ያንን ያህል ቡና ለቅሜ አሥራ ስድስት ፍራንክ ውሰጂ ቢለኝ እንዴት ነበር እርር ያልኩት! ዕንባዬ ነበር የመጣው›› በማለት ለዘይባ ነገረቻት።

የቢስ ኩባንያ የሌሎች ግሪኮችና፣ አርመኖች፣ እንዲሁም ኢትዮጵያዊ የቡና አስመጪና ላኪ ዲታዎች፣ እንደሚያደርጉት ቡና አበጣሪዎችን በቀን ክፍያ እንዳስለቀሷቸው ነው። ‹‹አፈር ተገኘበት። ከነጀንፈሉ ልቀሚ አልተባልሽም። ፍንክት

ሞልቶበታል›› እያሉ በጥቃቅን ጉድለት በቀን ማግኘት ከሚገባት ላይ ግማሽ ወይም ከግማሽ በላይ እየተቆረጠባት እንደተቃጠለች ቤቷ የማትደርስ ቡና ለቃሚ የለችም። እነበላይነሽ ከቢስ ቡና መጋዘን ወጥተው ከመሄዳቸው በፊት የነስረዲን ፍተሻ ይጠብቃቸዋል። እሱም ትንሽ ቡና ቋጥራ ለመውጣት የምትሞክረዋን ለመያዝና በጌቶቹ ዘንድ እንዲመሰገን፣ የሻይና የጫት ስሙኒና ሽልንግ እንዲጣልለት አሳምሮ ነው የሚፈትሸው። ሥራውን ማክበሩ ባልከፋ፣ እንደኔው ድሆችና ተበዝባዥች ናቸው የሚል ርህራሄ የለውም። ትምህርት ሆነ ተሞክሮ የለሽ በመሆኑ፣ አይገርምም።

‹‹ጡቴን ነው እንዴ የምትነካው?›› አለችው በላይነሽ ነስረዲን ሊፈትሻት እጁን ሰደድ ሲያደርግ ጡቷን ጨበጥ አረገውና።

‹‹ወላሂ ላዚም! ከጡትሽ ጉዳይ የለኝም። ጡትሽን ባይኔም አላየሁት! አንቺ ሁል ቀን በፀጉሬ ቂቤ፤ በጭኔ ቁስል፣ ዛሬ ደግሞ በጡቴ እያልሽ የደበቅሽው ቡና እንዳይገኝብሽ ሰበብ ትፈልጊያለሽ!›› አላት ነስረዲን ውሸቱን በላይነሽ እንዳትፈተሽ ብላ ሰበብ የፈጠረችበት ጊዜ ያለ ይመስል። ቡና ቢያምራትም ሌሎች ጓደኞቿ እየተያዙ በቆመጥ እየተጀበዱ እጅና እግራቸው ቆስሎ እያለቀሱ ወደቤታቸው ሲሄዱ እያየች ትንሽ እንኳን ሰርቃ ለመውጣት ሞክራ አታውቅም።

‹‹እረ ባክህ! ያንተን ሌብነት ማን በነገረህ!? እኔ በላይነሽ ነኝ ሌባ? ሥራዬም አይደል!›› አለችው አንገቷን እየሰበቀች። እየተውረገረገችና ቀና ቀና እያለች፣ ቅላፄ ባለው ያራዳ አነጋገር። ቢስ ቤት ከተቀጠረችና ቡና አበጣሪ ከሆነች ዓይናፋርነቱ ከላይዋ ላይ ተገፎ ሄዷል። ታስታጥቀዋለች። ነስረዲን የሚከተሏትንና የሚያጅቧትን ጎረምሶች አላየም እንጂ እሱም እንዲህ ደፍሮ አያናግራትም ነበር። ከሩቅ እንኳ ቆማ ነስረዲን ያውና ብትላቸው ያሹላታል። ታስረግጠዋለች። የሚያጅቧትና የሚያሽኮረምሟት ጎረምሶች በተለይ ፈጥኖ ደራሾቹ ፖሊሶች በበላይነሽ ላይ የሚመጣውን ከማቅመስ አይመለሱም።

ሌላዋ ቡና አበጣሪ መጣች ተፈትሻ ለመውጣት። ነስረዲን እጁን ለፍተሻ ገና ሳይዘረጋ ለቀም አደረገችው።

‹‹ነስሩ የኔ ጌታ መቼ ነው የምታገባኝ?›› አለችና ፊቱን ደባብሳና ጢሙን ጎተት አድርጋ ሳትፈተሽ ለመውጣት ሞከረች። ‹‹እንዴ ዛሬ ጤና የለሽም? እኔ ሽማግሌ ነኝ። እባክሽ በስራዬ ላይ መቀለድ እንደማልወድ መቼ አጣሽው!›› አላትና እሷንም ደባበሳት። ነስረዲን ምንም ቢሆን ተታሎና ተደባብሶ የሴት እጅ ከሰውነቱ ሲያርፍበት ‹‹ሙክክ ብሎ›› ሳይፈትሽ የሚለቅ አይደለም።

ሌሎችም የሚወጡ የሚገቡ ሴቶች ከነስረዲን ጋር በምርም በቀልድም አንድ ሁለት መባባላቸው የተለመደ ነው። እንዲህ ሆነው ከቢስ በር ወጥተው ሰብሰብ ብለው ወደ ሠፈራቸው በመሐል አራዳ አቋርጠው ሲሄዱ ሌላ አጃቢ፣ ሌላም ተከታይ አላቸው። ሻሻቸውን ከሚነጥቅ፣ ነጠላቸውን ከሚጎትት፣ እጅ ከሚጠመዝዝ፣ ሁለት እግራቸውን ከኋላቸው ከሚጠልፍ፣ አቅፎና ደግፎ ቤት እስከሚገባ ፍቅረኛ ድረስ አላቸው። የቢስ ቤት ቡና አበጣሪዎች መች እንደ ዋዛ!

‹‹እባክህ ልቀቀኝ ልሂድበት አለችው!›› በላይነሽ፣ አንድ ጎረምሳ ከቢስ ቤት በር ላይ ጠብቆ ትንሽ ሄድ ስትል እጇን ሲይዛት።

‹‹እሁድ ለት ቀጠረሽኝ ለምን ቀረሽ?›› ሲል በቁጣና በሃይል ጠየቃት። የጦር ሰራዊት አባል ነው። በላይነሽን በጥፊ ጆሮ ጥላዋን እያቃጠለና ባገኛት ቁጥር ተከትሎ እጇን እየጠመዘዘ ያለውዴታዋ በግድ የእሁድ ቀጠሮ ተቀብሏታል።

‹‹አልተመቸኝማ! ሳይመቸኝስ››

‹‹በሰው ነፍስ መጫወት ያልሽው ነው!›› አለና ሊመታት ተጋበዘ። ሌሎቹ ጎረምሶች ሦስት ሆነው ወደ እሱ ሲመለከቱ አየና ፈርቶ ‹‹ቆይ ጠብቂ ሌላ ቀን አገኝሻለሁ›› አላት።

‹‹ምን ልታደርገኝ?››

‹‹አፍንጫሽን እልሻለሁ!››

‹‹እሱንማ ትችላለህ ጦር ሰራዊት አይደለህ!›› አለችው፣ ሌሎች ጎረምሶች በርከት ብለው ወደሱ መምጣታቸውን አይቶ ትቷት መሄዱን አስተውላ።

ያንዲት ምድር ልጆች፣ ቅፅ ፩ ገፅ 37

በላይነሽ ብዙም ሄድ ሳትል ከሶስት ወንዶች መሐል አንደኛው ወደ እሷ መጣባት። ፈጥኖ ደራሽ ፖሊስ ነው። እሱም ከቢስና ከሜሪያሊስ መጋዘን ቡና ሲያበጥሩ ውለው ወደ በግ ተራ ጠቅላይ ሠፈርና ወደ አማኑኤል መሳለሚያ ሲገቡ እየተከተለ የሚያስቸግር ጉልበተኛ ነው። ፈጥኖ ደራሽ በመሆኑ በፖሊስነቱ ይመካል። እንደ ጓደኞቹ በጉልበቱ የልቤን ማድረግ እችላለሁ ባይ ነዉ።

‹‹አንቺ እናትሽንና የቅድሙ ምንሽ ነው?›› ባሏ ወይም ወዳጇ ይመስል ወደ በላይነሽ ተጠግቶ በቁጣ ጠየቃት።

ለነገሩማ እሱም ምኗም አይደል። ገና ቢሆንልኝ ብሎ በጉልበቱና በፖሊስነቱ ተመክቶ በላይነሽን እሺ ለማሰኘት የሚሞክር ነው። ጓደኛው ግን ያልማገዘ ወዳጅ ነው። አልማገዝና ዘይነባ በዚሁ ፈጥኖ ደራሽ ሁኔታ ሁሌ እንደተጣሉ ነው።

‹‹ኸረ ምኔም አይደል! አይተኸው የለ እንዴ? ሊመታኝ ሲጋበዝብኝ?››

‹‹ነገ የት ላግኝሽ? ››

‹‹ነገማ እናቴንና አባቴን ልጠይቅ እሄዳለሁ!››

‹‹ኸረ እናትሽን!›› ማንን ነው የምትፎግሪው!?

‹‹ለመፎገር ያልኩት አይደለም። ዕውነቴን ነው!››

ይኸኛው ፈጥኖ ደራሽ፣ ሁለት አጃቢ ጓደኞች ስላሉትና ቀኑም ስለጨለመለት፣ በላይነሽን ይዞ አለቅም አለ። ሊያሻሻት ሞከረ። እሷ ግን እምቢ አለችው። ለሚከተሏት ወንዶች ሁሉ ልጃገረድ ነኝ እያለች እምቢ ብላቸዋለች። ይህ ፈጥኖ ደራሽ ግን ድርቅ እያለ አስቸግሯታል። ሁል ቀን እንደተከተላት ነው። አንዳንዴ በጥፊ አጩኋትና በርግጫ ብሎ ነው የሚለቃት። እሷ ግን የራሷን ጉድ ስለምታውቅ ማንንም ከከንፈር አታሳልፍም። ሌላ ዲቃላ ባረግዝስ ትላለች። አንድ ደስ የሚላት ሾፌርነት የሚማር ያባ ኮራን ሠፈር ወጣት ስላለ ሌላ ወንድ ሲከተላት እንኳ እንዳያያት ትሰጋለች። ይህ ፈጥኖ ደራሽ ካባ ኮራን ሠፈር ከደባሎቿ ጋር የምትኖርበት ድረስ እየተከተለ ሲያስቸግራት የፈራችው ያኛው እንዳያያት ነው። ‹‹ልጃገረድም ባትሆኚ ግድ የለኝም፣ መንጃ ፈቃድ አውጥቼ ሾፌር

ከሆንኩ አገባሻለሁ›› ብሏታል። ፈጥኖ ደራሹን ‹‹እባክህ አክስቴ ታየኛለች ከዚህ ተመለስ›› ብትለው ሻሿን ነጥቆ ያዘና አንቺም አትሂጂ፣ ሻሹንም አልሰጥሽ!›› ብሎ ድርቅ አለባት። ለመነችው። ‹‹አክስቴ አትታይህም!›› እያለች ውሽቷን ከደባሎቿ አንዷን አሳየችው። ‹‹የት አመሸሽ ብላ ትገድለኛለች፣ እባክህ ልቀቀኝ!›› አለችው። ‹‹ሻሹን ካልፈለግሽ ልለቅሽ እችላለሁ!›› አለና እጇን ለቀቅ አደረገው ለሻሹ ስትል የምትቆይለት መስሎት። እሷ ግን ምርር ስላላት ሻሿንም ጥላለት ሄደች።

በላይነሽ፣ አንድ ቀን ሻሿ ይነጠቃል። ሌላ ቀን ነጠላዋ ይቀደዳል። አንድ ቀን በጥፊ ትመታለች። ሌላ ቀን ርግጫ ትቀምሳለች። ቢስ ቤት ከገባችበት ጊዜ ጀምሮ አንዱም ቀርቶባት አያውቅም። ይሄ ሁሉ እየደረሰባት ጨዋ ነች ብሎ የሚያምናት እንደሌለ ደግሞ ስትናገር ትሰማለች።

ምዕራፍ አራት

ባሻ ቢተው የዶክተር ላምቤ የዘበኝነት ሥራ አንድም ቀን አስደስቷቸው አያውቅም። ምንም እንኳን ዕድሜ እየተጫናቸው ቢሄድ ‹‹አርሼ እንደመብላት፣ ሳይቸግረኝ አገሬ ሳልገባ አዲሳባ ቀርቼ ተገትረው የሚውሉበት ሥራ፣ ሥራ ብዬ፣ ተገትሬ ውዬ ቤቴ እገባለሁ›› ይላሉ አንዳንዴ ሲመራቸው። የባሻ የስራ ጓደኛ ዘነበም አልፎ አልፎ በሥራው ያለመደሰቱን ለባሻ ይነግራቸዋል። ሁለቱም በዚህና በደሞዛቸው አነስተኛነት የሚሰማቸውን ቅሬታ ብዙ ጊዜ ይጨዋወታሉ። ነገር ግን ሦስተኛ ሰው በተለይም ተጫኔ እንዲሰማባቸው አይፈልጉም። አሳባቂና ምላሰኛ ነው ስለሚሉት አያስጠጉትም። ባሻና ተጫኔ ባንድ ሰፈር ያውም ቅርብ ለቅርብ ቢኖሩም አይቀራረቡም። አብረው ወደ ስራቸው ሲመጡና ሲሄዱ አይታዩም። ተጫኔ ከባሻ ጋር ወዳጅነት ቢቀር መንገድ ቢያካሂዱት አይጠላም። ግን እሳቸው ‹‹ውቃቢ አምላኬም አይወደው›› ይሉታል። እሱም ከዕድሜው ጉርምስናና ከሰብቀኛነቱ ሌላ በነገር መውጋት የሚችለው የለም። በተለይ ባሻ እንደማይወዱት ስለሚያውቅና ሰብቀኛነቱን በፊት ለፊት ስለሚነግሩት ዘወትር እንደ ለከፋቸው ነው። ዘነበ ግን የልብ ወዳጃቸው ነው። ሃይማኖተኛና ሰው አክባሪ ነው። ባሻን ያከብራቸዋል። ይወዳቸዋል። ጨዋታቸው ይጥመዋል። ማንም ቢነካቸው አይወድም። ግን ባሻ ጃንሆይን፣ ሚኒስትሮችን፣ ጳጳሱንና ቄሱን ሲወቅሱ ስለሚሰማቸው ይፈራቸዋል። ‹‹ይችኑ የደሃ እንጀራዬን እንዳያሳጡኝ ባሻ!›› ይላቸዋል፣ አንዴ ፀረ መንግስት ወሬ ማውራት የጀመሩ እንደሆን። በተረፈ ዘነበ ከተጫኔ ጋር ዘወትር የሚጋጨው በባሻ ቢተው ምክንያት ነው።

የዶክተር ላምቤ ዘበኞች ወጪ ገቢውን እንግዳ ማስተናገድ ስለማይበዛባቸው አብዛኛውን ጊዜ የሚያሳልፉት ገበጣ ሲጫወቱ ነው። ባለ ስልጣኖቹ ባለፉ ባገደሙ ቁጥር ከተቀመጡበት ተነስተው ሰላምታ ይሰጡና ገበጣቸውን ይቀጥላሉ። ባሻ ቢተው ግን እንደዘነበና ተጫኔ ገበጣ መጫወት አይወዱም። ባቅራቢያው ወደሚገኘው መሽታ ቤት በስራ ሰዓት ሹልክ ብለው ዘነበና ተጫኔ ቀማምሰው ሲመለሱ ባሻ ለመገሰፅ ይሞክራሉ እንጂ

አያደርጉትም። ‹‹አንዴ እንጀራ ብለን ከያዝነው ሥራችንን ማክበር ነው እንጂ ኀበዝ!›› ሲሉ ዘነበ ‹‹እንዲያው ያመል ነገር ሆኖብኝ እኮ ነው። ሁለተኛም አይለምደኝም!›› ሲላቸው ተጫኔ ግን ‹‹ሽሜ ምን አገባህ!›› ይላቸዋል። እሳቸውም ‹‹በል ተወው እውነትክን ነው፣ ድሮስ ባንተ እንጀራ እኔን ምን አገባኝ!›› እያሉ ያልፉታል እንጂ ተጫኔ እንዲካረርለት የሚፈልገውን ነገር አያከሩም። አንዳንዴ ካዘጋጀላቸው ወጥመድ እየገቡ ሲናደዱ ቢውሉም እሱ ነገር ይዞ ሲመጣባቸው ለመሸሽ እንደሞከሩ ነው። ሰው ከመወንጀል የማይመለስ አጉል ሰው ብለው ክፉም ቢናገራቸው ደግ ይመልሱለታል።

ዘነበና ተጫኔ የያዙትን ገበጣ ጨርሰው ኖሮ ተጫኔ ባሻን ለመልከፍ ፈልጎ ነገር አነሳ።

‹‹ሽሜ ገበጣ አትጫወትም?›› አላቸው ከገበጣው አጠገብ ተቀምጦ ያንን ገጣጣ ጥርሱን ፀሐይ እያሞቀ። ባሻ ለነገር መሆኑ ገብቷቸዋል። አንቱታውን ትቶ አንተ ማለት ሲጀምር ለነገር እንደሆነ ዘነበም አውቆበታል።

‹‹ሥራ ላይ ነኝ፣ ዕረፍትም ብሆን ካንተ ጋር ጨዋታ እንደማያምረኝ አንተስ መች አጣኸው?›› ሲሉ ባሻ መለሱለት።

‹‹እኩያዬ አይደለህም ማለትክ ነው?›› ተጫኔ የገበጣውን ጠጠር አንድ ባንድ ሽቅብ እየወረወረና እየቀለበ።

‹‹አዎን፣ እኩያዬ አይደለህም! ባልወልድህ አደርስሃለሁ!›› ባሻ ንዴታቸው መጥቶባቸዋል። ተጫኔ ግን ለማብሸቅ የተነሳ ነገረኛ ጥርሰ ገጣጣ ስለሆነ ባሻን ሊተዋቸው አልፈለገም።

‹‹እንግዲህ ከወዲያ ማዶ ከዶክተር ላምቤ ማዶ በዕድሜም በአርበኝነትም እኩያህ ራስ መሥፍን ናቸው! ታዲያ እሳቸውን ካንተ ጋር ገበጣ እንዲጫወቱ ልጥራልህ?››

ባሻ በጣም ተናደዱ። አለቅጥ ጦፉ። ዘነበም በተጫኔ አነጋገር የሚሆነውን አጥቶ ተቅበጠበጠ።

‹‹ቅሌት አምሮሃል መሰል አንተ ሰው! ይህ ሳይደርሱበት ደርሶ ሰውን በነገር መውጋት ምን ሙያ ብሎ ያዘው አንተዬ?›› አሉ ወደ ዘነበ መለስ ብለው።

‹‹መቼ ይሆን ያንተ አፍ ደግ ነገር የሚናገር? አሁን እኝህ ሰው ምን አሉህ? አልጫወትም ሥራ ላይ ነኝ፣ ደግሞም ጨዋታ የሚያምር ከእኩያ ጋር ነው ሲሉህ ለምን አትተዋቸውም?›› አለው ዘነበ በተጫኔ አነጋገር መበሳጨቱ ከፊቱ እየተነበበ። ተጫኔ አብሽቅ ስለሆነ ከገበጣው አጠገብ እንደተቀመጠ አንገቱን አቀርቅሮ ይስቅ ጀመር። የበለጠ ለማብሸቅ ያለው ነው። ባሻም ዘነበም የተናገሩትን ከመጤፍ አልቆጠረውም። ‹‹ተወው ዘነበ ይንከትከት። አብሮ የሚሰራ ሰው ተከባብሮ ይሰራል እንጂ በየዕለቱ ሲባላ ይኖራል? አሁን ራስ መሥፍን ድረስ ምን ያደርሳል? ላገሩ ነፃነት የደከመ ሁሉ እንደ ራስ መሥፍን ጌታ ካልሆነ በማንም አፍ መሰደቢያና መቀለጃ ይሆንል ማለት ነው። ይሁን እስቲ ሰውን የሚያዋርድ ጊዜ ነው። በዚያ ሰሞኑንስ ሙልጭ አርጎ ሰድቦኝ የለ!››

‹‹እንግዲህ ይተውት ባሻ። ነገርን አቅልሎ ማየቱ ነው የሚበጅ፣ የማይበርድ ነገር የለም›› አላቸው ዘነበ።

‹‹በዛሬው ንግግሩ እኮ ምንም አልተናደድኩም። በዚያ ሰሞን የተናገረኝን ሰምተኸው የለ ንዴ!›› ሲሉ አቀርቅሮ የማላገጥ ሳቅ ሲስቅ የቆየው ተጫኔ ለከፋውን ቀጠለ።

‹‹በዚያን ሰሞን ፈሪ ያልኩህ ዕውነቴን ነው። አንድ ባለስልጣን መጣ በተባልክ ቁጥር ስትርበተበትና ጎምበስ ቀና ስትል ባይህ ፍርሃትህ አስገርሞኝ ባርበኝነት ይህን ሠርቼ፣ ያንን ሠርቼ፣ ብለህ ያወራህልኝ ውሸትክን ነው። ስትቀደድ ነው ብየሃለሁ። ብትፈልግ ተጫኔ ፈሪ ብሎ ሰደበኝ ብለህ ምስክር ሰብስበህ ክሰሰኝ››።

ባሻ ክፉኛ ጨሱ። አንድ ቦታ መቆም አቅቶአቸው ተቁነጠነጡ። ምን እንደሚመልሱ ጠፋቸው። በያዙት ቆመጥ መሃል አናቱን ሊበጠርቁት ከጀላቸው። ነገር ግን በራሳቸውና በቤተሰባቸው ላይ የሚያመጡት መዘዝ ታያቸው። በተጫኔ ንግግርም ዘነበም ተናደደ። እርሱ ግን ንዴቱን ዋጥ አደረገው። ንዴታቸውን መሸሽግ ያለቻሉት ባሻ ናቸው። ከወጥመዱ ወድቀውለት የሚመልሱት ጠፍቷቸው ሲቅበጠበጡ ተጫኔ ደስታው ሌላ ሆነ።

‹‹ስማ ተጫኔ!›› አለው ዘነበ ወደ እርሱ ራመድ እያለ ‹‹የባሻ ቢተውን ጀግንነት እንዳንተ ያለው አያውቅለትም። የሰራውን

ጀብዱ የሚያውቅለት ብላታ ኀበዝአየሁን የመሰለ ጀግና ነው። ከብላታ ኀበዝአየሁ በላይ ደግሞ የሚመሰክር የለም። ባሻ ቢተው አስታዋሽና ዘመድ አጥተው የትም ወድቀው ቢቀሩና ይህችም የዶክተር ላምቤ ዘበኝነት እንጀራ ሆና እንዲህ ቅስማቸውን ሰብራ ላላፊ አግዳሚው ሽቁጥቁጥ ቢሆኑ አንተን የመሰለ ውርጋጥ ባለጌ የሚቀልድባቸው አልነበሩም። ‹‹አንተ ደግሞ በካቲካላ ገዛህ መሰለኝ፣ ጥብቅና የምትቆምለት›› አለና ለድብድብ እንደመቃጣት ብድግ ሲል ባሻ ከመቅስፈት መሃል ገብተው በያዙት ቆመጥ አንዴ ወገቡ ላይ ቀድመው ቢያሳርፉበት እዚያው ሽምድምድ ብሎ ቀረ። ‹‹አንተ የእንግዴ ልጅ ማነው ባክህ ያንተ መቀለጃ? አታውቀኝም እኮ በል ተናገር! ›› እያሉ በዚያ በቆመጥ አገላበጡት። እኮ ተናገር አንት ምናምንቴ! እኔ ቢተው ጊዜ ጥሎኝ ዛሬ ለቁራሽ እንጀራ ብዬ ተለማማጭ ብሆንና ብሸመግል፣ ላንተ ዓይነቱ ልበ ቢስ አቅም አጣ መሰለህ?›› እያሉ አቀመሱት። ተጫኔ ከተኛበት ሳይነሳ ‹‹ልብ አርጉልኝ! ያስደበደበኝ ዘነበ ነው ኡኡ አልተረፍኩም ይህን ሰውዬ እንዳትለቁብኝ፣ ኡ! ኡ!...›› ይል ጀመር።

‹‹ኧረ የታባክ ደግሞ ሽሽቼ የምሄድ መሰለህ አለሁልህ!›› ያቺ ያልተሟጠጠች ወኔ ባሻን አስፎከረቻቸው። ያቅም ጉዳይ ቢሆን ያምሳ ዓመት ዕድሜ ባላቸው ሽማግሌ ተጫኔ ባልተደፈረ ነበር።

የዶክተር ላምቤ ሠራተኛ አንድ ሳይቀር ግልብጥ አለ። ማንና ማን ነው የተደባደበው እያለ የማይጠይቅ የለም። ‹‹አናቱም ተፈንክቷል! ›› ይላል ገሚሱ፣ ሌላው ደግሞ ‹‹ሰው እንዴት ከባሻ ጋር ይጣላል? አንድ ነገር ቢላቸው ነው እንጂ እሳቸው ሰው ላይ የሚደርሱ አይደሉም!›› ይላል ብዙው። አንዲት ሴት የተሰበሰበውን ሰው አየችና ጥሳ ገብታ ከመሬት ወድቆ የሚጮኸውን ሰው አየችና ‹‹ተጫኔ ነህ? ያ እኛን የምትሰድብበት ምላስ ጉልበት አልሆን አለህ? እሰይ!›› አለችና ተመለሰች። ተጫኔ ሁለት ቦታ የተፈነከተ ጭንቅላቱን በሻሽ አስጠቅልሎ ወገቡንና ጉልበቱን እየታሸ 15 ቀናት ቤቱ ተኛ። የጠቡ መነሻ በሽማግሌ እንዲታይ ተወስኖ ባሻም ባደረጉት ያካል ጉዳት 20 ብር ካሣ እንዲከፍሉ ተፈረደባቸው። ‹‹ካሣ ከመብላት እኔን ያድነኝ እንጂ፣ በዚህ ዕድሜዬ ጎረምሳ ደብድቤ ካሣ ክፈል ከተባልኩ አይቆጨኝም›› ብለው ከሐምሌ ወር ደሞዛቸው ላይ 20 ብር ተቆርጦ 5 ብር ተመለሰላቸው። የዶክተር ላምቤ ሠራተኞች ሴት ወንድ ሳይል፣

ተጫኔ ከባሻ ቢተው ካሣ በመብላቱ ዓይንህ ላፈር አለው። ነሐሴ ላይ ሠራተኛው እንደአቅሙ ስሙኒም ሽልንግም አዋጥቶ ባሻ ለተጫኔ የከፈሉትን 20 ብር መለሰላቸው። ከዚያ ወዲህ ተጫኔ ባሻ ቢተው ከቆሙበት አይቆምም። ባጠገቡ ቆመጣቸውን ይዘው ጎርደድ ጎርደድ ያሉበት እንደሆን ገልመጥ እያለ ይርቃቸዋል እንጂ አይቀርባቸውም። በሰፈርም በዕድርም ሆነ በመሳሰሉት የግዜር ሰላምታ መለዋወጣቸው ቀረና እንደተኮራረፉ ቀሩ። ባሻ ቢተው ዕድሜህ ከሃምሳ በላይ ነው ተብለው፣ ጤና ጥበቃ በዳረጎት አሰናበታቸው። ዘመኑ የሞዴል 33 እንጂ 45 አልነበረም። የጡረታ አበል የሚባል ነገር አይታወቅም። ከደሞዙ ላይ ለጡረታ የከፈለ የለም። መንግስትም አልጀመረውም። ባሻም እንዲሁ በሞዴል 33 መሠረት የዳረጎት ገንዘብ ተሰጧቸው ተሰናበቱ። እርግጥ ባሻ ቢተው ከ25 ብር የወር ደመወዛቸው ላይ ለዩኒቨርስቲ ማሰሪያ፣ ለቀዳማዊ ኃይለ ሥላሴ ሐውልት ማሳነጫ፣ በመሬት መንቀጥቀጥ ጉዳት ለደረሰበት ለካራቆሬና ማጀቴ ሕዝብ መርጃ፣ በዋቢ ሸበሌ ወንዝ ጎርፍ መጥለቅለቅ ቤቱና ንብረቱ ለጠፋበት የሐረር ሕዝብ፣ ለልዑል መኮንን መታሰቢያ ሆስፒታል ማሰሪያ መዋጮ ከፍለዋል። ይህንን ሁሉ ለመንግስት ሲሰጡና ሲከፍሉ ከመንግስት ያገኙት ነገር የለም። ዕድሜያቸው ሲገፋ ጉልበታቸው ሲያልቅ ከዘበኝነቱም በዳረጎት ተሰናበቱ። ‹‹ጡረታ ለባለውለታ›› ብለው አይፅናኑ ነገር፣ መንግስት ሞዴል 45 በመባል የሚታወቀውን ለጡረታ የሚያበቃውን ቅፅ ማስሞላት አልጀመረም። የጡረታ ሚኒስቴር መ/ቤትን ባዋጅ አላቋቋመም። ባሻ ውሎአቸው ከቤታቸውና ከሰፈራቸው ሆነ። ያም ሆኖ ከዕድሜ እኩዮቻቸው ከገሙ ሠፈር ሽማግሌዎች ጋር አይታዩም። የሳቸው ጓደኞች ወጣቶች ናቸው። በየእለቱ የሚታዩት ከአስተማሪው ከበደና ከሰፈሩ ሕፃናት ጋር ነው። በተለይ ካስተማሪው ከበደ ጋር እየተገናኙ ጊዜያቸውን ማሳለፍ ይወዳሉ። መሸት ሲል ደግሞ የመንደሩን ሕፃናት ሰብስበው ተረትና ታሪክ እየነገሩ ያጫውቷቸዋል። ሚስታቸው እመት ጌጤነሽ ‹‹ብለው ብለው ጓደኞችዎትን ትተው ከወጣትና ከሕፃናት ጋር ይውሉ ጀመር ባሻዬ?›› ሲሏቸው ‹‹ከሚያድግ ልጅና ከበደን ከመሰለ የተማረ ወጣት ጋር ቢውሉት ነው እንጂ፣ ከሽማግሌ ቢውሉት ከንግዲህ ምን ይገኝ መሰለሽ? ከሽማግሌ መዋል የባሰ ያስረጃል፣ ከወጣትና ከተማረ ጋር መዋል ግን ጌጤነሽ፣ ተስፋ ይሰጣል። ከኔ ብጤዎች ሽማግሌዎች ጋርማ

ሁሉንም ተጫውተን ጨርሰነዋል!›› ይሏቸዋል። በተረፈ ባሻ ብላታ ኀበዛየሁ ዘንድ በሳምንት አንድ ቀን ከሰነበቱ በ15 ቀንና በወር ሳይሄዱ ቀርተው አያውቁም። የዶክተር ላምቤ ዘበኝነት ሥራቸው ከቀረ ወዲህና ከብላታ ኀበዛየሁ ዘንድ አፍንጮ በር እየደረሱ በመጡ ቁጥር ይበልጡን ላገራቸው ያላቸውን ፍቅርና መቆርቆር እያደሰው መሄድ ጀመረ። አስተማሪው ከበደም ከባሻ ጋር አብሮ መዋሉ ስላገሬ የማላውቀውን ታሪክ ለማወቅ ረዳኝ ይላል። ባሻም ከተማረ ወጣት ጋር መዋሌ ሽምግልናዬን አስረሰቶኛል ይላሉ። ከብላታ ኀበዝአየሁ ቤት መመላለስ ደግሞ አርቆ የሚወስድና በስተርጅና የገሙ ሰፈር ሰው ስማቸውን ሲያነሳው ወደሚኖረው ጉዳይ ጨመራቸው።

እመት ጌጤነሽ ችግር ካልገጠማቸው ወይም ነገር ሆዳቸው ካልገባ በስተቀር የማይከፉ ሴት ናቸው። ድህነት እጃቸውን ያዘው እንጂ ርህራሄያቸውና ደግነታቸው ለብቻው ነው። በገሙ ሰፈር እጅግ የተወደዱ ናቸው። ባሻን በደግ የማያነሱት እነ አቶ አሳየ እንኳን ለሳቸው ትልቅ አክብሮት አላቸው። እርግጥ ሰው ቤት መሄድ፣ ከሰው መግጠም አይወዱም። እንደ አንድ ልጃቸው የሚወዷት ሴት ብትኖር እሷም ከቤታቸው በደባልነት የምትኖረው ደብሪቱ ስብሃት ነች። ከአስረስ እናት ከበቀለች ጋር ደህና ጉርብትና ቢኖራቸውም እንደ ደብሪቱ የሚሆኑለት ሰው የለም። ደብሪቱ በዕድሜ የልጃቸው የበላይነሽ እኩያ ብትሆን ነው። እሷም ትውልዷ ትግሬ አገር ክልተ ዓውላሎ ከሚባለው ነው። በልጅነት ዕድሜዋ ተድራ ከባልዋ ጋር ዓመት አንድ ላይ ሳይኖሩ ነው በአንድ ቀን ሽውታ በሞት የተለያት። ባሻና እመት ጌጤነሽ ብላታ ኀበዝአየሁ የሰጧቸውን ቤት አንዱን ክፍል በሳጠራ ከልለው በሶሰት ሽልንግ አከራይተዋት የምትኖር ሴት ነች። ደብሪቱም ለስሙ ያህል ኪራይ ከፋይ ትባል እንጂ በተለይ ባሏ ሞቶ ያረገዘችው ልጅ ሳይበረክትላት ከቀረ ወዲህ እመት ጌጤነሽ የወሩን ኪራይ ሶስት ሽልንግ ተቀብለዋት አያውቁም። ‹‹አይዞሽ ልጄ ለኪራዩ አታስቢ። ወር በመጣ ቁጥር አንቺ ምን ያሠቅቅሻል? እንደናትሽ ባታይኝ ነው መሰል! ይልቁንስ ከሶስት ሽልንግ የኔ እናትነት አይበልጥ?›› አሏት እመት ጌጤነሽ ደብሪቱን ስትጨነቅ አይተዋት። የባሏ ሀዘን ገና ሳይወጣላት የወለደቻው ልጅ ጠፍቶባት፣ እሷም ከእንጨት አልጋዋ ላይ እንደተንጋለለች፣ ገንፎ ቢጤ እቤታቸው አገንፍተው

ገፅ 46 ያንዲት ምድር ልጆች፣ ቅፅ ፩

ከተኛችበት ይዘውላት መጥተው፤

‹‹እሺ አላስብም የኔናት። እርሶንና ባሻን ባይጥልልኝ ኖሮ ጅብ ይብላኝ ነበር!›› አለች ደብሪቱ በደከመ ድምፅ። ለራሷ አነጋገሩዋና ጠባይዋ በሷ ዕድሜ ያለ የማይመስል አንገቷን የደፋች ናት። ድህነትና አለ ዕድሜዋ ትዳር መያዟ ሰበራት እንጂ ደብሪቱ በመልኳ ምንም የማያንሳት ነች።

‹‹በይ ልጄ ብዪ! ወገብሽ እንዲጠነክር፤ ጉልበት እንዲሆንሽ!›› እመት ጌጤነሽ ያገነፉላትን ገንፎ ከበርበሬውና ከቅቤው እያጠቀሱ ሲያጎርሷት እሷ አላምጣ የመዋጫ አቅም አንሷት ባፏ ሲንቀዋለል እያዩዋት።

‹‹እማማ ጌጤነሽ ይብቃኝ!››

‹‹ምን በላሽና ልጄ! አልጣፈጠሽም መሰል? እኔ መቼም ባንቺ አገር ገንፎ እንዴት እንደሚገነፋ አለውቅ። ባይጣፍጥሽ ነው መሰል?››

‹‹እማማ ያው እኮ ነው፣ ምን ልዩነት አለው ብለው ነው። እንዳው የትግሬ ገንፎ ይባላል እንጂ። እኔ ግን ጣፍጦኝ እኮ ነው የበላሁት። የወለደችም እናት ከዚህ የበለጠ ምን ታደርጋለች ብለው ነው›› አለች ደብሪቱ።

‹‹የገንፎ እህል ማዘጋጀቱ የሚጠይቀውስ ሙያ እናንተ ዘንድ ነው። በይ እንግዲህ በኋላ ደግሞ አሙቄ አበላሻለሁ›› ብለው የተረፈውን ከድነው ለማስቀመጥ ሲነሱ፣ ደብሪቱ ለእመት ጌጤነሽና ለባሻ ቢተው ምስጋናዋን ከተጋደመችበት ሆና አወረደችው።

‹‹ካገሬ ወጥቼ በሰው አገር እናት አባትና ዘመድ የለኝ፣ እናንተን ባይጥልልኝ፣ በናት ባባቴ ቤት ያላየሁትን መከራ በዚህ ዕድሜዬ ሲያጋጥመኝ፣ እናንተን ባላገኝ ምን እሆን ነበር?›› አለቻቸው ዕንባዋ ድንገት ባይኗ ጥግ ጥግ እየወረደ።

‹‹አይ ደብሬ! መወለድ እኮ ቋንቋ ነው። እኛስ ቢሆን ጎጃምን ጥለነው አይደል የመጣን! ይልቅስ ፍቅር ይበልጣል ልጄ! በይ አይዞሽ መከራን አንቺ አላመጣሽው። ሲመጣ ደግሞ እንዳመጣጡ መቀበል እንጂ ሌላማ ምን ይደረጋል። የባል ሞት ባንቺ ዕድሜ ለጠላትም አያርገው። አንቺ ብቻ በርቺና ቆመሽ ሂጂ እንጂ አንድ

ፍሬ ልጅ ነሽ። በሙያ፣ በጠባይና በመልክ የታደልሽ ነሽ። አይዞሽ ብቻ የግዜር ፈቃዱ ሆኖ ሁሉንም ታገኚዋለሽ። ባሻና እኔ ከፈለግሽ እዚሁ እየኖርሽ በጠላውም በካቲካላውም እያልሽ ለሰው ባትተርፊ ለራስሽ እንድትተርፊ ነው ሃሳባችን። ባልም ቢመጣ ትዳሪያለሽ። አንድ ፍሬ ልጅ ነሽ ገና!›› እያሉ ዕንባዋን በነጠላቸው እየጠረጉ አጽናኗት የልጅ ልጃቸውን አዝለው።

እመት ጌጤነሽ ገበያ ሲሄዱና ወንዝ ሲወርዱ ብቻ ነው የልጅ ልጃቸውን ከደብሪቱ አጠገብ ትተዋት የሚሄዱት። ባሻም ከቤት የዋሉላቸው እንደሆን ለሳቸው ይተውና ወይም አንቀልባቸውን ከመሬት ዘርግተው እዚያ ላይ ያደርጓትና ወጣቸውን ሰርተውና እንጀራቸውን ጋግረው ይጨርሳሉ። ‹‹እሷ ብቻ ደህና ትሁን እንጂ ለኛስ ያንድ ልጃችንን ልጅ ማሳደግ አይገደንም!›› ይላሉ የልጃቸው የበላይነሽ ነገር ትውስ ሲላቸው።

‹‹እንኩማ ባሻዬ ልጅቷን ያዙልኝ፣ ታረቡ ቤት ቡና ገዝቼ ልምጣ››

‹‹አምጭልኝ! እንዳውም ዛሬ ቀኑን ሙሉ ሳላቅፋት ነው የዋልኩት››

‹‹ኸረ እሷም ሳትለዮትም አልቀረች፣ አዩዋት ወደርሶ ሳመጣት እንዴት እንደሚያደርጋት! አሉ እመት ጌጤነሽ።

ያመት ከመንፈቋ ልጅ አያቷ እጃቸውን ዘርግተው ሊቀበሏት ሲሉ፣ አፏን ከፍታ ብቅ ብቅ ያሉትን የማሃል ጥርሶቿን እያሳየች ፈገግ ስትል ጊዜ።

እመት ጌጤነሽ ቡናቸውን ገዝተው ተመልሰው፣ ያርብ ቡና ቆልተውና ወቅጠው አስቀመጡ።

‹‹አሁን ማ ይሙት ቅድሜና እሁድ ቡና ተቆልቶ ተወቀጠና ያስኮንን ብለሽ ይህንን ልማድ ብለሽ፣ ይዘሽ አልተው አልሽ ኮ ጌጤነሽ!›› ያርብ ቡና ሲቆላና ሲወቀጥ ባጋጠማቸው ቁጥር ይህን ጉዳይ ሳያነሱባቸው ቀርተው አያውቁም። ለጨዋታ ብለውት እንጂ፣ እሳቸው እንደሆን ዕድሜ ልካቸውን የያዙትን ልማድ ይተዋሉ ብለውም አይደል ባሻ ቢተው።

‹‹እርሶ ምናል ቢተውኝ! እኔ ያያት የቅድም አያቴን ልማድ፣ ደርሶ

ገፅ 48

ዛሬ ተይ ቢሉኝ አልተው!››

‹‹ስንት የሚያስኮንን ክፉ ስራ እየተሰራ ቅድሜና እሁድ ሰው የሚበላውንና የሚጠጣውን አዘጋጀ ብሎ አምላክ ይኮንን መሰሎሽ ነው ጌጤነሽ? ››

‹‹እይ እንግዲህ ይተውኝ!›› ቆጣ አሉ እመት ጌጤነሽ።

‹‹ይኸው እንግዲህ ጀመረሽ፣ መልስ ስታጭ ቁጣሽን ታስቀድሚያለሽ፣ ያው ትቻለሁ›› አሉና ባሻ ቢተው የልጅ ልጃቸውን ማጫወት ቀጠሉ። እመት ጌጤነሽ ራት አዘጋጅተው እስኪያቀርቡ ድረስ ባሻ ቢተው የልጅ ልጃቸውን እንዳቀፉ ቆዩ። ከላያቸው ሆና ዕንቅልፍ ሲወስዳት ነው ባለቤታቸውን ጠርተው እንዲቀበሏቸው የጠየቁ። ከዚያ በኋላማ ከሳቱ ዳር ተጠግተው ገላቸውን በሳት እያነቃቁ ከሚስታቸው ጋር ማውካት ያዙ። ወሬአቸው ከልጃቸው ወደ ልጅ ልጃቸው በመጨረሻ ደግሞ ወደደብሪቱ እየሄደ ባሻ ‹‹አደራሽን ጌጤነሽ ያንን የኪራይ ነገር ነገሬ ብለሽ እንድታስቢበት›› አሉአቸው።

‹‹ምነው ባሻዬ ደባሪቱ እኮ ባልወልዳትም ልጄ ማለት ነች። ምነው ስለኪራዩ ነገር ተነጋግረን! እኔ ነገሬም ብዬ እንደማላነሳ ነግሬዎት የለ? እርሶ አሁንስ አረጁ መሰል። ነገር ይደጋግማሉ፣ ቀደም ተነጋግረን የል? ሲሉ መለሱላቸው ።

‹‹እረስቼው ነው። እንዳው የልጄን ያህል እየመሰለችኝ በምን ላነሳሳት ብዬ ነው ጌጤነሽ››

‹‹ነገርኮት እኮ! እኔ ስሙንም አላነሳባትም! እንዲያውም ሃሳብ እንዳይገባት እኔም ባሻዬም በዚህ አናስቸግርሽም፣ እኛም ወልደናል፣ ልጃችን ባለችበት ያንቺን የመሰለ ችግር የሚገጥማት እየመሰለን ባንቺ የደረሰው በልጃችን የደረሰ ያህል እየቆጠርነው ዘወትር ነው የምናስብልሽ፣ ሦስት ሽልንግ ገንዘብ ነው ብለሽ እንዲህ ብለሽ እንዳታስቢ እንዳልኳት ነው›› አሏቸውና ከሳቱ ዳር ተነስተው ወደ መኝታቸው ሄዱ።

ደብሪቱ በረታች። የእመጫት ወገቧና ጉልበቷ ጠንከር ብሎላት ካልጋ ተነሳች። እመት ጌጤነሽና ባሻ እየተያዩ ‹‹እስቲ ያበርታሽ!›› አሏት። ወዲያው ደግሞ እመት ጌጤነሽ አንድ ነገር ትውስ

ያንዲት ምድር ልጆች፣ ቅፅ ፩ ገፅ 49

ያላቸው መሰሉና ‹‹ደብሬ! ደብሪቱ! የኔ ልጅ!›› እያሉ ተጣሩ። ደብሪቱም ከዚያው ሆና ድምፅ አሰማቻቸውና እነርሱ ወዳሉበት መጣች። ‹‹በይ እንግዲህ ዛሬ አንቺ ዘንድ ነው ቡናው የሚፈላ። ገና ዛሬ ነውና የተነሳሽው እስቲ በቤቱ ቡናም ይፍላበት፣ ጭስም ይጭስበት። የተወቀጠ ቡና ከዚህ አለልሽ ዕጣኑም ከሙዳዩ ውስጥ ነው›› አሏት ደብሪቱን ደስ ለማሰኘት ብለው። ሲያስቡላት ከልክ በላይ ነው። የሚበሉትን እንኳን ካፋቸው ጥሬ ይሁን ብስል ‹‹ደብሬ! ደብሪቱ ነይ ልጄ እስቲ ከዚህ ባፍሽ ብታደርጊ፤ ሆድ ጠብም ባይል እስቲ ቅመሺ›› ይሏታል። ደህና ነገር ከቤታቸው ካለ ‹‹እስቲ ወገብሽ ቢጠነክር ጉልበት ብታገኝ በይ ብዪ ልጄ›› ይሏታል።

ደብሪቱ የእመት ጌጤነሽንና የባሻን ውለታ በምን እንደ ምትመልሰው እየቸገራት ትክዝ እንዳለች ትውላለች። ለጎረቤት ብታወራው ሰው ይሰለቸኛል አትልም። እመት ጌጤነሽ የራሳቸውን አንድ ጋንና ትንሽ እንስራ ሰጥተው ‹‹በይ ጠላሽንም እንደኔ እንደ እናትሽ እየጠመቅሽ ትንሽ ፍራንክ ብትቋጥሪ›› ካሏት ወዲህ ውለታቸው አለቅጥ ከበዳት።

እሳቸው ባሻ ከዶክተር ላምቤ ዘበኝነታቸው በዕድሜ ተገልለው ቤት ከዋሉ ወዲህ ከባለሙያ ቤት በስተቀር እግር እስኪነቃ ቢኬድ በግዥ የማይገኝ ያገራቸውን የጎጃም ጠላ እየጠመቁ ይሸጣሉ። ብላታ ኀበዝአየሁ በሰጧቸው መሬት ላይ ካሉት ባሕር ዛፎች ጥቂቱን ሸጠው ቅርስ ከቋጠሩ ወዲህ እመት ጌጤነሽ መሸታቸውን ችላ ቢሉትም ከሳቸው ይልቅ ደብሪቱ እንድትጠቀም ብለው ጠላ ፈላጊ ሲመጣ ወደ ደብሪቱ ዘንድ ነው የሚመሩት። በዚህ ላይ ያገራቸውን ጠላና ዳግም አረቄ አወጣጥ ለደብሪቱ ካሳዩዋት ወዲህ ደህና እየመሸተች በቀን ብታጣ ብታጣ አስራ አራት ፍራንክ አታጣም። ደብሪቱ ግን የባሻና የእመት ጌጤነሽ በድህነት ኑሮአቸው ላይ የልጅ ልጃቸውን ማሳደጋቸው አንሶ እሷ ደግሞ ጡረተኛቸው የሆነች እየመሰላት ግርድና እንኳን አግኝታ ብትሄድ እንደማትጠላ ለእመት ጌጤነሽ ለመንገር ዳር ዳር ማለት ከጀመረች ሰነበተች።

‹‹እማማ!›› አለቻቸው ደብሪቱ እሳቸው ምጣዳቸውን ሲያስሱ እሷ ካጠገባቸው ተቀምጣ ማገዶውን እየሰበረችና እያቀረበችላቸው።

‹‹እርሶንና ባሻ ቢተውን ባይጥልልኝ ምን እሆን ነበር?››

‹‹ምን አረግንልሽና ነው ዘወትር ይህን የምትይ ልጄ?››

‹‹እኔ ስንቱን ተናግሬ እችለዋለሁ?››

‹‹አቅም ቢኖረንማ ባልሽ ባንድ ቀን ሽውታ ለሞተብሽ አንድ ፍሬ ልጅ ከዚህስ የበለጠ ብናደርግልሽስ ከዋጋ የሚጣፍ ሆኖ ነው? በዚህ ላይ እግዜር ላንቺ ባይለውም ገና ያልጠነከርሽ የእመብርሃን እመጫት ነሽ ልጄ!›› አሏት ያሰፉትን እንጀራ በሰፌዳቸው አውጥተው ማሰሻውን ከምጣዱ ላይ ነስንሰው ተወት አድረገውት።

‹‹እባክዎ እማማ እንዲህ አይበሉ። የናንተን ውለታ እንዲያው ዝም ነው። እንኳን ባዳ የተወለዱትም እንዲህ አያደርግ። እኔ ግን ጠላውም ቢሆን ካቲካላው ማውጣቱን የምችለው አልሆንኩም፣ ተጠበስኩ። በዚህ ላይ ምንም የሚሞላልኝ አለመሰለኝም። አንድ ራሴን ሰው ቤት ግርድና ተቀጥሬ መስራቱ ይሻለኛል››

‹‹የሰው ቤት ምን ደስ ይል መሰለሽ ልጄ!››

‹‹እሱማ ነው እንዲያው ቢቸግር ነው እንጂ... ይልቁንስ ጣቃ ነጋዴው አቶ ታደሰ ገረዳቸው የቤታቸውን ዕቃ ሙልጭ አድርጋ ሰርቃ ስለጠፋች የታመነች ተያዥ ያላት ባለሙያ ገረድ ይፈልጋሉ ሲባል ሰምቼአለሁ። እኔ ደግሞ እርሶ እናቴ የሚያውቁት ነው፣ በሙያውም በጠባዬም የማላሳፍር ነኝ!››

‹‹አንቺማ ልጄ ከዕድል በስተቀር ሙያው መች ይጠፋሻል? የጠባይ ጌታ ነሽ። ሰውዬው ዕድሜ ልካቸውን ገረድ ሲቀጥሩ፣ ሲያባርሩ ከሚኖሩ ምናለ ሚስት ቢያገቡ?›› እመት ጌጤነሽ ምጣዳቸውን ካንድ በኩል እሳት በዝቶበት እንጀራውን እንዳያቃጥልባቸው እሳቱን በመቆስቆሻ ወዲያ ወዲህ እየበታተኑና በግንባራቸው የሚንቆረቆረውን ላብ በቀሚሳቸው እጅጌ እየጠረጉ።

‹‹ላቶ ታደሰ የሚሻል እርሶ እንዳሉት ሚስት ማግባቱ ነበር›› አለች ቆየት ብላ ‹‹ታዲያ አሁን ያልኮትን ለምን ባምስት ብር አይሆንም ለባሻ ቢነግሩልኝና ተያዥ ቢሆኑኝ›› አለቻቸውና ወደቤቷ መለስ አለች።

ባሻ ቢተው ወደ ቤት ሲመለሱ እመት ጌጤነሽ የደብሪቱን ሃሳብ ነገሯቸው። አዘኑ ‹‹ምናለ እዚሁ ከኛው ዘንድ ብትቀመጥ? እኛ ከበድሽን አላልናት። ጌጤነሽ በሞቴ ሳታውቂው ክፉ ተናግረሽ ይህቺን የግዜር ደሃ አስቀየምሻት እንዳይሆን?›› ሲሉ ጠየቋቸው። እሳቸውም ‹‹እንዴት ብዬ ባሻዬ? የዲማውን የማላረገውን! እርሶስ መች አጡት›› አሏቸው። እመት ጌጤነሽ የደብሪቱን ዕድልና የልጃቸው የበላይነሽን ዕድል ባይነ ህሊናቸው እየመጣባቸው።

‹‹የኛም ልጅ መጨረሻዋ ያምር ብለው ነው ባሻዬ?›› አሉ። ሁለቱም ተክዘው ቆዩና ‹‹አይ እንግዲህ ግርድና ልግባ ካለች ታደሰ እንደሆን ወዳጄ ነው። እርግጥ አገራችን አንድ አይደለም። እሱ ባንድ በኩሉ የደጃች ገረሱ ዱኪ አገር አመያ ከሚባለው ተወልዶ እናቱ አንድ ያገምጃ ጉራጌ አግብተው እዚህ አዲስ አባ በልጅነቱ ይዛው ገብታ ቢቸግራት አቶ ማሞ ቤት ባሽከርነት አስቀጥራው ነው አሉ። ቢሆንም ጨዋ ሰው ይመስለኛል። ሌላ ጠባይ እንዳለበት አላውቅም እንጂ፣ ገረድ ቸግሮህ እኔ አመጣሁልህ ብለው ደስ ብሎት ደብሪቱን ይቀጥራታል›› አሉ ባሻ። ለመርዳት ብለው የሚያደርጉት ውሎ አድሮ ደብሪቱን የጎዳ እንደሆን መፀፀታቸው እንደማይቀር የሚሰማቸው ይመስል ተክዝ እንደማለት አሉ። ‹‹አይ የሰው ዕድል አይ ደብሬ ግርድና ልግባ አለች? እስቲ የዲማው ጊዮርጊስ ይሁናት ያገሯ ታቦት ፅዮን ማርያም ትሁናት›› እያሉ ለብቻቸው ያወራሉ።

ምዕራፍ አምስት

ጣቃ ነጋዴው ታደሰ ደብሪቱን በወር 7 ብር ግርድና ቀጠራት። በማግስቱ ደብሪቱን ስለተያዥ ሊያነጋግራት ጠራት። ቀኑ እሁድ ስለሆነ ከገሙ ሰፈር ዕድር ስብሰባ በኋላ ወደ ቤቱ ተመልሶ የዕቁብ ሰዓት እስኪደርስ ድረስ ደብሪቱን ከማድቤት ወደ ሳሎን ብቅ በይ አላት።

‹‹ተያዥ ባሻ ቢተው ናቸው ያልሽኝ?›› ሲል ጠየቃት

‹‹አዎን ጌታዬ! ስለተያዥነቱ እኔ እነጋግራለሁ ብለውኝ ነበር›› አለች፣ አንገቷን አቀርቅራ በዚያ በደካማ ድምጽዋ ከሲታዋ ደብሪቱ።

‹‹ማነጋገርስ አነጋግረውኛል፣ ብቻ እኔና እሳቸው ወዳጅ ስለሆን በእሳቸው ተያዥነት ገብተሽ፣ በኋላ አንድ ጥፋት ብታጠፊ ከወዳጄ ጋር እንዳንቀያየም ሌላ ተያዥ ብታገኚ ለመጠየቅ ነው የጠራሁሽ››

ደብሪቱ ክፉኛ ደነገጠች። እጢዋ ዱብ አለ። በዚህ ምክንያት ያሰናብቱኝ ይሆን የሚል ሃሳብ ገባት። ነጠላዋን በአናቷ ላይ እንዳደረገች እና አንገቷን እንደደፋች

‹‹ኸረ ጌታዬ! አለ ባሻ ቢተው የማውቀው ዘመድም የለኝ። ደግሞ ባውቅም ተያዥ የሚሆነኝ አላገኝም።›› አለቻቸው

ጣቃ ነጋዴው ታደሰ ባሻ ቢተው ስለደብሪቱ ነግረውታል። ስለ ጠባይዋ እና ሙያዋ ብቻ ሳይሆን ባሏ በአንድ ቀን በሽታ እንደሞተባት እና ከሁለት ወር በፊት የወለደችው ልጅ የጠፋባት፣ የእመብረሃን እመጫት መሆኗንም አጫውተውታል። ልጄ ማለት ነች ብለውታል። ችግር፣ በልጅነት የባል ሃዘንና እንዲሁም የወለደችውን ለመሳም እግዜር ሳይባርክላት ቀረ እንጂ፣ ደብሪቱ ግርድና የምትገባ አልነበረችም ሲሉ አስረድተውታል። ይህችን ገና ሃያ ዓመት እንኳን ያልሞላት ልጅ አደራህን ሲሉ አስጠንቅቀውታል። ጣቃ ነጋዴው ታደሰን የመሰለ ሃብታም ሌላው ቢቀር ለእሳቸው ባለው አክብሮት ደብሪቱን እንዳይበድላት፣ የወር ደመወዟን እንዳይከለክላት ለነገሩ ያህል ብለው ነው የነገሩት እንጂ

በሌላ አልጠረጠሩትም። እሱ ግን ደብሪቱን ያነጋገረ ዕለት ጀምሮ አፍንጫው ማነፍነፍ አበዛ። አንድ ዓይነት ጠረን አፍንጫውን የመታው እንደመሰለ ይገባል ይወጣል። ደብሪቱ ምን ሽቷቸው ይሆን ጌቶችን ብላ ከደነገጠች ውሎ አድሯል።

‹‹ምንድነው እመጫት እመጫት የሚሸተው?›› ደብሪቱ ሰውነቷ ውሃ ሆነ። ላብ አሰመጣት። ልቧ ክፉኛ መታባት። አንገቷን ሰብራ ቀረች። ዝም አትል ነገር ቸገራት።

‹‹እኔ ነኝ ጌቶች።››

‹‹እመጫት ኖረሻል እንዴ?›› ብሎም ጠንከር፣ ጎላና ዘብነን ባለ የወንድነት ድምፅ ጠየቃት።

‹‹አዎን ጌታዬ››

‹‹የልጅ እናት ነሻ!››

‹‹እሱስ ጠፋብኝ እንጂ እሆን ነበር››

ደብሪቱ እንደተከዘች ደርቃ ቀረች።

ጌታዋ ይዘኑላት፣ የደረሰባትን አውቀው እንዳላወቁ ይጠይቋት አላሰላሰለችም።

ለሷ የመጣላትና ከቆመችበት ደርቃ ያስቀራት ከባልዋም ከልጇም ሳትሆን መቅረቷ ነው። አምላኳ በስንቱ እንደቀጣት ታስቧት ነው ከቆመችበት ደርቃ የቀረችው።

‹‹በይ ወደ ስራሽ ሂጂ፣ ስለተያዥ ጉዳይ እኔና ባሻ ቢተው እንጨርሰዋለን።›› አለና ደብሪቱን አሰናበታት።

እሷም እጅ ነስታ የተሰበረ ልቧን ይዛ ወደ ማድቤቷ ሄደች።

ጣቃ ነጋዴው ታደሰ ልጅ እፈልጋለሁ እያለ ወላድ የተባለች ሴት አንድ አልቀረችውም። ከደላላ ቤት ገረድ እየቀጠረ ሲያባርር፣ ሚስት አይልዋት ገረድ ከቤቱ እያከረመ ሲሸኝ የኖረ ነው። ስለ ልጅ ሲናገር የሰሙት ‹‹እዚያም እዚያም ሲል እውነት ልጅ ፍለጋ ቢሆን አንዷን አግብቶ ይቀመጥ ነበር።›› ይሉታል። እሱ ግን ሚስት አግብቶ ለምን ልጅ ለማግኘት እንደማይሞክር ቀረብ

የሚሉ ሰዎች ሲመክሩት ‹‹በህግ አግብቻት ሳትወልድልኝ ብትቀር ከልጅነት ዕድሜዬ ጀምሮ ያፈራሁትን ሃብት ለሁለት ሰንጥቄ ማካፈሌ አይደለምን?›› እያለ ይመልስላቸዋል። አመኑኝ አላመኑኝ ብሎ ደንታ የለውም። እንደ ዕድል ሆኖ ከደረሳባቸው ሴቶች ከአንዳቸውም ሳይወልድ መቅረቱ መሃንነቱን አውቆት ነው ሃብት ያስወደደው የሚሉትንም አላጣም። እሱም ይህንኑ እየሰማና በማያምንበት ያመነ እየመሰለ ሚስት ሳያገባ ጎልማሳ ዕድሜውን እያገባደደ ነው። ‹‹ነጋዴ ሲባል ሃብቱን ይዞ የሚሞት ይመስል ሚስት ሳያገባ ዕድሜውን የሚገፋ ጣቃ ነጋዴው ታደሰ ብቻ አይደለም።›› እየተባለለት እንደ እሱ የሳምንት እና የወር ሚስት ሲያመላልሱ እንደሚኖሩት አባወራዎች ስሙ እየተጠቀሰ በገሙ ሰፈር ስለሚወራ አቶ ታደሰ የሚፈርድበት እየጠፋ ስራው ሁሉ እንደ ነውር መታየቱ እየቀረለት ሄዷል። በተረፈ ከሂያጅነት በስተቀር ሰፈርተኛው በክፉ አያነሳውም።

ታደሰ ደብሪቱን ያነጋገረ ዕለት ‹‹ይህችን ልጅ ልሞክራት›› ማለቱ አልቀረም። ብትወልድም አታሳጣም፣ ልጅ ነች፣ መልክም አያንሳትም›› ሲል አሰበ። ወዲያው ደግሞ የክብሩ፣ የጌትነቱ ነገር ታወሰው። እንደሌሎቹ ሴቶች ሳትሆን ቀርታ ከወለደች ከገዛ ገረዱ ወለደ የመባሉ ነገር በአዕምሮ መጣበት። ነገር ግን መጽናኛ ፈለገ። ‹‹እኔስ የአቶ ማሞ አሽከር አልነበርኩ! አቶ ማሞ ዛሬ ከስረው ላያቸው ማንኛችን አሽከር ማንኛችን ደግሞ ጌታ እንደነበርን ለመለየት ያዳግታል።›› ሲል መበረታቻና ምስኪኗን ደብሪቱን የመድፈሪያ ሃሳብ አመጣ። በሌላ በኩል ‹‹አንዴ ከተደፋፈርን በኋላ እንደ ገረድ ለማዘዝም ይቸግራል፣ ብታጠፋም ሂጅ ብሎ ለማባረርም ያዳግታል›› እያለ ከራሱ ጋር ክርክር ያዘ። በመጨረሻ ግን ወንድነቱ እና አሳዳሪነቱ ህሊናውን ከማሸነፍ አልፎ አሳወረለት።

‹‹ምን አባቱ!! ቤቱ የኔ! ገንዘቡ የኔ! አልስማማ ብትል ጨርቋን ጠቅላ ትሄዳታለች። ከታደሰ ጋር አልቆረበች›› አለ። ደብሪቱን በቀጠራት በሶስተኛው ቀን ማታ ራት አቅርባለት ሲበላ ስለሙያዋ አመሰገናት። እሷም ጌታዋን በተቀጠረችበት ያስደሰተች መስሏት እጅ ነስታ ከበሩ ጥግ ተለጥፋ ገበታ ከፍ እስኪል ጠበቀች። ከገበታ ከፍ መልስ የእጅ ውሃ አቅርባ አስታጥባው እንደጨረሰች ታደሰ የደብሪቱን ክንድ ለቀም አደረገው። ደብሪቱ ክው አለች።

ያንዲት ምድር ልጆች፣ ቅፅ ፩ ገፅ 55

አላመነችም። ሰውነቷ ተንቀጠቀጠ። የእጅ ማስታጠቢያውንና ሳህኑን ባንድ እጇ ነጠቃት እና ከጠረጴዛ አስቀምጦ ክንዷን መጎተት ሲቀጥል ደብሪቱ ጨርሶ ውኃ ሆነች።

‹‹ምነው ጌታዬ ይልቀቁኝ እንጂ!›› በዚያ ደካማ አንደበቷ እና ልቧ እንደሌላ ነገር እየመታባት እና ሰውነቷ እየተንቀጠቀጠ።

‹‹ምን አስቸኰለሽ? ስራ አልጨረሽም ወይስ የምትሄጅበት አለና ነው!›› ብሎ ያቺን ደካማ ችግር የጎዳትን ምስኪን ደሃ ገፍትሮ ካልጋው ላይ ጣላት።

‹‹እባኮ ጌታዬ! የዚህ ፍላጎት የለኝም! እንጀራ ፍለጋ ነው እርሶ ቤት የገባሁት። ከሴት ተወልደው በሴት አይጨክኑ!›› አለችው ዕንባዋ ዝርግፍ ዝርግፍ እያለ። ባይኖቿ መንታ መንታ ዕንባ እየወረዳት። ታደሰ ግን ልመናና ዕንባዋን ከምንም ሳይቆጥረው ከጭንዋ መሃል ገባ።

‹‹በዚህ ላይ ወላድ ላይ ነኝ፣ ለእርሶ ለስምም ጥሩ አይደል››

‹‹ከገረዱ ወለደ እንዳልባል ለኔ አዘንሽ?›› ብሎ ቀለደባት እና የልቡን አደረሰ።

ደብሪቱ ተሸነፈች። ዕንባዋን እያዘራች ከጌታዋ አልጋ ተነስታ ወደ ማድቤቷ ሄደች። እንኳንስ ሰው በሌለበት አስር ሰው በሚኖርበት ቤት ከገረዱ ሊተኛ የፈለገን ጌታ ማንም ተመለስ እንደማይለው የታወቀ ነው። የራሱን ክብርና ህሊና ከጣሰ ማንንም ፈርቶ ከማይተው ጌታ አሳዳሪ አንዱ ጣቃ ነጋዴው ታደሰ ደብሪቱን በመሳሰሉ ችግርና ድህነት ከሰው በታች ባደረጋቸው ሴቶች እንደለመደው ይህቺንም የእግዜር ደሃ እንደፈቀደው አደረጋት። ደብሪቱ ለብቻዋ ከማድቤት ወለል ወድቃ ምርር ብላ አለቀሰች፣ እንቅልፍ ባይንዋ ሊዞር አልቻለም። ኩርምት ብላ ጉልበትዋን አቅፋ ዓይንዋን ብታፈጥ የፈሰሰ ውሃ እንደማይታፈስ የሷም የሰውነት ክብር ከመሬት ፈሰሰ። ሀብትና የወንድ ሃያልነት በሚሰማው ጌታ የስብዕናዋ መገፈፍ አንቀጠቀጣት። ጥርሷ ተፋጨባት። እርቃነ ስጋዋን ውርጭ ላይ የዋለች ይመስል ተንሰፈሰፈች። ሲነጋ ጠብቃ አሰናብቱኝ ልሄድ ማለት ታያት። ሌሊቱ ደግሞ አለቅጥ ረዘመባት። በዚያ በባዶ ወለል ላይ አስሬ

ብትገላበጥ አንድ ሌሊት ሳይሆን አንድ ሺህ ሌሊት የምትገፋ መሰላት። ቆርቁሯት የማያውቀው የገዛ ገላዋ እየቆረቆረ እንቅልፍ አላሽልባት አለ። በሌላ በኩል ሌላ ሃሳብ መጣባት። የባሻ እና የእመት ጌጤነሽ ነገር ታያት። አስቀጥሩኝ፣ ታያዥ ሁኑኝ ብዬ የለመንኩ እኔ ማለት ጀመረች። በገባሁ በሶስተኛው ቀኔ ምን ሆንኩ ብዬ፣ የሆንኩትንስ ለእነሱ ምን ብዬ እነግራለሁ? የትስ እገባለሁ? ምን ቤት አለኝና ዳግመኛ እነሱ ላይ ሸክም ልሆን እያለች አወጣች አወረደች። አቶ ታደሰ ያደረጋት እያስቆጫት፣ የገዛ ገላዋ እየቀፈፋት፣ የጨለመ ዕድሏን በሌሊቱ ጥቅጥቅ ጭለማ ብታስበው፣ ብታሰላው፣ ብታነሳ ብትጥለው መውጫው መሄጃው አልመጣልሽ አላት። ደብሪቱ እንቅልፍ አላሽልባት ብሏት ከግማሽ ሌሊት በላይ አሳለፈች፣ ሌላ ሃሳብ ደግሞ እንዲሁ መጣባት፣ መልሶ አስፈራት። የተኮነነች ነፍስ አድርጋ ራሷን ቆጠረችው። ነገር ግን ከመጣላት ሃሳብ ማምለጥ አልቻለችም። ከዚህ በፊት ሰው ቤት ግርድና ገብቼ ስለማላውቅ ምን አልባት የገረዶች ሁሉ ግዴታና የጌቶች ሁሉ መብት አቶ ታደሰ እሷን ያደረጋትን ይጨምር አይጨምር እንደሆነ ሳላውቅ በመቅረቴ ይሆናል በሚለው ሃሳብ ለማመን ከጀላት። ማርገዝም ቢመጣ ደግሞ ጌታ ተቀብሎ የማሳደግ ግዴታ እንደሌለበት ተሰማት። እሷ በዛ ሌሊት እንቅልፍ አጥታ በተጨነቀችበት ሰዓት ‹‹አምላኬ! እውነት ካለህ በዛሬው ብቻ ይብቃኝ። እኔ አቅም የሌለኝ ፍጡር ነኝ። አምላኬ! አንተ እርዳኝ የጌቶችን ልብ ወደ ደግ ምራልኝ። በእኔ ማህፀን አደራህን ፍሬ አታፍራበት።›› ብላ ፀለየች። ዕንባዋ ከመቅጽበት ዓይንዋ ላይ ግልብጥ አለና ስቅስቅ ብላ አለቀሰች። ባንድ በኩል መሄጃ መውደቂያ ስለሌላት እና ሴት ነኝ አቅም የለኝም ተሸናፊ ነኝ ብላ ስላመነች፣ አንዴ የሆነው ከሆነ በሌላ ቀን ደግሞ እንዲሁ እንዳያደርጓት በራስዋ ለመተማመን የማትችል ደካማ በመሆንዋ፣ ጣቃ ነጋዴው ታደሰ አምላክ ልብ ሰጥቶት ዳግመኛ እንዳይነካት በወንድነቱ እና ባሳዳሪነቱ ተመክቶ ያለውዴታዋ የሱን ፍቃድ ፈጻሚ እንዳያደርጋት ፈጣሪዋን አደራህን አለችው። ከጌታዋ አርግዛ አላምንም፣ አልቀበልም ቢላት የሚደርስባት ፈተና ስለታያት በዚህም ፈጣሪዋን እርዳኝ ከማህጸኗ ዘር እንዳይበቅልበት ለመነችው። ሁሉንም ለአንድዬ ሰጠችው። ከልቧ እያለቀሰች ተማፀነችው። አንተ ልታስጥለኝ ስትችል ለምን ጨከንክብኝ? ፊትህን ለምን አዞርክብኝ? ብላ አላማረረችውም። ያምላኳን

ኃይልና ችሎታውን አልተጠራጠረችም። ታደሰ ሲተናነቃት እሷ ዕንባዋን እያዘራች ይልቀቁኝ እያለች ስትለምን እና ስትማፀን ሳይደርስላት በመቅረቱ ተንግዲህ አንተን አላምንም እኔ አውቅበታለሁ አላለችም። በዚያው በኢትዮጵያ ምድር የፍትህ ያለህ እየተባለ ቢጮህ አምላክ አልሰማ አለ ብሎ ፊቱን አዙሮ መኖሩን እንደተጠራጠረው ወጣቱ ትውልድ አልሆነችም። ‹‹አምላኬ አንተ እርዳኝ›› ብቻ ነው ያለችው።

በሌላኛው ቀን አሳዳሪዋ ሳይመሽ በጊዜ ገብቶ ተመልሶ ወጣ። ወደ ቤቱ አልተመለሰም። በዚያው ቀረ። ከቤቱ አላደረም። ደብሪቱ ደስ አላት ‹‹ምነው በየቀኑ ቢያደርጉት ወይም እመቤቴ የምላትን ይዘውልኝ ቢመጡና ቢገላግሉኝ፣ ሁለተኛ እኔ ላይ ባልደረሱብኝ አምላኬ አንተ መቼም አያልቅብህም፣ አሁንም እምነቴ ባንተ ነው። አደራህን ጠብቀኝ›› አለች ለብቻዋ።

አቶ ታደሰ ማታ ቤቱ መሽት አድርጎ ገባ ደብሪቱ እራት አቅርባለትም ሆነ እጁን ስታስታጥበው ነቅነቅ ባለ ቁጥር ካሁን አሁን ‹‹ያዙኝ ጌቶች›› እያለች ስትደነግጥ ወደ ኋላዋ ሽሽት ፈንጠር ስትል ታደሰ እያየ እንዳላየ ሆነ። እሱም እንደዛለቱ እጅ መጠምዘዝ መጎተት አልቃጣውም። ራቱን በልቶ ለብቻው ከመኝታ ቤቱ ለብቻው ቁጭ ብሎ ከቆየ በኋላ ደብሪቱን ጠራት።

‹‹ደብሪቱ! ደብሪቱ! ይች ሴት ሲጠሯትም አቤት አትል››

‹‹አቤት መጥቻለሁ! ወደ መኝታ ቤት ሳትገባ ከበሩ ሆና።››

‹‹ደግሞ ከበር ተለጥፈሽ ነው እንዴ አቤት የምትይው? ከዚህ በፊት ግርድና የሰራሽበት ስነ ስርአትም አላስተማሩሽ? ››

‹‹ኸረ እኔ ጌቶች ሰው ቤት ተቀጥሬ ስለማላውቅ ነው እዚሁ ሆኜ የሚያዙኝን ልታዘዝ ብዬ ነው›› ስትል መለሰችና ወደ ውስጥ ገባ አለች።

‹‹ልጅነት አለቀቀሽም መሰል›› አላትና እንደተለመደው እጇን ሳታስበው ለቀም አደረገው። ደብሪቱ እንዳለፈው ጊዜ ልመናና ልቅሶውን አወረደችው። ግን ብዙም አልገፋችበት። አንዴ ከተደፈረች በኋላ በየቀኑ ልቀቁኝ ጌቶች እያለች፣ እየለመነችና እያለቀሰች እንደማትገፋው የታወቃት ይመስል ጌታዋ አልጋ ላይ

ደርሳ ከማድቤቷ ስትመለስ እንደተሸነፈች ተገንዝባው ሌቱን በእንቅልፍ አሳለፈች። ደብሪቱና ቀጣሪዋ ተለማመዱ። እሷም ከእንግዲህ እምቢ የማትለው ጉዳይ ሆነ። የሚፈራም የማይፈራም ነገር ቢሆን አንዴ ከተለመደ በኋላ ማስፈራራቱ፣ ማሳፈሩ እየቀረ ሄደ። የመጀመሪያው ቀን ሐዘንና ለቅሶዋ ሁሉ ቀረና ለፈጣሪዋ ያደረገችው ፀሎትና ልመና ሁሉ እንደ መረሳት አላትና ለዕርዳታ ሳይደርስላት የቀረውን አምላኳን መታዘብ ተወችና ዘና ብላ ታደሰ ቤት ከመኖር በስተቀር ሌላ መላ አጣችለት። ነገሩ ሲደጋገም ደብሪቱ በጌታዋ ቤት የእንጀራ ገመዷን የሚያስረዝምላት መሰላት። አክብሮቷን ትንሽ እንኳ ዝንፍ አላረገችም። ማታ ማታ የጌቶችን ስሜት ለማርካት አብሬ ከቆየሁ አይቀር ማደሪያዬ ከማድቤቱ አፈር፣ ካቧራው ወለል ለምን ይሆናል አላለችም። ‹‹እንዲያውም ደመወዝሽን አስቀድሜ ልስጥና ልብስሽን ለውጪ። የቤት ወጪው በየዕለቱ ከሚሆን ወር ላይ የሚያስፈልግሽን ያህል እሰጥሻለሁ። ለዛሬ ግን ያውልሽ›› አለና በጋቢው አሳልፎ፣ ከካፖርቱ አሳልፎ፣ ወደኮቱ እጁን ሰደደና ፊቱን ከደብሪቱ አዙሮ በላስቲክ ከታሰሩት የደለቡ ብሮች መሃል ሃያ ብር ቆጥሮ ሰጣት። ለጥ ብላ እጅ ነስታ በሁለት እጇ ተቀበለችው።

ታደሰ አለባበሱ እንደ ዕድሜውና እንደገንዘቡ አይደለም። ለብሩ ሳስቶ መልበስና ማጌጥ አይወድም። ታዲያ ሲያዩት ሽማግሌና ገልጀጅ ያለ ይመስላል። ሁኔታው ከዕድሜው በላይ አስረጅቶታል። ቤቱም ምንም ማዕረግ የለውም። ወንበር እና ጠረጴዜው፣ የሚተኛበት አልጋ፣ እሱን የመሰለ ሃብታም ጣቃ ነጋዴ ቀርቶ ለቀጠረው የቤት አሽከር እንኳን የሚበዛ አይደለም። የዱሮ ጌታው አቶ ማሞም እንደዚሁ ነበሩ አሉ። ሳይለብሱ፣ ቤታቸውን ወግ ማዕረግ ሳያሲዙ፣ ክረምት ከበጋ ጋቢና ካፖርት ሳይለያቸው፣ ሰው ሁሉ በገንዘባቸው መቼ ሊበሉበት ነው? ሲላቸው ከሰሩ። ታደሰም ከሳቸው ቤት አሽከርነት ገብቶ ሃብታም ለመሆን ሲበቃ ከከሰሩት ጌታው ሃብታቸውን ብቻ ሳይሆን አለባበሳቸውንና የቤታቸውን ስርዓት ጭምር የወረሰ ይመስላል። እርግጥ እሱ መብላት ይወዳል። ጥሩ ጥሩ ነገር ነው ሆዱ እሺ የሚለው። እንደ አቶ ማሞ አይደለም። እሳቸው ሳይለብሱ ከቆንቋናነታቸው የተነሳ ሳይበሉ ነው የከሰሩት። የእሳቸው ጥሩ ጠባይ ካንድ ሚስታቸው መጽናታቸው ነው። እንደ ታደሰ ቀሚስ ያጠለቀች ማንም ትሁን

ማን አታምልጠኝ ባይ አለመሆናቸው ነው። በዚህ ይለያያሉ። በተረፈው አንድ ናቸው።

እመት ጌጤነሽ ባለፉ ባገደሙ ቁጥር ‹‹ደብሬ … ደብሪቱ!›› እያሉ ይጣሩ እና ‹‹ለመድሽ ልጄ ?›› ይሏታል። ወደ ቤትም ገባ ይሉና ‹‹ተስማማሽ?›› እያሉ ይጠይቋታል። ሁለመናዋን ይቃኙና ‹‹አይ እንግዲህ ምንም አትይ፣ ሰውነትሽም ደህና ይመስላል!›› ይሏታል የእናትነታቸውን። እሷ ግን የታወቀባት እየመሰላት የምትመልሰው ይጠፉታል። ዓይናቸውን ማየት እያስፈራት ስራ ስራዋን የምታይ እየመሰለች ነው ‹‹ለምጃለሁ እማማ! ተስማምቶኛል፣ አዎ ምንም አልል!›› እያለች ዓይንዋ ዓይናቸውን እንዲሸሽ ታደርጋለች።

ደብሪቱ የወር አበባዋ ቀረባት። ይህ እንደሚገጥማት ሳታውቅ ቀርታ ከጌታዋ ጋር የቀበጠች ይመስል ክፉኛ ደነገጠች። እንዳይሆን የፈለጉት ነገር መሆኑ እንደማይቀር የገዛ ሰውነቷ እያወቀው መሆኑ፣ መድረሱ ላይቀር የደረሰ ዕለት ማሸበሩ እና ማስጨነቁ አይቀርም። ግድ አንዴ በሆነ ነገር ቢሸበሩ፣ ቢጨነቁ፣ ቢያዝኑና ቢተክዙ ምንም ማድረግ አይቻልም። የደብሪቱም ጉዳይ ይኸው ሆነ። የወር አበባዋ ሳይታያት ቀረ። መጸነሷ ታወቃት፣ ደነገጠች። ኩርምት አለች። ሀዘን ገባት። የምትሆነው፣ የምታደርገው ጠፋት። ላስወጣው አትል የንጉሳዊው ቤተሰቦች፣ የራስ ደጃዝማች ልጅ አይደለችም። ባለሃብት አይደለችም። የወር እና የሁለት ወሩን እያስወረዱ በገዛ ገላቸው ላይ ባለመብት እንደሆኑት እና የስጋ ፍላጎት እንዳልተከለከሉት ወይም ደግሞ ከማንም ጋር ያልማገጡ፣ የትም ያልዘለሉ መስለው፣ ስምና ክብራቸውን አጎደፉ ከማይባሉት ልዕልቶች፣ እመቤቶች እና ወይዛዝርት መሃል አንዷ አይደለችም። ደብሪቱ በገንዘብ እና በሃብት ብዛት ፍቱን ሃኪም ያለበት ሄዳ ወይም አንዱ የማህፀን ሃኪም ተራ ጠብቃ አደጋ ሳያገኛት የምታስወርድ፣ የማስወረድና ወሊድ የመቆጣጠር ባለመብት አይደለችም። ደብሪቱ ያስረጋዟ ገረድ ነች። በጌታዋ ቤት ትኑር አትኑር፣ እህል ውኃ ይኑራት አይኑራት የማታውቅ፣ ቀን ቢጎድልባት፣ ቢቸግራት፣ የልጅነት ባሏ ቢሞትባት እንጀራ አገኝ ብላ ግርድና የተቀጠረች፣ ከጌታዋ የፀነሰች፣ በጣቃ ነጋዴው ታደሰ ቤት በወር 7 ብር የተቀጠረች ገረድ ነች።

ደብሪቱ ታደሰ የወር ደሞዝዋን አስቀድሞ ቢሰጣትም የቤት ወጪዋን ሸማምታ የተረፋትን ገንዘብ ወዲህም ወዲያ ብታደርገው ጌታዋ እንደነገራት መቀየሪያ ልብስ ልትገዛበት አልቻለችም። ሰባት ብር የወር ደሞወዝ ነጠላና ቀሚስ ሊገዛ አይችልም። ከመርካቶ ስትመለስ አንድ የገሙ ሰፈር ነዋሪ ሸማ ሰሪ የእቁብ ገንዘብ ቢቸግረው በርካሽ ሊሸጠው የሰራውን ነጠላና ቀሚስ በሰፈሩ ሲያዞር ብታገኘው በሁለት ብር ተኩል ነጠላውን፣ በአራት ብር ቀሚሱን ገዛች፣ የቸገራት ማሰፊያው ስለሆነ እሱን የሚቀጥለው ወር ደመወዝዋን ታደሰ እስኪሰጣት መጠበቅ አለብኝ አለች።

ታደሰ ቀን የጣቃ ንግዱ ካለበት መርካቶ ሱቁ ውሎ ማታ ቤት ሲገባ ደብሪቱን ጠራት።

‹‹የታለ የገዛሽው ልብስ?››

‹‹አለ! ገዝቻለሁ። የአበሻ ነጠላና ቀሚስ ነው››

‹‹እኮ ወዲህ አምጭና ልየው!››

‹‹አልተሰፋም! ማሰፊያው ወር ላይ ይደርሳል ብዬ ነው፣ ነጠላው ግን ስለአልተቋጨ ነው እንጂ ሊለበስ ይችላል።››

‹‹ከዚያ ማሰፊያውን አምጣ አትይኝም? ለምን ወር ድረስ ትጠብቂያለሽ? እኮ ለማንኛውም አምጪውና ልየው››

ደብሪቱ የገዛችውን ጓዳ ነጠላ ቀሚስ አምጥታ አሳየችው። ለማሰፊያው ይበቃል ያለችውን ጠየቃትና ሰጣት። ከደመወዝዋ የሚታሰብ እንዳልሆነ ነገራት። እሷም የጌታዋ ልብ ያዘነላት እና ወደ እሷ ያዘነበለላት መሰላት። እጅ ነስታ የሰጣትን ገንዘብ ተቀበለች።›› የወር አበባዬ መቅረቱን ብነግራቸው ምን ይሉኝ ይሆን? ደስ ይላቸው ይሆን ወይስ ይከፋቸው? ስትል ራሷን መጠየቋ አልቀረም። ‹‹ለማንኛውም ሆዴ ሲገፋ እያወቁት ይሄዱ የለ፣ አሁን ብነግራቸው ይከፋቸውና ይጣሉኝ ይሆናል። ጨርቅሽን ጠቅለሽ ሂጂ አላውቅልሽም ቢሉኝስ!›› ስትል አሰበችና እራሷን በራሷ አስታግሳ ታደሰ የሰጣትን ሶስት ብር ከጡቶቿ መሃል አድርጋ ከማድቤት ስትንጎራደድ ቆየች። ለጌታዋ ራት አቅርባ የግርድና ወጓን ለማድረስ ከበር ስር ተሸጎጠች። ወጥ ሲያልቅ እየጨለፈች እንጀራ ሲያንስ እየጨመረች ከበሩ ተለጠፈች።

ታደሰም የጌታ ጉርሻ አስለምዷታል። አንዳች የሚያህል ጉርሻ እየጠቀለለ ደብሪቱ ይላታል። አቤት! ስትለው ያዘጋጀላትን ጉርሻ ብድግ ሲያደርግ እሷም ከተለጠፈችበት በር ወደ እሱ ትጠጋና ትቀበላለች። ወደ ግድግዳው ዞራ ትጎርሳለች። አብራ ቀርባ አልበላችም እንጂ አንድ ያጣላል ሁለት ያፋቅራል እያላት እሷም መቀበሏ ላይቀር እየተሸኮረመመች ‹‹ኧረ ጌቶች ይበቃኛል! ትለውና ከሱ የተረፈውን ደግሞ ከማድቤቷ ሄዳ ሳህኑን ጭልፋውን ጠራርጋ እሷም እራቷን ትበላለች። የመኝታው ሰዓት ሲደርስ ጌታዋ ዘንድ የቀራትን ጉዳይ ለመፈፀም ደረስ ብላ ትመለስና ከማድቤቷ ወለል ከጉልቻው እራቅ ብላ የእንጀራውን ሌማት ከተቀመጠበት አጠገብ ጆንያዋን እና የሳር ፍራሽዋን ከስር፣ ያለቀና የነተበ ካሊሚዋን ከላይዋ ላይ ደርባ ትጋደማለች። የግርድና ማረጓ ከሚፈቅደላት ትደፋለች።

‹‹ቀሚሱ አልተሰፋም እንዴ እስከ ዛሬ?›› አላት ታደሰ አንድ ቀን ማታ ሱቁን ዘግቶና አመሻሽቶ ከቤት እንደገባ የሚበላው ገና ስታቀርብለት።

‹‹ከልብስ ሰፊው ቤት ከትናንት ወዲያ አመጥቼዋለሁ። ጌቶች›› ስትል መለሰች።

‹‹ታዲያ ምነው ለብሰሽ አታስመርቂም?››

ደብሪቱ እንደማፈር አረጋት። የጌታዋን ፈቃድ ለመፈፀም ስትል ብዙም ደስ ሳይላት ያሰፋላትን ቀሚስ ካለበት ለብሳ መጣች። ታደሰ ወዳለበት መቅረብ አሳፍሯት ከበሩ ስር ቀረች።

‹‹ገባ በይ ልየው እንጂ!››

‹‹እሺ ጌቶች›› ብዙም ከቆመችበት በር ጥግ ሳትነቃነቅ አፈር እያለች።

‹‹እኔ ተነስቼ አንቺ ያለሽበት ድረስ እንድመጣ ነው ወይስ እንዴት! ወዲህ ገባ አትይም?›› ኮስተር እና ቆጣ እንደማለት ብሎ እሱ ካልጋው ጫፍ እንደተቀመጠ።

‹‹እሺ ጌቶች›› ብላ እንደ ህፃን ልጅ እጆቿን እያፍተለተለች አንገቷን ከመሬት ላይ ደፍታ ቀና ብላ ታደሰን ለማየት ሃፍረት

ይዟት ያለውዴታዋ ፈገግታ እያሳየች እራመድ ብላ እሱ ወደአለበት መኝታ ክፍል ገባች።

‹‹እንዴ... እንዴ አምሮብሽ የለም እንዴ? እስቲ ወደዚህ እራመድ በይ፣ መለስ፣ እንዲያ! እንዴ አምሮብሽ የለ እንዴ! ስፌቱም ጥሩ ነው። እስቲ አንዴ ዞር ወደ እኔ! ደህና ነው ትንሽ ወደ ጎን! አዎን፣ እንዲያ! ኧረ ደህና ነው በይ እንግዲህ በውሃ ይለቅ።››

ደብሪቱ እንደታዘዘችው ወዲያ ተራመደች ወዲህም ተመለሰች። ዞር አለች ጌታዋ እንዳዘዛት ሸንጥና ዳሌዋ አልቀረም በአዲሱ ቀሚስ ስታስመርቅ። በውሃ ይለቅ ስትባል ታደሰ የጠበቀው ደብሪቱ ጫማ ቢቀር ጉልበት ትስማለች ብሎ ነበር። ነገር ግን ደብሪቱ ገረዶችን ወክላ ጌቶች ፊት የፋሽን ትርዒት ልታሳይ የቀረበች የሚመስል እንቅስቃሴዋን እንደጨረሰች እዚያው ፊቷ ልውጥውጥ ማለት ጀመረና ፈጥና ወደ ማድቤቷ ሮጠች። እዚያም እንደ ደረሰች ከመሬት ድፍት አለች። ከዚያ ተነስታ አዲሱን ቀሚሷን አውልቃ አሮጌውን ለብሳ ተቀምጣ ቀረች። ሰውነቷ እሳት ሆነ በቅላቷ ላይ በርበሬ መሰለች። ሃሳብ ገባት። ለታደሰ ራት ማቅረቧን ዘንግታ ከተቀመጠችበት አንገቷን በሁለት እጆችዋ አንቃ ይዛ ቅጥል አለች። አገረሸባት። ዕንባዋ ይፈስ ጀመረ።

‹‹ምነው እኚህ ሰው ቤት ግርድና ሳልገባ በቀረሁ። እግዜር የሳቸውን ቤት እግሬ ከሚረግጠው ምነው በሰበረው ኖሮ። አሁን እኔ ምናቸው ነኝ ልል ነው? አይ ድህነት! እሱ ነው ደመኛዬ! ዕድሌ ነው የኔስ ጠላት፣ ለዚህ ያበቃኝ። ሲፈልጉ ካልጋቻው ያጋድሙኛል። ሲበቃቸው ከምድጃሽ ተመለሽ ይሉኛል። ወዲህ ዙሪ ወዲያ ዙሪ እያሉ በነፍስ በስጋዬ ይጫወቱብኛል። ከሳቸው ማርገዜን ነግሬያቸው ይረፉት እንጂ፣ ችዬ የምቀመጥበት ምክንያት የለም!›› እያለች ከራሷ ጋር አወራች። ዕንባዋን እየጠራረገች እተቀመጠችበት ሆና መሬት መሬቱን እያየች።

‹‹ዛሬ ራት የለም ወይስ እንዴት ነው?›› አለና ታደሰ ደብሪቱ ካለችበት ማድቤት ድረስ እየተንጎራደደ መጥቶ ጠየቃት

‹‹ኧረ አለ ጌቶች! አሁን አቀርባለሁ››

‹‹ለምን ቀሚሱ ወለቀ?››

‹‹ለስራ እንዲመቸኝ ብዬ ነው!››

ታደሰ ማድቤት ድረስ መሄድ አድርጎት አያውቅም። ደብሪቱ ድንገት ከች ሲልባት ደንግጣ ተርበተበተች። ወዲያው እየተቻኮለች እንጀራውን እያጠፈች በሳህን አደረገች። ወጡን በከሰል አሞቀች። የሚበቃውን ያህል በሳህን ጨልፋ እጁን አስታጠበችው። አቀረበችለት። እንደልማዷ ወደ በሩ ጥግ ራመድ አለች።

‹‹የት ትሄጂ ታዲያ ወጡን ለማውጣትም ቢሆን እዚሁ ብትቀርቢ አይሻልም?›› አላት። ደብሪቱ አላመነችም ቀርበሽ አብረን እንብላ ስትባል ከታደሰ መጥቶ የሰማች አልመሰላትም።

‹‹አ... ቤት ... ጌ... ቶ... ች ምን... አሉ...ኝ?››

‹‹እጅሽን ታጥበሽ ነይ ቀርበሽ ብዬ ነው ያልኩሽ››

‹‹ጌታዬ አይሆንልኝም››

‹‹ምኑ ነው የማይሆንልሽ?››

‹‹ከጌታዬ ጋር ቀርቤ መብላት ማለቴ ነው››

‹‹እኔ ያልኩት ነው? አንቺ ያልሽው ነው የሚሆነው?››

ደብሪቱ የምትመልሰው ጠፋት። ይህንንም ያህል መናገር መዳፈር መሰላት ከአንድ ሰዓት በፊት በሆነው ልቧ ተከፍቶባታል። ከጌታዋ ቀርባ መብላቱን በየአጋጣሚው መሸነፍ ሆነባት። እንደ እልህም ሞከራት። ይህንንም ቢሆን በለሰለሰና በታረመ አንደበት ደጋግማ ‹‹ከጌታዬ ጋር ቀርቤ መብላት አልችልም! አይሞከረም!›› ስትል ቆየች። ነገር ግን የደብሪቱ እልህ የገረድ እልህ በመሆኑ በጌታዋ ትዕዛዝ ከላይዋ ላይ በሮ ለመጥፋት አንድ ሁለት ያሳዳሪ ሃይለ ቃል በቃው። ታደሰ እንደፈለገው እንደሚያደርጋት ተሰምቷት ለብቻዋ ያዘነችው ሃዘን በአንድ ሁለት የጌታ ቁጣ ቃል ድራሹ ጠፋ። እንደታዘዘችው ወንበሩን ከገበታው ራቅ አድርጋም ቢሆን ቀርባ መብላት ጀመረች። ቢሆንም ግን ከጌታዋ ጋር ቀርባ መብላትዋ ግርድናዋን የሚያስረሳላት እንደማይሆን ታሰባት። ነገር ግን የጌታዋ ያሳዳሪዋ ፈቃድ ፈፃሚ መሆንዋ ሲታወሳት ቀርቦ አብሮ መብላትም የጌታ ትዕዛዝ ነውና መፈፀም አለበት ስትል

መንፈሷን አሸነፈችው።

የታደሰ ትዕዛዝ ቀርባ በመብላት ኣላበቃም። ቀርባ በልታ ካበቃች ገበታ ከፍ ካደረገችና ካስታጠበች በኋላ ከራሱ አልጋ ላይ እንደምታድር ነገራት። ማመን አቃታት። ቢሆንም እዚያው ማድቤትዋ ቆይታና ሰውነቷን ገና ባልተዳፈነው እሳት አሙቃ፣ እጅ እግሯን አነቃቅታ ከጌታዋ አልጋ ላይ ወጥታ አያድሩ ማደር አደረች።

ደብሪቱ ሰነበተች። ቢሆንም ጌታዋን ጣቃ ነጋዴው ታደሰን ገና ኣላመነችውም። የሆድዋን ጉድ ገና ስላልነገረችው ‹‹የሚሉትን ልስማ በምን አምናቸዋለሁ?›› ስትል ከአፏ ቀድሞ ሆድዋ ሊናገር ቀረበ። ‹‹ለዚያውስ ምን አናገረኝ፣ ሆዴን ሲያዩት መቼ ያጡታል?›› አለች ደብሪቱ በታደሰ ቤት አራተኛ ወሯን ጨርሳ አምስተኛውን እንደያዘች።

ደብሪቱ ግርድና ከገባች ወዲህ ቡና አጣጪዋና ገበያ አብራት የምትሄደው ይመኙሻል ነች። ከሷ ዘንድ በቀን ሁለት ሶስት ጊዜ ብቅ ሳትል አትውልም ይመኙሻል።

‹‹አንቺ ደብሪቱ ኣላንቺ እኮ ጋሼ ታደሰ ቤት እህል ውሃ ያገኘ የለም›› አለቻት ይመኙሻል ቡና ልታጣጣት መጥታ አቦሉን ጨልጣ ሁለተኛውን እየጠበቀች።

‹‹ገና አራት ወሬን ጨርሼ አምስተኛ ወሬን መያዜ ነው። ይህም እህል ውሃ ሆኖ እንዲህ ይባላል እንዴ!››

ይመኙሻል የውሸት ሳቅ ለመሳቅ ቡፍ አለች።

‹‹አንቺ ደግሞ ጋሼ ታደሰ ቤት ለገረድ እንኳን አምስት ወር አንድ ሁለት ወር ካመት በላይ ማለት ነው። እሳቸው መቼ ገረድ ያስቀምጣሉ! እኔ ነኝ ያለች ገረድ እሳቸው ቤት ገብታ ከወር በላይ አትቀመጥም። ሰረቀች፣ ሙያ የላትም፣ አመል የላትም እያሉ ሲያባርሩ ነው የኖሩት። ገሙ ሰፈር በሙሉ የሚያውቀው ነው››

‹‹አይ እንግዲህ እግዜር እህል ውሃሽ ይርዘም ብሎኝ ይሆናላ!››

‹‹እሱን ተይው ደብሪቱ አሁን ገና ቀለድሽብኝ›› እያለች

እንደተኮረኮረች ያህል ትስቅ ጀመር።

‹‹ምኑን ነው ተይው የምትይው? ደግሞስ ምን እንዲህ አሳቀሽ? ››

ደብሪቱ እሷና ጌታዋ በድብቅ የሰሩትን ስራ ሁሉም ሰው የሚየውቀው መስሏት ደነገጠች። ይመኙሻል አየችኝ አላየችኝ እያለች የገዛ ሆዷን ተመለከተች። ገፋ ማለቱ ይታወቅ እንደሆነም ሆዷን ለመደባበስ ቃጣት። ነገር ግን እጇን በየት አድርጋ ወደ ሆዷ አትልከው ነገር ጨንቋት ይመኙሻልን ዓይን ዓይን ታይ ጀመር።

‹‹አይ እንዳው አነጋገርሽ አስቆኝ ነው። ብቻ እንዳው ከኔ ልትደብቂኝ ስትሞክሪ ጊዜ...›› እያለች ሳቋ እያወላከፋት ቡፍ ቡፍ ስትል የያዘችው ስኒ ከጇ አምልጦ ቡናው ከመሬት ተደፋ።

ይመኙሻል ደብሪቱን ልታውጣጣት ፈለገች። በደብሪቱና በታደሰ መሃል ያለው ግንኙነት እያደር መገለጡ ላይቀር ደብሪቱ ከታደሰ ቤት ተቀጥራ ግርድና እየሰራች፣ አለሱ በግቢው ወንድ እንደሌለና የታደሰ አይምሬነትንም ሰው ሁሉ አውርቶት የጨረሰው ሆኖ የሷ ሆድ እየገፋ ሲሄድ ከታደሰ ማርገዟን ማንም ሊያውቀው ሲችል ይመኙሻል ወሬ ከመውደዷ የተነሳ ያመል ነገር ሆኖባት አፋጠጠቻት።

‹‹ምኑን ነው ካንቺ የደበቅሁት እባክሽ? ››

‹‹ኧረ ተይ ደብሪቱ አሁን ያ ነገር አልሆነም ልትይኝ ነው?››

‹‹የቱ ነገር?›› ‹‹አሁን ማንይሙት አንቺን የመሰለ አንድ ፍሬ ልጅ ያውም መልክሽ የሚያምር ጋሼ ታደሰ አግኝተው ለቀቁ ቢባል ሰውስ ያምናል?›› አለቻት።

ደብሪቱ በይመኙሻል አነጋገር ክው አለች። ድንጋጤዋ እስኪያልፍላት ጊዜ ወሰደባት። ቢሆንም ልታምንላት አልፈለገችም። ዝም ብላ እያዳመጠቻት ቆየች።

‹‹አሁን አንቺ ሆዷልስ ብልሽ ምን የምትፈጥሪልኝ ነገር አለና ነው እንዲህ የራስሽ ጉዳይ ይመስል የምትጨቀጭቂኝ?››

‹‹ኧረ ያርግልሽ፣ ካንቺ ጋር ቢኖሩ፣ አታንሻቸውም። ምን ወጣሽ

ከድህነት በስተቀር ከዚያች ከጠጅ ኮማሪት ውሽማቸው ታስንቂያለሽ። ግን ብልጥ ሆነሽ ቶሎ እንደምንም አርግዢላቸው፣ ያኔ ማን ይነቀንቅሻል፣ ከታደሰ ቤት እንደ መሠረት ድንጋይ ከቤታቸው ትክል ትያለሽ። እንዲያው እግዜርም እንዲያደርገው እሳልልሻለሁ!›› ብላ ይመችሻል ደብሪቱ የማታውቃትን የጌታዋን ያስረጋሢን ውሽማ ጠጅ ኮማሪት አሳውቃት፣ እንድታረግዝላቸው እሳልልሻለሁ ብላት፣ በሰባት ብር ግርድና ተቀጥራ፣ ታደሰ የሰማንያ ሚስት እንዲያደርጋት ተመኝታላት ቡናዋን እስከ ሶስተኛ አንቃራ ጥላት ሄደች።

ምዕራፍ ስድስት

የባሻ ቢተውና እመት ጌጤነሽ አንድ ልጃቸው በላይነሽ በስንት ወሯ አንድ እሁድ ወላጆቿን እና ልጅዋን ለማየት ገሙ ሰፈር ሄደች። አማኑኤል መሳለሚያን አልፋ፣ የፊት አውራሪ ሳህሌን አጥር ወደ ጎን ተወት አድርጋ፣ ወ/ሮ አልታየወርቅ ግቢ ስትደርስ እነኛ ቡና መጠጫ ያደረጓት አሽሙረኞች እየተጠራሩ ወጡ። ገሙ ሰፈር ያበቃላት አሽሟጣጭ እና አነብናቢ አበራሽ ልጅዋን በጎኗ አቅፋ ብቅ አለች።

‹‹ይህች ናት እንዴ የሽማግሌውና የአሮጊቷ ልጅ? ታዲያ ምን እንዲህ ያደርጋታል? ቂጥዋን እንዴት እንደምታደርገው አያችኋት›› አለች አበራሽ አብረዋት ለቆሙት አሽሟጣጮች። አበራሽ ሶዶ ጉራጌ ተወልዳ፣ ደጃች በቀለ ወያ ሰፈር አድጋና እዚያው ተድራ ገሙ ሰፈር ከገባች አመት ሳይሞላት የሰፈሩን ሰውና ታሪክ አጥንታለች። የእያንዳንዱን ሰው ታሪክ ስታወራ ለጉድ ነው። ያየና የነበረ ምስጋና ይንሳው! በዚህ ላይ ምላሷ አንድ ክንድ ነው። በእሷ አፍ አያግባኝ የምታሰኝ ለብላባ ናት።

‹‹ይህች ትዳሯን ባፍጢሙ ፈንግላ ብትሄድ ምን ይገርማል!›› አለች ይህቺው አበራሽ ደገመችና። አዳናቂዎቿ የበላይነሽን አለባበስ፣ ሻሽዋን፣ ቂጥ አንቀጥቅጥ ቡፋንቲ የተገተረ ሻማ ቀሚሷንና አረማመዷን እያዩ ተጠቃቀሱባት።

በላይነሽ አሽሟጣጮቹን ገላምጣቸው እየተወዘወዘች በአጠገባቸው አለፈች።

ሳቁባት፤ ምራቋን ተፋችባቸው። እንደገና አስካኩባት። ‹‹ቅናት ድብን አደረጋችሁ ነው! መች አጣሁት!›› ብላ እየተወዘወዘች አስታጠቀቻቸው። እሷስ ከመጣባት እህል ውኃ የማያሰኝ ቃል ለመናገር አያቅታትም። ዕድሜ ለቢስ ቤት። ቡና አበጣሪ ከሆነች ወዲህ የስድቡንና የማብሸቂያውን ቋንቋ ደህና ተክናበታለች። እነ አበራሽ ሲሳለቁባት ያዩት የመንደር ውሪ ህፃናት ‹‹እፍ እፍ ኮሌጅ›› እያሉ እየተከተሉ አበሸቋት። የላኩባት እነሱ ናቸው። ከአበራሽ በስተቀር ሌሎች ሴቶች በላይነሽን ሲያውቋት ረጅም ጊዜ

አላቸው። አንዳንዶቹ አብረዋት ገሙ ሰፈር ያደጉ ናቸው። ታዲያ ከድሮ ጀምሮ በመልኳ ማማር ይቀኑባት ነበር። አየለ ባል ላይሆናት አግብቷት እሷም በሱ ተመርራ ስትኮበልል አብሮ አደጎቿ ሆነው አላዘኑላትም። ዕውነተኛውን ዳኝነት አልዳረጓትም። ‹‹ድሮም ከኛ የምትበልጥ እመቤት የምትሆን መስሏት አለቅጥ ተዘባናብን ነበር! አምላክ የልቧን አይቶ ለዚህ ዳረጋት! ብላታለች በለጡ ከአብሮ አደጎቿ አንድዋ።

ባሻ ቢተውና እመት ጌጤነሽ ከቤት እንደተቀመጡ በላይነሽ ‹‹እዚህ ቤቶች! ብላ ብቅ ስትልባቸው ከሰማይ የወረደችላቸው ያህል ቆጠሩት። እያገላበጡ ሳሟት፣ እሷም ከብብትዋ የሸጎጠችውን ግማሽ ኪሎ ቡና አውጥታ ለእናቷ ስትሰጣቸው እመት ጌጤነሽ ‹‹ልጄ ምን አሳሰበሽ›› ሲልዋት ባሻ ቢተውም ‹‹አንቺ ምን አለሽና ለኛ ማሰብሽ! አሏት። እሷ ግን መልስ አልሰጠችም። የጠበቀችው ልጇን አምጥተው እንዲሰጧት ነው። ግን ልጄን ብላ ወዲያው መጠየቅ አልፈለገችም። እሷ ትውለዳት እንጂ ልጅነቷስ ለአያቶቿ ነው። ቢሆንም የውዴታ ቢሆን ጡቷን አጥብታ ጠረኗን አሽትታ ባሳደገቻት ነበር። ግዴታ ሆኖባት እና ልጅዋን ከጉያዋ መንጭቃ ለወላጆቿ ጥላ ባልኮበለለች ነበር።

‹‹እማማ ልጅቱስ? የት ነች?›› በላይነሽ ብዙ የጠበቀች መሰላትና ልጅዋን ሳይሰጧት ቢቀሩ ልጄ ምን ሆና ይሆን ብላ ሃሳብ ገብቷት።

‹‹አየሽው አይደል የልጅን ነገር እንዴት እንደማያስችል? እንዲህ ዓይነት ሆድ ይዘሽ ነው ታዲያ ጥፍት የምትይ?

‹‹ምን ታድርግ ብለሽ ነው፣ እሷስ በተረዋ እናት ሆና የለ? እባክሽ ከእንቅልፏም ቢሆን ቀስቅሺና አምጥተሽ ስጫት›› አሉ ባሻ ቢተው። እሳቸው የተኛች ልጅ ትቀስቀስ የሚሉ ለልጃቸው አድልተው ብቻ ሳይሆን የበላይነሽን ዓይን ባዩ ቁጥር በትዳሩ በኩል የበደልኳት እኔ ነኝ ስለሚሉ፣ በሚሆነውም በማይሆነውም እሷን ደግፎ መናገር ማካካሻ የሚሆንላቸው እየመሰላቸው ነው።

‹‹እርሶ ደግሞ ምን ይላሉ? የማይደረገውን!››

ከተኛችስ ትተኛ ስትነሳ እደርሳለሁ...እስቲ ብቻ ሂጂ ልያት››

አለችና በላይነሽ ከተቀመጠችበት ተነስታ አላስችል ቢላት የአባት እናቷ አልጋ ላይ በሻሽ ተሸፍና የተኛችውን ልጇን ገለጥ አድርጋ አይታት ተመለሰች። እመት ጌጤነሽ ወደ ማድቤታቸው ተቻኩለው ሄዱ። ለልጃቸው አንድ ነገር ለማዘጋጀት ብለው። እዚያው ከሄዱበት መንጎዳጎዳቸውን ቀጠሉ።

‹‹ልጄ ምነው ከሳሽ!›› ሲሉ ባሻ ጠየቋት።

‹‹ኧረ አልከሳሁም ደህና ነኝ!›› ስትል መለሰች።

‹‹ምን መክሳት ብቻ ጠቁረሻል››

‹‹አይ እንግዲህ ይሆናል ... እማማ ምን እየሰራሽ ነው?›› ድምጿን ከፍ አድርጋ ባሻ ያነሱባትን ጉዳይ ልትቀጥለው ስላልፈለገች። እሷቸውም ይህንኑ እንዳወቁባት እየተሰማት እናቷን እየጠራች ወደ ማድቤት ሄድ ማለት ስትጀምር

‹‹ኧረ እማማ ምን እየሰራሽ ነው?›› ስትል ደጋግማ ጠየቀች።

‹‹ምናምን ብትቀምሺ ብዬ ነው!›› አሏት እመት ጌጤነሽ።

በላይነሽ ከቤትዋ ስትወጣ እንጀራ መብላትዋን ለእናቷ ነገረቻቸው። ‹‹ቢሆንስ እናት አባትሽ ቤት መጥተሽ ምንም ሳትቀምሺ እንዴት ትሄጃለሽ?›› ብለው መለሱላት። እሷስ ያማራት ቡና ነበር። እናቷ በሰንበት ቀን ቡና ስለማይቆሉና ሰለማይወቅጡ ነው እንጂ፣ ያርብ ቡና ቢኖራቸው ቢያፈሉላት ፈልጋ ነበር። ከቤታቸው ከመድረስዋ በፊት የተቆላ ቡና ሸቷታል። ግን የእናቷን ልማድ ስላልዘነጋች የአርብ ቡና ቢኖራቸው ማፍላታቸው እንደማይቀር ስለምታውቅ ቡና እያማራት ቀረች። በላይነሽ እና እመት ጌጤነሽ ተያይዘው ከማድቤት ብቅ ሲሉ ተኝታ የነበረችው ልጅ ከእንቅልፏ ነቅታ ተነስታ ኖሮ ማልቀስ ጀመረች። እመት ጌጤነሽ በላይነሽ ትንሽ እንጀራ በሽሮ እንድትበላላቸው ማዘጋጀታቸውን ትተው ከበላይነሽ ጋር ወደ ልጅቷ ሄዱ። እሷም የቀረበላትን እንጀራ ትውት አድርጋ ወደ ልጅዋ ሮጠች። ካልጋው ላይ ለማንሳት እጅዋን ዘርግታ ነይ ብትላት ልጅቷ እሪታዋን ለቀቀችው። ልትስማት ጠጋ ስትላትም እርር አለች። አፍም ባይኖር በጅዋም፣ ባይኗም የምትፈልገው አያቷን ሆነ። ልጅቷ እናቷን አታውቃትም። አሁንም በልቅሶና በዕሪታዋ እጅዋን

እያርገበገበች አያቷን መሻቷ እንዲታወቅላት ተርገበገበች። እመት ጌጤነሽ ልጅቷን ካነሱ በኋላ አቅፈዋት እንደተቀመጡ በላይነሽ ቀረብ ብላ ነይ ብትላት አሻፈረኝ አለች። እሷም ልጅዋ ስትሸሻት አዘነች። ለመውለድ እንደታደለች፣ ልጄ ብላ ለማሳደግ እንዳልታደለች ገና እንደ አዲስ የተሰማት መሰለች። እናቷም ባሻ ቢተወም አዘኑ። በላይነሽ ቅሬታዋና ሃዘኗ ሲያይልባት ልጇን ልትታቀፋት ብትሞክር እያለቀሰችባት ብትቸገር፣ እመት ጌጤነሽ እንደያዟት ከእኩያዋ ትንቅንቅ የያዘች እስኪመስልባት ድረስ የልጇን ጉንጮች፣ አንገቷንና አፏን ሳይቀር እንቅ እያደረገች ትስም ጀመር። ልጇ ግን ስትሳምም የእምቢታ ድምፅ ከማሰማትም አልፋ ወደ አያቷ ጉያ ለመደበቅ ሞከረች።

‹‹አሁን ትንሽ ቆይታ ነይ ስትያት ትመጣልሻለች። ከንቅልፏ ስለተነሳች ነው እንጂ፣ ማንም ልያዝሽ ሲላት እምቢ አትልም። እንደ ልጅ አትምሰልሽ! ገና በደንብ ስላልነቃች ነው እንጂ፣ ስራዋ ሁሉ እንዳዋቂ እንጂ እንደ ልጅ አይደለም። ማልቀስ የሚባል ነገር አታውቅም!›› አሉ እመት ጌጤነሽ፣ ቢቸግራቸው ልጃቸውን ለማጽናናት ብለው።

‹‹ብትዘነጋት ነው እንጂ እምቢ ያለቻት የምታውቃትማ ቢሆን ትቀርባት ነበር›› ብለው ባሻ ቢተው የእመት ጌጤነሽ አነጋገር ለምን እንደሆነ ልብ ሳይሉት ቀርተው ነገር ሲዘባርቁ እሳቸው በዓይናቸው ተቆጧቸው። በግልምጫ አላስተረፏቸውም።

የበላይነሽ ልጅ ሴት አያቷ ጭን ላይ እንደሆነች ወላጅ እናቷን ትክ ብላ ማየት ጀመረች። አዲስ ሰው፣ አዲስ መልክ እንደምታጠና ያህል ትኩር አለችባት። በላይነሽም አይኗ ሆነ ልቧ ወደ ልጇ ሆነና እናትና አባቷ ለሚያናግሯት መልስ መስጠቱንም ዘነጋችው።

‹‹ነይ እስቲ!›› አለችና ሁለት እጆቿን እንደገና ወደ ልጇ ዘረጋች። ልጅቷ ግን ወደ አያቷ ጉያ ተሸሸገች እንጂ አልተጠጋቻትም።

‹‹አይ እባክሽ ጌጤነሽ ብታለቅስም ታልቅስ ስጫት ትያዛት፣ ልጇን ሳታቅፋት ልትሄድ ኖሯል?›› አሉ ባሻ ቢተው።

‹‹አልፈልግሽም ስትለኝ ግድ የለባትም እኔ ወለድኳት እንጂ ምኗ ነኝ!›› ስትል በላይነሽ አለቅጥ ክፍት ብሏት ተናገረች።

‹‹እንቺ ልጄ! ብታለቅስ አትሟሟ! እንቺ ያዣት!›› ብለው እመት ጌጤነሽ ከተቀመጡበት ተነስተው ልጇን እስኪሰጧት ድረስ ሳትጠብቅ በላይነሽ ነገር ትውስ ብሏት ዕንባዋ ካይኗ ዱብ ዱብ ይል ጀመር።

‹‹አንቺም እኮ እንደ ልጅ ነሽ! ምን ሆንሽና ነው የምታለቅሺው? ኧረ ተይ ልጄ! ተይ!››

ባሻ የልጃቸው ዕንባ አስተከዛቸው። እመት ጌጤነሽ ውጭ ውጭውን ያዩ ጀመር። በላይነሽ ግን ዕንባዋን በመሃረቧ ስትጠርግ ቆየች። እንደማይነጋገር ሰው ሁሉም ዝም ዝም አለ።

‹‹እኔስ የዕድሌ ነገር ነው የሚያሳዝነኝ!›› አለች በላይነሽ። ባሻና እመት ጌጤነሽ ሰውነታቸውን ወረራቸው። እሷን ማየት ትተው በሆዳቸው ውስጥ ያኖሩት የልጃቸው ዕድለ ሰባራ ሆኖ መቅረት እንደገና ሀዘናቸውን ቀሰቀሰው። ሆዳቸው ተላወሰባቸው። በተለይ ባሻ አላስቻላቸውም። ከሳቸውስ ሚስታቸው ተሻሉ። እንደምንም ድምጻቸውን አጥፍተው እያዘኑና እየተከዙ ከተቀመጡበት ተነስተው ወደ በላይነሽ ተጠጉና ፈገግ ፈገግ እያሉ ‹‹አየሻት ልጅሽ እንዴት እንደሚያደርጋት? መጫወት ጀመረች እኮ! ከንቅልፏ እንደተነሳች አነጫንጪት ነው አልቀርብሽ ያለች። አንቺም እኮ እንደ ልጅ ነሽ። ከሷም አትሻይ። አሁን ምን ሆድ የሚያስብስ ነገር አገኘሽና ነው እንዲህ ሆድ የሚብስሽ?›› አሏት።

በላይነሽ ‹‹የዕድሌ ነገር ነው የሚያሳዝነኝ›› የሚለው አነጋገሯ በቅርብ የሚያውቋት ሁሉ ዘወትር ከአፏ ሲወጣ የሚሰሙት ነው። ‹‹ባለፈው የደረሰብኝን የዕድሌን ነገር ልርሳው ብዬ ያልሆንኩትን ለመሆን ብሞክርም አልረሳ አለኝ›› ስትል ትሰማለች። አንድ ቀን ያች በመሸታና በከፊል ሴተኛ አዳሪነት የምትተዳደረዋ ደስታ የምትባለው ደባሷ ‹‹አንቺ እኮ እንዲህ ለሚያይሽ ሰው ካስሩ ጋር ለመዳራት ግድ የሌለሽ፤ ሶስት አራቱን ዲቃላ እታቀፋለሁ፣ በአባላዘሩ በሽታ እለከፋለሁ ብለሽ ስጋት የሌለብሽ፣ ከኛ የምትብሽ እንጂ እድሌ ከዚህ ቦታ ጣለኝ ብለሽ የምታዝኚ አይመስልም።›› ብትላት ‹‹በፊት ለፊት ለመሽርሞጥ ምንም ያልቀራት ሚንቂያም እንደምባል መች አጣሁት፣ የቡና አበጣሪ ሴቶች አጉል ስም በእኔም እንደተለጠፈብኝ የማይሰማኝ ይመስላል። ግን በልጅነቴ

የደረሰብኝን ልረሳው ብዬ ብስቅና ብጫወት የልቤን የማውቀው እኔ ነኝ›› ስትል መልሳላታለች። እርግጥ በላይነሽ በልጅነቷ የደረሰባት ሁሉ መበቀያው በጇ ያለ እየመሰላት እንደልቧ ለመሆን ትከጅልና መቁረጥ እያቃታት ብዙ ትቆጠባለች። እንዳንዴ ምን አባቱ ትልና የበለጠ ችግር ይደርስብኛል ብላ የምትፈራው የማይፈራና የማይደርስ አድርጋ ራሷን ለማሳመን ትሞክርና በመጨረሻዋ ደቂቃ ትተወዋለች። ከስራ ሁሉ የረከሰ ስራ ያው ሴተኛ አዳሪነት መሆኑ እየታወቃት በቡና አበጣሪነት ኑሮዋን ለመግፋት መርጣለች፣ ለነገሩማ ያ እንደመውደድ እያደረገም የሞከራት የዚያ የአውታንቲ ነገር ከልቧ አልጠፋም። ‹‹መንጃ ፍቃድ ሳወጣ አገባሻለሁ›› የሚል ቃል ስለሰጣት በሱ ተስፋ አልቆረጠችም።

በእረፍቷ ቀን ከቤትዋ ብቻዋን ስትሆን፣ የምትሰራው ሲጠፋት፣ ደስ ደስ ሲላት፣ ጨዋታ ሲያምራት፣ ደባሎቹዋን ማሳቅ ሲከጅላት፣ ‹‹ክርስቶስዬ አሁን ምንአለበት የምወደውን ፍቅረኛዬን እዚህ ድረስ ብታመጣልኝ!›› ትላለች። የማርያምን ልጅ ትማጠነዋለች።

በላይነሽ ትካዜዋ አልፎላት እና ዕንባዋ ደረቆላት ከወላጇቿ ጋር እየተሳሳቀች መጫወት ጀመረች። ልጇ እንደተነፋፈቁ ያህል በላይዋ ስትዘልና ለብቻዋ ስትጫወት ደስ አላት። ቀደም ሲል አልጠጋሽ ብላ ስትሸሻት ከፊቷ ድቅን ብሎ ያስለቀሳት ዕድሏ ተነነና እዚያው በዚያው ያለፈውን አስረሳት። አዲስ በላይነሽ ሆነች።

‹‹እስከ አሁን ስም ሳታወጡላት ማሚቱ እንዳላችኋት ነው አባባ፣ እማማ?›› ስትል ጠየቀች። ‹‹እኔማ ሙሉዬ ብያታለሁ። ሙሉነሽ ብንላት ይሻላል ብዬ ለጌጤነሽ ነግሬያታለሁ። እሷ ግን መስማማቷን አልገለጠችልኝም እንጂ››

‹‹እማዬ፣ አንቺስ ማን ትባል አልሽ?››

‹‹አንቺ ከተስማማሽበት ባሻዬ ያወጡትም ስም ይሆናል። ለዚያውስ ወንድ እሳቸው አይደሉ? ስም ቢያወጡ የሚያምር በሳቸው ነው።››

‹‹ ሙሉነሽ ቢተው ትባል እንደሆን እንጂ በዚያ እርኩስ ስም እሱም አባት ሆኖ በሱ እንዳትጠራ እንጂ፣ በስሙስ እኔም እስማማለሁ። አባባ ሙሉዬ ያልካት በኔ የጎደለው በሷ እንዲሞላ

ብለህ አይደል? ጥሩ ነው! ጥሩ ስም ነው። ብቻ መጠራት ያለባት በቢተው ነው። እሺ?››

እመት ጌጤነሽ ቀበል አደረጉና የባሻን ፊት እንደገና መለዋወጥ በጎን አየት አድርገው ኖሮ ‹‹በቢተው ነው እንጂ ኳላማ በማን ትጠራ ኖሯል! የምናሳድግ እኛ አይደለን? የት አባቱ ያውቃታል። መቼ ልጄ ብሎ ፈልጎ መጣ? እሱንስ ምጣት ያምጣበት!›› አሉና የባላቸውን ፊት መለዋወጥ እያዩ ነገር ያዳፈኑና ያስማሙ ለመምሰል አየለን ረገሙ።

‹‹ደብሪቱ የለችም እንዴ ዛሬ?›› ስትል ጠየቀች እናቷን፣ የተጀመረውን ጉዳይ ቶሎ ለማረሳሳት ብላ። የአየለ ነገር ሲነሳ ይመራታል። አፏን ሬት ሬት ይለዋል። ምሬት ይሞላዋል፣ ጭንቅላቷ ይቃጠላል። የሱ ነገር አይሆን ሆኖ ነው እንጂ እንዲነሳ አትፈልግም። ግን ሌላ ሰው ባያነሳ እሷ ማንሳቷ አይቀርም። ሆኖም የሷ መጥፎ ትዝታ መልሶ ሲሰነፍጣት ቶሎ ካነሳችው ያስር አለቃ አየለ ጉዳይ ልትሸሽ ትጣዳፋለች።

‹‹የለችም! አሁን እመለሳለሁ ብላ ወጣ አለች›› ግርድና ጣቃ ነጋዴው ታደሰ ቤት መቀጠሯን በላይነሽ በደግ አትመለከተው ይሆናል በሚል ስጋት፣ ወጣ ብላለች ሲሉ መለሱላት።

‹‹አይሄሄ! የሷን ጉዳይ ታደሰ ዘንድ ዛሬ እጨርሳለሁ! ምነው ጌጤነሽ ስረሳው ብታስታውሺኝ። ዋስትናዬ በቃል ይሁን በወረቀት ብዬ እጠይቀዋለሁ ስል ዘነጋሁት።

‹‹እንዲያው ዘመኑ ያመጣውን ወረቀት የያዘውን አይለቅም፣ በቃል የተነገረ ይረሳል ስለሚባል እንጂ ታደሰስ ማመን ያምነኛል።›› ሲሉ ከበላይነሽ የተደበቀውን ጉዳይ ዝርግፍ አደረጉት። የሚስታቸውንም ያይን ጥቅሻ ለምን እንደሆነ ልብ አላሉትም ባሻ ነገር ሲዘባርቁ።

‹‹እርሶ አሁንስ አረጁ መሰል! ምነው ሁሉን ነገር እንዲህ በቤትም ባደባባይም የሚነገር ነው? ነገር የመርሳትዎ ጉዳይ ግርም ነው ያለኝ።››

‹‹አንቺን ወጣት ነሽ ያለሽ ማነው? እስከ ዛሬ ያንቺ ልብ ሲጠፋ የኖረ እውን የወጣትነት ሆኖ ነው!?››

‹‹አይ! የኔ ልብ እንኳን የሚጠፋ እርሶ እዚህ ቦታ ሳይሉ ከቤት ወጥተው ጥፍት ብለው የዋሉ እንደሆን ነው››

‹‹ኧረ! ተይ ጌጤነሽ! ተይ! አሁንማ አርጀተህ በቅቶህ ከቤት ውለሃል ማለትሽ አይደል? ባንቺ ቤት። እኮ ነገር የሚያስረሳ ያው እርጅና ሆኖብህ ነው ማለትሽ አይደል? አይ! ጌጤነሽ! አየሻት በላይነሽ እናትሽ የምትመጣበትን መንገድ›› ሲሉ ስሞታ አቅራቢ መስለው እየተናገሩ ይስቁ ጀመር።

በላይነሽ እናቷና አባቷ ድሮ ልጅ ሆና ሳትዳር እንደሚቃለዱት ሲቃለዱ ስትሰማቸው መንፈሳዊ የሚሉት አይነት ቅናት ቀናችባቸው። ‹‹የምወደውን ወይም የሚሆነኝን አግብቼ ቢሆን ኖሮ የእርጅናው ዘመን ፍቅር፣ ቀልድ፣ ጨዋታና ለዛ ቢቀር ያፍላ ጋብቻ ፍቅር፣ ቀልድ፣ ጨዋታና ለዛ መች ይቀርብኝ ነበር›› አለች በልቧ። እሷ የእናትና የአባቷን ያህል የብዙ ዘመን የጋብቻ ኑሮ ቀርቶ የአንድ ቀን ፍቅርና ደስታ ሳታይ መቅረትዋ እንያንገበገባት። እነሱ በልጅነትዋ የምታስታውሰው ቀርቶ በስተርጅና ቁጭ ብላ የምታዳምጠው ላዛ ያለው፣ መዋደድ ያልተለየው ቀልድ ሲቃለዱ ስትሰማ ያንን የምታዝንበትን ዕድሏን አምላኳን በልቧ ወቀሰች። ልትረሳው ወደምትፈልገው ጉዳይ ተመለሰችበት። ፈገግታዋ ወደ ሃዘን ልውጥ አለ። ወዲያው ማሳል ጀመራት። በእናት አባቷ ፍቅር በመቅናቷ ለቅጣት የተላከባት ይመስል ክፉኛ አሳላት፣ አስነጠሳት እየደጋገመ፣ ያውም የደረቀ ሳል። ባሻ እና እመት ጌጤነሽ ቀረቧት በላይነሽ ልትረሳው የምትሞክረው የዕድሏ ነገር ድቅን አለባት።

‹‹ልጄ ደግሞ ይህንን ሳል ከየት አመጣሽው?›› ሲሉ እናቷ ጠየቋት። እሷን ማሳል ሲጀምራት እሳቸው ከተቀመጡበት ተፈናጥረው ተነስተው ካጠገቧ ደረሱና ደረቷንና ትከሻዋን በጃቸው ደገፈው፣ ድንጋጤውም ተጨምሮባቸው እዚያው ካጠገቧ ደርቀው ቀርተው ቆይተው ኖሮ።

‹‹ቡና ማበጠር የፈራሁት ይህንኑ ነበር!›› አሉ ባሻም እዚያው ከተቀመጡበት መደብ ሳይነሱ፣ ልጃቸው ላብ ሲያጠምቃት፣ መላልሶ ሲያስነጥሳት፣ እንደገናም እፍን እያደረገ እያስጨነቀ ሲያስላት፣ ዓይናቸው ዕንባ አቅርሮ ተመለከቷት። በላይነሽ ግን

ሳሉ ፋታ ስላልሰጣት መናገር አልቻለችም። ትስላለች፣ ታስነጥሳለች፣ ደረቅ ሳል ምንም የማይወጣው፣ የሚቧጥጥ፣ ላብ የሚያስምጥ፣ ልብ የሚያፈርጥ፣ ቋቅ የሚያደርግ፣ ቁጭ ብድግ የሚያሰኝ ክፉ ሳል።

ባሻና እመት ጌጤነሽ ልጃቸው ቡና አበጣሪ ከሆነች ዕለት ጀምሮ የፈሩት አንድ ልጃችን በሽታ ላይ ትወድቃለች ብለው ነበር። የፈሩት የደረሰ መሆኑን አወቁት። በሃዘን አስተዋሏት። እንኳን እነርሱ ሙሉነሽ ተብላ ስም የወጣላት የበላይነሽ ልጅ ሳትቀር እናቷን በፍርሃት አስተዋለቻትና ዕሪታዋን አቀለጠችው። ‹‹የከሳችውና ጠቆርቆር ያለችው ለካስ በጤናዋ አይደለም!›› ተባባሉ ባሻና ጌጤነሽ። የልጃቸው መከራና ስቃይ መጀመሪያው እንጂ መጨረሻው ምናልባትም ከዚህ የባሰ፣ ዕድሜ ልካቸውን ሲፀፅታቸው የሚኖር መሆኑ እየታያቸው ነው መሰል! ባሻና እመት ጌጤነሽ ሰውነታቸው አለቅጥ ደነገጠባቸው።

ምዕራፍ ሰባት

ብላታ ኅበዝአየሁ ከግዞት ተመልሰው አዲሳባ ቤታቸው ከገቡ ጀምሮ ባሻ ቢተው እየተመላለሱ ይጠይቋቸዋል። እንዳው ከብላታ ጠጋ ብለው ለመጨዋወት ዕድል አላገኙም እንጂ፣ አብዛኛውን ጊዜም ከቤት ሳያገኟቸው ይመለሱ እንጂ፣ እሳቸውስ ካፍንጮ በር ተለይተው አያውቁም።

ብላታ ከግዞት ተለቀው ቤታቸው ከገቡ ወዲህ ‹‹እንኳን ለቤትዎ አበቃዎት›› እያለ ከቤታቸው ከሚሄደው የቅርብና የሩቅ ዘመድና ወዳጅ ይልቅ የሚበዛው ትምህርት ቀመሱ፣ ለውጥ ፈላጊው ወጣት ነው። ብላታም በተማሩና ላገር በሚያስቡ፣ የራሳቸው የለውጥ አስተያየት ባላቸው ወጣቶች ተከበው መዋል የሚሰጣቸው ደስታ ከልክ በላይ ነው።

ባሻ ቢተው፣ ብላታ ኅበዝአየሁ ዘንድ ሲሄዱ እልፍኝ ድረስ ይገቡ ይባላሉ። እንደ ደጅ ጠኚ አደግድገው በጠራራ ፀሐይ ከደጅ ተከርረው አይውሉም። እንደ ሌሎቹ ያገራችን ባለስልጣናት መኳንንት ቤት እንደሚደረገው ወደ አንዱ ሥርቻ ተገፍትሮ ከዚህ እንዳትላወስ ብሎ ዓይኑን የሚያፈጥባቸው አጋፋሪ አይገጥማቸውም። ብላታም ደህና ተቀብለው ያነጋገሯቸዋል። ‹‹እንዲህ ተጎሳቅሎ የትም ወድቆ ቢቀር እንዴት ያለ ጀግና! ላገሩ የሠራ ይመስላችኋል?›› እያሉ ከርሳቸው የለውጥ አስተያየት ጋር ተመሳሳይነት ካላቸው ወጣቶች ጋር ባሻ ቢተውን ያስተዋውቋቸዋል። እንግዶቻቸውን እስኪሸኙ ድረስ ብቻ አጋፋሪያቸውን ጠርተው ‹‹እባክህ ደህና ቦታ ስጥልኝና እንግዶቹ ሲወጡ አስገባልኝ›› ይሉታል አጋፋሪያቸውን ምንም ቢሆን ጌትነቱም ስላለችባቸው።

ባሻ ቢተው በማለዳ ብላታ ኅበዛየሁን ለመጠየቅ አፍንጮ በር ቤታቸው ሲደርሱ ብላታን ለብቻቸው አገኟቸው። እሳቸውም ስለአገር ጉዳይም ሆነ ስለሌላ ቁም ነገር ከባሻ ጋር ሰፋ አድርገው የተወያዩበት ጊዜ ስላልነበር እንዲህ ብቻ ለብቻ ሲገናኙ ከባሻ ጋር ለመጨዋወት የወሰኑ መሰሉ። ባሻን በደህናው ወንበር ካጠገባቸው

እንዲቀመጡ አዘዙ። ፈገግታውና ነቃ ነቃ ማለቱ አልተለያቸውም ብላታ ኅበዛየሁ። ከሥር ከተፈቱ ወዲህ የሚታይባቸው ገጽታ የፈካና መንፈሳቸውም ሞቅ ሞቅ ያለ እንጂ በእሥራትና ግዞት የተሰበሩና የደከሙ አልመስል አሏቸው፤ ባሻ ቢተው ብላታን ባለፈው ሰሞንም ዛሬም ትክ ብለው ሲመለከቷቸው።

‹‹እንዴት ሰነበትክ ቢተው? ምነውሳ ጠፋህ?›› ሲሉ ጠየቋቸው። እሳቸውም ለጥ ብለው እጅ ነሷቸውና ከብላታ ፊንጠር ብሎ በሚገኘው ያጌጠ ወንበር እንደታዘዙት ከተቀመጡ በኋላ።

‹‹የደህ ነገር መች ይሞላለታል ብለው ነው ጌታዬ››

‹‹እናንተ የዱሮ አርበኞች ስትባሉ እኮ ከንግዲህ ለቁም ነገር አንፈለግም ብላችሁ ነው መሰል በየስርቻችሁ የተከተታችሁት።››

‹‹ኧረ ጌታዬ አልጠፋሁም። መቼም የኛ ነገር የየራሳችን ችግር አያከለበን ነው እንጂ ለመጥፋትስ ብዬም አይደል።›› ብላታ ድንገት ከእልፍኛቸው ወጥተው ወደ ሌላው ክፍል ገቡና ከጥቂት ደቂቃ በኋላ ሲመለሱ ባሻ የሚገባቸውን የትልቅነት ክብር ለገሱአቸው። ገና ብቅ ሲሉ ከወንበራቸው እንዳደገደጉ ተነሱላቸው። ከወንበራቸው እስኪቀመጡ ድረስ እሳቸው እንደቆሙ ቀሩ ብላታም ያክብሮቱን ነገር አልጠሉትም፣ ተመቻችተው ከተቀመጡ በኋላ ‹‹ቁጭ በል ቢተው›› ነው ያሉት። ወዲያው አንድ አሽከር አንድ ጠርሙስ ጠጅ ከፊታቸው አቅርቦ በብርጭቆ ቀዳላቸው። በማለዳ ጠጁን ለመዳፈር ሆዳቸው ባይፈቅድም የጌታን ግብዣ መቀበል በብላታም ቤት ቢሆን የድሃ ግዴታም ጭምር በመሆኑ ባሻም ተቀበሉት። አንድ ብርጭቆ ብቻ ጠጥተው የሚተውትም አልመስል አላቸው። በብላታ ቤት የሳቸውን ትራፊ የሚጠብቅ ከሳቸው ያነሰ ሰው ይኑር፣ አይኑር ባያውቁም ከጌታ ፊት ቀርቦ ሲጋበዙ የሚበላውንም ሆነ የሚጠጣውን ሆድ ከሚችለው በላይ ይጋተሩታል እንጂ ይበቃኛል የማይሉት፣ ደንቡም ሆነ ወጉ ይኸው እንደሆነ ባሻ አልተዘነጋቸውም። የብላታንም አስተያየት ከዚህ አርቀው ሊመለከቱት አልቻሉም።

ጠጃቸውን መጎንጨት ጀመሩ።

‹‹ያገራችን ጉዳይ ምን ይመስልሃል?›› ሲሉ ብላታ ደልደል ካለው

ፎቴ ወገባቸውን አመቻችተው ፈገግ እያሉ ጠየቋቸው።

‹‹አዬ ጌታዬ እኛ ምኑን እናውቀዋለን? አልተማርን?›› ብለው ባሻ መለሱ።

‹‹አንተ እንዲያው ሰንበትበት ብለህ በመጣህ ቁጥር ዓይን አፋር ትሆናለህ መሰል! የተማረ ብቻ ነው እንዴ ላገሩ የሚያውቅ? ላገሩ የሚያስብ የተማረ ብቻ አይመስለኝም እኔስ! ድሮ ምን ትምህርት ኖሮን ነው፣ የትኛውንስ የውጭ ቋንቋ አውቀን ነው ፋሽስት ኢጣሊያ አገራችንን ሲወርና ነፃነታችንን ሊገፍ ሲመጣ ባርነትና ውርደትን አንቀበልም ብለን በዱር በገደሉ የተዋደቅነው ቢተው? በል እስቲ ንገረኝ?››

‹‹ጌታዬ መቼስ እኛን ከሰው ጥፎን ማን ስላገር ጉዳይ ጠይቆን ያውቃል? ብዬ ነው እንጂ ነገሩስ አልጠፍቶኝም››

ባሻ ቢተው የብላታ ኅበዛየሁ አጠያየቅ ወዴት እንደሆነ ታወቃቸው። እንዲያውም በብላታ ዘንድ ምንም ቢሆን ስላገር ጉዳይ የሚጠይቁትና አብረው የሚመክሩ ስላልመሰላቸው ለተጠየቁት መልስ ለመስጠት ዳርዳር አሉ።

‹‹እኔስ ጣልያንም ካገራችን ወጥቷል፣ አገራችንም ሰላም ነው ብለህ ባገራችን ፍትሕ ሲጠፋ፣ ጉቦና አድልዎ አለቅጥ ሲገን፣ ሕዝብ መብት የለሽ ሲሆን፣ አንዱ ሲበላ ሌላው ጦሙን ሲያድር አልታይ ብሎህ፣ ባገራችን አስተዳደሩም ሁሉም የተመቸ ነው ብለህ እንደሁ ብዬ ነበር እኔማ!››

ባሻ አንደበታቸው ተከፍቶ ነቃ ነቃ ብለው መናገር ጀመሩ።

‹‹እንኳን እኔ ዳዊት ደግሜ፣ ላገሬ ነፃነት ደክሜ፣ የዕድሜ ጌታ ሆኜ እዚህ የደረስኩት ቀርቶ፣ ዛሬ አንድ ፍሬም ልጅ እያወቀው ነው። እኛ አገራችን ኢትዮጵያ ያልተወለድንባት፣ ያልደከምንላት ይመስል ብንበደል በደላችንን የሚሰማን አናገኝ። የደከሙላት ቀርቶ ያልደከሙላት አገር ነች ኢትዮጵያ የሚያሰኝ ነው ጌታዬ። ኧረ ጌታዬ እኔን ግርም የሚለኝ የተማረውም ያልተማረውም፣ መሃይሙም፣ ነጋዴውም፣ ገበሬውም ፍትሕ አጣሁ፣ ዳኝነት ተጓደለብኝ ሠርቼ መብላት አልቻልኩም፣ ለባለሥልጣን ጉቦና ምልጃው ገደለኝ እያለ ሲያማረር ነው የምሰማ። ደግ ነገር ካልመጣ

መጭው ጊዜስ ያስፈራኛል ጌታዬ››

ባሻ የሚያደፋፍራቸው ካገኙ ብዙ ይናገራሉ። እሳቸው በዕድሜያቸው የኖሩትን ኑሮ ኖረው ያወቁት አንሶ፣ ካስተማሪው ከበደ ጋር መዋል ከጀመሩ ወዲህ ደግሞ ‹‹ባገር ጉዳይ ገለልተኝነት የለም!›› ማለት ጀምረዋል። ብላታ ኀበዛየሁ ሲነኳኳቸውማ በልባቸው ያለውን ሁሉ አንድም ሳይቀር ዘረገፉት። ሞቃቸው።

‹‹እንዲያ ነው! እኔ ጋይንቴም ብሆን የናንተን የጎጃሞችን ጀግንነት አደንቃለሁ። ካንድ ጋይንት አስር አጋንንት የሚባለው እንኳ እውነት ያለው አይመስለኝም። ከያገሩ ብዙ ጀግና ላገሩ አሳቢ ሞልቷል። ታዲያ ካገር ጉዳይ ቢሸሹት ያሉበት ድረስ ገፍቶ መምጣቱ ይቀር እንዳይመስልህ። እኔም እንደ በረት ከብት ስታሠር ስፈታ የኖርኩት ላገሬ ብዬ እንጂ ለኔስ የጎደለብኝ ነገር ኖሮ እንዳልሆነ የሚያውቅ ያውቅልኛል። እኔ ዘውድ ፈላጊ አይደለሁም ወይም ዘውዱ ለከሌ ይገባል ባይም አይደለሁ። ዘውድ ከንግዲህ ላገር አይበጅም። ለሕዝብ የሚበጅ ሕገ መንግስት ይውጣና ሕዝቡ በራሱ ይተዳደር ነው የምል›› አሉ ብላታ።

‹‹እናውቃለን እንጂ ጌታዬ፣ መች አጣነው?›› ብላታ የተናገሩትን ከዚያ በፊት ይወቁት ወይም ገና አሁን በብላታ አፍ ሲነገር ይሰሙት ልብ ማለት አልፈለጉም ባሻ ቢተው እናውቃለን እንጂ ጌታዬ መች አጣነው?›› ሲሉ መለሱላቸው። ብላታ ላገር መፍትሄ ብለው የሚያቀርቡት ይበጅ አይበጅ እንደሆን በዘላቂነት ፍትህንና እኩልነትን ያምጣ አያምጣ የሚያውቁት ነገር የለም። ባሻ ቢተው አንድ የሚያውቁት ነገር ቢኖር ብላታ ከጃንሆይ ጋር ስምም አለመሆናቸውን ነው። ይህንንም ገና ካርበኝነት ጊዜ ጀምሮ የሚያውቁት ነው። በተረፈ በብላታ ላይ እምነታቸው የጠና በመሆኑ እሳቸው ላገርና ለወገን የሚበጅ ነው የሚሉትን ሁሉ ከልባቸው ያዳምጡታል። ላገር አሳቢ፣ ባገርና በወገን ጉዳይ ቀድመው የሚገኙ ዕውነተኛ ኀበዝ ጀግና መሆናቸውን የማይጠራጠሩት ጉዳይ ነው።

‹‹ሆኖም፡፡፡›› አሉ ብላታ ኀበዛየሁ ከፎቴው ላይ ዘና ብለው እግራቸውን እያነባበሩ ‹‹፡፡፡ ሆኖም ባገራችን ደም እንዳይፈስ መንገዱ አንድ ብቻ ነው፣ ሌላም የለው። እኔ ጥንት ተፈሪ

ከመንገሱ በፊት ኢያሱ የኢትዮጵያ የቅርብ ጠላት ነው ተፈሪ ግን የሩቅ ጠላት ነው፣ የቅርቡን ጠላት በሩቁ ጠላት እያለ ነፍሱን ይማረውና ወዳጇ ነጋድራስ ገብረ ሕይወት ባይከዳኝ ሲነግረኝ አልዋጥልህ ይለኝ ነበር። ነገር ግን ኢጣልያ ፋሽስት አገራችንን ከወረረ ወዲህ ንጉሠ ነገሥትን ያህል ታላቅ መሪ ከአርበኞች መሃል ሆኖ፣ በጦር ሜዳ የተፈታውን ሠራዊት እያሰባሰቡ፣ ከፋንና ኢሉባቦርን በመሳሰሉ ለጠላት አዳጋች በሆኑ ሥፍራዎች ጠቅላይ ሠፈሩን በማዛወር በጀግንነት ላገር ክብርና ነፃነት መዋጋትና ማዋጋት ሲገባው፣ ካርበኞች ተሰውሮ ወደስደት መሄድን ሕሊናዬ ያለተቀበለውና በዚያ በመከራ ጊዜ በዱር በገደሉ ለእናት አገሩ ነፃነት የተዋደቀው አርበኛ ሁላ ያልተቀበለውና እስከ ዛሬ ሲቆጭበት የኖረ ጉዳይ ነው። ጠላት ከወጣም በኋላ ያስተዳደሩን መከፋት ስመለከተው ነጋድራስ ገብረ ሕይወት የነገረኝ ትውስ ይለኝ ጀመር። ዛሬ የኢትዮጵያ የቅርብ ጠላት ኃይለ ስላሴ ነው። ሌላም ጠላት የለ›› ሲሉ አተኩረው ለሚያዳምጧቸው ባሻ ቢተው፤ ከሌሎች ወዳጆቻቸው ጋር የሚጫወቱትን ጨዋታ ከባሻም ጋር በሰፊው ተጫዋወቱ። ምን ያህል ሃሳባቸውን ሊከተሉ እንደሚችሉ ብላታ ያሰቡበት ባይመስልም ባሻን በአንዳንድ ጉዳይ ይረዱኛል ብለው እምነት የጣሉባቸው ይመስላሉ፤ የቅርቡንም የሩቁንም ሲያወሯቸው።

ብላታ ኀበዛየሁ ከሌሎች ወዳጆቻቸው ጋር ሲጫወቱ ‹‹ኢትዮጵያን ሳልጎዳ ተፈሪን ማስወገድ ከቻልኩ ዋጋው የኔ ሞት ቢሆን እከፍላለሁ። ተፈሪ በሚወድቅበት ሰዓት ኢትዮጵያን ጉዳት የሚደርስባት ከሆነ ግን ተፈሪ እንዳይወድቅ ዋጋው የኔ ሞት ቢሆን እከፍላለሁ›› ይላሉ።

ባሻ ቢተው ከብላታ ኀበዛየሁ ጋር የሚገናኙበት ጊዜ ከወትሮው የቀረበ ሆነ። ባሻ ከቀን ወደ ቀን የብላታ መላክተኛ ሆኑ። ካዲስ አባ ይላኩና ሰበታ ይደርሳሉ፣ አድአ ይደርሳሉ። ከዚያ የያዙትን ይዘው ይመለሳሉ። ይህንን ሁሉ ከሚስታቸው ደብቀዋቸዋል። እሳቸው ‹‹ብላታ ኀበዛየሁ ከስር ከተፈቱ ጀምሮ አንድ ቀን እንኳን ሄደን እጅ ሳንነሳ እኛስ ውለታ ቢሶች ነን›› ሲሏቸው፣ ባሻ ቢተው ‹‹ከነገ ዛሬ እወስድሻለሁ›› ይሏቸዋል እንጂ ከእመት ጌጤነሽ እየተደበቁ አፍንጮ በር ደርሰው መምጣታቸውን ገልፀውላቸው አያውቁም። ከብላታ እየተላኩ አንዴ ሰበታ ሌላ ጊዜ ደግሞ

አድአና ሌላ ሌላም ቦታ እየደረሱ እንደሚመለሱ አይነግሯቸውም።

ባሻ ቢተው ብላታ ዘንድ ደርሰው ከቤታቸው ሲመለሱ መንፈሳቸው ስለሚግል ሳይታወቃቸው ገሙ ሰፈር ይደርሳሉ። አረማመዳቸው ሲፈጥን ለብቻው ነው። በመንገድ እየሄዱ ከብላታ ጋር የተጫወቱትን ስለሚያሰላስሉ ለብቻቸው ፈገግ ሲሉ፣ ሲናገሩ እና ጣታቸውን ከወዲያ ወዲህ እየቀሰሩና እያነቃነቁ ለተመልካች ወፈፍ ያረጋቸው መስለው ከቤታቸው ይደርሳሉ። ባሻ ካፍንጮ በር ገሙ ሰፈር ቤታቸው ሲደርሱ እመት ጌጤነሽን አላገኟቸውም። ገርበብ ያለውን በር ከፍተው አረፍ ብለው ድካማቸውን ከተወጡ በኋላ ከቤታቸው በራፍ ቆም አሉ። ጀርባቸውን ለደጃፉ ሰጥተው አንገታቸውን ቀና አድርገው የቤቱ ክዳን የሚያፈስበትን ቀዳዳ በዓይናቸው ይፈልጉ ጀመር።

ዓይናቸውን ከጣራው ላይ ሰቅለው ጎርደድ ጎርደድ ሲሉ እመት ጌጤነሽ እንስራቸውን ተሸክመው ገና ወደ ቤት ሲገቡ ሳያዩ ባላቸውን ገፍተር አረጓቸው።

‹‹ምነው ጌጤነሽ? ምን አጠፋሁ?››

‹‹ውይ ባሻዬ! እኔን ይምታኝ አላየዎትም። ለመሆኑ ጎዳዎት?›› ላባቸው በግንባራቸው እየተንቆረቆረ እንስራ ውሃቸውን ካንገታቸው ለማውረድ እየሞከሩ።

‹‹አይ! ደክሞሽ ነው፤ አይፈረድብሽም! ቤት ለዋለ ምሱ ነው!›› አሉ ባሻ ዕድሜ እየከዳቸው፣ እርጅና እየደረሰባቸው መምጣቱን ጠቆም ለማድረግ ፈልገው። ለነገሩ ያህል አነሱት እንጂ አሁንም እኔ ነኝ የሚል ጎረምሳ አንዴ በጭብጣቸው ከገባ ፈልቅቆ ማምለጥ አይችልም።

‹‹ምነው ጌታዬ? ቤት የዋለ ሰው ይመታል እንዴ? እንግዲያማ ከኔ ጋር ወንዝ አይወርዱ!›› ብለዋቸው እንስራቸውን አውርደው ፊት ለፊታቸው ካለው መደብ ሄደው ዘፍ አሉና ላባቸውን በቀሚሳቸው ጫፍ ይጠራርጉ ጀመር።

‹‹አይ! ጨዋታ አምሮሽ ልማታ ብለሽ እንደሆነ ብዬ ነው እኔማ›› አሏቸውና የቤቱ ክዳን የሚያፈስበትን ቀዳዳ መፈለግ ትተው ከሚስታቸው ትይዩ ወዳለው መደብ ራመድ ብለው ተቀመጡ።

‹‹እህ! ደሞ ምን ጨዋታ አምሮኝ ነው ልማታ የምል?›› ሲሉ እንደመጣላቸው ተናግረው በራሳቸው ንግግር መልሰው ከት ብለው ሳቁ። ባሻ ከሚስታቸው ጋር መቃለድ አሰኝቷቸዋል።

‹‹ምን እንዲህ አሳቀሽ ታዲያ? ትዝ ትዝ ቢልሽ፣ ጨዋታ ቢያምርሽ ነው እንጂ ከመራገጥሽ ያለፈ ሳቅ ያሳቅሽ ጌጤዬ!››

‹‹ምኑ ነው ትዝ ያለኝ ባሻዬ?››

‹‹ያ ጊዜ ነዋ!››

‹‹የቱ ጊዜ?››

‹‹ያኔ ዱሮ ገና ሳላጭሽ ጠላት ሊገባ ሁለት ዓመት ያህል ሲቀረው ውኃ ልትቀጂ ወንዝ ወርደሽ፣ እኔ ተከትዬ ምናምኑን ስወረውርብሽ አንቺም ምናምኑን እየወረወርሽ ልትመቺኝ እና ባይንሽ እንደጥቅሻ እየሞከርሽ ወደ ማይሸሽበት ውሸትሽን ስትሸሺ!››

‹‹... እኔ ይህ ትዝም አይለኝ›› አሏቸው እመት ጌጤነሽ እነኛን ችግር እና ዕድሜ ገና ያልደፈራቸውን የጥጥ ፍልቃቂ የመሰለ ፍንጭት ጥርሳቸውን ከፊት አድርገው። ሳቃቸው ንግግራቸውን እያወላከፈው ያንገታቸውን ንቅሳት በእጃቸው እየዳሰሱ ‹‹... ወይ ያ ጊዜ!... ሆሆ... እርሶ ይህንኑ ለማነሳሳት ነበር ዳር ዳር ያሉ››

‹‹አሁን ማን ይሙት የልጅነት ጊዜ ያውም ይህ አሁን ያልኩሽ ይረሳል? የቀረው ቢቀር ይህን ይህን አትረሺውም ውሸትሽን ነው ጌጤነሽ!››

‹‹ታዲያ ትዝ ቢል በስተርጅና ሙሽርና የለ!››

እመት ጌጤነሽ እውነትም ከሰላሳ አመት በፊት የሆነ ነገር ከፊታቸው መጥቶ ድቅን አለባቸው። ዓይነውሃቸው ልውጥ አለ። ውጭ ውጭውን አዩ። የቀልድ ጨዋታ ዕውነተኛውን ትዝታ ቀሰቀሰው። ላፋቸው ያህል ‹‹ትዝም አላለኝ›› ያሉት ሴትዮ ሒሊናቸውን መካስ የተገደዱ መሰሉ። ከንፈራቸውን እየመጠጡ ‹‹እባኮ ተውኝ ባሻዬ!›› አሏቸው። ከተቀመጡበት ቶሎ ለመነሳትና ወደ ማድቤታቸው ለመሄድ የከጀሉት እመት ጌጤነሽ አብረው አድገው፣ አብረው ወደ እርጅናው የተቃረቡትን ባላቸውን ዓይን

ዓይናቸውን እያዩ። በመሃላቸው ተናጋሪ አድማጭም ጠፋ። ሁለቱም ወደ ኖሩበት ዛሬ ግን ወደ ሌሉበትና ምንም ቢሆን ተመልሰው ወደማያገኙት የልጅነት፣ የወጣትነትና የአፍላ ጋብቻ ዘመን በሃሳብ መንኮራኩር ነጎዱ።

አንድ ልጃቸው ዕድለ ሰባራዋ በላይነሽ በእናት አባትዋ የምትቀናው ይህንን ጨዋታቸውን፣ ቀልዳቸውን፣ ፍቅራቸውን እያየች ነው። ጠባቸው፣ ኩሪፊያቸው፣ እንደልጅ ጠብ፣ እንደልጅ ኩርፊያ ወዲያው አልፎ ሲሳሳቁ፣ ሲተሳሰቡ ስለምታያቸው ነው። እሷ ግን ገና በልጅነት ዕድሜዋ የባል ፍቅር፣ የባል ጨዋታና ቀልድ ሳታይ ምንኑም ሳታውቀው ላጉል ባል ተድራ በአስር አለቃ አየለ ስትደለቅ፣ ደም ስትተፋ፣ ቂም ስቅሏን ስታይ፣ ከትዳሩም ሳትሆን ዕድለ ሰባራ ሆና የትም ወድቃ በመቅረቷ ነው የምታሳዝነው። በእናት ባባቷ የምታዝነው መውደዱን ለሚያሳያት እሷም መውደዷን ለምታሳየው፣ ፍቅሯን ለምታጋራው ባል ሳይድሯት መቅረታቸው ነው። አንድ ቀን ሳታስበው ካፏ አምልጧት እናቷን ‹‹እማማ ምነው ያንቺን እና ያባባ ዓይነት ፍቅር ለአንድ ቀን እንኳን አሳይቶ የሚፈታ ባል በሰጠኝ ኖሮ!›› ብትላቸው እሳቸውም ከበላይነሽ አፍ እንዲህ ዓይነት ንግግር ሰምተው ስለማያውቁ ከቆሙበት ትርትር ብለው ቀሩ። ለባሻም ነግረዋቸው፣ እሳቸውም የሚናገሩት ጠፍቷቸው በራሳቸው አዝነው ዝም ብለዋል። በላይነሽ ያባት እናቷን ሁኔታ ከተመለከተች በኋላ የተናገረችው አሳፍሯት ወደ ቤቷ የሄደች እግሯን ምን እንደያዘው እነሱም ሳያውቁት ብቅ ብላ ከጠየቀቻቸው መንፈቅ አለፋት። ልጇ ሙሉነሽ ከተወለደች ሁለት ዓመት አልፏት በእግሯ ድክ ድክ ስትል፣ አፏን ለመፍታት ስትኮላተፍ አንደበቷ እንደማር ሲጣፍጥ እናቷ በላይነሽ ልጅዋን ብቅ ብላም አላየቻት።

ባሻና እመት ጌጤነሽ ያ ቢመኙት የማይገኝ ወደ ኋሊት የማይመለሱበት የልጅነት እና የወጣትነት ጊዜያቸው በዓይነ ህሊናቸው እየመጣባቸው የእርጅና ዘመን እየቀረበባቸው መምጣቱ አስተክዟቸው ሳያውቁት ከተቀመጡበት ቀሩ። ወዲያው ከእንቅልፉ እንደነቃ ሰው ብንን ብለው ያንኑ ጨዋታቸውን ቀጠሉ።

‹‹እኔ እምልሽ ጌጤነሽ›› በሃሳብ ከሄዱበት ተመልሰው።

‹‹አይ! ሌላ ጨዋታ ያመጡ እንደሁ ያምጡ! አለዚያ ወደ ስራዬ ልሂድ!›› የምራቸውን ሳይሆን ባሻ ለማለት የፈለጉትን ቶሎ እንዲሉላቸው ብለው ነው እንጂ፣ የጓዳቸው፣ የድስታቸው ነገር እንደሆነ ተረስቷቸዋል። የልጃቸው ልጅ ሙሉነሽ እንኳን የት ነች ብለው አላሳቡም። ሁሉንም ረስተውታል። ባልና ሚስቶቹ።

‹‹እንዲያው ያኔ እኔ ከራስ አስጨናቂ ጋር ስዘምት ወንዝም ስትወርጂ ገበያም ስትወጪ ጎንተል፣ ቆንጠጥ፣ ያረገሽ ጎንታይም፣ ቆንጣጭም አላጋጠመሽ?››

‹‹አይ...ይ፤፤ ባሻዬ በስተርጅና ቅናት መጣ መሰል!›› ሳቃቸው ንግግራቸውን መልሶ አወላከፋቸው። ያንገታቸውን ንቅሳት ባንድ እጃቸው አከክ እያደረጉ መሳቅ የጀመሩት ሴትዮ ወዲያው ደግሞ ፊታቸው መለወጥ ጀመረ።

‹‹በሞቴ ጌጤነሽ አንቺስ እንዳው ሰው ቀና ብለሽ እንዳላየሽ አምናለሁ። እንዲያው ሴት እኮ ባሏ በሌለበት ሊደፍራት የሚከጅል ይጠፋ ብለሽ ነው?›› እመት ጌጤነሽ አሁን ገና መኮሳተራቸው በገፃቸው ላይ ተነበበባቸው።

‹‹የጀግና ሚስት ቧላም ባይኖር ትከበራለች፣ ትፈራለች። ባገራችን በዳሞት እንኳን የሚደፍራት በሄደችበት ቀናም ብሎ የሚያያት የለም። ደግሞስ ያኔ ምንስ ልጅነት ቢኖር ላገሩ ነፃነት ብሎ ከሞቀ ቤቱ፣ ከትዳሩ፣ በጠፍ ጨረቃ የወጣን ጀግና ቃል ኪዳኑን ጠብቆ መቆየት ባገራችን የቱን ያህል እንደሚያስከብር እርሶስ ቢሆኑ መች አጡት?››

‹‹እውነትሽን ነው ጌጤነሽ እንዲያው ድካምሽን በምን ላስረሳው ብዬ ያመጣሁት ጨዋታ ነው እንጂ፣ መች ጠፍቶኝ እንዳይመስልሽ። አገራችን ደግ ነው። ያኔ ጊዜውም ደግ ነው ጀግና የሚሞገስበት፣ የጀግና ሚስት፣ የጀግና እናት የምትከበርበት ነው!›› አሉ ባሻ ዓይነ ውኃቸው የሳቸውም ለወጥ እያለ እና ዘመኑ ለጥሩ ሳይሆን ለመጥፎ የለወጣቸውን ደጋግ ባህሎች እና ወጎች የሚናፍቁ እየመሰሉ። ባለቤታቸው ግን ለካስ ድምፃቸውን አጥፍተው ወደ ማድቤታቸው ሄደው ኖሮ ባሻ አላስተዋሉም። እሳቸው ከተቀመጡበት ቀርተዋል።

እመት ጌጤነሽ ከማድቤት ደረስ መለስ ሲሉ ባሻ ከቅምጣቸው አልተንቀሳቀሱም። የልጅ ልጃቸው ሙሉነሽ እንዲያጫውቷት ፈልጋ ስትታከካቸው ነው ነፍስ የዘሩት። ‹‹አባባ፣›› እያለች ሁለት እጅዋን ወደ ላይ እየዘረጋች እቀፉኝ ማለቷ እንደሆነ እሳወቀቻቸው። ‹‹ደግሞ ካደግሽ ወዲያ እቀፉኝ ማለት፣ ሂጅ ደጅ ተጫወቺ!›› አሏት። እሷም አትናገር እንጂ የሚናገሯትን ትሰማለች። እያቷ አላቅፍሽም እንዳሏት በጅ አላለችም። ‹‹በይ መቼም አንቺኑ ለማጫወት አይደል እግዜርስ የጎለተኝ›› አሉና ሙሉነሽን ሊታቀፏት ሲሉ እመት ጌጤነሽ ባሻ የተናገሩትን ከማድቤታቸው መለስ ሲሉ ሰምተዋቸው ኖሮ ‹‹ምነው ደሞ አሁን ባሁን ምን ሆኑ? ደህና አልነበር የተለያየን?›› አሏቸው። ከባሻ መልስ ሳያገኙ ሲቀሩ ሌላ ጉዳይ አነሱባቸው።

‹‹እኛ እኮ ሰውም አይደለን!›› አሉ እመት ጌጤነሽ

‹‹እንዴት?››

‹‹ብላታ ጎበዛየሁ ከስራት ተፈተው አንድም ቀን ሄደን እንኳን ለዚህ አበቃዎት ብለን እጅ ሳንነሳ እንቅር?››

‹‹እሳቸው የኛን መሄድና መቅረት ከቁም ነገር አይቆጥሩትም!››

‹‹ምነው ባሻዬ ከቁም ነገር ጣፉት አልጣፉት ንጉስ እንኳ የማያደርገውን ውለታ የዋሉልንን ሰው አንድ ቀን ሄዶ እጅ መንሳት ከብዶን ነው?››

‹‹አንቺን ይገዩ አለመሄዴ ጥፋት ነው ካላልሽ በስተቀር እኔስ ሄጄ እንኳን ለቤትዎ አበቃዎት ብዬ እጅ ነስቻለሁ። ከዚያም በኋላ እየተመላለስሁ ጠይቄአቸዋለሁ። ዛሬም ማለዳ ደርሼ የመጣሁ ከሳቸው ዘንድ ነው።።››

‹‹እህ! ታዲያ ምነው ሳይነግሩኝ! ይሄ ምኑ የሚደበቅ ሆኖ ነው?›› አሉና ብስጭት አሉ።

‹‹አይ እቴ! እኔ ለመደበቅ ብዬ አይደል። እንዲያው አፍንጮ በር ድረስ አንቺን አላደክምም ብዬ ነው።›› ሲሏቸው እመት ጌጤነሽ ከፍቷቸው ኖሮ የባላቸውን ንግግር ጨርሰው ሳይሰሙ ተመልሰው ወደ ማድቤታቸው ገቡ። ባሻ ሚስታቸው ቅር እንደተሰኙባቸው

ገባቸው። የማድቤታቸውን ስራ እስኪጨርሱ ድረስ ዝም ተባባሉ ከማድቤት ስራቸው በኋላ ቤታቸውን ለመለቅለቅ ከደጃፉ የከመሩትን እበት እየጠፈጠፉ ቆዩና አንድ ሁለቴ ተመላልሰው ወደ ቤታቸው አስገብተው መለቅለቅ ጀመሩ።

‹‹እኔ እምልሽ ጌጤነሽ››

‹‹አይ እባኮ ይተውኝ!››

‹‹አሁንም መቀየም ያልሽው ነው›› እመት ጌጤነሽ ስራ ስራቸውን ቀጠሉ

‹‹አንቺን ትቼ ከብላታ ዘንድ የሄዱሁት ለክፋት መስሎሽ ነው?››

‹‹ኧረ እንደፈለጎት››

‹‹እንግዲያውማ ስሚ!›› ባሻ ከበርጩማቸው እንደመመቻቸት ብለው ወደ ሚስታቸው አቀርቅረው እያዩ

‹‹ብላታ የተፈቱ ሰሞን ለብርቱ ጉዳይ እፈልግሃለሁ እና እንዳመቸህ ብቅ በል ብለው ሰው ቢልኩብኝ ሳልነግርሽ የሄዱክ እንጂ እኔስ ለክፋት ብዬውም አይደል›› ሲሏቸው እመት ጌጤነሽ ከት ብለው ሳቁ።

‹‹አሁን እንዲያው ብላታ ሰው አጡና ቢተውን ፈልጉልኝ ብለው መላክተኛ ሰደዱ ነው የሚሉኝ? ሌላ የሚመስል ሰበብ ቢፈልጉ ምን አለ!››

‹‹በይ ተይው አሁን በዚህ ዕድሜዬ ልዋሽሽ ማለት? እውነትሽን ነው ቢናገሩትም የሚታመን አይመስል!›› አሉና የልጅ ልጃቸውን ‹‹ሙሉዬ ሙሉነሽ ነይ ልጄ እስቲ ካንቺ መጫወቱ ይሻላል!›› አሉና ሙሉነሽ ስትቀርባቸው እሷን እየኮረኮሩ እሷን ማጫወት ጀመሩ። እመት ጌጤነሽ የቤታቸውን ወለል በከፊል ለቅልቀው ከፊሉ ቀራቸው።

‹‹በሉ እሺ ይንገሩኝ፣ ለመሆኑ ብላታ እንዴት ናቸው?›› ሲሉ ጠየቁዋቸው።

‹‹ደህና ናቸው። በእስር የከረሙ አይመስሉም። የታሰረ ሰው ጉዳት

ያገኙዋል። እሳቸው ግን ታድሰው ነው የወጡ። ወጣት መስለዋል። አካላቸው፣ ማለቴ አነጋገራቸው ሁኔታቸው፣ መንፈሳቸው ሁሉ ያንድ ፍሬ ልጅ ሆኖ ቁጭ ብሎልሻል። እኔማ ያኔ በእርበኝነት ጊዜ ሊሙና ጎሬ ላይ ከዚያም ካርቱም ላይ ያገኘሁዋቸው ቆፍጣናው ባለበት የሚውል ጎበዝ አየሁ እንጂ እርጅና የዳሰሰውና ጉልበቱ እየደከመ የሄደውን ጎበዛየሁ ያገኘሁ አልመሰሎኝም። እስር ያላስረጀው መንፈሱን ያልሰበረው ሰው ያየሁ እሳቸውን ነው። እንዲያው እኮ ጌጤነሽ ይገርምሻል ጉድ እኮ ነው ያልኩ። እንዲያው እንደጉድ ተጎልቼ ሳያቸው ውዬ እኮ ነው የምመለስ። በዚህ ላይ ብዙ የተማረ የሚመስል ወጣት ነው ከቧቸው የሚገጥመኝ። ኧረ እንዲያው አንድ ቀን አብረን ሄደን ብታያቸው አንቺም ጉድ ነበር የምትይ!››

እመት ጌጤነሽ ቤታቸውን መለቅለቅ ትተው አዳመጡ። ‹‹ኧረ እንዲያው ያርግላቸው። ጠላታቸውስ ለምን ደስ ይበለው አሁን እውነት አንድ ፍሬ ወጣት ሆነዋል ነው የሚሉ።››

‹‹እኔ ልሙትልሽ ጌጤነሽ!››

‹‹ኧረ ጠላትዎን››

ምዕራፍ ስምንት

ደብሪቱ ገና ስድስተኛ ወሯን ሳትጨርሰው እርግዝናዋ ይፋ ወጣ፣ ታደሰም ቀደም ሲል የሆዷ ነገር የውፍረት እንዳልሆነ ጠርጥሮ ስለነበር አዲስ ነገር አልሆነበትም። አንድ ቀን አብረው ራት እየበሉ ሳሉ ለነገሩ ያህል ጠየቃት፤ አዎን አለችው። ከፉም ደግም ሳይመልስላት ዝም አለ፣ እሷም ምንም ሳይመልስላት ሲቀር ተጨነቀች በሚቀጥለው ቀን ወደ ቤት ሲገባ ዘመን አመጣሹን ታኮነት የሚከጅለው ቆዳ ጫማ በዘጠኝ ብር ገዝቶላት ሲገባ ጭንቀቱ ለቀቃት።

‹‹ስላረገዝኩላቸው ከልባቸው ደስ ብሏቸው ነው እንጂ፣ በብር ከስሙኒ የገዛሁት ሸራ አዲስ ነው›› እያለች የተገዛላትን ጫማ እየሞካከረች ለብቻዋ ተናገረች።

አንድ ቀን እመት ጌጤነሽን ለመጠየቅ ብቅ ብላ ከቤታቸው እንደደረሰች ከመደቡ ላይ ትንሽ አረፍ እንዳለች እሳቸው ሆዷን አየት አድርገው ኖሮ

‹‹እረ ደብሪ አላማርሽኚም! ይሄ ሆድሽ የውፍረት ነው?›› አሏት።

‹‹አይ እማማ እርሶ ደግሞ እንዲያው ሆድሽ ምን ሆነ ነው የሚሉኝ ...›› አለቻቸው አይታው አታውቀው ይመስል ሆድዋን እያየች አንድ ሁለት እንደመናገር እየከጀላት አቀርቅራ ቀረች።

‹‹አይ እኔማ ምን ላድርግ የወላድ ሆድ አይታመን!››

ደብሪቱ እንዴት አድርጋ እንደምትነግራቸው ከየት እንደምትጀምርላቸው ጨነቃት። ዝም ብላ ተቀመጠች። እሳቸው የልጅ ልጃቸው በግሯ ድክ ድክ ማለት ስለጀመረች ቢለቋት ወደ አንዱ ጋር እንዳትሄድባቸው ከእግራቸው መሃል ይዘው ፀጉሯን እያሻሹ ዝም ብለው ከላይ እስከታች በዓይናቸው መቃኘታቸውን ቀጠሉ።

‹‹እማማ ቢደብቁት ምን ያደርጋል? የትስ ያደርሳል ብለው ነው›› አለችና ቆይታ ቆይታ ካቶ ታደሰ ማርገዟን ልትገልፅላቸው ነገሩን

ጀመር ስታደርግ፣ እሳቸው ሰውነታቸውን ውርር አድርጓቸው ኩምትር አሉ። ደብሪቱ ጣቃ ነጋዴው ታደሰ ቤት ግርድና በገባች በማግስቱ ያደረጋትን አንድ ሳታስቀር ነገረቻቸው። አዳመጧት።

‹‹አይ ልጄን… ሴት መሆንሽ አስደፈረሽ… በድህነትሽ ላይ ይኸ ይምጣብሽ? አይይ…ይይ…አይ ደብሪቱ! ታዲያ አሁን ምን ተሻለኝ ነው የምትይ?››

‹‹እኔ ሌላ ምንም አልፈልግ በሆዴ ያለውን ብቻ ልጄ ነው ብለው አምነው ይቀበሉኝ!››

‹‹እስቲ እግዜር ይርዳሽ፣ ለሳቸውም ልቦና ይስጥልሽ። እንዴ ከሆነ በኋላ ሌላማ ምን ይባላል? ›› እመት ጌጤነሽ ብዙም መናገር አልፈለጉም ነበር። ቢሆንም ታደሰን በሆዳቸው ረገሙት። የእጅህን ይስጥህ አሉት። ይህቺን የግዜር ደሀ ምነው እንዲህ ታደርጋት? እያሉ አዘኑበት። በደብሪቱ ሊፈርዱባት አልቻሉም። ስለ ታደሰ የሰሙት ሁሉ እውነት የመሰላቸው የደብሪቱን ጉድ ሲሰሙ ነው።

‹‹እማማ እንዴ ሆኗል!›› አለች እሳቸው የደብሪቱ ዕድል ከልጃቸው ከበላይነሽ ጋር አንድ ግጥም ሆኖ እየታያቸው ከሷ ብቻ እየሰሙ እሳቸው ብዙም ሳይናገሩ ቆዩ። ሰውነታቸው በሐዘን ተለወጠ። ደብሪቱ ልትዘነጋው የፈለገችው የወደፊት ዕድሏ ነገር ለሷም ይታያት ጀመር። ቢሆንም እሱን ማሰብና ማሰላሰል አልፈለገችም።

‹‹አንቺማ ልጅ ነሽ ምን ይፈረድብሻል? ሴት ነሽ፣ በዚህ ላይ ገና አንድ ፍሬ ልጅ ነሽ፣ እንዲያው ብቻ ድህነት ቂሙን አይረሳም!›› ብለዋት የበለጠ እንዳያሳስቧት ከልጅ ልጃቸው ጋር ትተዋት ወደ ማድቤት ገቡ። ደብሪቱ ሙሉነሽን ‹‹አደግሽ አይደል እንዴ? ነይስቲ›› እያለች ከሷ ስትጫወት እመት ጌጤነሽ ገና ከወፍጮ ቤት አስፈጭተው ይዘውት ከገቡት በርበሬ እንጀራ ፈትፍተው ለደብሪቱ ይዘውላት መጡ።

‹‹መቼም እርጉዝ ነሽ ያምርሻል ብዬ ነው ልጄ፣ በርበሬ አስፈጭቼ ገና ከቤት መግባቴ ስለሆነ የወላድ ነገር አይታመንም ይሸትሻል ብዬ ነው! በይ እስቲ ብዪ!›› አሉና አንድ ጉርሻ ቀምሰው ለደብሪቱ አቀረቡላት።

አይ እማማ የርሶ ነገር…፣ እንዲያው እኮ ነው ያሳሰቦት!››

‹‹ይህን ደሞ ቁም ነገር ብለሽው ነው ደብሬ›› እዝን እያሉ ተመለከቷት የልጅ ልጃቸውን ከጉልበታቸው ላይ አድርገው። ‹‹በይ ብዪ እንጂ!›› እያሉና እንዳዘኑ ዝም ብለው ቀሩ። ደብሪቱም የእመት ጌጤነሽን ሁኔታ ደህና አድርጋ ተመለከተች። የናትነታቸውን ለሷ ድህነቷ ሳያንሳት ዲቃላ መሸከሟ ነው ብለው ሐዘን ከልባቸው ገብቶ ሁኔታቸውና እይታቸው እንደተለዋወጠ ገባት። ‹‹ግን ቢሆንስ የዕድሌን ነገር በዚህ ብቻ ለምን ተረጎሙት? ምን ቢታያቸው ነው?›› ብላ እሷም እንጀራው ከጉሮሮዋ አልወርድ ብሎ ባፏ እየተንቀዋለለ፣ መናገርም አቅቷት ሃሳብና ጭንቀት በላይ በላዩ እየመጣባት ዝም ብላ ቆየች። ‹‹ያረገዝኩት ልጅ መፅናኛ ይሆነኛል!›› ልትላቸው ትከጅልና የጣቃ ነጋዴው ታደሰን መጨረሻ ባለማወቋ ሲታወሳት ካፏ ትመልሰዋለች። ልጄ ብሎ ይቀበላት አይቀበላት አይታውቅም። እመት ጌጤነሽም ቢሆኑ ሊያፅናኗት አልቻሉም። ሁሉንም ለግዜር ሲሰጡባት ጭንቀቷ ተባባሰ። ደብሪቱ እንዲሁ ሆና ከሐሳብና ከጭንቀት ሳትለይ ቀኗን መቁጠር ተገደደች። ጌታዋ ደስ ብሎት ከገባ፣ ፊቱን ካላጠቀረባት፣ ሲበላም በጇ ቆርሳ የምትበላውን አንሶ ያስለመዳትን ጉርሻ ካላስቀረባት፣ ካልጋው ወጥታ ስትተኛም ጀርባውን ካልሰጣት ለዕድሏ ጥሩ ትርጉም እየሰጠች፣ አምላኬ ጥለህ አልጣልከኝም እያለች፣ ሌላ ምንም አልፈልግ በሆዴ ያለውን ልጄ ብለው ይቀበሉኝ እያለች፣ ፊቱን ሲያጠቁርባት፣ ቁጣ ቁጣ ሲለው፣ ከውጭ አልፎ አልፎ ሲያድር የወር ወጪ አልሰጥ ሲላት በዕድሏ እያዘነች ‹‹ምነው ባልፈጠርከኝ!›› እያለች ደብሪቱ ዘጠኝ ወሯ ሞላ። በዘጠኝ ወር ከአሥራ አራት ቀንዋ ወንድ ልጅ ወለደች። ታደሰ ደብሪቱ የወለደች ዕለት እንደፈንጠዝያ ሞከረው። አድርጎት የማያውቀውን ጉንጯን አገላብጦ ሳማት። ስሙን ፈጠነ ብላ እናቱ ስም በማውጣቷ ብዙም እንዳልተደሰተ አስታውቆበታል። ምን ለማለት ፈልገሽ ነው ለማለት ከጀለውና መልሶ ተወት አደረገው። በማግስቱ ለልጁ ጥብቆ፣ መጠቅለያ፣ ለሷ ሙሉ ልብስና አንድ ሲራመዱበት ሲጥ ሲጥ የሚል ቆዳ ጫማ ገዝቶ አመጣላት።

‹‹እግዜር ላንተ ምን ይሳንሃል? መች ያልቅብሃል፣ ጥለህ አልጣልከኝም መሰለኝ›› አለች ደብሪቱ አራስ ቤት እንደተኛች። ታደሰ ግን የሰማንያም የቅጥርም ሚስት አላደረጋት። እሷም ስጋት አልተለያትም። ደብሪቱ በአቶ ታደሰ ቤት ሚስትም ገረድም

ሳትባል ‹‹የልጁ እናት ትባል ጀመር››። አቶ ታደሰም የጣቃ ንግዱ ተሟሟቀለት። ሱቁን ባለ ሁለት ደጃፍ አደረገው። ‹‹አንቺም ዕድላም ነሽ! ይኸም ልጅ ዕድላም ነው!›› ይላታል ደብሪቱን አንዳንዴ ነሸጥ ሲያደርገው። ነገር ግን ለደብሪቱ የምታግዝ ሰራተኛ እንኳ አልቀጠረላትም። የልጅ ሞግዚትም፣ ገረድም እሷው ነች። የተቀጠረችበት ደመወዝ ቀረና የቤት ወጭ እንደጠየቀችው ይሰጣታል። ከልብሷ መፅዳት በስተቀር የማድ ቤቱ ስራ አልቀረላትም። ከገበታው እርግጥ አብራ ትቀርባለች። እንግዳ ይዞ የመጣ እንደሆን የሚበላውንና የሚጠጣውን አቅርባ እሷ ጓዳ ትገባለች። ጓደኞቹና ዘመዶቹ ታደሰ ከደብሪቱ መውለዱን ቢያውቁም ‹‹የልጄ እናት ናት›› ብሎ ከሰው ፊት አቅርቦ አስተዋውቋት አያውቅም።

‹‹ጌቶች!›› አለችው ደብሪቱ አንደ ቀን ማታ ራት ሲበሉ ስትፈራ ስትቸር

‹‹አቤት !፡፡፡ አላት ቀና ብሎ ሳያያት።

‹‹ለቤት ወጭ ከሚሰጡኝ በእንጀራ ጋገራው የምትረዳኝ አንዲት ሴት እንድቀጥር ቢፈቅዱልኝ ብዬ ነው። ይህንን ሕፃን ይዤ በሳት መጠበሱ ለልጁ ጤና አልሰጠውም። እኔም እንዳው እንደማመም እያደረገኝ ነው›› ስትል በዚያ በተለመደ አሳዛኝና የለሰለሰ አንደበት ጠየቀችው።

‹‹አሃ! እመቤት ሊኮን ነዋ?›› እንደማሾፍ ቃጥቶት ጎምለል እያለ ‹‹ገንዘቡ ከበቃሽ ቅጠሪበት እኔ ምን ቸገረኝ!›› አላት። ከመቀመጫዋ ብድግ ብላ እሺ አለችና ተመልሳ ቁጭ አለች።

ደብሪቱ የማታ ስራዋን በጊዜ ለማጠናቀቅ ከማድቤቷ ደፋ ቀና ስትል ታደሰ ከመኝታ ቤት ሆኖ ‹‹ደብሪቱ፣ ደብሪቱ፣›› እያለ ተጣራ። እሷም እንደተጠራች ከመኝታ ቤት ደርሳ ገባ ስትል ‹‹ይህን ልጅሽን ውሰጂልኝ!›› አላት። ደብሪቱ ልቧ ትርክክ አለ። የመንፈቁን ልጅ ፈጠንን ካባቱ አልጋ ላይ እንዲጫወት ትታ ወደ ማድቤት መሄዷ ለስራዋ እንዲያመቻት ነበር። የታደሰ አነጋገር ቅሬታ አሳደረባት። በ80 የተጋቡ ባልና ሚስቶችም የወለዱትን ልጅ ልጅሽ፣ ልጅህ ይባባላሉ። ደብሪቱ ግን ምንም ዋስትና የሌላት የታደሰ ገረድ በመሆንዋ የጌታዋ አነጋገር ሰውነቷን ወረረው።

‹‹ምነው ለርሶስ ቢሆን ልጅዎ አይደል?›› ማለት ቃጥቷት ነበር። ግን እንዲህ ዓይነቱን ድፍረት ስለማታውቅበት፣ የታደሰ አነጋገር እንዳሸማቀቃት ወደ ሕፃኑ ጠጋ ስትል ‹‹ሽናብኝ እኮ ነው የምልሽ ቶሎ ውሰጂልኝ!›› አላት ደገመና፣ የደብሪቱ አለመፍጠን ነገሩ አልገባውም።

ሕፃኑን ካባቱ አልጋ ላይ ስታነሳው ያልጋ ልብሱን እንደመያዝ አለና አለቀሰ። አፍ ጠፉ እንጂ ለምን ተወሰዱኩ ማለቱ ነው። ደብሪቱ ግን በልቧ ነገር ገባት። ስጋት ተሰማት። ሆዷ እንደመባባት አላትና ልጁን ይዛ ወደ ማድቤቷ ስትሄድ

‹‹አባትህ መች ወደዱህ ልጄ? የናት ብቻ ሳይሆን ያባት ወጉም ነበር በልጅ ሽንት መቆሸሽ›› አለችው ሕፃኑ ይሰማትና መልስ ይሰጣት ይመስል።

ደብሪቱ ታደሰ ቤት በገባች ዓመት ከስድስት ወሯ የሴትነት ክብሯን ደፍሮ ሳትወድ በግድ ፀንሳ የልጅ እናት እንድትሆን ያዳረጋት አሳዳሪ ጌታ ጠባይ ጨርሶ ተለዋውጦ ሲገባ ሲወጣ ከመነዝነዝ አልፎ ውሃ ቀጠነ እያለ በጥፊ ጆሮ ግንዷን ያጮል ገባ። ያገኘውን ነገር ወርውሮ አናቷን ሊተረትር ምንም አይቀረው። በስጋ የወለደውን አንድ ፍሬ ልጅ ዓይንህ ላፈር አለው። ፈጠነ ሁለት ዓመት ከሞላው በኋላማ እሱም ነፍስ አውቆ አባቱን ሲያይ በእግሩም በእጁም እያለ ወዳገኘበት ይሸሻል። ያባቱን የቁጣ ድምጽ ከየትም ሲሰማ ያለቅሳል። ደብሪቱ ሥራዋ ሌትና ቀን ማልቀስ ሆነ። ታደሰ ሲያሰኘው ውጭ ያድራል። ደብሪቱ ገረዱ እንጂ ሚስቱ ባለመሆኗ ‹‹ምን ቤት ነኝ ብዬ ጌታዬ የት እንዳደሩ እጠይቃቸዋለሁ?›› እያለች ከታደሰ ቤት እህል ውሃዋ እያለቀ መምጣቱ እየታያት ጉልበቷን አቅፋ መተከዝ ያዘች። እሁድለት ታደሰ ለምሳ ቤቱ ገባ። አቅርባ አብራ መብላቷን ትታ ከበሩ ራቅ ብላ ቆመች።

‹‹አሃ! እመቤት ሲኮን ጊዜ ሴትነቱም ጠፋሽ መሰለኝ!›› አላት ወጡ ላመል ያህል ጨው በዛ ብሎበት ምላሱ ላይ ስለተሰማው።

‹‹ልጁን አሞብኝ የሚይዝልኝ አጥቼ አስተኛዋለሁም ብል እያለቀሰ አስቸግሮኝ መቅመሱን ልብ ሳልል ቀርቼ ጨው አብዝቼበት ይሆናል!›› አለችና ወጡን በቁራሽ እንጀራ ብትቀምሰው የጨው

መብዛት አልሰማ አላት። ‹‹አይ ውሃ ቀጠነ ብለው ነገር መፈለግ ያሉት ነው። ድንገት ደግሞ ምናለ ነበር ጨው ሞጅሬበት ሳይበሉ ጦማቸውን አሳደሬ በዚህ እንኳን ቁጭቱን በተወጣሁ›› ብላ አሰበችና መልሳ ደግሞ ይህንን ሥራ ደግሞ እግዜር አይወደውም ስትል መልሳ ራሷን ገሰጸችው። እንደወትሮዋ ቀርባም ሳትበላ ከበሩ ተለጥፋ ቀረች። ታደሰም ቀርበሽ ብዪም፣ አትብዪም አላላትም። ጠባዩ ልውጥውጥ ካለባት ወዲህ ገበታ ላይ ዘወትር ፊቱን ኮሶ ማስመሰሉን እያየችና፣ አልፎ ተርፎም ሲመጣበት ማዕድ ረግጦ ለመማታት ስለሚቃጣው ደብሪቱ ከታደሰ ጋር ቀርባ ልብላ ያለች እንደሆነ እንጀራውም ከጉሮሮዋ አይወርድላት። ካሁን አሁን አንድ ሰበብ ፈልገው መቱኝ አልመቱኝ እያለች ስለምትሳቀቅ እሷም ልጇን ይዛ ለብቻዋ ከማድቤቷ መብላቱን መርጣለች። ታደሰም ዕዳ የቀለለው ያህል ነው የቆጠረው።

ደብሪቱ ሰውየዋ አብራው ቀርባ መብላቱን ስትተው ለምንድነው ቀርበሽ መብላት የተውሽው ብሎ እንዳልጠየቃት ስታይ የታደሰ ቤት ውሎ አድሮ ምኗም እንዳልሆነ ተረዳችው። መከራዋና ችግሯ ወደፊት እንደሆነ ታያት። ‹‹ልጁን ብቻ የኔ ነው ብለው ይቀበሉኝ፣ አይካዱኝ፣ ማሳደጊያውን ቀለብ ይቁረጡልኝ እንጂ እንደምንም ብዬ አሳድገዋለሁ። እግዜር ግን በዚህ ብቻ በቃሽ ይበለኝ›› አለች ለብቻዋ ሌላ ዲቃላ እንዳትደግም እየፈራች። ታደሰ አብራው ከመብላት ስትቀርና ከዱሮ ቦታዋ ከማድቤቷ ስትወሸቅ የት ቀረሽ ብሎ የማይለው ሰውዬ ማታ ሲመሽ የማድቤቱ ሥራ አላልቅልሽ ብሏት ስትንጎዳጎድ መጣራቱን አልተወም። ደብሪቱ ሰይጣኗ የሚመጣው በዚህ ጊዜ ነው። ‹‹ከቆረጡ አይቀር ሁሉንም ነው እንጂ! አብሮ መተኛቱንም ምናለ ቢተውኝ›› ትላለች እንደተለመደው ለብቻዋ። እሱ ከመኝታ ቤቱ ሆኖ ‹‹ደብሪቱ! ደብሪቱ! ትመጫለሽ ቀርተሻል?›› እያለ ሲጣራ ስትሰማው እየፈራች ልቧ እየመታ እሺ መጣሁ ሥራ አላልቅልሽ ብሎኝ ነው ትላለች። እንቅልፍ አሸልቦት እሷም እሱ ጋ ሳትሄድ ቢነጋላት አምላክን ባመሰገነች።

ታደሰ ጧት ከቤቱ ሳይወጣ ጠጋ አለችው።

‹‹ጌቶች አስቤዛ አልቆብኛል››

‹‹የሰጠሁሽ ከመቼው አለቀ?›› ተናግሯትም አያውቅም በቤት ወጭ ጉዳይ ከዚህ በፊት የቤት ወጭ ስትጠይቀው መዞ ነበር ያለችውን ያህል የሚሰጣት። ‹‹ከመቼው አለቀ!›› ብሎ ተናግሮ በዚሁ ይበቃል ስትል ቀጠለና ‹‹ወደኀን ማድረግ አንቺም ለመድሽ እንዴ? እናንተ ገረዶች ስትባሉ እኮ ብዙ በኖራችሁ መጠን ቤት ካላጠፋችሁ አይሆንላችሁም›› ሲል ለደብሪቱ ጆሮ ፍፁም አዲስ የሆነ ነገር አሰማት። እሷ ግን ሰውነቷ አለ ቅጥ ቢደነግጥባትም ብስጭት እንዳልገባት ሆና በተለመደው ትዕግስትና የለሰለሰ አንደበቷ መለሰችለት።

‹‹ጌቶች ገረድም ብሆን አለርሶ ቤት ምን ቤት አለኝ?፣ ለየትኛው ቤቴ? ለየትኛው ልጄ? ብዬ እርሶ ከሚሰጡኝ ላይ ወደኀን አደርጋለሁ። እግዜርስ ይህን ሥራ መች ይወደዋል? እርሶስ የሚሰጡኝን ያውቁት የለም እንዴ ጌቶች? የልጁን ወተት እንኳን ከጠየቅዎት ስንት ጊዜ እንደሆነኝ መች አጡት? እኔ ከወዲያ ወዲህ እያደረግሁ እያብቃቃሁ ነው ለልጁ ወተት መግዣ እንኳን የማስተርፈው። ደግሞ የሚሰጡኝ ሁል ጊዜ ያው በልደታ ነው። ይኸው ዛሬ ልደታ ከገባች ሳምንት አለፋት አይደል ጌቶች?›› አለች ዕንባ እየተናነቃት መሬት መሬቱን እያየች ቀናም ብላም ልታየው ስላልፈለገች።

ጣቃ ነጋዴው ታደሰ ያልጠበቀው መልስ ስለገጠመው ‹‹ከመቼ ወዲህ ነው ደግሞ እንዲህ አፍ ያወጣሽው? እያደር ገና ብዙ ጉድ ይታያል!›› አላት በሱ እንጂ በሷ የሚገለጽ ምንም ጉድ እንደሌለ የሕሊና ትዝብት የማይሰማው ጌታ እንደልቡ መናገሩ የማይቀር ነው። ታደሰ የመጣለትን ከተናገረ በኋላ ከተለመደ የደረት ኪሱ ሶስት ፓውንድ አውጥቶ ሰጣት።

ደብሪቱ መከራዋ ከፊቷ ቀርቦ ታያት። በታደሰ ቤት ተስፋ ቆረጠች። በወለደችለት ሰው ጨርሶ ተስፋ አጣች። ያለፈው ሁሉ ቆጫት። ‹‹እሳቸው ቤት በገባሁ ማግስት ማታውኑ እጄን ሲይዙ ምነው ኡ! ኡ! ብዬ በጮኩና ከቤታቸው ባባረሩኝ! ወይም ካንድ ቀን በኋላ ዳግመኛ እንዳይደርሱብኝ እኔው ራሴ አሰናብቱኝ ብዬ እህል ውሃዬ ባለቀ ኖሮ›› እያለች ማዘንና ማልቀስ ሆነ ስራዋ። ለማን እንደምታዋየው ግራ ገባት ‹‹የእመት ጌጤነሽ ማዘንና እርግዝናዬን በነገርኳቸው ጊዜ የሚናገሩት ጠፍቷቸው ዝም ብለው

የቀሩትና እንዲያ ያዘኑልኝ፣ እግዜር ይርዳሽ ያሉኝ ለካስ ይኼ ታይቷቸው ኖሯል›› ትል ጀመር ዕንባዋን በቀሚሷ ጫፍ እየጠረገች።

ታደሰ ከቀን ወደ ቀን ከታወቁት ሀብታም የመርካቶ ጣቃ ነጋዴዎች አንዱ እየሆነ ሄደ። ከቤቱ ወሰንተኛ ከሆኑት ከፊታውራሪ ወልደ ሚካኤል ወራሾች ስድስት መቶውን ካሬ ሜትር መሬት ገዛና ከራሱ ግቢ ጋር ደባልቆ አጠረው። ቤቱንም አሳደሰ። በቤቱ ውስጥ የነበሩትን ወንበርና ጠረጴዛዎች በሮቴ ቀየራቸው። የምግብ ቤት ጠረጴዛና ወንበር ከነሙሉ ዕቃውና ከነቢፌው ከሞዝቦልድ ገዛ። ሜትር ከሃያ ስፋት ያለው አልጋ አልቀረውም ከሞዝቦልድ ሲገዛ። አዲስ እንግዳ በቤቱ የሚቀበል ነው የመሰለው። ክረምት ከበጋ የማይለየውን ጋቢና ካፖርት፣ ተረከዙ የተንሻፈፈና አንድም ቀን ሊስትሮ አይቶት የማያውቀውን ጫማውን ሲቀይር። አለባበሱ ሲለወጥ፣ ባለሱፍ ኮትና ሱሪ፣ ባለ አሮው ሸሚዝ፣ ባለክራባትና ባለ ሹል ጫማ ሆኖ አረማመዱንም ሲያሻሽል ጊዜ የቢሮ ባለሥልጣን መሰለ። ቤቱንና አለባበሱን ባሳመረ በስድስተኛ ወሩ ያቶ ቢልልኝን ኦፔል ገዛና ባለመኪና ሆነ። ለቤቱ ዘበኛ ቀጠረ። ደብሪቱ በዓይኗ ስር ይሽ ሁሉ ለውጥ ሲካሄድ እሷ እንደ ሕልም ብዥ ብዥ አለባት እንጂ የምታየውን ሁሉ እውነት ነው ብላ ለማመን ተቸገረች። የራሷ የነገ ዕድል ግን እያፈጠጠ እንደቀረባትና ይህ ሁሉ የታደሰ መሽቀርቀር መጨረሻው ምን እንደሆነ እንደ ብዥታ ይታያት ጀመር።

ታደሰ ባለ ኦፔል ከሆነማ በኋላ ውጭ የሚያድርበት ጊዜ ከልክ አለፈ። ደብሪቱ ‹‹ድሮውንስ ቢሆን በድህነቴ ላይ ዲቀላ አተረፍኩ እንጂ ምን የሚደላ ኑሮ አገኘሁ?›› ትልና ልጇን እንዳቀፈች ተክዛ ትቀራለች። እንቅልፍ ሲያንገላታት የታደሰን መኝታ ቤት ትተውና ከማድቤት እንጨት አልጋዋ ላይ ትደፋለች። አንድ ቀን አምሽቶ መጥቶ ሞቅታም ስለነበረችበት አብራው እንድታድር ሲጎላደፍባት ከማድቤቱ ሆና ብትሰማውም ከየት ያመጣችው ድፍረት እንደሆነ እሷም ሳታውቀው ውሽቷን ሰበብ ፈጠረች ‹‹ታዲያ ማድቤቱ ይሻለኛል አልሽ?›› ቢላት በዚያው በተጎለደፈ አንደበት ‹‹ያው ወደ አመዴ መመለሴ መቼ ቀረ!›› ብትለው ልጇን ታቅፋ ከቆመችበት ድረስ እየተንደረደረ ሄዶ በጥፊ አላት። ‹‹አንቺ አመዳም! መድረሻ ቢስ! የሔዋን ዘር አሳሳች! ያሳሳትሽኝ አንሶ ይህን ትመልሽልኝ?››

ብሎ ከሱው ብሶ ጦፈና ለብቻው አደረ። በማግስቱ አንድ ነገር ያደርገኛል፣ ሂጂ ይለኛል ብላ ብትጠብቀው ዝም አላት።

ደብሪቱ ከአንድ አልማዝ ከምትባል ጎረቤቷ ጋር ገበያ ስትሄድ ከጌሾ ተራ ወደ 4ኛ ፖሊስ ጣቢያ በሚታጠፊው መንገድ ታደሰ አንዲት ኮረዳ ከጎኑ አስቀምጦ፣ ሲሸከረከር አየችው። ልቧ የሚጠራጠረውን ዓይኗ ቢያሳት ከጎረቤቷ ጋር ስለነበረች ሀፍረት ተሰማት።

‹‹በዚያ ቢጫ ኦፔል አንዲት ሴት ይዘው በዚያ በኩል ያለፉት ጋሼ ታደሰ አይደሉም እንዴ?›› አለች ጎረቤቷ ጣቷን የጣቃ ነጋዴው ታደሰ መኪና ወዳለፈበት ቀስራ።

‹‹አይ! ተሳስተሻል እሳቸውን የሚመስሉ ሰው አይተሽ ይሆናል እንጂ፣ ያውም ዛሬ በቅዳሜ የገበያ ቀን ሱቃቸውን ጥለው የትም አይሄዱም!›› ስትል ደብሪቱ መለሰችላት።

‹‹ኧረ ባክሽ አንቺ ደግሞ ካይኔ በላይ!››

‹‹አይ ይሆናል እንግዲህ እሳቸው ይሆናሉ››

‹‹የምን ይሆናሉ ነው! እሳቸው ራሳቸው ናቸው እንጅ!››

ደብሪቱ ምንም ልትመልስላት አልቻለችም። ሳይነጋገሩ ትንሽ እንደሄዱ ይችው አልማዝ ለራሷ መያዝ ያልቻለችውን ጉዳይ ለደብሪቱ ለማውራት ዳር ዳር አለች።

‹‹አንቺ ደብሪቱ እስከዛሬ ሳታውቂ ቀርተሽ ነው እውነት?››

‹‹ምኑን?››

‹‹ሰውየው እኮ አንድ ታይፕ የተማረች ልጃገረድ በሕግ ለማግባት ሽማግሌ ልከው ጨርሰዋል ይባላል!››

‹‹እኔ ካንቺ አፍ ዛሬ ገና መስማቴ ነው። ከሆነማ ምናለ! በጉልበቴ ደግሼም ብድራቸው ደስ ይለኛል!›› ነገሩን እንዲህ ፍርጥርጥ አድርጋ አልማዝ ስትነግራት እንጂ ታደሰ ከውጭ ሌላ ሴት እንደሚያውቅ ከደረሰችበት ቆይቷል። በሕግ ልጃገረድ ለማግባት ሽማግሌ መላኩን ግን አልሰማችም። ሆኖም የምታውቀውንም ነገር

ቢሆን ደብሪቱ ከውጭ ሰው መልሳ ስትሰማው ደስ አላላትም።

‹‹ሰውየው ለካስ ልጅ እፈልጋለሁ እያሉ ወላድ የተባለትን ሴቶች ሲያዳርሱ የኖሩት ለነገራቸው ኖሯል!›› አለች አልማዝ። እሷ እንደሆነ ወሬ ለማዳነቅ የሚችላት የለም። የተፈሳው ሳይቀር ስታወራው ብትውል የማይሰለቻት ነች። ደብሪቱ የምትመልሰው ጠፋት። አንገቷን አቀርቅራ ወደ መርካቶ ገበያዋ ታቀና ገባች። ከጎረቤቷ ጋር ውላ እንደተመለሰች ታደሰ ባለፈው ምሽት የዛተባትን ጉዳይ ሳያነሳባት ውሎ አደረ። ከነገ ዛሬ ያነሳብኛል ስትል ሰነበተች።

አንድ ቀን የተቀጠረችበትን የማድቤት ሥራዋን አንድም ሳይጎድል ሠራርታ ራት አዘጋጅታ አረፍ እንዳለች ታደሰ ወደ ቤቱ ገባ። የሚያስፈልገውን ሁሉ አቀራረበችለት። ራት አበላችው፣ እጁን አስታጠበችው። የሥራ ድርሻዋን የፈፀመች መሰላትና ሳይታወቃት መብራቷን አጠፋች። እሱ ግን የደብሪቱን ሆድ መቁረጡን አላምን ብሎ በወንድነቱና ባሳዳሪነቱ ተመክቶ የክፍሉን መብራት ሁሉ እያበራ ደብሪቱ ካለችበት ደረሰ። እሷም እንቅልፍ አልወሰዳት ኖሮ ከነልብሷ ብድግ አለች።

‹‹ምን ልሁን ብለሽ ነው ካንቺው ብሶ ያኮረፍሽው? ካንቺ ብሶ ነው እዚህ የተጋደምሽው! የናንተ ጥጋብ እኮ አፍንጫችሁ ድረስ ነው! አሁን ትመጫላሽ አትመጪም?››

‹‹አይ ጌቶች እስከዛሬ የሆነው ይበቃል። እስከዛሬ ያሳሳትኮት መች አነሰ? እኔ ድሃ ነኝ። ድህነቴንም ያውቁታል። በድህነቴ ላይ የደረሰብኝ ደርሶብኛል። እርሶ የሚያዝኑልኝ ከሆነ ለገዛ ልጅዎ አባት ከሆኑልኝ እስከ ዛሬ የሆነው ይበቃል ጌቶች። እኔ ጥጋብም፣ ድፍረትም ያልኩት አይደለም። እባክዎ በፈጠሮት አምላክ አዝነው ይተውኝ። እርሶም ቢሆኑ ከሴት ተወልደዋል። ታላቅ ወይም ታናሽ እህት ይኖርዎትም ይሆናልና በጭንቅ አማላጅዋ ይገዞዎታለሁና ይብቃን›› እያለች ዕንባዋ እንደገደል ውሃ መፍሰስ ሲጀምር ተኝቶ የነበረው ፈጠነ ባኖ እሱም ማልቀስ ጀመረ።

‹‹አንቺ ሴት በገዛ ልጄ ልታስጨክኚኝ አስበሻል መሰለኝ?››

‹‹ምን አጥፍቼ? ምን በድዬ? ዛሬ ገና ፈቃድዎን አልፈጽምም

ብል፣ ዛሬ ገና የሚደርስብኝ የባሰ ችግርና መከራ ስለታየኛና እርሶም እንደነገሩኝ የማስኮንኖት ስለመሰለኝ እኮ ነው ጌቶች?›› አለችው አሁንም ዕንባዋ በዓይኗቿ ጥግ ጥግ እየፈሰሰ፣ የሚያለቅስ ልጇን እያባበለች።

ታደሰ ተጨማሪ ንግግር አላስፈለገውም። ቁጣም ማስገደድም አላሰኘውም። ተመልሶ ከመኝታ ቤቱ ገብቶ ለብቻው አደረ። ከዚያን ቀን ጀምሮ ታደሰ ደብሪቱን ሊያኖራት አልፈቀደም። እየባሰበት እንጂ ልቦና እየገዛ አልሄደም። ያቺን ድሀ አበሳዋን አሳያት። እሷም አሰናብቱኝ ለማለት ቁርጥ ውሳኔ አደረገች። ልጅዋን ብቻ አምኖ እንዲቀበላት ሽማግሌ ለመላክ ወሰነች። ታደሰ ቤት በግርድና ስትቀጠር ተያዥዋ ባሻ ቢተው ስለሆኑ ይህንኑ ከዛሬ ነገ ቤታቸው ሄጄ አነግራቸዋለሁ ስትል አንድ ቀን ማታ የገዛ ልጁ ፈጠነ አባቱን ናፍቆ ኖሮ፣ ገና ሲያየው አባቴ ብሎ እየተንደረደረ ቢጠጋው ያንን ገና በቅጡ እንኳን አፍ ያልፈታ ሶስት ዓመት ሊሞላው ምንም ያልቀረው ሕፃን ዓይንህን ላፈር ቢለው ልጁ ከመደንገጡ የተነሳ ወደ እናቱ እሸሻለሁ ሲል ከወለሉ ላይ ወድቆ ተከሰከሰ። ታደሰ ልጁን እንኳን ከወደቀበት ለማንሳት ሳይሞክር ደብሪቱ ለቅሶውን ሰምታ ከማድቤት ፈጥና ወጥታ ቀድማ አነሳችውና ልጇን ከማባበል ይልቅ የራሷ ዕንባ ቀድሞባት ታደሰም በገዛ ልጁ ላይ ያደረሰው ሳያንሰው ከተቀመጠበት መቅረቱ ሳያስቆጨው ደብሪቱን ለመቆጣት ከጀለ። እሷ ግን አልቻለችም።

‹‹አዎን! የገዛ ልጁዎን እንዲህ ፊት መንሳትዎ አንሶ ከወለሉ ላይ ወድቆ እስኪከሰከስ ድረስ ርህራሄ ማጣት ይገባል? በሽታ ላይ ቢወድቅስ? ለርሶ ምንም ባይመስልዎና ባያሳዝንዎ ለኔ ግን ከሆዴ የወጣ ያንጀቴ ቁራጭ ስለሆነ ያሳሳኛል!›› እያለች ተንሰቀሰቀች። ታደሰም ነገሩን ወደ እሷ አዙሮ እየተገሰለ ከመናገር አልፎ የሚጠጣበትን ብርጭቆ ቢወረውርባት ያይን አምላክ አወጣት። የሰደባት ስድብማ እንኳንስ የወለደችለት ከመንገድ ዳር ቆማ ያያት እንኳ አልመሰለችውም። እሷም እንደምንም ያችን ቀን ሌሊት አሳለፈችና ተያዥ ሆነው ካስቀጠሯት ባሻ ቢተው ዘንድ ሄዳ የደረሰባትን ሁሉ ነገራ እሳቸውም ተያዥነታቸውን አስወርደው፣ አለኝ የምትለውን የጉልበቷን ዋጋ እንዲያስከፍሏትና ሽማግሌ ሆነው ልጁን እንዲቀበላት ይረዷት እንደሆን ለመጠየቅ ረፈድፈድ ሲል ወደ ቤታቸው ሄደች።

ደብሪቱ ባሻ ቤት ስትደርስ እመት ጌጤነሽ ከልጅ ልጃቸው ከሙሉነሽ ጋር ሲነታረኩ ደረሰች። ሙሉነሽ አያቷን በዚያ በተኮላተፈ ምላሷ ‹‹የምበላው እንጀላ ሽችኝ!›› ስትላቸው፣ እሳቸው ‹‹ቆይ ልጄ እባክሽ›› ሲሏት እሷ ‹‹አላክልሽም! እልቦኛል›› እያለች ስታስጨንቃቸው፣ እሳቸው ደግሞ ‹‹ለመሆኑ ረሀብስ ቢመጣ ልጅ ይዞ እንዴት ይኮናል?›› እያሉ ሲመልሱላት በዚያውም የጓዳ ሥራቸውን ለማቃናት ደፋ ቀና ሲሉ ደብሪቱ ጓዳ ድረስ ‹‹ቤቶች!›› እያለች ገብታ ካጠገባቸው ስትደርስ ያኔ ነው ድንገት ዞር ሲሉ ያዩዋት።

‹‹ውይ! ደብሬ አንቺ ነሽ?›› ምን እግር ጣለሽ ዛሬስ ልጄ?››

‹‹እንዴት ሰነበቱ እማማ?›› አለችና ሳመቻቸው ተሳሳሙ። ያች አያቷን ያኮረፈች ሙሉነሽም ‹‹አንቺ ኮልታፋ አሁንም አፍሽን አልፈታሽም?›› አለችና ደብሪቱ ስትስማት እመት ጌጤነሽ ‹‹ምን አፏን ትፈታለች እሷ! ያንቺ ልጅ ሳይቀድማትስ ይቀራል ብለሽ ነው?›› አሏትና ሥራቸውን እስኪጨርሱ ያንን ለሽያጭ ቢቀር ሁነኛ እንግዳ የሚጋብዙበትን የዶሮ ዓይን የመሰለ ጠላቸውን አቅርበውላት እስከዚያው ሙሉነሽ ታጫውትሽ ብለዋት ወደ ማድቤታቸው ተመለሱ። መለስም እያሉ ‹‹ተጫወቺ፣ ሙሉዬ ታጫውትሽ›› ሲሉ ቆዩና ሥራቸውን ጨርሰው በርጬማቸውን ጠጋ አድርገው ከደብሪቱ ትይዩ ተቀመጡ።

‹‹ለመሆኑ በምን አስታወሽን ዛሬስ ልጄ?››

‹‹እንዲያው እስቲ ዛሬ እንኳን ልጠይቃችሁ ብዬ!››

‹‹አንቺም ኩራት ኩራት አለሽ መሰለኝ!? ከቤታችን ከቀረሽ መንፈቅ ሊሆን ምን ቀረው?››

‹‹እርሶዎ ደሞ እንደማይሞላልኝ መች አጡት? ደግሞስ ማን ነኝና ምን አገኘሁ ብዬ እኮራለሁ?››

‹‹እኔስ ለጨዋታው ብዬ እንጂ መውቀሴም አይደል። እኮ በይ እየጠጣሽ! ምንም አይልሽ። የኔን የናትሽን ጠላ ታውቂው የለ? ገብስ ብቻ ነው። በቆሎም አልገባበት።››

‹‹ኧረ ተው የበላይነሽ እናት። ገና አቶ አርዓያ ዘንድ እሄዳለሁ።

ደግሞ በዚህ በጠራራ ፀሐይ ራሴ ላይ ይወጣል!›› አለቻቸው ብርጭቆዋን አንስታ እሳቸው በጣሣ ያቀረቡላትን ጠላ አንስተው ሊሞሉላት ሲሉ እየተከላከለች።

‹‹አቶ አርዓያ ዘንድ ደግሞ ምን ጉዳይ አለሽ ደብሬ?››

‹‹አይ እንዲያው ነው››

ደብሪቱ እንዳቀረቀረች ቀረች። አቶ አርአያም ዘንድ የምትሄድበት ጉዳይ እመት ጌጤነሽም ዘንድ ባሻን ፍለጋ የመጣችበት ምክንያት አንድ በመሆኑ ከየትና እንዴት ብላ እንደምትጀምርላቸው ጨነቃት። በገሙ ሠፈር ሽማግሌዎች ደጃፍ ነጋ ጠባ ማመላለሱ የማይቀረውን ጉዳይ ለእመት ጌጤነሽ ልታነሳባቸው ዳር ዳር አለች። የግርድናዋ ሳይታሰብ ቢቀር ደብሪቱን ያሳሰባት የልጇ የፈጠነ ጉዳይ ነው። ታደሰ ልጄ ብሎ ፈጠነ ሲወለድ እንደሳመው፣ ልጄ ብሎ እንዲቀበለው፣ ማደጊያ እንዲቆርጥላት ትፈልጋለች። ሂጂልኝ ብለው ካጥር ውጭ ገፍትረው ከነልጄ ሳያስወጡኝ በፊት በሽማግሌ ነገሩን አብስዬ ብቆይ ይሻላል ትላለች ደብሪቱ። እሱ ግን የሀብታም ልጅ፣ ትምህርት ያላት በሠርግ ለማግባት እየተዘጋጀ እኔን ምን ያስጎለተኛል? ትላለች ለብቻዋ ስትሆን። አልፎ ተርፎ ወሬው ይህችኑ የቢሮ ፀሐፊ ልጃገረድ ሕግ ወስዶ ማስረገዙን ደብሪቱ ሰምታለች። ወደ ወላጆቿ የላካቸውም ሽማግሌዎች ሚስት እንደሌለው ዲቃላም እንዳልወለደ ምለው ተገዝተው ተናግረውለታል መባሉንም ታውቃለች። ላዲስ ፍቅረኛውም ‹‹ሀብትሽ በሀብቴና ልጄ የምለውም ከአንቺ የምወልደውን ነው። እኔ ልሙትልሽ ሌላ ልጅም የለኝ›› ብሏታል።

‹‹ባሻን ዛሬስ ከቤት አገኛቸዋለሁ ብዬ ነበር እኔስ አመጣጤ!›› አለች ደብሪቱ ዝም ብላ ቆይታ።

‹‹ምነው ደህናም አይደለሽ? እሳቸው እዚህ ደጃች ዘውዱ ፎቅ አንድ ሽምግልና አለብኝ ብለው አሁን ነው ወጣ ያሉት።እንዲያው ለጥቂት ሳትገናኙ ቀራችሁ እንጂ አንቺም እኮ እግራቸው ገና ወጣ ከማለቱ ነው የመጣሽ። ምነው በደህናም አልፈለግሻቸው?››

ደብሪቱ እዝን ትክዝ አለች። ዕንባዋ ባይኗ ቅርር አለ። እመት ጌጤነሽም ሰውነታቸውን ውርር አርጓቸው ትክ ብለው ያይዋት

ጀመር።

‹‹ድህነት ነው ሰውን ከሰው በታች የሚያደርግ!›› አለች ዕንባዋ ግድቡን እንደጣሰ የክረምት ጎርፍ ወዲያው በዓይኗ ክንብል እያለ በጉንጮቿ ላይ ይወርድ ጀመር። ሳንቲም ቢጤና ቁልፍ በተቋጠረበት ኾንጉርጉር መሐረቧ በጉንጮቿ የወረደውን ዕንባዋን እየጠረገች፣ አፍንጫዋን እያበሰች፣ ንግግሬን እቀጥላለሁ ስትል ተናነቃት። እመት ጌጤነሽ ሰው ሲያለቅስ ማየት የማይችሉ ሴት በመሆናቸው የሳቸውንም ዓይን ዕንባ ተቆለለበት።

‹‹ምነው የኔ ናት? ለምን ታለቅሻለሽ? ምን ገጠመሽ?››

‹‹አይ ...፣ እንዳው ዕድሌ ነው...፣ የሚያስለቅሰኝ! በዚያው ሲቃ ባልተላቀቀው የደከመ ድምጽ። እሷን እያዩ እሳቸውም የራሳቸውን ዕንባ ተመለስ ሊሉት አልቻሉም። እንኳን እሷን ተይ ሊሉ እሳቸውን ተው የሚል አስፈለጋቸው።

‹‹ባሻን የፈለግሁዋቸው አቶ ታደሰ ቤት ስገባ ተያዡ እሳቸው ሰለሆኑ ያው እስከዚህ ዓመት ድረስ የሠራሁበትን የጉልበቴን ዋጋ እስከፍለውኝ እንድሰናበትና እሳቸውም ተያዥነታቸውን እንዲያሰወርዱ ብዬ ነው። የልጁን ነገር ደግሞ ባመቻቸው ጊዜ ያነጋግሩልኛል›› ስትል ጋብ ሲልላት የመጣችበትን ጉዳይ ገለፀችላቸው።

‹‹ምነው ደብሪቱ?! የምን ጉድ ነው የምታሰሚኝ? ይህን ያህል ጊዜ አብረሽ ኖረሽ በግርድናስ ቤታቸው ብትገቢ ከወለድሽላቸው በኋላ ደግሞ ምነው በመሐላችሁ ምን ተፈጠረ?››

እመት ጌጤነሽ አቶ ታደሰ እስከጊዜው እንጂ እንኳን በሚስትነት በግርድናም ቢሆን ከቤቱ እንደማያኖራት፣ አንድ ቀን ከነዲቃላዋ ሳያባርራት እንደማይቀር፣ ገና ከርግዝናዋ ጊዜ ጀምሮ ሲጠራጠሩ፣ ለደብሪቱ ሲፈሩላት ኖረዋል።

በገሙ ሠፈር ሰውዬው አንዲት የቢሮ ፀሐፊ በሠርግ ለማግባት ሽማግሌ መላኩ የሚወራውም ቢሆን ከሳቸውም ሆነ ከባሻ ቢተው ጆሮ ከደረሰ ሰንብቷል። ደብሪቱ ብቻ ነች ወሬው ባሻና እመት ጌጤነሽ ጆሮ መድረሱን ያላወቀችው።

‹‹አዬ እማማ ስንቱን ነግሬዎት እችላለሁ? በሆዴ ያለው ብዙ ነው። ይህንን ያህል ጊዜ ያልተከፋሁ፣ ምንም ያልደረሰብኝ፣ ከጌታዬ በማርገዜና በመውለዴ ደስተኛ የሆንኩ፣ ድህነቴን አራግፋለሁ ብዬ እሳቸው ቤት የተቀመጥኩ ይመስል ይሆናል ለሰው። ይሄ ልጅ አንዴ በማህፀኔ ከተፈጠረ በኋላ ከእንግዲህ የት እደርሳለሁ? እሳቸው የሚያደርጉኝን ያድርጉኝ፣ አምላኬንም እባክህ አንተ እርዳኝ፣ ያቶ ታደሰን ሆድ አራራልኝ እያልኩ ኖርኩ እንጂ የደላኝ እንዳይመስሎት? እማማ››

‹‹መች አጣሁት ልጄ! አንቺ ባፍሽ ባትነግሪኝ ይጠፉኝ መሰለሽ? ሆድሽን አይቼ ብጠረጥር የተናገርኩሽንና የሆንኩትን መሆን አንቺስ መች ትረሺዋለሽ?››

‹‹እሱንማ መች ረስቸው አውቃለሁ? ሁሌ አይደል ሲታወሰኝ እዚህ የደረስኩት። እና ይኸውሎት እኔ እንዳው የምበላው መቼም አልጎደለብኝም። ልብሴንም ለውጫለሁ እንጂ በሆዴስ ብዙ ነው ያለው። ሰውዬው የድሮው ታደሰ አይደሉም። በወጡ በገቡ ቁጥር ይሰድቡኛል፣ ይመቱኛል። የማይሉኝ ነገር የለም። እሺ ይሁን መቼስ ልሰደብም ልመታም፣ የኔስ ብቻ ቢሆን ሲያንሰኝ ነው። የገዛ ልጃቸውን፣ ይህንን አንድ ፍሬ ልጅ ምንም የማያውቅ የግዜር እንስሳ ዓይንህን ላፈር እያሉ ልጄም ከቀን ወደ ቀን የገዛ አባቱን ባየና ድምፃቸውን በሰማ ቁጥር እያለቀሰና እየተሳቀቀብኝ ሰውነቱ ሲያልቅ...››

ደብሪቱ ዕንባዋ አሸነፋት። ንግግሯን አቋረጠባት። በያዘችው መሐረብ ደጋግማ ዕንባዋን ለማድረቅ ብትሞክርም አቃታት። እመት ጌጤነሽም ከሷ ባሱ። የሁለቱ መላቀስ ግራ ያጋባት ሙሉነሽ ብቻ ነች፣ አያቷን ልታባብል ‹‹እማዬ አታልክሺ!›› ብላ ሮጣ መጥታ በላያቸው ላይ የተጠመጠመችባቸውና ዕንባቸውን ልትጠርግ፣ ጉንጫቸውን ልትስም እየተንጠራራች።

‹‹ልጄ!፡፡፡ ዝም በይ፡፡፡ አታልቅሺ ቢያለቅሱት ምን ይገኝ መሰለሽ?››

‹‹እኔ እንኳን ሲናገሩኝም ሆነ ሲመቱኝ አንድ ቃል ሳልመልስላቸው ቀና ብዬም ሳላያቸው ተሰድቤም፣ ተመትቼም ዘወትር ወደ ጓዳዬ ሄጄ እቀመጣለሁ። ይኸው ከትናንት ወዲያ ይህንን ትንሽ ልጅ

ካልገደልኩ ብለው ሲነሱ አላስችል አለኛና ምነው ልጅዎ እኮ ነው። ከሱ ይልቅ እኔ አለሁልዎት አይደል? ሲወድቅስ ቢያነሱት ምናለ? እንደዚያ ጮኸው አንድ በሽታ ላይ ከሚጥሉት፣ ለሁሉ ነገር እኔ አለሁሎት አይደለም እንዴ? ብዬ አላስችል ብሎኝ ብናገራቸው

‹‹አንቺ መድረሻ ቢስ፣ ዘርሽ የማይታወቅ ብለው ሰደቡኝና በጃቸው የያዙትን ብርጭቆ ቢወረውሩብኝ የዓይን አምላክ አተረፈኝ። እኔም ቢበዛብኝ በልቤ ያለውን ተናገርኩ፣ ድህነቴን አይንገሩኝ እኔ ራሴ አውቀዋለሁ፣ ዘሬም ቢሆን የሰው ዘር ነው። አዲሳባ ዕድሌ ሆኖ ገብቼ ቀረሁ እንጂ ባገሬና በተወለድኩበት ቀይሕ የማላሳፍር ነኝ፣ ክብርዎን ያልጠበቁት እርሶ ነዎት። እኔ እርሶ ቤት ስገባ በግርድና ሠርቼ እንጀራ ለማግኘት እንጂ የሌላ ፍላጎት ኖሮኝ አይደለም ብያቸው ልጄን እያባበልኩ ካጠጋባቸው ዞር አልኩ።››

‹‹ጉድ እኮ ነው ደብሪቱ! አይ አቶ ታደሰ! አይ የሰው ነገር! ምነው ለሥጋቸው ቢቀር ለነፍሳቸው እንኳን አልፈራ አሉ ልጄ?››

‹‹አዬ እማማ፣ እኔ ቤታቸው ከገባሁ ወዲህ ያው ሀብታቸው ከልክ በላይ ሆነ። ሰው ባለገንዘብ ሲሆን የሚሠራው ይጠፋዋል። እግዜር ያለም አይመስለው። አንቺ ሰይጣን ቤቴ ገብተሽ አሳሳትሽኝ ይሉኛል። ምናለ ከገረዱ ወለደ እየተባለ መዘባበቻ ሆንኩ ይሉኛል። እንዲህ ዓይነት ቃል ይኸው ይህን ያህል ጊዜ ቤታቸው ስኖር ተናግረውም አያውቁ። እኔ የራሴ ችግር አንሶኝ ዲቃላ ፍለጋ እሳቸው ቤት አልገባሁ እርሶ የሚያውቁት ነው እማማ። ከሀብታም ወልጄ ድህነቴን እገላገለዋለሁ ብዬ ባሳቤም መጥቶብኝ እንደማያውቅ ከሰውም በላይ አምላክ ያውቀዋል። መቼም በረሃብ ከምሞት ብዬ ነው ሰው ቤት ግርድና የገባሁት። እሳቸው በጌትነታቸው፣ በወንድነታቸው ተመክተው መቼም የሆነው ሆነ። እኔም ከሴትነቴ ጋር ተደምሮ ድህነቴ እንጀራ ፍለጋ ከሳቸው ቤት ግርድና እስከመግባት አደረሰኝ። ያስደፈረኝም የሰውነት ክብሬንም ያሰገፈፈው ይኸው ነው።››

እመት ጌጤነሽ የሚናገሩት አጥተው ዝም ብለው ቆዩ ንዴትም መጣባቸው።

‹‹ያንቺ የችግር ሆኖ ነው እንጂ የሰው ልጅ ነሽ። ለሳቸው በምን ታንሳቸዋለሽ? እሳቸውስ ይህን ሀብት ከሰማይ አላመጡት! ምነው

ያቶ ማሞ አሽከር አልነበሩም እንዴ? የሚያውቅ ያውቃቸዋል። ልጅ እፈልጋለሁ እያሉ የደረሱባቸው ሴቶች ማን ማን እንደሆኑ አገር ያውቀው የለም እንዴ! ክብርን ጠብቆ መቀመጥ ፊት ነበር። ከወለድሽላቸው በኋላ ዘርሽ ጠይብ ቢሆን ፋቂ ቢሆን አንዴ የሆነው ሆኗል። እንዲያው ደብሪቱ ምናልባት ከውጭ የሚያውቋት ሴት እንዳለች!›› ሲሉ ሳይገልፁላት የኖሩትን ምስጢር አወጡት እሷ የማታውቅ መስላቸው።

‹‹እሱማ ሲወራ ለኔም ጆሮዬ ደርሷል። አንድ ትምህርት ቢጤ ያላት የቢሮ ፀሐፊ ነች ይባላል። ክብረ ንጽሕናዋንም ወስደዋል ይባላል። የጌታ ልጅ ነችም ይባላል። እሷን በህግ ለማግባት ሽማግሌ መላካቸውን ገሙ ሠፈር አውርቶ ጨርሶታል ይባላል።››

‹‹ይህ ከሆነ ሃሳባቸው አንቺንስ መደብደብ ሆነ የገዛ ልጃውንም ዓይንህን ላፈር ማለት ምን አመጣው?››

‹‹በሳቸው ቤትማ ሰበብ መፈለጋቸው ነው። ልጁም የገረድ ልጅ የሚባልላቸው እንጂ የታደሰ ልጅ የሚለው ያለ አልመስላቸው ሲልስ! እኔም እኮ ግርድናዬ ተስቶኝ አያውቅም። የሰማንያ ሚስት አድርጉኝ አላልኳቸው! ያንኑ ደመወዜን አይከልክሉኝ፣ ልጃቸውን ግን ይቀበሉኝ ነው የምል። በተረፈ ልጃገረድ ቀርቶ ፊት ቢያገቡ በጉልበቴም ቢሆን ደግሼ ብድራቸው ምንም ቅር አይለኝ። እኔን የመሰለ ምስኪን ደሀ በጌታው አይቀናም። መቼም ባሻን የፈለኳቸው ይህንኑ ዘርዝሬ ልነግራቸው ነበር። አልተገጣጠምንም እንግዲህ እሳቸው አባቴ ቢሆኑ እርሶም እናቴ ኖት። የኔን ክፉ እንደማትወዱ አውቃለሁ። ሁሉንም እንደ እኔ ሆነው ለባሻ ይንገሩልኝና ከሰሞኑ ብቅ ብለው ተያዥነታቸውን ያስወረዱ። ለኔም ደመወዜን ያስከፍሉኝና ልሰናበት። የልጁን ነገር የሚሆንላቸው ከሆነ በሌላ ጊዜ ያነጋግሩልኛል። እኔም ምናባቱ ከዚያ በኋላ እግዜር ያውቅልኛል። ሰው እንደሚሆነው ሆኜ ማደር አያቅተኝም›› እያለች ደብሪቱ ሆድ እየባሳት ሄደና ዕንባዋ እንደለመደው በጉንጮቿ አቀራርጦ መውረድ ጀመረ።

‹‹እባክሽ ልጄ አታልቅሺ! ደህና ሁኚ እንጂ የትም ሠርተሽ ትበያለሽ›› አሏት። እሷ ግን ምንም ሳትመልስላቸው ቆየች።

‹‹አይ እባክዎ ያውም ልጅ ይዞ ግርድና ተቀጥሮ መብላት መች

እንዲህ ቀላል ነው? ያውም አዲሳባ! ልጅ ይዛ ግርድና የሚቀጥራት ያጣች ስንቷ የኔ ብጤ ዕድሏ ከልመና ያልተሻለ እንደሆነ እያየነው አይደል እማማ!?››

እመት ጌጤነሽ ደብሪቱን የሚያጽናኑበት መላው ቸገራቸው። የሷ ዕድል ከልጃቸው ከባላይነሽ ዕድል ጋር ተገጣጠመባቸው። እሷ ተናግራ ስታበቃ ድንገት ዕንባ ተናነቃቸው። ደብሪቱን በበላይነሽ መሰሏት። በላይነሽ ደብሪቱን ሆነችባቸው። አንድ ልጃቸው ባካል ቀርባ የሆነችውንና የደረሰባትን ጉዳቷን የምታወራላቸው፣ ገበናዋን ገልጣ የምታሳያቸው መሰላቸው። ያንጊዜ በላይነሽ

‹‹ከንግዲህ የቀረኝ አንድ ዕድል ነው የትም ድፍት ብዬ ብቀር፣ ወሬዬንም ወደማትሰሙበት እሰደዳለሁ›› ብላ ተናግራቸው በዚያው ከቤት ወጥታ ሳትመለስ መቅረቷ ትዝ እያላቸው ተንሰቀሰቁ።

‹‹እማማ የኔ አንሶ እርሶ ደግሞ አያልቅሱ እንጂ!›› አለቻቸው ደብሪቱ።

‹‹ተይኝ ባክሽ ልጄ የኔስ ያንድ ቀን ነው!›› ቢሏት እሷም ጋብ ብላ የነበረችው እንደገና የነገ ዕድሏ ትውስ አላትና ዕንባዋ ግልብጥ አለባት። ሁለቱም መላቀስ ያዙ። አንዳቸው አንዳቸውን አፅናኝ መሆን አልቻሉም፣ መላቀስ ያዙ። ሙሉነሽ ግራ ገብቷት አስተዋለቻቸው። እንደ በፊቱ ለማባበልም ፈርታ እያሾለቀች ብቻ ታያቸው ጀመር። እነርሱም ሲበቃቸው ደብሪቱም እመት ጌጤነሽን ተሰናብታ፣ እሳቸውም እሷን አሰናብተው ባሻ ቢተው ከሄዱበት ሽምግልና እስኪመለሱላቸው ድረስ እንዳዘኑ ከመደባቸው ድፍት ብለው የታመሙ መስለው ጠበቋቸው።

ባሻ ቢተው ከሽምግልናቸው ሲመለሱ እመት ጌጤነሽ ከመደብ ላይ ኩርምት ብለው ቢያገኟቸው አንድ ነገር የሆኑ መሰላቸው። ደንገጥ አሉ። ራስ ምታት እንኳ የማያውቃቸው እመት ጌጠነሽ ያውም ጉድ ጉድ በሚሉበት ሰዓት ተኮራምተው ሲያገኙዋቸው የጤና አልመሰላቸውም ባሻ። የደብሪቱን ጉዳይ ዘርዝረው ሲነግሯቸው ሐሳባቸው ከሚስታቸው ወደ ደብሪቱ መለስ አለ። ደብሪቱ የደረሰባትን ከሚስታቸው ሲሰሙ አለቅጥ አዘኑ። ‹‹አዬ!›› አሉ ‹‹ለሰው ሞት አነሰው አለች ዝንጀሮ!›› አሉ። ወዲያው ቀጠሉና ‹‹እኮ ምን ትመክሪኛለሽ ጌጤነሽ?›› ሲሉ ሚስታቸውን ምክር

ጠየቁ።

‹‹ለመመካከርማ የሚቸግር ጉዳይ ሆነብኝ እኮ ባሻዬ!›› አሉዋቸው ከመደባቸው ቀና አሉና ሁለት እጃቸውን አነባብረው በታጠፈው ጉልበታቸው ላይ አሳርፈው።

‹‹ሰው እኮ ትንሽ ሲያልፍለትና ሀብት ሲያገኝ ዞር ብሎ ወደኋላው አያይም። የነበረበትን ረስቶት ቁጭ ነው። አሁን ይቺ አንድ ፍሬ ልጅ ደብሪቱ ከድህነቷ በቀር እንዲያው ጌጤነሽ ለታደሰ ምኗ ያንሳል? እሱ ትላንት ያቶ ማሞ አሽከር ሆኖ ባርባ ዓመተ ምሕረት አውቀው የለ እንዴ? አንድ ፎከታም ቢጤ እኮ ነበር ጌጤነሽ! አቶ ማሞን አደህይቶ አሱን ጌታ ያረገ አምላክ ደብሪቱንስ ቀጭን እመቤት ሊያረጋት ይችል የለም እንዴ!››

‹‹እሱማ ላንድዬ ምን ይሳነዋል ባሻዬ! አቶ ታደሰ መላ ቢጤ ያለው ነው። እሱስ ያችን ትምርት ያላት የጌታ ልጅ በህግ ለማግባት ሲል ዘዴ ፈጥሮ ይህችን የግዜር ድሃ ዲቃላውን አስታቅፎ ለማባረር ፈልጎ ነው።

ባሻ ቢተው አለቅጥ ጦፉ። ግን ምን ቢናገሩ የልባቸው ሊደርስ አልቻለም። እሳቸው የጨነቃቸው ለደብሪቱ ተያዥነታቸውን ከማውረድ ያለፈ የሚያደርጉት ጥፍት ማለቱ ነው።

‹‹እንዲህ ዓይነት ግፍ ታዲያ የት ያደርሰው መሰለው? ጌጤነሽ እሷን ለሚስትነት ባይፈልጋት የገዛ ልጁን እንዴት ዓየንህ ላፈር ይለዋል? አልቀበልም ቢለኝ መቼም አልተወው እኔ ቢተው። እኮ ጌጤነሽ መላ ምቺ?! እርግጥ ታደሰ ወዳጄ ነው። እስከዛሬ አስቀይሞኝ አያውቅም። በዚህ ላይ ምንም ጌታ ቢሆን ያከብረኛል። ደብሪቱን በድለሃታል ብዬ ልጀምርለት ወይስ ሌላ አለሽ?››

‹‹እንዲያው ውለን ስናድር ይሻል እንደሆን፣ ያኔ መላው ይገኝ እንደሆን እንጂ እኔ ይህ ነው ብዬ የምለውም የለኝ። መቼስ መጀመሪያ ተያዥነትዎን ያስወርዱ። ደብሪቱም ያለቺው ይህንኑ ነው። ስለ ልጁ ጉዳይ ውሎ አድሮ ያደርሳል። አሁን ሁለት ነገር አነሳለሁ ቢሉ ድንገት በሁለቱም ትፋረሱና ሽምግልናዎ እንዲሁ ይቀራል።››

ባሻ፣ እመት ጌጤነሽን በጥሞና አዳመጡ።

‹‹ጌጤነሽ!›› አሉ በውስጣቸው እየነደዱና የሚያዋጣና የማያዋጣውን መንገድ ለማየት ተሰኖአቸው። ‹‹እርግጥ ደህና መጥተሻል! ተያዥነቱን የማስወረዱ ጉዳይ አይከብድም፣ አንቺ እንዳልሽው ነገሩን በግርድናዋ በኩል ልጀምረው እችላላሁ። ግን የገዛ ልጅህን ትቀበላለህ ወይስ መላው ምንድን ነው? ሳልለው ለመመለስ ግን ይከብደኛል።

‹‹እህ ታዲያ ምን ሊሉ ነው? ታደሰ ደብሪቱን በግርድና አስቀጠሯት እንጂ በሚስትነት ለኔ አልዳሩልኝ ቢልዎት ምን ይሉታል? እነሱኮ እርሶን አማክረው አልወለዱ። እንደኔ መቼም የልጁን ጉዳይ ከሰፈር ሽማግሌዎች ከተማከራችሁ በኋላ ቢሆን ይሻላል ነው የምል።››

‹‹አሁን ማ ይሙት? ልጅህን አምሳያህን ተቀብለህ ማሳደጊያ እንድትቆርጥላት ሳልለው ብቀር ደብሪቱን ምን ጠቀምኳት? በሽማግሌስ ቢጠየቅ እምቢ ቢል ይችል የል! እኛን ዘመድ ብላ አይደል እንዴ? ችግሯን ማዋየቷ። እኔ ተያዥ ሆኜ ባላስቀጥራት መች ይኽ ሁሉ ይደርስባት ነበር?›› አሉና ግን መልሰው ራሳቸውን ሲያስቡት መውጫ መንገድ የሌለው፣ በሽማግሌም ቢጠይቁት ሌላ ባለጊዜ ለማግባት የተነሳውና ልጅ የለኝም ብሎ ሽማግሌ የላከው ታደሰ በጅ እንደማይላቸው ታያቸው ‹‹ለካስ እንደሰው ጨካኝ የለም!›› አሉ።

‹‹አለርስዎ የዋህ የለም ባሻዬ፣ ነገሩ እኮ ዛሬ የተጀመረ አይደለም። የዲቃላ ነገር አባቱ አምኖ ካልተቀበለው ዳኛም ቢሆን ተቀበል ሊለው እንደማይችል በስንቱ ደርሶ አይተነው የል? ማሞ ሰይፉስ ከገረዱ የወለደውን ልጅ ክዶ አስማረች በዳኛ ልታስገድደው ሞክራ አቅቷት አልተወችውም። ያው መሽታዋን እየነገደች ልጁን ታሳድጋለች። ሴት ልጅ መሆን እኮ ዕዳ ነው።››

‹‹ እውነትሽን ነው ጌጤነሽ! ሰው ፈጣሪውን የሚረሳበት ጊዜ ነው። ለዚያውስ እንዲህ ዓይነት ግፍ ሲሰራ ዝም የሚል ከሆነ ፈጣሪስ በቦታው አለ ብለሽነው? እኔስ እንዳው እንደዘመኑ ልጆች መኖሩን ልጠራጠረው ምንም አልቀረኝ! ››

‹‹እመት ጌጤነሽ ባሻ የሄዱበት አዝማሚያ ዘወትር የሚያጨቃጭቃቸው ቢሆንም ባላቸውን ዝም ብለው ማለፍ አልፈለጉም። እሳቸው የፈጣሪንም መኖር እስከ መጠራጠር ደርሻለሁ ብለው ሲናገሩ ምሬትን ለመግለፅ ያህል እንጂ እንደዘመኑ ወጣት የግዜርን መኖር መጠራጠር አይደርሱም ብለው አያልፏቸውም። በደብሪቱ የደረሰው ያናደዳቸው አንሶ፣ ባሻ እሳቸውን ለማናደድ የተናገሩት አድርገው እስከመቁጠር ደርሰዋል።

‹‹ደግሞ ወዴት ወዴት ሄዱ? ምነው እርሶ ከግዜር ጋር እልክ መጋባት ቢቀርቦት? እሱ አንድዬ ቀን ይጠብቃል እንጂ እንኳን እንደ አቶ ታደሰ ላለ ግፈኛ ቀርቶ ለሚጠራጠረውም ታምራቱን ሳያሳይ ይቀር መሰልዎት ! ይሉቁንስ እኛ በድሃ አቅማችን ይች መውደቂያ መድረሻ የሌላትን የግዜር ደሃ ባይሆን እንኳ ብናስጠጋት ይጎዳን እንደሆን ብንመካከር ይሻላል እንጂ!? ደርሶ እየተነሱ እግዜርን መውቀስና እንደሌለ መጠራጠር ክፉ ቦታ እንዳያደርሰን ነው የምፈራው›› አሏቸው።

ባሻ ለሚስታቸው ምንም መልስ ሳይሰጡ ቀሩ።

‹‹ይበሉ እንጂ ምላሽ ይስጡ! የሚያፀድቀው ጉዳይ ሲነሳ ዝም ይላሉ?››

‹‹አሁን ጌጤነሽ ያውም አንድ ልጃችንን የምትመስላትን የምናስብላትንና የምናዝንላትን ደብሪቱን፣ ታደሰ ከቤት ሲያባበርራት እኛ መጠጊያ እንከልክል የምል የመሰልሻል? ድሮስ ቢሆን ከታደሰ ቤትና ከኛ ሌላ ምን ዘመድ ነበራትና ነው ጌጤነሽ?››።

‹‹አይ እንግዲህ ይተውት፣ እኔ በዚህ በኩል ነገር አዙሬም አላየሁ። ይብቃ ይተውኝ። እርሶ በነጋ በጠባው እግዜርን ከማማረር አልፈው ዛሬ ደግሞ ከነመኖሩም ልጠራጠረው ነው ቢሉኝ ምን ላድርግ ታዲያ?››

‹‹ታዲያ ደብሪቱንስ ቢሆን ለምድሩ ነው እንጂ ለነፍሷማ የሚሆነውን አንቺስ እኔስ ምኑን እናውቀዋለን? ታደሰም ዘንድ ሽምግልና ብንሄድላት ለስጋዋ እንጂ ለነፍሷም አይደል። አንቺም

እናስጠጋት ብትይ ለስጋዋ እንጂ ለነፍሷ መች ይጠቅማታል? አሁን እኛ አደረግንላትና ልንፀድቅ ማለት ነው። ይልቁንስ በዚህ ዕድሜዬ ግፌኞችን የምቀጣበት ሃይልና ጉልበት አግኝቼ ነፍሴ በተኮነነች!››

‹‹በቃ እንግዲህ ይተውኝ እንደፈለግዎ! ሰው በስተርጅና ወደ ፈጣሪው እንጂ እንዲህ እንደርሶ ሲሆን አይቼም አላውቅ። ይበቃል ጌታዬ አይነዝንዙኝ!›› አሉና እመት ጌጤነሽ ባሻ ቢተውን ከተቀመጡበት ትተው እሳቸው ከደጅ ወጥተው ተቀመጡ፣ አኩርፈው ባላቸውን።

ምዕራፍ ዘጠኝ

ባሻ ቢተው ‹‹ብላታ ኀበዝአየሁ ባካልም በመንፈስም ታድሰዋል›› እያሉ እሳቸውን ከማድነቅ አልፈው፣ እሳቸውም እንደብላታ ባካልም ሆነ በመንፈስ ወጣትነት ከጀላቸው። ያካልም ሆነ የመንፈስ ተሃድሶ ከመሻታቸው የተነሳ ብላታ ኀበዛየሁ አፍንጮ በር ደርሰው በተመለሱ ቁጥር ወሬያቸው ጨዋታቸው ሁሉ ይታደሳል። ወትሮም ለንጉሠ ነገሥቱ ፍቅር የሌላቸው ባሻ ቢተው፣ ከተማሪ ወጣትና ከታዳጊ ሕፃን ጋር መዋልና መጫወት የሚወዱት ባሻ ቢተው፣ በሳቸው አንደበት ይነገራል የማይባሉ ነገሮች ሲናገሩ የሚሰሙበት ጊዜ የበረከት ሆነ። ከዚያ የተነሳ ባሻ ቢተው ገና ከቤታቸው ወጣ ሲሉ ‹‹ባሻ ... ባሻ... መጡ›› እያሉ የሚከቧቸው የገሙ ሠፈር ወጣትና ሕፃናት ቁጥሩ ጥቂት አይባልም። ‹‹ይኸ ሽማግሌ የሚሰራው ጠፍቶታል›› ይሏቸዋል፣ አቶ አሳየና አቶ ስጦታው የገሙ ሠፈር እድር ዳኛና ጭቃ ሹም። ባሻ ቢተው በወጣቱና ሕፃናቱ ተከበው እሳቸው መሐል ሆነው ለልጆቹ ተረትና ያባቶች ታሪክ ሲያጫውቷቸው የደረሱ እንደሆን። በተለይም የጃንሆይ በናታቸው በኩል ይዛመዱኛል የሚለው ተጫኔ ባሻ ቢተው ሕፃናቱን ሰብስበው የሚነግሯቸውን ሁሉ ከልጆቹ ይጠያይቅና ሲቃጠል ይውላል። ‹‹ጃንሆይን በሕፃናቱ ማስጠላት ስራዬ ብሎ ይዟል›› እያለ በሠፈሩ ከማውራቱ ሌላ ባሻን ገና ሲያያቸው ፊቱ ደም ይለብሳል።

ተጫኔ በባሻ ተደብድቦ ካሳ የበላ ቂመኛቸው ነው። ብላታ ኀበዛየሁ ቤትና ቦታ ከሰጧቸው ጊዜ ጀምሮ እየተመቀኛቸው ከሕፃናት ቀርቶ ካስተማሪው ከበደ ጋር እንኳ ያያቸው እንደሆን በምን እንደሚያጠቃቸው እንዳሰላሰለ ነው። ከበደም እንደባሻ በገሙ ሰፈር ሰዎች አፍ የገባ ፖለቲካ የሚናገር እየተባለ የሚታማ ሰው ነው። ‹‹ልጆቻችንን እዚያው ተማሪ ቤት የሚያገኛቸው አንሶ እሁድ ቅዳሜ እየሰበሰበብን ክፉ ነገር ይመክርብናል›› ይለዋል ሠፈርተኛው። በእድር ስብሰባ ላይ አንድ ሁለቴ ተከሶ የቀረበ ሰው ነው። ባሻ ቢተው ደግሞ ‹‹አገሩን የሚወድ ቁም ነገረኛ ሰው›› እያሉ አብረውት የሚውሉ ከቤቱ የማይጠፉ በመሆናቸው ሰፈርተኛው በባሻ ላይ ጥላቻው የበረታው እሳቸው ከከበደ ጋር

ያንዲት ምድር ልጆች፣ ቅፅ ፩ ገፅ 113

ከገጠሙ ወዲህ ነው። አቶ አሳየም አንድ ቀን በእድር ስብሰባ ላይ ‹‹ከበደ ተከሶ እድር ላይ ቢቀርብ ምን ቤት ነኝ ብለህ ነው ጥብቅና የቆምክለት? በራስክ ላይ መዘዝ ሳታመጣ የምትቀር አይመስለኝም›› ቢሏቸው ባሻ ‹‹አንተ እበላ ባይ! አንተስ ምን አገኝ ብለህ የሱን ጉዳይ ወደ መንግስት ካላሳወቅን ያልከ?›› ሲሉ ቢመልሱላቸው ጠባቸው ተጋግሎ ባሻ ቢተው አቶ አሳዬን በከዘራ ሊያቀምሷቸው ሲሉ እድርተኛው ነው ሃይ ሃይ ብሎ የገላገላቸው።

አስተማሪው ከበደ እንደ ባሻ የሰፈሩን ልጆች ሰብስቦ ተረትና ታሪክ እያወራ ከረሜላና ዳቦ እየገዛ አብሮ የሚውል አይደለም። ልጆቹ ከህፃንነታቸው ጀምሮ መፅሐፍ የማንበብ ፍቅር እንዲያድርባቸው ከፊታውራሪ ወልደ ሚካኤል ወራሾች ከተከራየው ቤት አንዱን ክፍል እንደ መጻሕፍት ቤት አድርጎላቸው፣ መጻሕፍትና ጋዜጦች እንዲሁም ካንዳንድ ቤት መጻሕፍት የሰበሰባቸውን መጽሔቶች ደርድሮላቸው እየመጡ በሥርዓት እንዲያነቡ ያበረታታቸዋል። በሌላ በኩል የአካላቸው መጠንከር ለመንፈሳቸው መታደስ አጋዥ እንዲሆን በማሰብ፣ ባንድ የመሰብሰብ ልምድና አንዳንድ ዕውቀቶችንም የመቅሰም ፍቅር እንዲኖራቸው፣ የእግር ኳስ ክበብ አቋቁሞላቸዋል። በሰፈሩ የቲያትር፣ የዘፈንና የመዝሙር ክበብ ፈጥሮላቸው ወንዶችና ሴቶች ልጆች ዓይን አፋርነት እንዲለቃቸው ባደባባይ የመናገር፣ ሐሳብን የመግለጥ ልምድ ቀስ በቀስ እንዲሰርፅባቸው ያደርጋል። በገሙ ሠፈር የሚገኙ ጊዜ ያለፈባቸው አዛውንት የልጆቹን ከቤታቸው ወጥተው ውጭ መዋል እንደመባለግ ሲቆጥሩት ሌሎች የመንግስት ሹመት ያላቸው ደግሞ የልጆቹን መንፈስ ወደ ክፉት የሚመራና መጥፎ መንፈስ የሚያስተምር አድርገው ይመለከቱታል። በወዲያም በወዲህም ብለው በእድር ስብሰባ ላይ ከበደን ለመክሰስና ከሰፈሩ ለማሰለቀቅ ቢሞክሩም ከሽማግሌዎቹ ባሻ ቢተው ደግፈውት እሱም አንዳንዱን ነገር ችላ ብሎ በሰፈሩ መኖሩን ቀጠለ። ውሎውን ግን ከባሻ ቢተው ጋር ማድረጉን ቸል አላለውም።

‹‹ጌጤነሽ›› አሉ ባሻ ቢተው ሚስታቸው የልጅ ልጃቸውን ካጠገባቸው አስቀምጠው በሽሮ የተፈተፈተ እንጀራ ሲያጎርሷት ደረሱ ‹‹ይህ አስተማሪ ከበደ ከቤታችን አንድ ቀን እንኳን አንድ ብርጭቆ ጠላ ሳንጋብዘው። እንዳው እንዴት ዓይነት የተባረከ ሰው መሰለሽ?››

‹‹እህ ምናለ ታዲያ! እሺ ካሎት አንድ ቀን ይዘውት ቢመጡ!››

‹‹እምቢ የሚል? ይኮራ መስሎሽ ነው? የተማረ ሁሉ እኮ የሚኮራ እንዳይመስልሽ››

‹‹እኔማ ምኑን አውቀው ብለው ነው ባሻዬ? የፈረንጅ ትምህርት የተማሩ ድሃ ይንቃሉ፣ ይጠየፋሉ ይባላል። ደሃውም ይህንኑ እየፈራ እንኳን ቤቱ ጠርቶ ያለውን ሊጋብዝ፣ የለበሱትን ለመንካት እንኳን ይፈራል ይባላል።››

‹‹ከበደ ግን እንዲህ እንዳይመስልሽ ጌጤነሽ። ርግጥ ብዙ የተማረ ወጣት ኩራቱ ለብቻው ነው። ዛሬ ጊዜማ የዘርና ያጥንት ድጋፍ አለኝ ከሚለው ይልቅ እንደ እኔና እንዳንቺ የመሰሉ አባትና እናት በችግር ያስተማሩአቸው የድሃ ልጆች ኩራታቸው አያድርስ ነው። እናት አባታቸውን እንኳ ይጠየፋሉ። ደግሞ ሌሎች እግዜር የባረካቸው መሰረታቸውን የማይረሱ አሉ። የመንግሰት ሹም ሆነናል፣ ተምረናል፣ ባለ ጊዜ ነን ብለው ሰው አይንቁም። ይህ አስተማሪ ከበደም ትምህርትን ከሰው ማክበር፣ ከቁም ነገርና ከሰላምተኛነት ጋር ተክኖታል። ሃብታም፣ ደሃ፣ ትልቅ፣ ትንሽ አይልም። ንግግሩም የተቆጠበ እንደበተ ርቱዕ ነው!››

ባሻ እንዲህ የሚያሞግሱትን ሰው አንድ እሁድ ከረፋዱ ላይ ይዘውት ወደ ቤታቸው መጡ። እመት ጌጤነሽ በሙያቸው የሚኮሩበትን የዶሮ አይን የመሰለ ጠላቸውን አቅርበው፣ ቡና ለማፍላት ባሻና ከበደን ለብቻቸው ትተው ወደ ማድቤታቸው ሄዱ። ሙሉነሽ እንግዳ ሲመጣ እንደተለመደው ሂጂ ደጅ ከልጆች ጋር ተጫወች ትባላለች። ከቤት ወጥታ ሄደች።

‹‹ጠጣ እንጂ ልጄ ምንም አይልህ! የጌጤነሽን ሙያ ናቅኸው መሰል›› አሉት ከበደ የቀረበለትን ጠላ ካንገቱ ሳያወርድ ዓይን ዓይኑን ሲያየው ተመልክተውት። ‹‹እየጠጣሁ ነው ባሻ ጠላ ብሎ ዝም ነው። ብቻ ሃይለኛ ስለሆነ በጥዋት ፈርቼው ነው እንጂ!›› ሲል መለሰላቸው ከበደ እጁን ወደ ጠላው እየሰደደ።

‹‹አይ ያንተ ነገር! ምኑ ነው ኃይለኛ? ይህማ እኮ ቅራሬው ነው። የጌጤነሽ ጠላ መች ይሄ መሰለህ! ከጠጅ የሚመረጥ ነው። ቆይ ለፋሲካ ታየዋለህ›› አሉና የሚስታቸውን ሙያ አድናቂም

ሳያስፈልጋቸው ራሳቸው አደነቁ።

ከበደና ባሻ ነገ ዛሬ እያሉ በቀጠሮ ያሳደሩት ጉዳይ ነበራቸው። እሱም ሊያነሳባቸው ፈለገ። ለመጫወት ከመቼውም የተሻለ ሰፋ ያለ ጊዜ ስላገኘ ቢጠይቃቸው ፈቀደ። ባሻ በጥሞና ለጠየቃቸው ሁሉ ቢያወሩት የሚወዱት ጉዳይ መሆኑን ከበደ ያውቃል።

‹‹እንዲያው ባሻ ደፈርከኝ አይበሉኝና ያንን ያርበኝነቱን ጊዜ ታሪክ ቢያጫውቱኝ እንዴት ደስ ባለኝ ነበር። እርሶም ከነገ ዛሬ እያሉ ሳያጫውቱኝ ብዙ ጊዜ ሆነን!›› ሲል ሲያስብበት ቆይቶ የነበረውን ጉዳይ ፈራ ተባ እያለ አነሳባቸው።

‹‹ምን ያረጋል ቢያወሩት ልጄ!?...፣ በል እኮ ፉት እያልክ ይኸው ይዘኸው እኮ ተቀመጥክ››

‹‹መቼም ታሪክ ለትውልድ ተላልፎ ዘወትር የሚያኮራ ቅርስ ካልሆነ እናንተው ይዛችሁት ብታልፉ ከወቀሳ የሚያድናችሁ መች ይሆናል ባሻ?›› አለ ከበደ በዚያ በለሰለሰ አንደበቱ።

‹‹እሱስ እውነትክን ነው። አፅማችን አርፎ እንዳይተኛ ትውልድ ሲያዝንብን ይኖራል! ሆኖም የዛሬ ልጆች ስትባሉ እንዲህ እንዳንተ አነጋገር ማሳመር እንጂ ያባቶች ታሪክ መች በደማችሁ ዘልቆ ገባ! እውነት ይሄ የልብ ድካም የሚሉት በሽታ የጠናው በናንተ ነው። እንዳው ይህንን በሽታ የሚያሽርላችሁ እርግጥ ያገር ታሪክ የሩቁ ቢቀር የቅርቡ የጠላት ታሪክ ነበር። እኔ መቼም ባልማር ደንቆሮ ብሆን የዛሬ ልጅ ለቁም ነገር ወኔውም ያለው አይመስለኝ›› አሉ ባሻ ብርጭቆአቸውን አንስተው ባንድ ትንፋሽ ግማሽ አድርሰው።

ከበደ መልስም ሳይሰጥ አንገቱን እንደማቀርቀር ብሎ ቆየና ተመልሶ ቀና አለ።

‹‹ይበሉ ያውሩኝ እንጂ ባሻ!››

‹‹ከዚህ ቀደም ጀመር አድርጌልህ እኮ ነበር። እሱው አልበቃ ብሎህ ከሆነ እንግዲያው ደስ እንዲልህ አንተው ከዚህ ጀምርልኝ በለኝ።››

‹‹የዚያን ጊዜ እኮ ምንም አወሩልኝ ማለት አይቻልም። ይልቅስ ከመጀመሪያው ማለቴ ከኢጣሊያ ፋሽስት ጋር ጦር ሜዳ ላይ

ከተገናኙበት ያለውንና ይህንን የባሻነት ማዕረግ እስካገኙበት ድረስ ይንገሩኝ።››

‹‹እሱማ ባንድ ቀን ይዘለቅ ብለህ ከበደ?››

‹‹ዛሬ ከጀመርነው በሌላ ጊዜ እንጨርሰዋለን!።።››

‹‹ከዚህ ቀደም እንዳጫወትኩህ እኔ የዘመትኩት ራስ አስጨናቂን ተከትዬ ነው። ጌጤነሽን አራስ ቤት ትቼ ከራስ አስጨናቂ ጦር ጋር ተቀላቀልኩ። ትዝ ይለኛል በካያ ስምንት ጥቅምት ከጎጃም ተነሳን። መጀመሪያ የቆሰልኩት በጉዞ ላይ ሳለን ዳባት ላይ ነው። ያሮፕላን ቦንብ ከሽንጤ ላይ አቆሰለኝ። ራስ አስጨናቂ የሽንጤን ቁስል አይተው ወዳገርህ ለመመለስ ከፈለግህ ትችላለህ ቢሉኝ ላገሬ ነፃነት ብዬ ስወጣ፣ እንኳን መቁሰል ሞትስ መኖሩን መች ጠፍቶኝ ያውቃል፣ ወደ ኋላዬስ አልመለስም ብላቸው እንግዲያውስ ያሥር አልቅና ሰጥቼሃለሁ አሉኝ።››

ከበደ በፀጥታ እጁን ባገጩ ላይ አደርጎ ሲያዳምጥ እመት ጌጤነሽ ሌላ ማንቆርቆሪያ ጠላ ይዘው ከጓዳ ብቅ አሉ።

‹‹ምነው ጌታዬ ጠጣ እንጂ! ባሻ መጋበዙን ትተው በወሬ ጠመዱህ መሰል››

‹‹እየጠጣሁ እኮ ነው! እርሶ እንዳው አለልክ ተጨነቁልኝ እንጂ!›› ሲል ከበደ መለሰላቸው ከተቀመጠበት ብድግ እንደማለት ብሎ።

‹‹ሰንፎብኝ ነው እንጂ! እኔስ ጠጣ ምንም አይልህ ማለቴን አልተውኩም››

‹‹ገብስ ብቻ ነው። ሌላም ነገር የለበት በል እንጂ ጌታዬ!›› አሉ ደገሙና ያቀረቡትን ማንቆርቆሪያ አስቀምጠው በመጀመሪያው ተጠጥቶ ያላለቀውን ማንቆርቆሪያ ይዘው ተመለሱ።

ከበደ ለእመት ጌጤነሽ ያለውን አክብሮት ደጋግሞ ገለፀ። ለግብዣው ያለውን አድናቆት አልደበቀም። ብቻ መንፈሱ ባሻ ወደ ጀመሩለት ጉዳይ እያጋደለበት ወደ ጠላው ብርጭቆ አላተኩር ብሎ የተሞላለትን ባለማጉደሉ እመት ጌጤነሽ ተጨነቁ እንጂ ሙያቸውን አድንቋል።

‹‹እኔ መጀመሪያ ጀብዱ ሰርቼ ሃምሳ ዕልቅና ያገኘሁ በእንዳባጉና ጦርነት ነው›› ሲሉ ካቆሙበት ቀጠሉ።

‹‹እንዳባጉና?›› ሲል ከበደ የቦታውን ስም ለማረጋገጥ ጠየቀ።

‹‹አዎን እንዳባጉና!››

‹‹በጄ!››

‹‹ያን ጊዜ እንዳባጉና ተከዜ ላይ ያለ የጠላት ዋና መተላለፊያ ነበር። ደጎና አድርጎ አጠናክሮ ይዞት ነበር። የሽሬ ሰለክላካ መተላለፊያ እንዳባጉና ነው። ምሽጉ እንዲህ እንዳይመስልህ። ሆኖም የተከዜን መተላለፊያ እንዳባጉናን ከያዝን በኋላ እንዳስላሴንና ሰለክላካን ለመያዝ አይገድም ተባለ። ታዲያ ይኸውልህ እንዳባጉናን ለመያዝ እንዲህ ቀላል አልነበረም። ድካሙ፣ ረሀቡና ውሃ ጥሙ ምን ብዬ ልንገርህ? ስንት ቀንና ሌሊት በእግራችን ተጉዘን ያንን ሁሉ አምባ አልፈን፣ በወገራ ተራራ ጫፍ በኩል አድርገን እንደገና የስሜንና የፀለምትን ተራሮች በተረተሩ እየተጠማዘዝን ተከዜ ገባን…››

እመት ጌጤነሽ ቡና መድረሱን ለመንገር ብቅ ሲሉ ባሻ ወሬያቸው በመሐል ተቋረጠባቸውና ቆጣ አሉ። ‹‹ምን ጨዋታ ታደፈርሻለሽ? ቡናው ከደረሰ አታቀርቢውም!›› አሏቸው። ባሻ በተለይ ስለአርበኝነቱ ዘመን ሲወራ የሆነ ነገር መጥቶ በመሃል ሲያቋርጣቸው አይወዱም፣ ይጨሳሉ። እመት ጌጤነሽም የባላቸውን ጠባይ ስለሚያውቁ ምንም ሳይናገሩ ወደ ጓዳቸው ተመልሰው በረኮቦቱ ላይ ፍንጃላቸውን ደርድረው ይዘው ቀረቡ። ወደ ደጅ ወጣ ብለው ጎረቤቶቻቸውን፣ የአስረስን እናትና በለጠችን ቡና ጠርተው ኖሮ ሁለቱም ሴቶች ባሻ ከእንግዳ ጋር መሆናቸውን አይተው ሹክክ እያሉ ገብተው ከእመት ጌጤነሽ አጠገብ ተቀመጡ። እሳቸውም የቡና ቁርስ፣ የሽንብራ ቆሎ አቀረቡ። በገሉ ላይ እሳት አድርገው ዕጣን ነስነስ ሲያደርጉ ጭሱ አንዴ ቤቱን አወደው።

‹‹የቃልቻ ቤት አረግሽው አይደል ጌጤነሽ!›› አሏቸው ባሻ። ሁሉም ሳቁ። እመት ጌጤነሽ ምንም ሳይመልሱ ዕጣኑን ከበር ላይ አድርገው የቡና ቁርስ አዘገኑና አቦሉን በፍንጃል እየቀዱ ለከበደ፣

ለባሻ፣ ለደብሪቱና ላስረስ እናት፣ ለበለጡና ለሌላዋ ጎረቤታቸው ሰጡ። ባሻና ከበደ የጀመሩትን ጨዋታ ቀጠሉ። ሴቶቹም አፍ ለአፍ ገጥመው የራሳቸውን ወሬ ጀመሩ።

‹‹ይኸውልህ እኛም እንደ ሐሳባችን በእንዳባጉና ያለውን መተላለፊያ ከበብን። ጠላት ግን ቀድሞ በጠቋሚ ወሬው ደርሶት ኖሮ እንዳባጉናን በብርቱ ለመከላከል እኛ አይተን የማናውቀውን ጅራቱ የተቆረጠ አንበጣ የመሰለ! ታንክ የሚሉትን ሁለመናው ብረት የሆነ ጉድ! አሰለፈብን። አስካሪስ የሚባል ጦር ደግሞ በተኩስ ሊገጥምብን አሰፈሰፈ። ብቻ ምን አለፋህ የረባም ነፍጥ ባይኖረንም እንዳው በጠላት ላይ ተወረወርንበት። አፉ ጥይትና እሳት የሚተፋውን ብረት እያየን፣ በተለይ ያገሬ የጎጃም ሰው ‹‹ጥልያን ምኑን አውሬ ብረት አልብሶ ላከብን አያ!›› እያልን በታንኩም ላይ ተወረወረንበት። እኔም ገባሁበት። እኛ ታንክ የሚባል ነገር ፊት አናውቀው። ከመሐላችን አንዱ አነጣጥሮ ባፉ ቢያስገባበት ከወዲያ ወዲህ እየተርመሰመሰ ባፉ ጥይትና እሳት የሚተፋው ብረት የለበሰ አውሬ ቀጥ አይልልህም! በላዩ ላይ ወጥተን ብናጠናው ለካስ! የሚነዳና የሚተኩስ ሰው ከውስጥ ኖሮታል! እነርሱ ተመተው ሲሞቱ ኖሯል ታንኩም መተኮስና መሽከርከር የተወው። እኛም ጉድ አልን! ብቻ ምን አለፋህ፣ ላገራችን ነፃነት ባለን ፍቅርና ወኔ በነፍጡም፣ በዱላውም በባዶ እጅም ገባንበት። ያለቀው አልቆ በመጨረሻ ድሉ የኛ ሆኖ እንዳባጉናን ያዝን። እኔ በቁጥር ይህ ነው የማልለው የኢጣሊያ ወታደር አስቀረሁ። አልቤንና ቤልጅጉን የእጅ ቦምቡን ማረክሁ። ራስ አስጨናቂ አስጠሩኝና የሃምሳ እልቅና ሰጡኝ። ከዚያ ሰለክላካን ለመያዝ ብዙ አላቀየንም። ያዝነው። ከዚያ መቼም ጠላትን ገፍተን መረብን አሻገርነው። ያው ከዚያ እንደገና ተጠናክሮ መጣብን።››

እመት ጌጤነሽ ከጎረቤቶቻቸው ጋር አፍ ላፍ ገጥመው የበኩላቸውን ወሬ፣ የጓደኞቻቸውን ችግር ማውራት ይዘዋል። ሁለተኛው ቡና ተጠጥቶ ሦስተኛው ተጥዷል። ባሻና ከበደ የራሳቸውን ጨዋታ እንጂ የሴቶቹን አይሰሙም። የቡና ስኒ ይቀበላሉ፣ ይመልሳሉ እንጂ ስንተኛው ተጠጥቶ ስንተኛው እንደሚፈላ ልብም አላሉ። ከበደ ወሬ ማስጨረስ ስለሚወድ ባሻን አንድም ጊዜ ሳያቋርጣቸው ያንን የጠላት ጊዜ ታሪክ ይሰማቸዋል።

በመሐል አንድ ነገር ላንሳ ያለ እንደሆን ባሻ ሰይጣናቸው እንደሚመጣ ስለሚያውቅ አንዳንዴም ጠይቆ መረዳት በሚፈልገው ሁሉ ማቋረጡን እየጠላ ዝም ብሎ ያልፈዋል።

‹‹መቼም ከራስ አስጨናቂ በስተቀር የኢጣሊያንን ጦር አሽንፎ እስከ መረብ ድረስ ያባረረው የለም። በተቀረ የሸዋ መኳንንት የመሩት ጦር ከመጀመሪያው ድል እየሆነ ነው የተበተነ››

‹‹እርግጥ እውቃለሁ!››

‹‹በምን አወቅኸው ልጄ?›› ሲሉ ጠየቁት ባሻ። እሳቸው የተሰለፉበትን ጦር እንደ ሌሎቹ ራሶች ጦር በቀላሉ በሽንፈት ያልተፈታና ያልተበተነ መሆኑን ከበደም ስላረጋገጠላቸው ደስ ብሎአቸው።

‹‹ከመፅሐፍ አንቢቤዋለሁ፣ ከሰውም አፍ ሰምቻለሁ!››

‹‹ደግ ነው… ታዲያ ይኸውልህ ወሩ ትዝ ይለኛል። በትሳስ ነው በካያ ስምንት እኛ ጠላትን ድል አድርገን ተከዜን ተሻግረን ራስ ካሳና ራስ ሥዩም ከሰፈሩበት ስንገሰግስ ጠላት ሦስቱን የጦር አዝማቶች በብርቱ ጦር ለመመለስ ተምቤንና ዋግ መሃል አድብቶ ጠበቀን…፣››።

ባሻ ቢተው ሲያወሩ ከበደም ሲያዳምጣቸው ሦስተኛ ቡና ተጠጥቶ ሴቶቹም ወንዶቹ ሳይሰሟቸውም ደህና ዋሉ ብለው ወጡ። ባሻ የጀመሩት ታሪክ እያሞቃቸው ሄዱ። እንኳን ቢጠሯቸው ቢመቷቸውም የሚሰሙ አይመስሉም።

‹‹በጄ!››

‹‹ጨበጣ ነው! ጨበጣ ነው! እንዲያው ምን ብዬ ልንገርህ! ይሁንና የዚያን ዕለት ሳይቀናን ቀርቶ አደርን። አይነጋ የለም ነጋ። ኧረ እንዲያው ምን ብዬ ልንገርህ! ስንት ቀንና ሌሊት ተዋጋን መሰለህ?››

‹‹ስንት ቀንና ሌሊት ተዋጋችሁ?››

‹‹ኧረ ትዝም አይለኝ፣ የሆነ ሆነና ጠላትን ወደ ኋላው ገፍተን መለስነው። የያዘብንን ቦታ ማስለቀቁ አልበቃን አለ! አልነው!

አልነው! በመጨረሻ ጠላት ተከዜን ለቆ ወደ አክሱም ሸሸ። የተምቤንን ዋና ምሽግ አስለቀቅነው። ከተምቤን ምዕራብ ነው መሰለኝ በእንደርታና አድዋ መሐል ማን አሉ ጃል?፤፤ ዋዕሮ... የሚባለውን ዋና መተላለፊያ በጃችን አስገባን። እኔ ቁጥሩን የማላስታውሰው የኢጣሊያ ወታደር አስቀርቼ ይኸውልህ አይታይህም እዚህኛው ክንዴ ላይ የተመታሁት ያኔ ነው!›› ብለው ጃኖአቸውን ገለጥ አድርገው የግራ ክንዳቸውን ለከበደ አሳዩት።

‹‹የዚያን ጊዜ የቆሰሉት እስተዛሬም ሕመሙ ይሰማቸዋል። እኔ ማታ ማታ ጣዝማ ማር ከተገኘ በጣዝማ ማር አለዚያ በቂቤ እያሸሁ ካላሰርኩላቸው በተቀር በጣም ነው የሚያማቸው›› አሉ እመት ጌጤነሽ አፋቸውን ከፍተው ሲያዳምጡ ውለው ባላቸውን የሚደግፉበት ዕድል አጥተው ሲጠብቁ የቆዩ ይመስል።

ባሻ ደህና ሲጫወቱ ቆይተው ሽሬ ላይ የሰሩትን ጀብዱ ማውራት ሲጀምሩ ንግግራቸው እየለዘበ፣ መንፈሳቸው እየተለወጠ ሄደ። ጠላት ያደረሰባቸውን የመርዝ ጭስ ሲያነሱት ባሻ ዓይነ ውሃቸው ድፍርስ ይላል። ሽሬ ላይ ሽንፈት ቢደርስባቸውም፣ ብዙ ሰው ቢያልቅባቸውም፣ በስርዓት ለማፈግፈግ ያደረጉትን ተጋድሎና በዚሁ ጊዜ ያገኙትን የባሻነት ማዕረግ እንደዋዛ መተረክ ተስናቸው ፍዝዝ አሉ።

‹‹ምን ያደርጋል አንዳንዴ ባላወራው ይሻለኛል፤፤ ይኸውልህ ያ ክፉ ቀን አልፎ ላገራችን እንዳልሰራን እንዳልቆሰልን የትም ተጥለን ይኸው የልጅ አጫዋች ሆነን ቀረን!›› አሉትና የልጅ ልጃቸው ሙሉነሽ ከደጅ ስታለቅስ ሰምተዋት ኖሮ ‹‹ሙሉዬ! ሙሉነሽ ነይ እናቴ! እባክሽ አታልቅሺ›› ብለው ተጣሩ፣ እሷም እያለቀሰች መጥታ ከጭናቸው መሐል ስትገባ ባሻ በጃቸው አባበሏትና ወደተውት ጉዳይ ድንገት መለስ አሉ።

‹‹ከበደ! ከበደ!›› አሉ ሩቅ ያለን ሰው ይጠሩ ይመስል። እሱም ‹‹አቤት!›› አላቸው ‹‹ኢትዮጵያ ብዙ አንበሳ ጀግኖች ነበሯት። ራስ አስጨናቂ አዝማች ቢሆኑም የቅርብ አለቃዬ ደጃች መስፍን ገመች ነበሩ። ፊታውራሪ ሺፈራውና ፊታውራሪ መርከቤ ታንኩ ድረስ እየሄዱ ጀብዱ እየሰሩ የሚመለሱ ነበሩ። ምንም አስታዋሽ አጥቶ ታሪኩ የተረሳ ቢሆንም አብሮ አደጌና ጓደኛዬ አያሌው የሚባል

የፈረስ ባልደረባ የሰራው ጀብዱ ከኛ ከሁላችን የሚበልጥ ነበር። አያሌው ከጠላት መሃል በፈረስ ሆኖ ሰባት ጊዜ እየተመላለሰ በያዘው ጎራዴ የጠላትን አንገት እየቀላ ምርኮ እየጣለ ቆይቶ፣ በጠላት ጥይት ከነፈረሱ የወደቀ ጀግና ነው። ብላታ አግደውም ቢሆን ስመጥር ጀግና እስከዛሬም በሕይወት ያሉ ናቸው። ከኔ ጋር አልተለያየንም ነበር። ታዲያ ብላታ አግደው በጦር ብቻ ከጠላት መሐል ገብተው እኔ እንደማረክሁት ያለ መሳሪያ ማርከው የተመለሱ ነበሩ። ኧረ ስንቱ? ከበደ! ይቅር ስንቱን አወራዋለሁ! ሳነሳው እንደመውረር ያደርገኛል። አልችልም ልጄ! በል ይብቃን አንተ ደግሞ ሌላ ጨዋታ አምጣ›› ብለው ባሻ ቢተው ያንን የሚያኮራ ታሪክ ዕንባ እየተናነቃቸው አውርተውለት ተለያዩ።

ባሻ ከበደን ለመሸኘት ወጣ እንዳሉ ወዲያው አልተመለሱም። መሸት ሲል እንደሚያደርጉት በገሙ ሰፈር ሕፃናት ተከበው ታሪክና ተረት ማውራት አሰኝቷቸዋል። ዓይን መያዝ ሲጀምር ድንግዝግዝ ሲል የእሳቸውን ዙሪያ ከበውና ከሜዳው ላይ ሲያጫውቷቸው የሚታዩበት ጊዜ አንድ ሁለት አይባልም። በተለይ ደግሞ ብላታ ጎበዛየሁ ዘንድ አፍንጮ በር ደርሰው ሲመለሱ የሚታደሰው አካላቸውና መንፈሳቸው ብቻ ሳይሆን ኪሳቸው ጭምር ነው። ቢያንስ ቢያንስ አንድ አምስት ብር አያጡም። ‹‹እዚህ ድረስ የለፋህበት፣ ሰበታ ድረስ የተላክበት፣ አድአ ድረስ የተመላለስክበት ነው!›› ይሉና ጣል ያደርጉላቸዋል ብላታ። ያኔ ነው የመንደር ልጅ የሚሸለም።

ባሻ ቢተው ብላታ ጎበዛየሁ ዘንድ ደርሰው መጥተዋል። ፖለቲካ ፖለቲካ አሰኝቷቸዋል ። ዘወትር ለሚከቧቸው ሕፃናት ተረትና ምሳሌ እንዲሁም ያባቶች ታሪክ ቢያወሩላቸውም በዚህ ዕለት ግን ፖለቲካ ሊያወሩላቸው ነው። ከሕፃናቱ የተሻለ ሥራዬ ብሎ የሚያዳምጣቸው በገሙ ሰፈር አንድ ሰው ቢኖር እሱም አስተማሪው ከበደ ነው። ግን ‹‹በዕውቀትም በፖለቲካም ከተማረ ሰው መጠየቅ እንጂ እኔ አውቃለሁ ብሎ እንዴት ይወራለታል?›› ስለሚሉ ሕፃናቱን ይመርጣሉ ባሻ ቢተው።

‹‹ይኸ ሽማግሌ መጃጀቱ ነው መሰል፣ እሱም እኮ ከልጅ አይሻል›› እንደሚሏቸው ያውቃሉ የሚጠሏቸው የገሙ ሠፈር ሰዎች። በተለይም ዶክተር ላምቤ አብረው በዘበኝነት ሲሰሩ የተጋጫቸውና

ከሳቸው ካሳ የበላው ተጫኔ ባሻን ለማጥቃት አንድ መንገድ ያገኘ የሚመስለው እሳቸው የመንደሩን ልጆች ሰብስበው ሲጫወቱ ዋሉ የተባለ ዕለት ነው።

‹‹ከሁሉ የበለጠ የምትወደው ማንን ነው?›› አሉት ባሻ ቢተው ከደጃቸው ፊት ለፊት ካለው ጨፌ ፈሰው እሳቸውን ከበው ከሚያዳምጧቸው የመንደር ሕፃናት አንዱን።

‹‹እማዬን ነው!›› ሲል መለሰላቸው። ባሻ ሌሎችንም ሕፃናት ሲጠይቁ አብዛኞቹ እናታቸውን አንዳንዶቹ አባታቸውን እንደሚወዱ ነገሯቸው።

‹‹ከናትና አባታችሁ የበለጠ ማንንም አትወዱም?›› ሲሉ ደግመው ጠየቋቸው።

‹‹አባባ ጃንሆይን!›› ሲል ሁለተኛው ሕፃን ተናገረ። ባሻ ቢተው ደስ አላቸው። የልጁን አናት በእቅፋቸው ይዘው ወደ ጭናቸው አስጠጉትና አቀፉት።

‹‹ጎሽ ጎበዝ! ተባረክ መልሱን የመለሰ እሱ ሰለሆነ የሚሸለም ነው›› ሲሉ ባሻ የቀሩት ልጆች በሙሉ ዓይኖቻቸው ልጁ ላይ አረፉ። ‹‹እንግዲህ ሁላችሁም አሁን ይህ ልጅ እንደመለሰው ከናትና ካባታችሁ የበለጠ አገራችሁን ኢትዮጵያን መውደድ አለባችሁ!›› ሲሏቸው ልጆቹ ግን በዕድሜያቸው ከስምንትና ከዘጠኝ ዓመት የማይበልጡ ስለሆኑ ሁሉም የተነገራቸውን ለመቀበል ቸገራቸው። እንዳንዶቹ ግን ‹‹እሺ›› አሉ። ግራ የተጋቡት ግን እርስ በርሳቸው ነው የተያዩት።

‹‹እሱ ያለው አባባ ጃንሆይ ነው። ባሻ ደግሞ ኢትዮጵያን ያሉት አልገባኝም›› ሲል አንደኛው ልጅ ጠየቃቸው።

‹‹አባባ ጃንሆይ ማለቱ ደግ መልስ ነው። አገሩን ኢትዮጵያንና ጃንሆይን አንድ አድርጎ ነው። ግን ልጆች ከጃንሆይም አገራችን ኢትዮጵያ ትበልጣለች፡፡፡፡›› ብለው ባሻ ተናግረው ሳይጨርሱ አንደኛው ልጅ አቋረጣቸው።

‹‹ከአባባ ጃንሆይም ኢትዮጵያ ትበልጣለች?››

‹‹አባባ ጃንሆይስ ባሻ?››ሲል ሌላው ተከተለ።

‹‹ተው ልጆች እንዲህ አይደለም። ከሁሉም ከጃንሆይም አገራችን ኢትዮጵያ ትበልጣለች።››

‹‹ትበልጣለች?›› ብሎ ደግሞ ሌላው ልጅ አቋረጣቸው። ‹‹ቆዩ ልጆች›› አሉና ባሻ ‹‹ኢትዮጵያ ሃገራችን የሁላችንም መኖሪያ ናት። የምንበላው እህል የምታበቅልልን እሷ ነች። የምንተነፍሰውም የኢትዮጵያን አየር ነው። ተወልደንባታል፣ አድገንባታል። እንደኔ ዓይነቱም አርጅቶባታል። ሁላችንም ስንሞት የምንቀበረው በኢትዮጵያ መሬት ነው። ስለዚህ አገራችን ኢትዮጵያ ከጃንሆይ ትበልጣለች። አሁን ገባችሁ።››

‹‹ካባባ ጃንሆይና ከኢትዮጵያ ማንን ትወዳላችሁ ስንባል ኢትዮጵያን እንበል?››

‹‹አዎ!››

ባሻ ከልጆቹ ጋር የያዙትን ወሬ እመት ጌጤነሽ አለፍ ሲሉ ሰምተው ኖሮ ባሻን እንደመቆጣት አሏቸው።

‹‹ኧረ እባክዎ ከልጅ ጋር እንዲህ እንዲህ ዓይነት ጨዋታ ይቅርብዎ። እኔ ምን ቸገረኝ መከራው በኔ ብቻ አይመጣ!›› አሉና ወደ ቤታቸው ገቡ። ባሻ ግን ከምንም ሳይቆጥሩት ከልጆቹ ጋር ጨዋታ ቀጠሉ።

‹‹ዱሮ ጣሊያን ኢትዮጵያን ሊወስድና የራሱ ሊያደርጋት መጥቶ እንደነበር ሰምታችኋል ልጆች?››

‹‹አዎን የታሪክ አስተማሪያችን ነግረውናል›› አለ የስምንት ዓመቱ ልጅ።

‹‹የሁለተኛ ክፍል የታሪክ መፃፉችን ላይ አለ›› ሲል የሁለተኛ ክፍል ተማሪ ጨመረበት።

‹‹አያችሁ ልጆች!›› አሉዋቸው ባሻ ቢተው ‹‹ኢትዮጵያ ከሁሉ ባትበልጥ ኖሮ ጣሊያን ኢትዮጵያን ትቶ ጃንሆይን ብቻ ለመውሰድ ይመጣ ነበር።›› ልጆቹ በሙሉ ሳቁ። ‹‹እኔም ያኔ ጣልያንን በጦር ሜዳ ለመውጋት የዘመትኩት ከሁሉም አስበልጬ የምወዳትን

ኢትዮጵያን እንዳይወስድብኝ ብዬ ነው እንጂ፣ ጃንሆይን እንዳይወስድብኝ ብዬ አይደለም›› ። እንደገና ልጆቹ ይስቁ ጀመር። ‹‹አያችሁ ልጆች ያን ጊዜ ጣልያን አገራችንን ሊወስድ በመጣ ጊዜ ጃንሆይ ወጭ አገር ሄደው ነበር። እኛ ኢትዮጵያን እንወዳታለን፣ ከውጭ የመጣ ባዕድ አይወስድብንም ብለን ተዋጋን። ጃንሆይን የበለጠ ብንወድ ኖሮ ጣልያንን መዋጋት ትተን እሳቸው እንደሆን ውጭ አገር ሄደዋል፣ ጣልያንም እንደሆን አያገኛቸውም ብለን ዝም እንል ነበር። ጣልያንም ኢትዮጵያ ባትበልጥ ኖሮ ጃንሆይ የሄዱበት አገር ሄዶ እሳቸውን ካልወሰድኩ ይል ነበር። አሁን እንዴት ኢትዮጵያ እንኳን ከጃንሆይ ከማንም እንደምትበልጥ ገባችሁ አይደል?›› ሲሉዋቸው ልጆቹ ፀጥ ብለው አዳመጧቸው። ከዚያም ጥዋትና ማታ ሰንደቅ ዕላማችን ሲሰቀልና ሲወርድ የምንዘምረውን መዝሙር ያውቁ እንደሆን ጠየቋቸው።

‹‹ተጠማጅ አርበኛ ባገር መውደድ ቀንበር ጠላት ድል አድራጊ ደም መላሽ ወታደር›› እያሉ ልጆቹ ባንድ ድምፅ አንበለበሉላቸው። ባሻ ‹‹እደጉ፣ ተመንደጉ፣ ላገራችሁ ለመስራት ያብቃችሁ!›› ብለው መረቋቸውና ዳበስ አድርገው ለልጆቹ የከረሜላና ዳቦ መግዢያ ስሙኒ አውጥተው ተካፈሉ ብለው ሰጧቸው።

እመት ጌጤነሽ ባሻ የሚሰሩትን ከበር ተደግፈው ያዳምጡና ይመለከታሉ።

‹‹ለልጆቹ ፍራንክ እየሰጡ ሊያበላሹ ፈለጉ መሰል ይህንን ፍራንክ ማስለመድ ተው ብዬ ብናገር አልሰማ አሉ አይደል? ዛሬ እንዲያውም በጥዋት ሄደው የመጡ ከብላታ ዘንድ ደርሰው ነው መሰል፣ ለዚህ ነው ሳንቲም እያወጡ እርሶም እንዳቅምዎ መቸር የጀመሩ። ደግሞ ለልጅ ቆሎ መች አነሰ፣ ቆሎ ቁይላቸው፣ አሹቅ አንገርግቢላቸው ቢሉኝ እኔስ እምቢ የምል ነኝ?›› አሏቸው።

‹‹አይ እንግዲህ ተይኝ ጌጤነሽ! የጨውና የላምባ መግዢያ የለሽም መሰል? በጤናሽ እንዲህ አልተናገርሽም!›› ሲሉ መለሱላቸው።

ባሻ ልጆቹን ወደየቤታቸው ሸኝተው እሳቸው ወደቤታቸው ሲገቡ እመት ጌጤነሽ ኩርፍ ብለው ጠበቋቸው። ነገር ግን ተኳርፈው ብዙ አይቆዩም። መነጋገር የሚጀምሩት በልጅ ልጃቸው በኩል ነው። ሙሉነሽ ከሁለት አንዳቸው አንድ ነገር ለማለት ሲፈልጉ እመት

ጌጤነሽ ቢቀሩ ባሻ ቢተው ጣልቃ ይገባሉ።

ባሻ ሙሉነሽ እንድታጫውታቸው ቢጣሩ እመት ጌጤነሽ ካጠገባቸው አስቀምጠዋት ኖሮ እንዳትሄድባቸው ከለከሉ።

‹‹ምናለ ብትሰጃት ጌጤነሽ! ›› ባሻ ቢተው።

‹‹አይ እሷ መምጣት አልፈለገችም!›› አሏቸው።

‹‹ኧረ ጌጤነሽ ያች ልጃችን እኮ ጥፍት አለች፣ ምን ይሻላል ትያለሽ? መንፈቅ እኮ አለፋት። እኛስ እሺ እንጠየቅ፣ የገዛ ልጇ አትናፍቃትም? ይህን ያህል ጊዜ ጠፍታም አታውቅ ጌጤነሽ!››

‹‹እንግዲህ በልጅ ቆዳ የተቀበረ የለ! እንዲህ ስትጨክንብን እኛስ ምን እንሁን? በዚያ ሰሞን ከወይዘሮ አልታዬ ወርቅ ግቢ የምትኖር፣ ከቢስ ቤት ቡና የምትለቅም ልጅ በላይነሽ የምትባል ልጅ አለችኝ፣ ታውቂያታለሽ? ብዬ ጠይቄያት አውቃለሁ። ደህና ነች ብትለኝ እኔም እንግዲያው ብትጨክን ነው ብዬ ዝም አልኩ››

‹‹ኧረ ጌጤነሽ ባይሆን እኛ ሲመቸን ፈልገን እንያት እንጂ፣ እሷ ጠላችን ብለን እንዴት ዝም ብለን ከቤታችን እንቀመጣለን? ባይሆን ከኛ ይለፍ! በኋላ መልሶ የሚቆጨው እኛኑ ነው። እኔ ያ ያንድ ቀኑ ሳሏ ደስም አላለኝ። ሰውነቴ እንደፈራው እስካሁን አለሁ። አንቺንም መልሼ ሐሳብ ላይ እጥላለሁ ብዬ ነው ዝም ያልሁ።››

‹‹አይ ባሻዬ እኔስ በሆዴ ያለ ይህው አይደል? ከርሶ ደብቄ ያኖርኩት እንደዚያ ሲያስላት ካየኋት ጀምሮ መቼ እህልስ ይበላልኛል? እንቅልፍ መቼ ይወስደኛል? ይኸው እርሶ የሚያውቁት አይደል! የርሶን ሆድ ስለማውቀው የኔን ሆድ የማይጨክነውን እንዲጨክን አድርጌ ዝም ያልሁት፣ እርሶን እንዳላስብሶት ብዬ እንጂ ልቤስ አላረፈልኝም። ለኛ አንድ ልጃችን ከበደችን አላልናት፣ በትዳሩም ቢሆን የውቀት ማጣት ሆኖ እንጂ አውቀን የበደልናት ነገር የለ፣ ይኸው ልጇንስ የምናሳድግ ለማን ብለን ነው?››

‹‹እሱስ ጌጤነሽ፣ የኛ ነገር ጎሽ ለልጇ ስትል ተወጋች ዓይነት ነው›› ብለው ሙሉነሽን ይጣሩ ጀመር ባሻ ቢተው እንድታጫውታቸው

መተከዙን እንድታስተዋቸው ብለው።

ባሻና እመት ጌጤነሽ ያንድ ልጃቸው የበላይነሽ ጉዳይ አንዱ የሌላውን ሆድ እንዳያብስ ሲሉ ጨክንና ጠንክር ያሉ ለመምሰል ይሞክራሉ እንጂ እሷ ጥፍት ብላ በከረመች ቁጥር ሐሳቡ እንቅልፍ እንዳሳጣቸው ነው። በላይነሽ ቡና አባጣሪ ሆና ማሳል ጀምሯት ያዩዋት ዕለት ‹‹የዕድሏ መሰበር አንሶ ቡና ማበጠርም እንጀራ ሆነና የፈጠራት አምላክ ልጃችንን በስንቱ ሊቀጣት ብሎ ነው ደግሞ ይህንን የሰጣት? ኧረ ቀላሉን ያድርግላት!›› ተባብለው ዝም አላሉም። እመት ጌጤነሽ ለጎረቤታቸው ታቦት ላማኑኤል ተስለውላታል። አገራቸው ጎጃም ጥለውት ለመጡት ዲማ ጊዮርጊስ አልቀረም ሲሳሉላት። ካመት በፊት ብቅ ብላ ስትጠይቃቸው ደህና ሆና ቢያዩዋት አለቀጥ ነበር የተደሰቱት ባሻና እመት ጌጤነሽ። በጨዋታ መሃል በላይነሽ የትዳሯን ነገር አንስታ ‹‹ለአንድ ቀን እንኳን ፍቅሩን፣ መውደዱን አሳይቶ በማግስቱ የሚፈታ ባል በሰጠኝ ኖሮ!›› ብላ እናቷና አባቷ በስተርጅና ፍቅራቸው፣ መዋደዳቸውና ቀልዳቸው ከማርጀት ፈንታ እንዲያውም የሚያብብና የሚፈካ፣ የሚያስቀናና ከንፈር የሚያስመጥጥ ሆኖባት በሰማችው ጊዜ ይህንኑ ተናግራ ከዚያ ወዲህ ብቅ ሳትል መቅረቷ ለምን እንደሆነ አባትና እናቷ ሊያውቁት አልቻሉም። እያደር ሆዳቸው የገባው ግን ‹‹ልጃችን አንድ ነገር ብትሆን ነው እንጂ እንዲህ ጥፍት አትልም ነበር›› የሚል ሆነ። በተለይም ያ ሳል ሲጀምራት እንዴት እንዳደረጋት ሲታወሳቸው ስጋታቸው እያየለባቸው ሄደ። የሳሉስ ነገር እንኳን የወለዷት ቀርቶ እንዲያ ስትሆን ያያት ያዝንላታል። ይህንኑ የበላይነሽን ጉዳይ እያነሱ ሲጥሉ ሙሉነሽ ያ አልፈታ ያለ አፏን መፍታት ጀምራ ኖሮ አንዳንድ ነገር ለመናገር ስትሞክር እመት ጌጤነሽና ባሻ ቢተው ሳይታሰብ በሆነ ነገር ተገርመው ሁለቱም የልጅ ልጃቸው ወዳለችበት ፈጥነው ሄደው ከበቧት። ድንገት መናገር ስትጀምር እያቶቿ ጉድ አሉ። ደስ አላቸው። በእግሯ መሄድ የጀመረች ዕለት እንዲሁ ጉድ ነበር ያሉት። ስትድህ ቆይታ ድንገት ተነስታ በሁለት እግሯ ቆማ እነርሱ ወደ ተቀመጡበት ስትሮጥባቸው ከደስታቸው ድንጋጤያቸው ብሶ የምትወድቅባቸው መስሏቸው እነርሱም ሳያስቡት ከተቀመጡበት ተነስተው ወደ ሙሉነሽ ሮጠው ነበር። አሁንም የአንድ ልጃቸውን ጉዳይ አንስተው ሲጨዋወቱ

ያንዲት ምድር ሰዎች፣ ቅፅ ፩ ገፅ 127

የሙሉነሽ አፍ ንግግር ሲጀምርባቸው ‹‹ምነው እናትሽ ባየችሽ!›› አሉና ደስታቸው ብዙም ሳይቆይ ወደ ትካዜ ተለወጠባቸው፡፡ እየተደሰቱ ማዘን ሆነባቸው፡፡

ምዕራፍ አስር

የበላይነሽ ደባሎች በመሸታ ንግድ የሚተዳደሩ ልጅ እግር ሴቶች ናቸው። ደጋግሞ ቤታቸው ከሚመጣ፣ የጠላና የካቲካላ ደንበኞቻቸው መሐል ወዳጆች አሏቸው። ከእነኚህ ወዳጆቻቸው ሌላ ብዙ ወንዶች ባያውቁም ኑሮአቸው ከፊል የሴተኛ አዳሪነት ኑሮ ነው። በላይነሽ ያንን አውታንቲ መንጃ ፈቃድ ሳወጣ አገባሻለሁ ያላትን ወጣት ስለወደደች፣ እናቃጥርሽ ሲሏት እምቢ እያለቻቸው ነው እንጂ ብዙ ወንዶች ጠላና ካቲካላ ለመጠጣት ወደ ምሽቱ ላይ ሲመጡ ባዩዋት ቁጥር እንደተመኟት ነበር። እሷ ግን ባል የምታገኝ መስሏት ከብዙ ወንዶች ተጠንቅቃ ቆየች።

‹‹ያ ውርጋጥ እሱም ሰው ሆኖ መንጃ ፈቃድ ሳወጣና ሹፌር ስሆን አገባሻለሁ ብሎ ለዚያች ለመንቃራ የቄስ ተወለደመድህን ልጅ ቀለበት አሰረላት አይደል?›› አለች ፀዳለ። በላይነሽ ማታ ከቡና ማበጠር ሥራዋ ተመልሳ ገና ቂጧ መሬት ሳይነካ።

‹‹አይ እንግዲህ አትስደቢው፣ ባይቆጭ ያንገ...በ...ግ...ባ...ል!›› ሳሉዋ እየመጣባት ኡሁ! ኡሁ! እያለች ካግዳሚ መሳይ ወንበር እንደተቀመጠች፣ በላይነሽ መለሰችላት።

‹‹ውይ አንቺ ደግሞ አሁንም ልብሽ አልሞተም! ሊቀና እንዳይሆን ብቻ! ኡኡቴ! ቅ... እንዳይሆን ብቻ! እሱ ለራሱ የቄሱን ሀብት አይቶ አንቺን ትቶሻል። ከንግዲህ ቅናቱን ተይው! ቅ... እንደሆን የሚጎዳው አንቺኑ ነው። ያንቺ መልክ ምን ያደርግለት መሰለሽ? መልክ እንደሆን ታጥቦ አይጠጣ!›› አለችና ሌላዋ ደባሏ ደስታ ተናገረች።

‹‹ይልቁንስ እንደኛ ብታውቂበት ይሻላል። ማን ጨዋ ይለኛል ብለሽ ነው? እናት፣ አባት ቤት እያለሽ ያልመጣ ባል የቢስ ቤት ቡና ለቃሚ ሆነሽ፣ ከፀዳለና ከደስታ ጋር ደባል እየኖርሽ፣ ባል እንደሆን አይገኝም። ሱሚ ነው። እስከዚህ ድረስ ምን መሆን ቢያምርሽ ነው፣ ከወንድ ጋር አልተኛም የምትይ? አንቺ ከማን በልጠሽ ነው?›› ስትል ፀዳለ ደገመች።

‹‹አንደኛሽን ሽርሙጪ ነው የምትሉኝ?›› አለቻቸው በላይነሽ ሰምታ ሰምታ ቢቸግራት።

‹‹አንደኛ ሁኝ እወቂበት፣ ብዙ ፈላጊ እያለሽ እንጀራሽን አትዝጊ በኋላ ይቆጭሻል። ከኛ ጋር እየኖርሽ ሹሼ አይደለችም ብሎ የሚያምንሽ የለም። የባል ነገር እንደሆን ያ ውርጋጥ አውታንቲ እንኳን ኮርቶብሻል። ፍቅር እንደሁ የጋራ ነው። እሱ ትቶሽ ሌላ ሲፈልግ አንቺም አንዱን አቅፈሽ መተኛትና የሚሰጥሽን እየተቀበልሽ ልብስና ጫማሽን መለወጥ! እንዲህ ካልሆነ አይገፋም። እዬዬም ሲዳላ ነው!›› ስትል ደስታም በላይነሽ ወደ ሴተኛ አዳሪነት እንድታዘነብል መገፋፋቱን ቀጠሉ።

ደባሎቿ ፍርጥ አድርገው ሲነግሯት እሷ ወዲያው የምትመልሰው ጠፋቷት አንገቷን አቀርቅራ እየተከዘች ቆየች።

‹‹የኛም ጠላና ካቲካላ ይነሳልን ነው የምንልሽ በላይነሽ! አንቺን ብሎ የሚመጣ ደህና አድርጎ ይገዛናል። እኛን ብለው የሚመጡት ብቻቸውን አልጠቀሙንም ነው የምንልሽ!›› አለቻት ፀዳለ።

‹‹እናንተ ይህንኑ ተመካክራችሁ ነው እንዴ የጠበቃችሁኝ? እኔ የናንተም ያሳፍረኛል እንኳን እኔ ራሴ ልገባበት። ለገንዘብ ብዬስ አላደርገውም።››

‹‹ገንዘቡማ ቢቸግረን ነው እንጂ ፍቅር አያውቁም ያለሽ ማነው? እኛ የሚረዳን ካገኘን ማፍቀርን እናጣበት መሰለሽ?››

‹‹አሁን ማ ይሙት አንቺ አልቸገረኝም ብትይ እንኳን እኛ ከነውስጥ ልብስሽ የምናውቅሽ መንገደኛስ ያምንሻል። ሃፍረት ይዞሽ ነው። እኛም ስንጀምረው ዳር ዳር ስንል እንዲህ ያደርገን ነበር።››

ደባሎቿ ሁኚ የሚሏትን ስታዳምጥ ቆይታ ድንገት የሳል በሽታዋ ተቀሰቀሰባት። ደህና ለቀቅ አድርጓት የነበረው ሳል እንቅ አደረጋት። በላይነሽ ማሳል ጀመራት። ንግግራቸው ተቋረጠ። ተቀስቅሶ ብዙ ቆየባት። የዚያን ዕለት ማታስ በጣም አሰቃያት። ምሽቱ ላይ ጠላና ካቲካላ ፈላጊዎች ገቡ። ፀዳለንና ደስታን ፈላጊዎችም ተከተሉ። በላይነሽን ወደ ሴተኛ አዳሪነት የመገፋፋት ቅስቀሳው ለጊዜው ተገታ። እሷም የሳሉ አጀማመር ከፉኛ

ያስፈራትን ያህል የዕለት እንጀራዋ ነገር ጊዜ የማይሰጥ ቢሆንባት በነጋታው መለስ ሲልላት እዚያው ቢስ ቤት ቡና ለቀማዋ ሄደች።

በሌላ ጊዜም ከቢስ ቤት ቡና ለቀማ መልስ ፀዳለና ደስታ በሴተኛ አዳሪነቱ ሙያ እንድትቀላቀላቸው ቢቀሰቅሷት ልትደፋፈርና ልትገባበት አልቻለችም።

በላይነሽ ሳሉ በረታባት። ሰውነቷም እየከሳ ሄደ። የገዛ ጓደኞቿን እንኳን የሚያስቀናው መልክና ደም ግባት እየከዳትና የብር ጉልላት የመሰለ ዓይኗ እየሟሸሸ መሄድ ጀመረ። እንዲያ ከሰውነት ጎዳና መውጣቷ እየታወቃት፣ የቢስ ቤት ቡና ማበጠር ሥራዋን አልተወችም። ያ መንጃ ፈቃድ ሳወጣ አገባሻለሁ ብሎ ቃል ገብቶላት የነበረው አውታንቲ ከተዋት በኋላ አንድ ሁለት ወንዶች በውጭ ብትይዝም እነሱም በክፉ የሳል በሽታ የተለከፈች እየመሰላቸው ይሸሿት ጀመር። ገና ሙሉ በሙሉ እርግፍ አድርገው ባይተዋትም እሷን ፍለጋ ቶሎ ቶሎ ብቅ ማለቱን ከተውት ሰነበቱ። እሷም የጓደኞቿን ያህል ብልጠት አጥታ ሳይሆን ከነኚህ ወዳጆቿ ጋር የነበራትን ግንኙነት ከሴተኛ አዳሪ በተሻለ መንገድ ልትረዳው በመፈለጓ ይህንን አድርጉልኝ፣ ያንን አድርጉልኝ፣ ዛሬስ ጨመር አድርገህ ስጠኝ ሳትልና ብዙም ሳትጠቀምባቸው፣ እነርሱም ቀሩ። በተለይ ካንደኛው ወዳጅዋ እንኳን እህል ውሃ ከኖረኝ እያለች ስለምታስብ ራሴን በሆነው ባልሆነው አላስገምትም እያለች በርካሽ ጥቅም ሳትታለል፣ ይህንንም ያንንም ግዛልኝ ሳትለው እሱም ራቃት። እርግጥ አንደኛው ኮሪያ ሻሽና ኮንጎ ጫማ ገዝቶላታል። ሌላው ግን ምንም አላደረገላትም። ታዲያ ፍቅር ቢጤ የሞከራት ምንም ላላደረገላት ነበር። ያም ሆኖ እሷ ሌላው ቢቀር ከአንደኛው ጋር እዘልቅና ወይ ያገባኝ ይሆናል እያለች ስትጓጓ አንዱንም ወንድ አንዲት ውስጥ ልብስ እንኳ ግዛልኝ ሳትለው የሳል በሽታዋ ጠንከረና ስንቱ ወንድ እንዳልተከተላት ያህል፣ ካንዱም ሳትሆን ብቻዋን ቀረች።

‹‹በሽታን ማን ይወድለታል!›› ትላለች እነኛ ድሮ እየተከተሉ ያስቸግሯት የነበሩት ወንዶች እሷን ትተው ከሌሎች ‹‹እፍፍ ኮሌጆች ›› ጋር ሲዳሩ ስታይ።

በላይነሽ ያለፈ ሕይወቷን ያሁኑን ኑሮዋንና የሚያበሳጫትን ሳል

ጭምር የሚያስረሳት ቡናዋን እያበጠረች የምትዘፍነው ዘፈን ነው። ቡና አበጣሪ ስትባል ለዘፈን የምትሰንፍ የለችም። በላይነሽም ይበልጥ ዘፈን ያስወደዳት ይኸ ኑሮዋ ነው። የሷ ዘፈን የአየለን ግፍ፣ ድህነቷን፣ የሳል በሽታዋንና ሌላም ችግርና ብሶት ቢኖራት ሁሉንም ያስረሳታል። በላይነሽ ስትዘፍን አድማጭ ያላት ‹‹እንዲህ! እንዲያ!›› የሚላት ያለ አይመስላትም። ዘፋኟም አድማጯም ራሷ ብቻ ይመስላታል። ግን እንደሷ ቡና እያበጠሩ መዝፈን የጀመሩት፣ ወሬና ቀልድ የያዙት፣ አንድም ሳይቀሩ ፀጥ ብለው ያዳምጧታል።

በላይነሽ ቡናዋን እያበጠረች ‹‹አልማዝ ምን ዕዳ ነው?›› የሚለውን ዘፈን መዝፈን ጀመረች።

‹‹ውይ እትዬ ዘውድነሽ፣ በላይነሽ እኮ ስትዘፍን ነፍስ ነች። እኔ ነኝ ከምትል ዘፋኝ እኮ አታንስም፣ አደንቃታለሁ›› አለች ከቡና አበጣሪዎች አንዷ ልጃገረድ ዓለሚቱ።

‹‹ልጄ የዕድል ጉዳይ ነው እንጂ በዘፈኗ ብቻ ሳይሆን በመልክና በጠባይዋ የሷ እንጀራ መች እዚህ ነበር?›› ስትል መለሰችላት።

በላይነሽ ዘፈኗን አቋርጣ ክፉኛ ትስል ጀመር።

‹‹እኔኮ ስትስል አንጀቴን ነው የምትበላኝ። ታሳዝነኛለች። እንዴት እንደሚያደርጋት እትዬ ዘውዲቱ ልብ ብለው አይተዋታል?››

‹‹ምን አዲስ ነገር መሰለሽ ዓለሚቱ? እኛስ የት ይቀርልን መሰለሽ! ለጊዜው እሷ ከኛ ቀደመች እንጂ። እኔ እንኳን በላይነሽን ሳውቃት ሰውነቷ እንዲህ አልከሳም ነበር። ኧረ ተይ! ይኸ ሳል ክፉ ሳያደርስብሽ ሐኪም ዘንድ ሂጂ ብያት ነበር››

‹‹እሱስ እትዬ ዘውዲቱ በላይነሽን የሚከተሏትም ወንዶች እኮ እንደ ድሮው አይደሉ። አላስኬድ የሚሉት ሁሉ ቀርተዋል። ይህን ሰሞንማ እነኛ ቀርተው ለብቻዋ ነው ስትመጣና ስትሄድ የማያት።››

እንዲህ እያሉ ዘውዲቱና ዓለሚቱ ቡናቸውን እያነፈሱ፣ እያንቀረቀቡ፣ እየለቀሙ፣ እፍ… እያሉ፣ ስለበላይነሽ ሲያወሩ ራቅ ብለው ሥራቸውን ሲሠሩ የነበሩት አልማዝና ዘይነባ መሰዳደብ ጀመሩ። በላይነሽ ‹‹ተው›› ለማለት ብትሞክርም አልሰሚትም። እሷ

ማሳል፣ ማስነጠስ፣ መናፈጥ፣ እንደገና ማሳል ስትጀምር አልማዝና ዘይነባ እየተካረሩ ሄዱ። የተለመደና በየቀኑ ቢስ ቡና መጋዘን የሚታይ ትርዒታቸውን ለመጀመር አኮበኮቡ። ብሽሽቃቸውና ስድባቸው አገር እንዲሰማቸው ካልሆነ በስተቀር ብዙም ሳይራራቁ አጠገብ ላጠገብ ተቀምጠው ያንን ያህል መመላለሳቸው ጉድ ተባለ።

‹‹አንቺ ቁሌታም! እንግዲህ ቆላሽ ምን ታደርጊ! ማን ይቻልሽ?›› አለቻት አልማዝ ዘይነባን።

‹‹ቁሌታምስ አንቺ! ያ ፈጥኖ ደራሽ አላበርድልሽ አለ መሰለኝ። እኔ እንግዲህ ሴት ነኝ! ወንድ አይደለሁ? ምን ላርግሽ?›› ስትል ዘይነባ መለሰችላት።

‹‹ውሰጂው! ኧረ ውሰጂው! ፈለግሽው መሰለኝ!››

‹‹ኧረ የሚወስድ ነገር ይውሰድሽ!››

አልማዝ ዘላ ዘይነባ ላይ ጉብ አለችባት። ፀጉር ለፀጉር ተያያዙ። ካንዱ ወዳንዱ ተጓተቱ። አንዳቸው አንዳቸውን ሳይጎዱ፣ የካቦው ዱላ ወገብ ወገባቸው ላይ ሲያርፍ ወደው ሳይሆን በግዳቸው ተላቀቁ። ትንፍሽ ሳይሉ ወደ ቡና ማበጠራቸው ሄዱ። በላይነሽ ግን ይህንን የየቀኑን ትርዒት ለመመልከት አቅም አነሳት። ሳሏ ተቀስቅሶባት ያፍናት፣ ያስነጥሳትና ወደ ላይ ወደ ላይ ይላት ጀመር። የቡናው ገለባና አቧራው ፀጉሯን ፊቷን ወርሶት፣ ጭራሹን ላብ አስምጧት ትንፋሿ ቁርጥ ቁርጥ እያለ ማሰሏን፣ መናፈጧንና አክ ማለቱን ልትገላገለው ተሳናት። አላልፍላት፣ ፋታ አልሰጣት አለ። ውጭ ነፍስ ግቢ ነፍስ ሆነች።

‹‹ወይኔ ዛሬስ አንድ ብር እንኳን ይገቱ መግባቴን እንጃ!›› አለች በሠቀቃ። ይህን የሰማች ካጠገቧ የነበረች ቡና አበጣሪ ‹‹በላይነሽ ሞኝ ነሽ ጤና ሆነሽ ባዶ እጅሽን ብትገቢ አይሻልም? እንዲህ ደም እየተፋሽ ሦስት ሽልንግ ይዘሽ ከምትገቢ!›› አለቻት። በላይነሽ ግን ልትቀበለው አልቻለችም። ያለ ውዴታዋ ጥርሷን ነክሳ አንገቷን ደፋ እንዳደረገች ‹‹ባፍ ሲናገሩት የማይቀል ነገር የለም!›› አለችና ኡሁ… ኡሁ… ማለቱን ቀጠለች፣ በላብ ተነከረች። የተፋችው አክታ ደም ጎርሶ ሲወጣ አየችው። ‹‹ወይኔ እናቴ እኔስ

የሚያልፍልኝ ነበር የመሰለኝ!›› አለች። ‹‹ተደፍቼ መቅረቴ ነው ልጄን እንኳን ገና ሳላሳድግ›› ብላ ዕንባዋ እርግፍ እርግፍ ይል ጀመር። ቡና ለቃሚ ጓደኞቿ በላይነሽን ከበቧት። የሚያደርጉላት ጠፍቷቸው ዓይን ዓይናን ያዩ ጀመር። እነርሱም ፈዘው ከቆሙበት ዕንባቸው እያሸነፋቸው በጉንጫቸው ወረደ። እንደምንም ንፋስ ቢያገኛት ብለው ከዚያ በቡና ገለባና አቧራ ከታፈነ መጋዘን ደግፈው ወደ ውጭ አወጧት ። እስቲያልፍላት ካጠገቧ ባይለዩ ይወዱ ነበር። ግን የእንጀራ ነገር ሆኖባቸው፣ የካቦ ዱላ አስፈራቸው። በላይነሽን እዚያው ትተው ቡናቸውን ለማንፈስ ‹‹አይዞሽ በልዬ! በሊ! በላይነሽ ምንም አትሆኚ! ያልፍልሻል! እባክሽ የኔ ናት አታልቅሺ! ሆድ አይባስሽ!›› እያሉ አንዷ አንድ ስትናገር ሌሎቹ በላይ በላዩ እያፅናኑ፣ እያቆላመጡ፣ እያዘኑ የነርሱም ዕንባ እየወረደ ወደ መጋዘኑ ገቡ።

በላይነሽ ሳልዋ እስቲያልፍላት ድረስ ከመጋዘኑ በራፍ ካለው ድንጋይ ሁለት እጆቿን አነባብራ ቁጭ እንዳለች የቢስ ኩባንያ የቡና መጋዘን ባለቤት ሙሴ ዲኖስ ብቅ አለ። የበታቹ ፋራህም ከመጋዘኑ ደረሰ። በላይነሽ ክው አለች። ካቦውም ክው አለ። ከበላይነሽ የባሰ የደነገጠው ካቦው ነው። በመጋዘኑ ወንድና ሴት ወዛደሮች ‹‹ጌቶች›› እየተባለ የሚጠራው ቱጃር ሙሴ ዲኖስና ምክትሉ ፋራህ ቡና አበጣሪዎች ሥራ ፈተው ማየት አይፈልጉም።

‹‹ሚን ይጠብቃል አንቱ! ያ ሴት ሥራ ፈቶ ፃይ ይሞቃል!›› ሲል በፈረንጅ አማርኛ ሙሴ ፋራህ ከዋናው ባለቤት ከሙሴ ዲኖስ ቀድሞ ከፊቱ መቆም አቅቶት የሚርበተበተውን ካቦ በቁጣ ጠየቀው። በላይነሽ ግን ሙሴ ዲኖስ አጠገቧ ተጠግቶ ወደ መጋዘኑ ገብቶ የቡና ማበጠሩን ሥራ ለማየት ከበስተራሷ መቆሙን እያየች ከተቀመጠችበት አልተነሳችም። ሌላ ጊዜ እንኳን አንድ ቡና አበጣሪ በላይነሽ ትቅርና ከሷም በላይ እንጀራ ያላቸው ዲታዎቹ ገና ብቅ ሲሉ ከስንት ሜትር ርቀት ነው ‹‹ጌቶች መጡ!›› እያሉ እጅ የሚነሱት፣ ቆጣ ሲል ሲያዩት የሚርበተበቱት። በላይነሽ ቢስ ቤት ከገባች ያተረፈችው ደም የሚያስተፋ የሳል በሽታ አስመርሯት የልብ ልብ ሰጣትና ሙሴ ፋራህ ከደጅ ወጥታ ሥራ ፈትታ መቀመጧን ሲጠይቅ ከተቀመጠችበት ተነስታ እንደ ከዚህ በፊቱ እጅ ነስታ፣ አክብራ ተሽቆጥቁጣ ‹‹አሞኝ ነው፣ አስሎኝ ነው፣ ሳሉ እስቲያልፈልኝ ይንፈስብኝ ብዬ ነው›› አላለችውም። ካለችበት

ሳትነቃነቅ ካቦው ስለ እሷ ሲናገር በግንባሯ አየችው።

‹‹ጌጌጌ... ቶች... አአ... ሞሞ... ኛኛል... ብላ... ነው›› ብሎ ካቦው ጌታው ዲታ ፋራህ ለጠየቀው ላብ፣ ላብ፣ እያለው መለሰለት።

‹‹ካመመ ሚን ይሰራል? ቢስ ካማፓኒ ሆስፒታል አይደለም! አይፈልጉም አንተን! ሁለተኒያ ሂድ ውጣ! ዘበኒያ ጎቲት አሶጣ! ሁለተኒያ ኢሱ ማየት አይፈልጊም እኔ እዚ!›› እያለ ትዕዛዝ ሰጥቶ ወደ መጋዘኑ ሊገባ ሲል በላይነሽ ከተቀመጠችበት ፈጥና ብድግ አለችና ፋራህም ካለበት መነቃነቅ ሳይሆንለት አፈጠጠችበት።

‹‹ምን አሉ ጌቶች? ምን አሉ?›› አለችው እልህ በተቀላቀለበት ድምፅ ዕንባዋ ባይኗ ላይ ሙልት እያለ ‹‹ሁለተኛ ዓይንሽን እዚህ እንዳላይ አሉ? ጎትተህ አስወጣ አሉ? የርሶ እሬሳ ይጎተት! ምናለ ገንዘቡም አገሩም የናንተ ነው፣ የት አቤት ይባላል። እኔስ እሄድልዎታለሁ!›› አለችና ዕንባዋን እያዘራች እንደማለፍ ያለላት ሳል እያጣደፋት የቢስ ኩባንያውን አጥር ወጥታ ከደባሎቿ ጋር ወደምትኖርበት አባ ኮራን ሠፈር ሄደች።

በላይነሽ ከዚያን እለት ጀምሮ የሳል በሽታዋ ከፋ። ባልጋ ላይ ከዋለች ሁለት ወር አለፋት። ባሻ ቢተውና እመት ጌጤነሽ ጥፍት ብትልባቸው ሙሉነሽን ይዘው አባ ኮራን ሠፈር ሄዱ። ከቤቷ ሲደርሱ ደባሎቿ ከበዋት አገኟት። እመት ጌጤነሽ ልጃቸው ከእንጨት አልጋዋ ተጋድማ በደባሎቿ መከበቧን ሲያዩ፣ ከድንጋጤያቸው የተነሳ ደረታቸውን እየደቁ ‹‹ልጄ የሆነቺውን ንገሩኝ!›› እያሉ ይወድቃሉ ይነሳሉ። ባሻም የሚናገሩትንም የሚጠይቁትንም አጥተው በድን ሆኑ። ነገሩ ብዙም ያልገባት የበላይነሽ ልጅ ሙሉነሽ፣ እመት ጌጤነሽ ከወዲያ ወዲህ ሲንቆራጠጡ የቀሚሳቸውን ጫፍ ይዛ ከኋላ ከኋላቸው ትከተላለች። በላይነሽ ያ ሳቧ ተቀስቅሶ ደም የቀላቀለ ትውከት አስመልሷት በውሃ የተነከረ እራፊ ባናቷ ተደርጎላት ዓይኗ ፈጦ በእንጨት አልጋዋ ተንጋላለች። ሰውነቷ አልቆ ዐፅም መስላለች። ከዓይኗና ከግንባሯ መፍጠጥ በስተቀር የቀራት ነገር ያለ አይመስልም።

‹‹ለመሆኑ መቼ ነው እስከዚህ የደረሰችው?›› ሲሉ ደንዝዘው ከቆሙበት ከቀሩት ባላቸው ይልቅ መለስ ያለላቸው እመት ጌጤነሽ ከበላይነሽ ደባሎች አንዷን ጠየቁ።

‹‹ሳሉ ከጀመራት ዓመት ሊጠጋው ነው መሰለኝ። ካልጋ ከዋለች ግን ሁለት ወር አልፏታል›› አለች ፀዳለ የበላይነሽ ደባል።

‹‹እንደፈራነው ያን ጊዜ እንደዚያ ሲያስላት ካየን ወዲህ መች እኛስ ልባችን አረፈ? እንደፈራነው ነው!›› ሲሉ ባሻ ከልጃቸው ራስጌ እጃቸውን አገጫቸው ላይ አስደግፈው አዝነውና ተክዘው እንደቆሙ ተናገሩ።

‹‹ይኸ ቡና ማበጠር ይቅር ብለን ብንመክር መች ሰማችን? ይኸዋ እንግዲህ ሌላ ምን አተረፈላት!›› ብለው እመት ጌጤነሽም ተናገሩና ልጃቸውን ከቤታቸው ወስደው ለማስታመም መወሰናቸውን ለደባሎቿ ፀዳለና ለደስታ ነገሯቸው። ባሻም ተጨምረው ይህንኑ ሃሳብ አጠናከሩ። ፀዳለና ደስታም በሃሳቡ ተስማሙ። ኑሮአቸው ከጠላና ካቲካላ ንግድ ሌላ የሴተኛ አዳሪነትም ቢሆን እመት ጌጤነሽና ባሻ ቢተው ልጃቸው ያለባትን የሁለት ወር የቤት ኪራይ አምስት ሽልንግ እንክፈል ቢሉ ፀዳለና ደስታ እምቢ ብለው አንቀበልም አሉ። በዚህ ዓይነት ኑሮ ውስጥ እያሉ ሞራለ ቢስና ርህራሄ የለሽ አልሆኑም። ‹‹ምነው? የኛስ እድል ነገ ምን እንደሚሆን እናውቃለን? ከዚህ የበለጠስ ብናስታምማት፣ እንኳን አምስት ሺልንግ ከዚህም በላይ ቢሆን›› ብለው የኪራዩን ሂሳብ ሳይቀበሉ በላይነሽን ለወላጆቿ ሰጡ። ‹‹ሲሆንልን፣ ሲሞላልን መጥተን እንጠይቃታለን!›› አሉና ተሰነባበቱ። ባሻና እመት ጌጤነሽም በሽታዋ በትክክል ሳይታወቅ ሰውነቷ አልቆ ባፅሟ የቀረችውን ልጃቸውን ይዘው ገሙ ሰፈር ቤታቸው ገቡ።

የበላይነሽ በሽታ አስምና ሳምባ ነቀርሳ መሆኑ ተረጋገጠ። ለድሆች በቆመው ቅዱስ ጳውሎስ ሆስፒታል ተኝታ እንድትታከም ድህነቷን በፍርድ ቤት ለማስመስከር፣ ውጣ ውረዱ ባሻ ቢተውን ተስፋ አስቆረጣቸው። ዘጠነኛ ወረዳ ፍርድ ቤት በስንት ውጣ ውረድ የተከፈተው ፋይል ምስክር እንዲሰማበት የተሰጠው የፍርድ ቤት ቀጠሮ ራሱ ስድስት ወር ወሰደ። ከተመሰከረ በኋላ ለቅዱስ ጳውሎስ ሆስፒታል ቢቀርብም አስተዳደሩ ከመዝገብ ቤት አስተኛው። በቅድሚያ ድህነታቸውን ያስመሰከሩ ስላሉ ከወር ከሁለት ወርና ከሶስት ወር በኋላ ካልሆነ የበላይነሽን ጉዳይ ማስቀደም አንችልም የሚል ሰበብ ይስጥ እንጂ ዋናው ምክንያት ሌላ ነው። ከንጉሳዊያን

ቤተሰብ አንስቶ የከፍተኛ ባለስልጣን ቤተሰቦችን ይዞ እስከ ከተማው ሀብታም ነጋዴ ሚስትና ልጆች ድረስ እየተቀበለ የሚያስተኛውና የሚያስታምመው፣ በልዩ ማዕረግ የሚያስተናግደው የቅዱስ ጳውሎስ ሆስፒታል፣ በስም እንጂ በተግባር ለድሃው ህዝብ ምኑም አይደለም። ከስንት ክፍለ ሀገር ድህነታቸውን እያስመሰከሩ ካሁን አሁን ሕክምና እናገኛለን እያሉ ከደጅ ፈሰው ሲማቅቁና ገሚሶቹም ከበራፉ ሲሞቱ ማየት የየዕለቱ ትርኢት ነው።

ባሻ ነፃ ሕክምና በላይነሽ ታገኝልኛለች ብለው በከንቱ እሷን ማጉላላት በበሽታዋ ላይ በሽታ መጨመር እንደሆነ ታወቃቸው። ብላታ ኀበዝአየሁ ከሰጧቸው መሬት ከፊሉን ከቀረው ባሕር ዛፍ ጋር ሸጠው የልጃቸው ማስታመሚያ አደረጉት። በስተርጅና መጦሪያቸውን በተገኘው ዋጋ ሲሸጡ ‹‹ከልጅ የሚበልጥ ነገር የለም። የቅዱስ ጳውሎስ ሆስፒታል ነፃ ሕክምና ለድሃው ያገሬ ሰው የህልም እንጀራ ነው›› ነበር ያሉት ባሻ ቢተው።

በላይነሽ የሳንባ ነቀርሳ ሕመሟን በዚያው በገሙ ሠፈር አቅራቢያ በሚገኘው የሳንባ ነቀርሳ መከላከያ ድርጅት እየተመላለሰች በነፃ በሚሰጧት መድሃኒት ተረዳች። እናቷ በሽታው በምግብ ሃይል ካልሆነ በመድሃኒቱ ብቻ የሚድን አለመሆኑ ስለተነገራቸው ባሻ ቢተው ይህንኑ በሰፈሩ ከሚኖሩ የሳንባ ነቀርሳ መከላከያ ድርጅት ሰራተኞች ጭምር ጠይቀው የራሳቸውን ወስፋት እየዘጉ ሁሉንም ለሷው አደረጉ። በቤታቸው የሞላ ነገር ባይኖርም፣ ጎመኑንም፣ ቂጣውንም፣ እያሉ አስታመሟት። እመት ጌጤነሽ ከቤታቸው ጥሬ ከብስል እያሉ ሲያቀርቡላት ባሻ ከባህር ዛፍና ከመሬታቸው ሽያጭ ከቋጠሯት ገንዘብ ላይ ከሰፈሩ ቅርጫ ሲታረድ ለልጄ እያሉ አንድ ራስም ቢሆን እንደቻሉ፣ አንዳንዴ ሥጋ ረከስ ወዳለበት ወደ ኮልፌ ልኳንዳ ከሚባለው ሰፈር ይወርዱና በብርም ቢሆን በብር ከሃምሳ ከጉበቱም፣ ከሳንባው፣ ከስጋውና ካጥንቱ ደብለቅለቅ አድርገው ይገዙና ተሸክመው አምጥተው ለሚስታቸው ይሰጣሉ። እመት ጌጤነሽም ይህንኑ እየቀቀሉ ይመግቧታል። ከደብሪቱ እናት ላም ሽጉጥ ወተት ላንድ ሰሞን ተከራይተውላት የወተቱ ኪራይ ቢወደድባቸው አጃውንና አጥሚቱን አቅማቸው እንደቻለ እያዘጋጁ መገቧት። በዚህ ዓይነት እነርሱ አንጀታቸውን አጥፈው ጦማቸውን እያደሩ ላንድ ዓመት ያህል አንድ ልጃቸውን አስታመሟት። እሷም አስሙ አልተው አላት እንጂ ከሳንባ በሽታዋ ዳነች። ሰውነቷም

መልኳም መለስ ብሎላት የድሮዋ በላይነሽን እየመሰለች ሄደች። እርግጥ አስሙ ቶሎ ቶሎ ይነሳባታል። ቢስ ቤት ቡና ማበጠር ያተረፈላት በሽታ እንዲህ በቀላል የሚተዋት አልሆነም። አንዴ ማፈን የጀመራት እንደሆን ነፍስ ከስጋዋ ሊለይ ምንም አይቀረው። እንደ አንድ ነገር ስታስል ትንፋሿ ቁርጥ ሲል፣ ደም ስሯ ግትር ሲል፣ ላብ ስምጥ ሲያደርጋት፣ ጨርሶ መተንፈስ ተስኗት ስትሰቃይ የተመለከተ ሁሉ ያዝንላታል። ካስነጠሳት፣ ማሳል ከጀመራት፣ ደም ሳያስተፋትና ሳያስመልሳት አይተዋትም። በላይነሽ ቢስ ቤት ቡና ለቃሚ የሆነችበትን እለት ብትረግመው፣ በወላጆቿና በዕድሏ ብታማርር፣ ምንም አልበጃትም። እመት ጌጤነሽም ሆኑ ባሻ ቢተው ያገር መዳኒት ያውቃል የተባለ ሰው አልቀራቸውም። አንዳንዱ የሰጎን እንቁላል ያድናል ሲላቸው የሰጎን እንቁላል ፍለጋ ይሄዳሉ። ሌላው ደግሞ የከርከሮ ሃሞት ለአስም በሽታ መዳኒት ነው ሲላቸው የት ባገኘነው? የት እንሂድ? ከማን እንዋዋል? ይላሉ። ለማግኘት ይንከራተታሉ።

ባሻ ቢተው ቢቸግራቸው የተማረ ሰው መቼም አንድ መላ አያጣም አሉና እንደልጃቸው እንደጓደኛቸው የሚያዩትን አስተማሪ ከበደን አማከሩት። እሱ ግን አስተማሪ እንጂ ሐኪም ስላልሆነ ራሱ የሚያደርግላቸውና የሚረዳቸው ነገር ባለመኖሩ የአስም በሽታ የሚጠይቀውን ጥንቃቄ ብቻ ነው የሚያውቀውን ያህል ሊያስረዳቸው የሞከረው። ባሻ ግን አልጣማቸውም። ልጃቸው በላይነሽ ጭስ የማይጨስበት ቆሻሻና መጥፎ ሽታ የማይደርስበት፣ አቧራና የደመና ግላጭ የማያገኛት፣ ካፊያ የማይነካት ልትሆን እንደማትችል ያውቁታል። የደሃ ልጅነቷ በስንቱ የተበደለች፣ ምንም የሌላት ጎስቋላ፣ ውልደቷ፣ እድገቷ፣ ኑሮዋ በጭስ በጥቀርሻ፣ በቆሻሻና በመጥፎ ሽታ፣ በአቧራ ብናኝ፣ በፍሳሽና ክርፋት አካባቢ በመሆኑ ለከበደ ምክር ቦታ አልሰጡትም። እመት ጌጤነሽ እንደባላቸው «አስም የሃብታም እንጂ መች የድሃ በሽታ ነው?» ወደ ፈጣሪያቸው ያዝናሉ። ባሻም በላይነሽ አስሚ ተቀስቅሶ፣ ስታቃስት፣ ስታንኳርር፣ ስትስልና ስታነጥስ፣ ኡሁ ስትል፣ አክ እንትፍ ስትል፣ ደም ስትተፋ፣ የሚሆኑትና የሚያደርጉት ይጠፋቸዋል።

በላይነሽ የሳንባ በሽታዋ ተሽሏት አስሙ አልተው ቢላትም ትንሽ መለስ ሲልላት፣ እሷም እንዳቅሟ ሠርታ የምትተዳደርበትን

ማሰላሰሏ አልቀረም። ወላጆቿ፣ ልጇን ከማሳደግ አልፈው ካመት በላይ ያስታመሟት ማስታመም የእርጅና ቅርሳቸውን ለሷ ብለው ሊያሟጥጡ ምንም እንዳልቀራቸው ስታስበው አለቅጥ ከበዳት። የሆነችውን ሆና የቀረ ዕድሜዋን ብታሳልፍ ወደ መምረጡ ተቃረበች። ምንም እንኳን ሻል ሲላት እናቷን በሥራ ብታግዝም ደፋ ቀና ብትልም በልጅነቷ ትዳር ያየች፣ ከትዳሯ ተፈናቅላ ቡና አበጣሪ ሆና እንደልቧ ወጥታ የምትገባ ስለነበረች ተመልሳ ሸክም መሆኗ ከሚሰማት ያላነሰ የገሙ ሠፈር አሽሙረኞችና አሽሟጣጮች እነአበራሽና መሰሎቿ እንዳልተኙላት ታውቃለች። ወላጆቿ ግን ይህን ሁሉ አላወቁም። ‹‹ውጭ ውጭውን የለመደ ልብ አንድ ቦታ ተሰብሰብ ቢሉት መች በጅ ይላል?›› ይባባላሉ። ባሻና እመት ጌጤነሽ ልጃቸው በላይነሽ ከነርሱ ተለይታ የራሷን ኑሮ በሆነው መንገድ ለመሞከር እንደምትፈልግ ለመንገር ዳር ዳር ስትልባቸው።

የገሙ ሠፈር ሸርዳጆችና አሉባልተኞች ለባሻና ለእመት ጌጤነሽ ያዘኑ ይመስል በላይነሽን ያብጠለጥሏታል።

‹‹ይች ጋለሞታ ዲቃላዋን ማሳደጋቸው አንሶ፣ እሷን ደግሞ በስተርጅና ይጡሩ?›› ትላለች አንዷ።

‹‹ባልስ ቢመጣ ምንስ ብሎ ይጠይቃቸዋል፣ ቡና አበጣሪን ከሴተኛ አዳሪ ምን ለያት!›› ስትል ሌላዋ ትቀበላለች።

‹‹በዚህ ላይ የሳል በሽታ ያለባትን ደፍሮ የሚያገባ ወንድ ዛሬ የት ይገኛል?›› በማለት ሶስተኛዋ ታሟሙቃለች።

‹‹እሷስ ቢሆን ከትዳሯ ኮብልላ ቡና አበጣሪ የሆነችው ሌላ ነገር ፈልጋ ነው እንጂ አስር አለቃ አየለ ለባልነት አንሶ ነው?›› ስትል አራተኛዋ ታዳንቃለች።

አበራሽና መሰሎቿ እንዳልተኙላት፣ ያንን የሐሜት ምላሳቸውን እንዳላሳረፉላት አንድ ሁለት አይባልም በላይነሽ ጆሮዋ ከደረሰ። ቡና መጠጫ እንደሆነች ስለታወቃት ወዳንዱ ለመኮብለል ተዘጋጀች። የገሙ ሰፈር አሽሟጣጮች የያዙት በሰው ቁስል እንጨት ስደድበት ዓይነት ስለሆነ መረራት። ባሏን የፈታች አንድ ፍሬዋ ልጅ በላይነሽ ምንኩስና ገዳም መግባት ያለባት ይመስል

አንድ ቀን ካንድ ወንድ ጋር የታየች ዕለት አበራሽ ‹‹አንደኛዋን በግልፀ አትሽረሙጥም!›› ስትላት የሰማች ሐሜት የማትወደው ያበራሽ ጎረቤት ‹‹አንቺ ባልሽን አቅፊሽ እየተኛሽ ይህቺን አንድ ፍሬ ልጅ ምን ሁኚ ነው የምትያት?›› ብላ ብትላት ሁለቱ ድብድብ ገጥመው ሰው እንደገላገላቸው በላይነሽ ሰምታለች። በመሆኑም ባላት አንድ አማራጭ ለመጠቀም ቆረጠች።

በላይነሽ አጣና ተራ ወይዘሮ ሥራሽ ብዙ ጠጅ ቤት ተቀጠረች። ወይዘሮይቱ በጠጅ ንግዳቸው ብቻ የተወሰኑ ስላልሆነ ከጠጅ ደንበኞቻቸው ሌላ ሌሎችም ደንበኞች አሉዋቸው። በላይነሽ መልከ ቀና በመሆኗ ወይዘሮ ሥራሽ ብዙ ወዳጆቻቸውን እንዳትነጥቃቸው ስጋት ቢኖራቸውም የጠጅ ንግዳቸውን እንድታሟሙቅላቸው ሲሉ ቀጠሯት። በላይነሽ ጠጅ መቅዳቱን እስከታውቅበት ድረስ በጌሾ ወቃጭና አመቡላ አስጪነት ጀመረች። ግን ከአስም በሽታዋ ጋር አልተስማማም የጌሾ ወቀጣውና አምቡላ ማስጣቱ። እመቤቲቱም የበላይነሽ አስም እየተቀሰቀሰ አዳሽቆ ሲተዋት ተመለከቱ። አዛኝነት ሞከራቸው። በጠጅ መቅዳቱ ብቻ ብትወሰንላቸው በመልኳ ማማርና በልጅ እግርነቷ የሚያገኙት ጥቅም ተዳምሮ ገበያቸው ሲያሻቅብ ታያቸው። ወይዘሮ ሥራሽ ብዙ በላይነሽ ከጌሾ ወቀጣና ካንቡላው እንድትርቅ አደረጉ። የሷና የጠጅ ኮማሪቷ ፍቅር ፀና። ተዋደዱ፣ እናቴ ልጄ ተባባሉ። እሷም የጠጅ መቅዳቱን ሥራ ሠለጠነችበት። መጎንጨቱንም መተሻሸቱንም መሽኮርመሙንም አወቀችበት። ወይዘሮ ሥራሽ ብዙና በላይነሽ ከመቀራረባቸው የተነሳ በመሃላቸው መተፋፈር እንኳን ቀረ።

‹‹አንቺዬ በላይነሽ እንዴት ነው ያ ልጅ እግር መሳዩ?››

‹‹የቱ እሜትዬ?››

‹‹ያ አንገቱን እቅፍ ሊያደርገኝ ሲል እኔና አንቺ እንኳን ዓይን ለዓይን አልተያየንም?››

‹‹ውይ እሜትዬ ረስቸው እኮ ነው። አዎን ተያይተናል። ታዲያ ዛሬ ማታ እርሶ ዘንድ ነዋ!››

‹‹እንግዲህ እመጣለሁ ብሎኛል። እንግዲህ አደራሽን! የጥዋት

ቁርሱን፣ የእህል ቅቤው ቢቀር ግፍልፍሉን ቅንጫውን በደንብ አድርገሽ እዚሁ መኝታ ቤት ድረስ እንድታመጪልን!››

‹‹እሜትዬ ደስ ነው የሚለኝ! እርሶን እስካስደሰትኩ ድረስ ምኑም አይቀርም አሰናድቼ ያልጋ መውረጃውን ይዤ መኝታው ድረስ አመጣለሁ።››

በላይነሽ ከእሜቴ ጋር ስለውሽሞቻቸው አብራ አውግታ፣ ተሳስቃ ወደ መኝታዋ ልትሄድ ስትል ወይዘሮ የሥራሽ ጠሯት።

‹‹አንቺ በላይነሽ!›› አሏትና ‹‹እመት እሜቴ!›› ስትላቸው ሽንጥና ዳሌ መለያያ ባልተፈጠረበት፣ ከላይ እስከታች አንድ ወጥ በሆነው ልሙጥ ሰውነት፣ ከእሜቴ ከወይዘሮ ሥራሽ ብዙ በስተቀር ማንም ፈልጎ በማያገኘው ሽንጣቸው ላይ ሁለት እጃቸውን ጣል አድርገው ‹‹ያ ሾፌር ልጋብዝሽ ሲልሽ ለምን እምቢ አልሽው?››

‹‹እሜትዬ ምን ላድርግ ከርሶ ወዳጅ ጋር አብረው የመጡት ሰውዬ ከደባበሱኝ በኋላ አንድ ብርሌ አዘውልኝ ስለነበር ከሁለት ቦታ ግብዣ መቀበል አሳፍሮኝ እኮ ነው!››

‹‹ታዲያ በሌላ ቀን ትጋብዘኛለህ ብሎ አሳስቆ መሸኘት ነው እንጂ ልጅ አለማስቀየም ነው። ወዳጅ በርከትከት ሲልልሽ ነው ላንቺም የሚጠቅምሽ። እኔን አታይም? እርግጥ እኔ እናትሽ እንኳን ምንም አይጎድለኝ። ያለኝን ያስጨርሰኝ። እኔ እተርፋቸዋለሁ እንጂ እነሱስ አይተርፉኝም። አንቺ ግን እንድትጠቀሚ እወቂበት!››

‹‹እሺ እሜትዬ ›› ብላ እየሳቀች ጥላቸው ወጣች። ወይዘሮ ሥራሽ ብዙ ጣልያን ከገባ ጀምሮ ጥርሳቸውን ነቅለው ባደጉበት የሴተኛ አዳሪነት ኑሮ ያካበቱትን ልምድ በመጠኑም ቢሆን ለበላይሽ ማካፈል ጀምረዋል። እርግጥ እሳቸው እንዳሉት በርከት ያሉ ወንዶች አሏቸው። ቢሆንም ውሽሞቻቸው ለገንዘባቸውና ላልጋ መውረጃው ሲሉ እንጂ ጊዜ ያለፈባቸው ኮማሪነታቸው አልጠፋቸውም። አንገታቸው ከትከሻቸው ጋር የተጣበቀ፣ ቆዳቸው ተሸብሽቦ እንደሽንፍላ የየራሱ ክፍሎች ያበጀ፣ እንደቤታቸው የጠጅ በርሜል የተድበለበሉ፣ ኩላቸው ከጆሮ ግንዳቸው የሚደርስ፣ ከፊታቸው ላይ የሚለቀለቁት ቅባት የበግ ላት በላያቸው ላይ የቀለጠ የሚያስመስላቸው፣ ወጣት ባዩ ቁጥር የሚታደሱ

እየመሰላቸው የሚቁለጨለጩ ሴት ናቸው። እርግጥ በዘመናቸው ስንቱን አፋጅተዋል። ሳይወፍሩ፣ ሳያረጁና ባልኮል መጠጥ ፊታቸው ሳይበላሽ የሚያውቋቸው ዝነኝነታቸውን ይተርኩላቸዋል። ታዲያ ወይዘሮ ሥራሽ በወዳጆቻቸው የመጣ ባይናቸው የመጣ ነው። ርህራሄ የላቸውም። እንዳይሄዱባቸው፣ ዓይናቸው ወደ ሌላ እንዳያይባቸው የማያደርጉላቸው ነገር የለም። በበላይነሽ ላይ ያላቸው የዘወተር ስጋት ይኸው ነው።

የጠጅ ቤቱ ሁካታና የብርሌው ካካታ ሌላ ነው። ሞቅታው ሲጨምርበት ደግሞ ከወይዘሮ ሥራሽ ጠጅ ቤት ሌላም ትርዒት ይታይበታል። በሁለት እግሩ የመጣው ባራት እግሩ ዳዴ እያለ ይወጣል። ጨምቶ ሲገባ የታየው አራት አምስቱን ብርሌ ካወራረደ በኋላ እንደ ውሻ ውው!፣፣፣ውው፣!፣፣ እያለ ሌላውን መናከስ ሲከጅለው ይታያል። ሰላምታው፣ መገባበዙ፣ እርስ በርሱ መተቃቀፉ፣ ወንድምሀ እኮ ነኝ! ወንድሜ እኮ ነህ! መባባሉ፣ ምላሳቸው ጎልድፎ ሙዝዝ ማለቱ፣ ላይን ሲታክት ወዲያው ደግሞ ብርሌ የሚወራወረው፣ የሚፈነካከተው ሲያከትም ትግል ገጥሞ ይደክምና እንደ ጥሩ ባልና ሚስት ተቃቅፎ ከተኛበት የሚውል ደግሞ በቦታው ይተካል።

‹‹ያደረ አለኝ ቅጅልኝ!›› ይላታል በላይነሽን ዓይኑ ውስጥ በርበሬ የተሞጀረበት የሚመስለው የወይዘሮ ሥራሽ የማለዳ የጠጅ ደንበኛ።

‹‹ሶስት ብርሌ ነው ያደረው›› ትለውና ቀድታለት ሌላውን የጥዋት ደንበኛ አስተናግዳ እስክትመለስ አጅሬ ያስቀዳውን ባንድ ትንፋሽ ያንደቀድቅና ብርሌውን ካግዳሚው ጋር እየደበደበ ድጋሚ ይላታል። ሁለተኛውን ትቀዳለታለች። ሦስተኛውንም ይለብስና የጥዋቱን ፕሮግራም ጨርሶ ወደ ማታ ደግሞ ብቅ ሊል አፉን እየጠራረገ ይወጣል።

ከሰዓት በኋላ አንስቶ እስከ እኩለ ሌሊት የጠጅ ደንበኛ፣ የእሜቴም ደንበኛ፣ የበላይነሽም ደንበኛ አንዱም ሳይቀር ይመጣሉ። የእሜቴ ቢቀሩ የበላይነሽ የበላይነሽ ቢቀሩ የእሜቴ አይቀሩም።

‹‹ስንት ነው የቀዳሽው? ›› ይላል ደግሞ ጥንብዝብዝ ብሎ ባፉ ላይ የሌለውን የጠጅ ገፈት ለመጥረግ እጁን አስር ጊዜ ወዳፉ

የሚሰደውና አሥር አሥር ጊዜ ትፍ ትፍ የሚለው፣ እንኳን ዓይኑ፣ ፊቱ ጭምር እንደ ፍም የቀላው ሌላው የማታ ደንበኛ።

‹‹እርሶ ጋ ብቻ ስምንት፣ እዚያ ሶስት፣ እዚያ ወዲያ ለተቀመጡት ደግሞ አንድ፣ እኔን የጋበዙኝ ደግሞ ሌላ አንድ አለኝ በጠቅላላው አሥራ ሶስት ብርሌ››

‹‹ለኔም፣ ለሁሉም፣ ላንቺም አንዳንድ ቅጂ፣ መልሱን አምጪ›› ይልና ወደደረት ኪሱ ገብቶ ስንት እንደመዘዘ ሳይታወቀው አውጥቶ በጇ ይጥልላታል። ስንት ተቆርጦ ስንት እንደተመለሰለት ለመቁጠርም አቅም አንሶት የሰጠችውን ተቀብሎ ዳንኪራ እንደሚረግጥ እዚህም እዚያም እየረገጠ እንደጥሩ ጂምናስቲከኛ የወይዘሮ ሥራሽ ብዙን ደረጃ ባናቱ እየተገለባበጠ በደህና ቤቱ ይግባ አይግባ ሳይታወቅ እሱም ወጥቶ ይሄዳል።

ወይዘሮ ሥራሽ ብዙ በጠጅ ደንበኞቻቸውና ባንድ ወዳጃቸው ተከበው እሳቸውም የተጋበዙትን ጠጅ እየተጎነጩ ያወካሉ። ለመደማመጥ እሳቸውም የከበቧቸውን ሰዎች ያህል ይጮሃሉ። በላይነሽ የጎደለውን ለመሙላት ወደ እሜቴ ወዳጅ ጠጋ ብላ ብርሌውን አነሳለሁ ስትል ሰውዬው ቆንጠጥ አደረጋት።

‹‹አይቆንጥጡኝ እንጂ!›› አለችው በላይነሽ። ወይዘሮ ሥራሽ ብዙ ፊታቸው ተለዋወጠ።

‹‹ምነው እኔን እንኳ አታፍር? እዚሁ ቁጭ ብዬ! ምነው ዓይኔ ሳያይ ያደርስህ የል?›› አሉና በላይነሽንም ከራስ ጥፍሯ ድረስ ገላመጧት። ሞቅታም ስላለችባቸው ተደፋፈሩ። ቆንጣጩም አለቅጥ ሞቅ ብሉት እሱም ደህና ቢሆን የማያደርገውን አደረገ።

‹‹ምምም… ነው…አአአ… ን…ቺስ? ቅቅቅ… ናናና… ት… ያዘሽ። ያያ… ሮጊት… ቅናት … ደግሞ… አያድርስ ነነነ…ው!›› ሲላቸው እሜቴን የከበቡት ሁሉ አስካኩ። እሜትዬ ብሽቀት ተናነቃቸው። የሚሰሩት ጠፋቸውና የሚናገሩትን አጡ።

‹‹ማ እባክህ? ያውም ባንተ ነው የሚቀናው? እኔ ሥራሽ ብዙ! አታውቀኝም። አልሰማህም መሰለኝ የንጉሥ ልጆች እኮ ነበሩ ፈላጊዎቼ! ማ በነገረህ! ፈላጊዬ ከቤተ መንግሥት እስከ ትልቁ ባለሥልጣን ነበር። ታዲያ ባንተ ነው የምቀናው? እኔ ሥራሽ ብዙ

ደግሞ አሮጊት የምትለኝ ውፍረቴን አይተህ? ሰውነቴ ቢወፍር፣ ለራሴ አንድ ፍሬ ልጅ ነኝ!›› አሉና ውሽማቸው ካሳቀባቸው የበለጠ በራሳቸው ላይ አሳቁ።

ወይዘሮ ሥራሽ ብዙ አለቅጥ በገኑ። ‹‹ድሮም ከልጅ ጋር የቀበጥኩ ዕለት ነው የቀለልኩት!›› አሉ ለብቻቸው። የጠጅ ሞቅታም ቢኖርባቸው በርሜሉን ቢገለብጡ እሜቴ የት እንደሚያደርሱት የማይታወቅ፣ ደፈር ደፈር ከማለትና ያመጣላቸውን ከመናገር በስተቀር አፋቸው ጨርሶ የማይነለድፍባቸው ውጦ ቁልጭ ናቸው። ጠጅ ቤታቸውን እኩለ ሌሊት ላይ ሊዘጉ ሲሉ ያ በላይነሽን ከፊታቸው ቀንጥጦ የነበረው ወዳጃቸው ስካርም ቢጫጫነው፣ ያደረገውንና የተናገረውን ስለረሳ እየተወለጋገደም ቢሆን ወደ ቤቱ ለመሄድ ራመድ ሲል እሜቴ ተንደርድረው ሄደው አነቁት። ‹‹ምንስ ካንተ ዕድሜዬ ከፍ ቢል ባረጅብህም ፍቅር አይዘኝ መሰለህ? እኮ የት ለመሄድ ነው? ገብተህ ተኛ ነው የምልህ!›› ብለው የመኝታ ቤታቸውን አቅጣጫ አሲዘው ወስደው ከሰራተኞቻቸው ጋር ወጭ ገቢውን ሒሳብ እስኪተሳሰቡ ድረስ ካልጋቸው ላይ አጋድመው ቆልፈውበት ተመለሱ። ቆይ እሰራለታለሁ እያሉ ተመለሱ። እየዛቱ ከበላይነሽ ሒሳባቸውን ተሳሰቡ። ሒሳባቸውን ተሳስበው እንደጨረሱ በላይነሽን ከእግር እስከ ራሷ ገላመጧት።

‹‹ዛሬ አንጀቴን ነው የማርሰው፣ እንዲህ ተቀልዶብኝ!›› ሲሉ ከመኝታ ክፍላቸው ወደ ቆለፉበት ወዳጃቸው ለመሄድ ሲነሱም ‹‹ግድ የለም ይንጋ ብቻ እንተያያለን!›› ሲሉ በላይነሽን ተናገሯት። እሜቴ በወዳጃቸው ለመጣ ለማንም የማይመለሱ መሆናቸውን ብታውቅም አልተሸቆጠቆጠችም። ወይዘሮ ሥራሽ ብዙ በላይነሽን ክፉኛ ጠመዷት። የፈሩት የደረሰ መሰላቸው። በ15 ብር ደመወዝ ከየት ከየት ብላ ነው ባለ ሁለት ቀሚስና ነጠላ የሆነችው? እያሉ ራሳቸውን ሲጠይቁ ለነበራቸው ጥርጣሬ መልስ አገኙለት። አንዳንዴም ከንፈታቸው ብዛት ብቻቸውን ያናግራቸዋል ‹‹በ15 ብር የቀጠርኳት ገረድ ወዳጄን ስትነጥቀኝ እኔ ሥራሽ ብዙ አይደለሁማ! እንተያያለን!›› ይላሉ።

‹‹ከተረከብሽው ጠጅ ሶስት ብርሌ ተኩል ጎድሏል። የተሰበሩ ሁለት ብርሌዎችም አሉ። ከደሞዝሽ ላይ አነሳዋለሁ›› አሏት። ከዚህ

በፊት ጠጅ ሲቀዳ በመፈሰስም፣ ሊጎድልም ሊደፋም ይችላል። ‹‹ተጠንቀቀሽ ቅጂ!›› ይሏት ነበር። ‹‹አይ እባክሽ ተይው ልጄ ሰውና ዕቃ የሚሰበር በቀኑ ነው እያሉ የተሰበረ ብርሌ ክፈይ ብለዋት አያውቁም ነበር። በላይነሽ በወዳጆቻቸው ስትመጣባቸው ጊዜ እሜቴ ወይዘሮ ሥራሽ ብዙ ምህረት የለሽ ሆኑ። አለ ዕድሜያቸው ዕድሜ ያበጁ፣ ወፍሬ፣ ገርጥቼ፣ ምች መቶኝ፣ ተጠናውቶኝ ትልቅ ብመስል፣ ቆዳዬ ቢሸበሽብ ፀጉሬ ቢሸብት ለራሴ አንድ ፍሬ ልጅ ነኝ እያሉ ከዕድሜ እኩዮቻቸው አንስቶ እስከ ወጣት ድረስ በፍትፍቱም ባልጋ መውረጃውም እያሉ በርካታ ወዳጆች አበጅተው የነበሩት ወይዘሮ ሥራሽ ብዙ ከአንድ ሁለት አልፋ በላይነሽ ሌሎቹንም እንዳታሳጣቸው ስጋት ገባቸው። ሊያባርሯት ፈለጉ። በሌላ በኩል ደግሞ የጠጅ ንግዳቸው እንዳይቀዘቅዝባቸው ፈሩ። ‹‹ፋኖሴ ያች ልጅ እግር ገረዷን ቀንታ ብታባርር አይደል ጠጅ ቤቷ በሳምንት ውስጥ የተወረረ የመሰለው?›› እያሉ ለብቻቸው ሲሆኑ ያቺን የከሰረች ኮማሪት ጓደኛቸውን ስም ያነሳሉ። በላይነሽ ድንገት አስሟ የተነሳም እንደሆን ‹‹አይ እንግዲህ እኔ ፊት ሰው ሲስልብኝ አልወድም፣ ወዲያ ሂጅ በሏት!›› ይሉ ጀመር። እንደ ድሮው ቢሆን በላይነሽ አስሟ ሲነሳ እንደ ወይዘሮ ሥራሽ ብዙ የሚያዝንላት አልነበረም። ይጨነቁላት ነበር። አንድ ቀን አስሟ ተነስቶ እሜቴ እንዲህ ክፉ ሲናገሯት ሰማችና ትንፋሿ ቁርጥ ቁርጥ እያለ ‹‹ምነው እሜቴ ለምን እንዲህ ይናገራሉ?›› ስትል ሆድ እየባሳት መለሰችላቸው። በሽታዋ ሳያንሳት የእሜቴ አነጋገር ቢያስከፋት ዕንባዋ እርግፍ እርግፍ እያለ ታለቅስ ጀመር። እሳቸው ግን ይባስ ብለው ግስላ ሆኑ።

‹‹ልትሰድቢኝ ነው? ስደቢኛ ይኸው ነው የቀረሽ! ይህች ቁም ለቁም። ምናለ ስደቢኝ እንጂ! እኔ ቤት ስትገቢ ምን ይዘሽ እንደመጣሽ ታውቂያለሽ? እድፍሽን ከላይሽ ላይ አራግፊሽ በኔ እንጀራ ምን ታደርጊ! አሁንማ ሰውነትሽም መለስ አለልሽና እመቤትነቱም ሲያምርሽ ጊዜ ልትሰድቢኝ ተነሳሽ!›› አሉ ከወዲያ ወዲህ እየተንጎራደዱ። በላይነሽ አስሟ መለስ ሲልላት እሜቴ ወዳሉበት ክፍል ሄደች። ‹‹ሒሳቤን ሰጥተውኝ እንዲያሰናብቱኝ ነው የመጣሁት›› አለቻቸው።

ወይዘሮ ሥራሽ ብዙ ያልተዘጋጁበት ዱብ እዳ ሆነባቸው።

ወዳጆቻቸውን የወሰደችባቸው በላይነሽ አሰናብቱኝ ብላ ከቤታቸው መሄድ የጠጅ ገበያቸውንም ይዛባቸው የምትሄድ መሰላቸው። ወዳጅም ገበያም ማጣት ለእሜቴ ወይዘሮ ሥራሽ ብዙ በአንድ እጅ ማጨብጨብ ሲሆንባቸው የታያቸው መሰሉ።

‹‹ሰው ሳላገኝ ላሰናብትሽ አልችልም። ደግሞ ጥጋብ ካልሆነ በስተቀር ምን ሆንኩ ብለሽ ነው ልሂድ የምትይው? በእመቤትነቴ ላልናገር ነው? ብታስቢበት ይሻልሻል። ለምንሽ የማታገኘው ቤት ነው!›› አሉ። በላይነሽ ከቤታቸው ብትሄድ ወዳጆቻቸው እሳቸው ቤት እንደማይቀሩ እርግጠኛ የሆኑ መስለው ለማስቀናት ብለው።

‹‹አይ እሜቴ! በቃኝ፣ በቃኝ፣ በዛብኝ። አሰናብቱኝ። እህል ውሃዬ ያለቀ መስሎኛል።››

‹‹እኮ አንገትሽን አትስበቂብኝ! እኔ ሥራሽ ብዙ ከነውስጥ ልብስሽ እንደማውቅሽ ረሳሽው መሰለኝ። ምን ታደርጊ! እኔ ቤት ልብስሽን ቀየርሽ! አማረብሽ! ሰው መሰልሽ! ኧረ ምን ታደርጊ አንቺ! ጥፋተኛዋ እኔ! ሳይቸግረኝ ፊት ሰጥቼሽ፣ አቅርቤሽ ነው ያጠገብኩሽ። ኧረ ለመሆኑ እንዲህ አይዞሽ ያለሽና ልብሽን ያቆመው ምን ይሆን?›› አነጋገራቸው የቅናት መሆኑ ተሰምቷቸው መልሶ ራሳቸውን አሳፍሮአቸው ፊታቸውን ከበላይነሽ መለስ አደረጉ።

ወይዘሮ ሥራሽ ብዙ በላይነሽ እንደፈለገችው ሳያሰናብቷት ነገ ዛሬ ሲሏት ቆዩና አንድ ቀን ከጓደኛቸው ከባለ ቡና ቤቷ ዝናሽ ጋር ተመካከሩበት። ከዝናሽ ሲማከሩ የከሰረችው ጠጅ ነጋዴ ፋኖሴ እዚያው ስለነበረች እሷም ለሥራሽ ብዙ ሐሳቧን ትሰጣት ገባች።

‹‹ያው የምናውቀው ሌላ ቦታ ሊያስቀጥራት ቃል ገብቶላት እንደሆን?›› አለች ዝናሽ ያንን ወርቅ ጥርሷን አሥር ጊዜ ብልጭ እያደረገች ከእሜቴ ውሽሞች አንድ ሁለቱን በላይነሽ እንደነጠቀች እሜቴ እራሳቸው ገልፀውላት ኖሮ።

‹‹የቱ ጠይሙ?›› አሉ ወይዘሮ ስራሽ ብዙ። ‹‹ኧረ ቀዩ!›› ስትል ዝናሽ መለሰች።

‹‹የዛሬ ወንድ አያደርገውም አልልም። አሁን ይህቺ ሙትቻ አስም የጨረሳት ከኔ ስራሽ ብዙ ተሽላ ነው?

‹‹አይ እሷስ መልከ መልካም ነች። በዚህ ላይ ልጅነት አላት። አንቺ በገንዘብሽና ደህና ከመልበስሽ በስተቀር እንደ ልጅቷ ወዳጅ የምታፈሪበት ጊዜ አይደለም። ምን ቀረኝ ልትይ ነው? የአንቺና የኔ ጊዜ ጠላት እንደወጣ ነበር። ያን ጊዜ ሽጉጥ አማዘናል። አሁን በልጅ ቢቀኑት አይሆንም!›› አለች ፋናሴ።

‹‹አንቺ ደግሞ ጠጅ ቤትሽን ከስረሽ ከዘጋሽ ወዲህ፣ ለመፅደቅ አስበሽ ነው መሰለኝ!? ሁል ጊዜ ለገረድና ለአሽከር ማድላት ጀምረሻል። ያችን ልጅ እግር ገረድሽን ቀንተሽ ብታበሪ ንግድሽ እንዴት እንደቀዘቀዘ ረሳሽው?›› አለች ዝናሽ ወይዘሮ ሥራሽ ብዙን ለመርዳት ብላ የምትናገረው ብታጣ።

‹‹ታዲያ እንዴት ይሁን እንደኔ ልታደርጊው ካማረሽ የራስሽ ጉዳይ፣ እኔ ግን አልመክርሽም። በኋላ ይቆጭሻል። ልጅቷ ልሂድ፣ እህል ውሃዬ አልቋል ካለች መከልከሉ የሚበጅ አይመስለኝም። ይልቁንስ እንደምንም ታርቀ፣ እናትና ልጅ ሆናችሁ ብትኖሩ ይሻላል። የጠጅ ንግድሽ አንዴ የሞተ እንደሆነ መልሰሽ አታነሽውም።››

‹‹ሥራሽ ብዙ! ፋናዬ የምትለውን አትስሚያት። እሄዳለሁ ካለች ዘዴው ቀላል ነው። ዛሬ እሷን አባረሽ ነገ ቤትሽ ቢቀዘቅዝ አነሳዋለሁ ብለሽ የማትይው ነው። የገበያን ነገር እናውቀዋለን። እምቢ ካለች ዕቃ ጠፍቶኛል አለአንቺ የወሰደው የለም፣ እሄዳለሁ ካልሽ አስቀፈድድሻለሁ በይና ለብቻዋ ጠርተሽ ምስክር በሌለበት አስፈራሪያት።››

‹‹እረ ተው እግዜር የሚወደው አይደለም!›› ስትል ፋናዬ በዝናሽ ንግግር ጣልቃ ገባች።

‹‹አዬ እግዜር! እኔ በምድሩ ይድላኝ እንጂ የቀረው የራሱ ጉዳይ። የሰማዩን ማን ሄዶ ያየው አለ! ከሆነልሽ ፋናሴ አንቺ ፅደቂበት!›› አሉ እሜቴም።

‹‹እኔም የምለው ሥራሽ ብዙ አንቺ ያልሽውን ነው። ያልኩሽን ከነገርሻት ወዲያ እሄዳለሁ ብትል ያው ለሻምበል ደፋሩ እኔ እነግረዋለሁ›› አለች ዝናሽ። ሻምበል ደፋሩ የዝናሽ ውሽማ የ4ኛ ፖሊስ ጣቢያ የምርመራ ክፍል ሹም ነው።

ወይዘሮ ሥራሽ ብዙ እንደተመከሩት በላይነሽን አስፈራርተው ከቤታቸው ለማስቀረት የተመከሩትን ሁሉ አደረጉ። ነገር ግን አልሆነላቸውም። በላይነሽ እንዴ ስለቀረጠች የእሜትዬ ማስፈራራት ሊያሸንፉት አልቻለም። እሜትዬም በመጨረሻው ‹‹ወርቄን ሰርቃለች›› ብለው አሳሰሯት። ዕድሜ ለዝናሽ! ለሻምበል ደፋሩ ነግራ በላይነሽ በሌብነት ተከሳ 4ኛ ፖሊስ ጣቢያ አስጠፈረቻት። ‹‹የጣቴን ወርቅና ያንገቴን ሐብል ከመኝታ ቤቴ ረስቼ ወጣ ብዬ እስከመለስ አጣሁት›› ሲሉ ጣቢያ ቀርበው ቃላቸውን ሰጡ። ‹‹በቤቱ አለሷም ሰው ስላልነበር ሌላ የሚወስደው ሰው የለም። የምጠረጥርው እሷን ነው›› አሉ። ‹‹የቢስ ቤት ቡና አበጣሪ ስለነበረች ቡና ሰርቃ በብብቷና በጭኗ ቋጥራ መውጣት የለመደች ስለሆነች ከሷ በስተቀር የምጠረጥረው የለኝ›› ብለው በቃል መቀበያው አስሞሉ። ወይዘሮ ሥራሽ ብዙ በላይነሽ ከቤታቸው እንዲሁ ሄዳ ገበያቸው ከሚቀዘቅዝ ውሽሞቻቸውንም ከነጠቀችባቸው አይቀር ደህና ቁጭታቸውን ለመወጣት የ4ኛ ፖሊስ ጣቢያን የምርመራ ክፍል ሹም ሻምበል ደፋሩን ‹‹አደራ›› አሉት። ዝናሽንማ ‹‹ጥለሽ የማትጥይኝ እህቴ ነሽ›› ሲሉ መረቋት። ‹‹ያንቺን ውለታ እግዜር እንጂ ሰው አይመልሰውም!›› አሏት።

‹‹ያለን ሥልጣን 24 ሰዓት አስሮ ለፍርድ ቤት ማቅረብ ነው። ነገር ግን የምርመራ ክፍሉ ሹም እኔው ስለሆንኩ ላቆያት እችላለሁ። የምርመራው መዝገብ ደግሞ በጄ ነው። በዚህ ላይ የፈለግነውን ጊዜ ያህል ብናስር ሕግ ተላለፋችሁ፣ ከ24 ሰዓት በላይ አሰራችሁ ብሎ የሚጠይቀን የለም›› አላቸው ደፋሩ ለወይዘሮ ሥራሽ፣ ዝናሽ ቤት ሁለት መለኪያ ጋብዘውት እየጨለጠ።

‹‹ኧረ አንድ አሥራ ስምንት ቀን ከቀፈደድክልኝ ሌላም አልፈልግ። የዚህን ያህል ወር ደሞዝ ቀርቶብኛል፣ ጨርቄን ቅሌን ብላ ደጄም አትደርስ ከዚያ በኋላ›› አሉት እሳቸው።

‹‹በዋስ ስትለቀቅ እርስዎ ደጅ ብትደርስ ጉድ እንደሚፈላባት ይነገራታል ጉዳዩ ቀላል ነው።››

‹‹ኧረ ዕድሜ ይስጥህ ወንድም መቼም የሚደርስ ለችግር ነው።››

በላይነሽ በአንድ ጠብደል ፖሊስ እየተገፈተረች ወደ እስር ቤቱ ተወሰደች። ገና እንደደረሰች የ4ኛ ፖሊስ ጣቢያ ሽንት ትውከቱና

እፍን ያለው እስር ቤት አስሚን ቀሰቀሰው። ገና የታሰረች ዕለት የጀመራት ሳሉና መታፈኑ አላልፍላት አለ። ውጭ ግቢ ነፍስ ሆነ። ሴት እስረኞች ፖሊሶቹን እየጠሩ ‹‹ኧረ ሰው መሞቱ ነው!›› ይላሉ። ግን ማን ሊሰማቸው! እዚያም ያለው ሻምበል ደፋሩ ነው። ዝናሽ ያለቸውን ያደርጋል። ጉድጓድ ግባ ብትለውም ይገባል።በሷ ፍቅር ልቡ ጠፍቷል። የወር ደሞዙንም ሆነ ጉቦ የበላውን ገንዘብ እሷ ቤት ነው የሚጨርሰው። አለ ዝናሽ ቤት መለኪያ ውስኪ ያለም አይመስለው። ‹‹ያዞረችበት ነገር ቢኖር ነው›› ይባልለታል። በዝናሽ ምልጃ የተቀፈደደችው በላይነሽ ባልሰራችው ሥራ አስሚ ተቀስቅሶ አፍና ሊገላት ሲደርስ ሻምበል ደፋሩ ‹‹ለምን ድብን አትልም!›› አለ። ‹‹ተቆፍሮ የሚጠብቅ የጴጥሮስ ወጳውሎስ ጉድጓድ አለ›› ሲልም አሹፎባታል።

በሳምንቱ የእስር መዝገብ ከፊቱ የቀረበለት ሻምበል ደፋሩ በላይነሽ ቢተው ሲል ተጣራ። ቀረበች። ወይዘሮ ሥራሽ ብዙ ደጅ ብትደርስ፣ የሚደርስባትን ፍዳ በሃይለ ቃል ነገራት። ዋስ አምጪ አላት። አባት፣ እናት ዋስ አይሆንም አላት። አራተኛ ፖሊስ ጣቢያ ስንቅ ለማቅረብ ሲመጡ ለባሻ ቢተው ነገረቻቸው። ባሻ ቢተው ጨነቃቸው። በሌብነት ልጄ ታሰረች ብዬ ዋስ ሆነህ አስፈታልኝ የምለው ዘመድ የለኝ አሏት። አዘነች። እሷም ተስፋ ቀረጠች።

በላይነሽ ጠጅ ቀጂ ከሆነችበት ዕለት ጀምሮ እሳቸውና እመት ጌጤነሽ አንገታቸውን እንደደፉ በሌብነት 4ኛ ፖሊስ ጣቢያ የመታሰሯ ዜና የበለጠ ቅስማቸውን ሰበረው። ስለስራዋ በሰፈሩ የሚባለውን በሰሙ ቁጥር ‹‹አዋረደችን፣ አሁንስ የገደለችን እኛን ጭምር እንጂ እሷ ከሞተች ሰንብታለች›› ሲሉ ኖረዋል። የዋስትናው ነገር ሲመጣባቸው እንደፈለጉ ያድርጓት ሲፈልጉ ወህኒ ያውርዷት ብለው አዝነው እንደተቀመጡ ከበደ ደረሰላቸው።

‹‹ባሻ!›› አላቸው።

‹‹አቤት ልጄ!›› አሉት።

‹‹መቼም በሌብነት የሚጠረጠር ሁል ጊዜ የሰረቀ ብቻ አይደለም። በተለይ ተከራካሪ የሌለው ደሃ ያለማስረጃና ያለምስክር ባልሰራው ወንጀል የሚቀፈደድ ብዙ ነው። እርሶዎ ሰውነትዎ አለቅጥ ሲሳቀቁ ሳይ ነው ይህን የምነግርዎት። እውነት የተባለውን የጣት ቀለበትና

ያንገት ሐብል በላይነሽ ሰርቃ ቢሆን ባለቤቲቱ ከፍርድ ቤት ሳያደርሱና አስፈርደው ወህኒ ሳያስወርዱ አይለቋትም ነበር። ፖሊስ ጣቢያም ምስክር ኤግዚቢትና ያካባቢ ማስረጃ ቢቀርብለት እሱም በበኩሉ ፍርድ ቤት ያቀርብ ነበር። በላይነሽ ያጣላን ሌላ ጉዳይ ነው ትላለች። ስለዚህ ሴትዬዋ ባለገንዘብ ስለሆኑ አብዛኛው ያገራችን ፖሊስ ሲባል ደግሞ በትንሽ ነገር የሚገዛ በመሆኑ በዚሁ ምክንያት ታስራ በዋስ ትለቀቅ ሲባል የሌብነት ክሱ እውነትነት ባይኖረው ነውና እኔ ዋስ እሆናለሁ›› አለ ከበደ።

ባሻ ከደስታቸው ብዛት እግሩ ላይ ሊወድቁ ምንም አልቀራቸው። መረቁት። ያሳፈራቸውን ጉዳይ አፈረጠላቸው። ይባርክህ፣ ዕድሜ ይስጥህ ከክፉ ነገር ይሰውርህ አሉት። እመት ጌጤነሽም ያገራቸውን ታቦት ዲማ ጊዮርጊስን እየጠሩ መረቁት። በኛ የደረሰው በዘርህ አይድረስ አሉት። እኛ በመውለዳችን የደረሰብንን ውርደት፣ ካንተም የበለጠ የሚያውቀው የለም። በል እኛ መቼም ውለታ መላሾች አይደለንም። ውለታ መላሽ አንድዬ ነው እያሉ ምርቃታቸውን አዘነቡለት። ከበደ ምርቃትም ሆነ እርግማን የተለመደ ጉዳይ ሆኖ እንጂ የሚሰጠው ጥቅም አለመኖሩ እየታወቀው ለባሻና እመት ጌጤነሽ ያለውን አክብሮት ለመግለፅ ያህል እጅ እየነሳ ምርቃቱን ተቀበለ።

‹‹በዛሬ ጊዜ ሴት ልጅ እኮ የወላጆቿ መሰደቢያ ናት እናንተው!›› አሉ ባሻ ቢተው። ከበደ ካንገት በላይ ፈገግ ብሎ ዝም አለ።

በላይነሽ በከበደ ዋስትና ከ4ኛ ፖሊስ ጣቢያ እንደተፈታች የመጀመሪያዋን ቀን ብቻ ከአባት እናቷ ቤት አድራ በማግስቱ አድራሻዋን ለዘመድም ለጎረቤትም እንደተለመደው ሳትናገር ጠፋች። የሌብነት ስም ይዛ ተወልዳ ባደገችበት ሰፈር መኖር አልፈለገችም። በዚያ ላይ ሰው የሚያውቃት ሌላም ስም አላት።

ምዕራፍ አስራ አንድ

ባሻ ቢተውና እመት ጌጤነሽ ጉልበታቸው ከዕለት ዕለት እየደከመ ሲሄድ እየታወቃቸው ነው መሰል!? መጨቃጨቅና መነታረክ ጀማምሯቸዋል። የመዋደድና ፍቅር ያልተለየው ለዛ የሞላው ቀልዳቸው ባይቀርም፣ ጭቅጭቅ የእርጅና ምልክት እንደሚባለው ሆኖ ነው መሰል ለመነታረኩ የማይረባው ጉዳይ ሁሉ ምክንያት ይሆናቸዋል። የልጅ ልጃቸው ሙሉነሽ አንዷ መነታረኪያቸው ነች።

ሙሉነሽ ከተወለደች አራት ዓመት አልፏታል። ከናቷ በመንፈቋ ተለይታ ባያቶቿ እጅ ስላደገች እማዬና አባዬ የምትለው እመት ጌጤነሽንና ባሻ ቢተውን ነው። ሙሉነሽ አያቶቿን ከማጫወት አልፋ ለመታዘዝም ደርሳለች። አምጪ ያሏትን ታመጣለች፣ ውሰጂ ያሏትን ትወስዳለች። የሷ ችግር መኮላተፍ ሲሆን እሱም ቢሆን ስትናገር፣ ስታወራ ብትውል የማትጠገብ አድርጓታል። እንደማንኛውም የድሃ ልጅ የሷም ክርስትና የእከክና ዓይን መዓዝ ስለሆነ ለሷም ልዩ ማተቧ ይኸው ስለሆነ ተለይቷትም አያውቅ።

‹‹እንዳው እባክሽ ለዚች ልጅ አንዲት መለወጫ ጥብቆ መሳይ ብትገዥላት? ራቁቷን ሄደች እኮ! ለልጅ አንድ ጥብቆ ምን ያህል ይሆን ብለሽ ነው?›› አሉ ባሻ ቢተው ከደጃፉ ቁጭ ብለው። ሙሉነሽ ባሕር ዛፎች በተቆረጡበት ሜዳ ከልጆች ጋር ስትጫወት እየተመለከቱ። እመት ጌጤነሽ ከቤት ደጅ፣ ከደጅ ቤት ወጣ ገባ ይሉ ስለነበር ቢሰሙም መልስ ሳይሰጡ ዝም አሉ። ባሻ እንደገና ሚስታቸው ወደ ደጁ ብቅ ሲሉ ጠበቁና ‹‹ዕውን ሳትሰሚኝ ቀርተሽ ነው? መልስም ሳትሰጭኝ የቀረሽ?›› አሉዋቸው።

‹‹ሳንቲም ያምጡዋ! ሳንቲሙን ሰጥቶ ግዢላት ማለት ያባት ነው!›› ብለዋቸው በሰፌድ ይዘው የወጡትን የተከካ አተር ለመልቀም ከባሻ ፊንጠር ብለው ከደጃፉ ተቀመጡ።

‹‹ደግሞ ከመቼ ወዲህ ሳንቲም እኔ እጅ የሚቀመጥ? መቼ የቀረውን ጌጤነሽ?››

ያንዷት ምድር ልጆች፣ ቅፅ ፩ ገፅ 153

‹‹አይ! ያልሰጡኝ ካለ ማለቴ ነው፣ እኔማ!››

‹‹ካንቺ የተደበቀ ገንዘብ ከየት አመጣሁ? ከባህር ዛፉ ሽያጭ የተገኘው እንደሁ አንቺው እጅ ነው የገባ፣ ብላታ ኀበዛየሁ አልፎ አልፎ የሚሰጡኝንም የምታውቂው ነው!››

‹‹ይህንንማ መቼ አጣሁት! እስከዛሬስ ያስቀመጥነውስ ቢሆን ከችግራችን መቼ አለፈ? እኔስ እናቷ አይደለሁ? ሳላስብላት ቀርቼ ነው? መለወጫ ቢጤ ብገዛላት መች ሳያምረኝ ቀረ! በእጄ ምንም ነገር ባጣ ነው እንጂ፣ እስቲ እግዜር ላስተሮ ማርያም ያድርስን።››

‹‹እኔን ሌላ ያሳሰበኝ ጌጤነሽ›› አሉ ባሻ ሚስታቸውን አስጨርሰው እሳቸውም ዝም ብለው ቆይተው ‹‹…ቄስ ዘንድ ሙሉዬን ልከን ፊደል መቁጠር ሳትጀምር ጊዜ እየተላለፋት እንዳይሄድ ነው። የሰው ልጅ ፊደል መቁጠር የሚጀምር ባራት ዓመት ካራት ቀኑ ነው ጌጤነሽ!››

‹‹መቼም በሷም፣ በኛም አይፈረድ። እከኩ ሲለቃት ዓይን መዓዙ ይተካል። ዓይን መዓዙ ለቀቃት ስንል ደግሞ እከኩ ይመለስባታል። መቼም እከክና ዓይን መዓዝ የሚያጠቃው የድሀን ልጅ ነው። በዚህ ላይ ደግሞ አፏን አልፈታ ብላ እየተኮላተፈች ነው እንጂ ለዕድሜዋማ ህዳር ጊዮርጊስ አደል አራት ዓመት ያለፋት!››

‹‹እከኩና ዓይን መዓዙ እንዳልሽው ሀብታም ደጅ ምን ያረግ ይደርሳል? የኛን የድሆችን ልጆች ያልብሳቸው እንጂ። እርግጥ የኛ ልጅ ሆና እያከከች ማደጓስ ባልከፋ፣ ከእከኩ ይልቅ እኔን ያሳሰበኝ ዓይን መዓዙ ነው። ያፍ ቶሎ አለመፍታቷስ አንቺ እናቷ ማር አቅምሰሻት እንደሁ አንቺው ትጠየቂያለሽ!›› ብለው ቀልዱን ጨመሩበት።

‹‹ይሆናላ! ያሮጊት አፍ እየመረረ ሲሄድ የልጅ አፍ እንደጣፈጠ እንዲቀር ብዬ ማር አልሻት ይሆናላ!›› አሉ እመት ጌጤነሽ ዓይናቸውን በተከካው አተር ላይ እንደተተከለ ባላቸው ቀልድ ፈልገው ለተናገሩት መረር ያለ መልስ ሰጧቸው። ለወትሮው ባላቸው ቀልድ ፈልገው ለተናገሩት የመረረ መልስ አይሰጧቸውም። ባላቸው ሲቀልዱቸው ይቀልዳሉ። እሳቸውም እንዲሁ ባያደርጉ

ባሻ ቢተው ለጨዋታና ቀልድ ስለማይሰንፉ ደህና ያስቋቸዋል። የችግር ኑሮ አልገፋ ሲላቸው የዕድሜውም ጉዳይ ይጨመርና አንዳቸው ላንዳቸው የሚሰጡት መልስ ምሬት አዘል እየሆነ ወደ መኰራረፉ ይወስዳቸዋል።

‹‹በይ ተይው! አሁን የአፍ መምረርን ምን አመጣው? ይህ ነው መልሱ ጌጤነሽ?››

እመት ጌጤነሽ ድንገት ብድግ ብለው ሰፌዳቸውን ይዘው ወደ ቤት ገቡ። ባሻ ጀምበር መዘቅዘቋን እያዩ ወደ ቤት መግባት ትተው እዚያው ከደጃፍ ላይ እንደተቀመጡ ቀሩ። ሙሉነሽ ከጓደኞቿ ጋር የያዘችውን ጨዋታ ጨርሳ ሁሉም ወደ የቤታቸው ሲገቡ እሷ ቀርታ ኖሮ ለብቻቸው ከበርጩማው ወደተቀመጡበት እያቷ ዘንድ እየሮጠች ተጠጋች።

‹‹አባዬ! አባዬ!›› አለች ሙሉነሽ ደጋግማ በዚያ በተኮላተፈ ምላሷ።

‹‹ወይ ልጄ›› አሉ ባሻ ቀዝቀዝ ብለው።

‹‹ኩኩሉ እንቻወት!››

‹‹ይኸው ነው የቀረሽ ልጄ ደግሞ ባምሳ ስንት ዓመቴ አንቺን ለመያዝ እንዳባርር ነው!››

‹‹አዎን!›› አለች ሙሉነሽ ጥያቄ የቀረበላት ይመስል።

‹‹በይ ሂጂ! እናትሽ ጋ ሂጅ! ግቢ ነው የምልሽ›› አሏት ባሻ ቆጣ ብለው።

‹‹አላከልህም! እምብየው! ለማዬ እነግርብሃለሁ!›› ብላ ሙሉነሽ ለንቦጯን ጣለች። ፊቷን መከራ አስመሰለችው። ዕንባዋ ምክንያት ፈልጎ ዱብ ሊል ባይና ዳርና ዳር ክምር አለ። ባሻ ቢተው ‹‹ድሮም ባያት እጅ የሚያድግ ልጅ ሞልቃቃ ነው!›› አሉ። ሙሉነሽ ቡፍ ቡፍ ማለት ጀመረች። ወዲያው ‹‹በይ ነይ እሺ›› ሲሏት ኩርፊያዋ ሁሉ ቀረና ፊቷ ፈገግ አለ።

‹‹በይ እዚያው ቆመሽ ዓይንሽን ጨፍኚ›› አሏት። ሙሉነሽ ጨፈነች። ‹‹ኩኩሉ በይ እንግዲህ›› አሏት ቀስ ብለው ከነበርጩማቸው ብድግ አሉ።

ሙሉነሽ ‹‹ኩኩሉ!››

ባሻ ‹‹አልነጋም!››

‹‹ኩኩሉ!››

‹‹አልነጋም!›› ትንሽ እንደተቀባበሉ ሙሉነሽ ብቻዋን ዓይኗን ጨፍና ‹‹ኩኩሉ!›› ማለት ቀጠለች። አልነጋምም፣ ነጋም የሚላት አጣች። ዓይኗን ገለጥ ብታደርግ ባሻ ከተቀመጡበት አልተገኙም። ከነበርጩማቸው ወደ ቤት ገብተዋል። ሙሉነሽ ግን ከዕኩዮቿ ጋር ኩኩሉ ስትጫወት እንደምታደርገው ባሻን ለመፈለግ ወደ ጓሮው ሰንሰል ሮጠች። ባሻ ከሰንሰሉ ሥር ተደብቀው የምታገኛቸው መስሏት ዞር ዞር ብላ ፈለገቻቸው። ስታጣቸው ‹‹አባዬ!›› እያለች ትጣራ ጀመር። ‹‹አቤት እዚህ ነኝ!›› እንዲሏት ጠበቀች። ምንም መልስ ስታጣ ወደ ልቅሶ በተቃረበ ብሽቀት ደግማ ‹‹አባዬ!›› አለች። ባሻ ከቤት ሆነው ሰምተው ኖሮ ‹‹ነይ እዚህ ነኝ›› ሲሉ ጠሯት። ሙሉነሽ ሮጣ ወደ ቤት ስትገባ ባሻ ከእመት ጌጤነሽ ጎን ቁጭ ብለው እሳት ሲሞቁ ብታያቸው አያቷ የሷን ኩኩሉ ጨዋታ ከምንም እንዳልቆጠሩት ገባትና አኩርፋ ከመደቡ ላይ ሄዳ ዝርግፍ አለች። ብዙም ሳትቆይ እግሯን እንዳንፈራጠጠች እንቅልፍ ይዟት ጭልጥ አለ። ባሻና እመት ጌጤነሽ ኩርፊያ ቢጤ ጀመር አድርገው የነበረው እነርሱም እንደ ልጅ የተነጋገሩትን ረስተው ወሬያቸውን እየኮሞኮሙ እሳት ይሞቃሉ። ቀደም ሲል እንደኩሪፊያ የጀመራቸውም አይመስሉ።

ባልና ሚስቶቹ እሳታቸውን እየሞቁ ደህና ጨዋታቸውን ሲገፉ ቆዩና ቀደም ሲል ወዳነሱት ጉዳይ ተመለሱ።

‹‹እህ ታዲያ? ሙሉነሽን የቱ ቄስ ዘንድ እንስደዳት ባሻዬ?›› ሲሉ ጠየቋቸው ።

‹‹እባክሽ ጌጤነሽ ቄስ ሲባል ያው አንድ ነው! አንዱ ጋ መስደድ ነው!››

‹‹እንዴት ያለ መልስ ነው ይሄ ደግሞ? ቄስ ወልደ መስቀልን እርሶ መች አጡት። እሱ ዘንድ ልስደዳት ወይስ ሠፈረ ሰላም ካለው ደብተራ ዘንድ ከመንደሩ ልጆች ጋር አብራ ትሂድ። መቼም የሚቀርብስ ቄስ ወልደ መስቀል ዘንድ ነው። ግን እሱ ባለጌ ቄስ

ነው እንጂ!››

‹‹እንዴት ጌጤነሽ? ከቄስ ጋር መቼ ጠበኛ ሆንሽ ታውቂና ነው! ስንቱ ቄስ፣ ወልደ መስቀልንም ጭምር ከዚህ ስትሰበስቢ እንዳልኖርሽ ደግሞ እሱ ምን ሠራሽና ነው ባለጌ ነው የምትይ?››

‹‹ስለሱ ብልግናማ ያየሁትን ምነው ነግሬዎት!››

‹‹አይ ሌላም የደበቅሽለት ካለ ብዬ ነው!››

‹‹እንግዲህ ጀመሩ! የናት ያባቴ ልጅ አይደል ምኑን ነው የምደብቅለት? የነፍስ አባትነቱን እንደሁ ትቼዋለሁ። ለዚያውስ የሱን ነፍስ አባትነት ትቼ የራጉኤሉን አባ ወልደ ሩፋኤልን ከያዝኩማ ወዲህ ወልደ መስቀል የሰፈሩን ሴት ሁሉ አሳድማብኛለች ይላል አሉ። እርሱ ዘንድ ይህችን ልጅ መላኩን አልወደዱኩትም። እንዲያው እኛን የጎዳ መስሎት ልጄን ባልተወለደ አንጀቱ ይደበድብብኛል ብዬ ሰግቻለሁ። በወር አንድ ሽልንግ መክፈሉስ አያቅትም ነበር።››

ባሻ ዝም ብለው ቆዩ።

‹‹ያዲሳባ ቄስ አንድም ደህና የለበት። ያንቺ ነፍስ አባት ወልደ ሩፋኤልም አንቺ ሰው ያገኘሽ መሰለሽ እንጂ የመነኩሴ ቀላል ናቸው!››

‹‹አይ! እንግዲህ ይተውኝ ይብቃ! ካጎደፉት የማይጎድፍ የለም። እንግዲያማ አለርሶዎ ፃድቅ ላይገኝ ነዋ! ይተውት ጌታዬ!›› እመት ጌጤነሽ አመረሩ። ሁለቱም እንደተኳረፉ ወደ መኝታቸው ሄዱ።

እመት ጌጤነሽ ቄስ ወልደ መስቀልን አለምክንያት አልጠሉትም። አንድ ቀን ምሽቱ ላይ የጎረቤት ልጅ እንጥል ወርዶት ጠይቀው ሲመለሱ ከዚያው ከመንገዱ ዳር ካለች አንዲት ባሏን ፈታ በመሸታ ከምትተዳደር ሴት ቤት ሰው አየኝ አላየኝ ብሎ ዘው ሲል ስላዩት ነው። ባሻ ግን ቄስንና መነኩሴን በደፈናው አይወዱም።

ከእመት ጌጤነሽ ጋር ዘወትር የሚጋጩትና ቤተስኪያን መሳም የማይወዱትም ለዚሁ ነው። ከቤታቸው አንድ ቄስ ያገኙ እንደሆን ‹‹ጌጤነሽ ደግሞ ምንሽ ነው?›› እያሉ ይቀልዱባቸዋል። አንዳንዴ

የባሰባቸው እንደሆነማ ካርበኛነት ዘመናቸው ጋር እያያዙ ‹‹ያክሱም ጽዮን ቀሳውስት ልብሰ ተክኖአቸውን ለብሰው አሸብሽበው አይደል እንዴ ጣልያንን ባገራችን የተቀበሉት? ካቡነ ጴጥሮስ ሌላ እኮ ማን ተገኘ? ስንቱ ቄስና ጳጳስ መቼ ለሃይማኖቱ ሆነ ላገሩ ቀናተኛ ነው? ባገራችን ሰው ሲበደል ፍትህ ሲጓደል መንግስት ርህራሄ ሲያጣ ቄሱና ጳጳሱ ከራሱ ምቾት በስተቀር መች ለህዝብ ዋይታና ልቅሶ ደረሰ! ተይኝ!›› ይላሉ ሲመጣባቸው ባሻ ቢተው። ባሻ ቢተውና እመት ጌጤነሽ፣ ሙሉነሽ ቄስ ወልደ መስቀል ዘንድ ፊደል እንድትቆጥር ተስማሙ። እርግጥ ቄሱ አቂሞ ልጄን ይጎዳብኛል ብለው ስጋታቸውን ለባላቸው ሲያጫውቷቸው ‹‹አስተማሪ መቼም መቅጣቱ የማይቀር ነው። እኛም መቼም ልጃችንን ለምን ቀጣህ ለማለት እንደማንችል ዕውቅ ነው›› ይላሉ። እሳቸው ደግሞ ‹‹ይህ ባለጌ ቄስ ባልተወለደ አንጀቱ አጉል ቦታ የተማታ እንደሁስ ዝም ሊባል?›› ማለታቸው አልቀረም። ባሻ ግን ‹‹ልጄን መታህ ብዬ መቼም ከወልደ መስቀል አልጣላም!›› እያሉ የሚስታቸውን ስጋት ቸል ይሉታል።

ሙሉነሽ ፊደሏን ባንገቷ አጥልቃ ዘርዘር ባሉት ትልልቅ ባሕር ዛፎች መሃል አቋርጣ የኔታ ወልደ መስቀል ዘንድ ፊደል ለመቁጠር መሄድ ጀመረች። የፊታውራሪ ኃብተ ጊዮርጊስ ባለቤት የነበሩት ወይዘሮ አልታዬ ወርቅ ዳዊት ደጋሚ የነበሩት ወልደ መስቀል የመንደሩን ሕፃናት ሰብስበው የሚያስተምሩት እሜቴይቱ ጥለውት በሞቱበት ግቢ ነው። ሙሉነሽ እንደ ዕድሜ ዕኩዬዎቿ፣ እንደመንደሩ ሕፃናት አፏን ቶሎ አልፈታችም እንጂ ስታወራ ብትውል የማትሰለች ናት።

ሙሉነሽ እነኛን እንቅፋት የሚቀባበሉአቸውን ባዶ እግሮች ሽፈፍ ሽፈፍ እያደረገች ካደፈው ቀይ ሻማ ቀሚሷ ሌላ ባለ አረንጓዴውን ጥለት አንገት ልብስ መሬት ለመሬት እየጎተተች ወይዘሮ አልታዬ ወርቅ ግቢ ደረሰች። ገና ብቅ ስትል ልጆች ሁሉ ‹‹ኩልትፍ! ኩልትፍ! ብለው ተቀበሏት። ሙሉነሽም ‹‹ኩልትፍ›› የሚሏትን እንደማባረር ቃጣትና ባንገት ልብሷ እመት ጌጤነሽ ቋጥረው ያስያዟትን የሽንብራ ቆሎ እየፈታች ኩልትፍ እያሉ ላበሸቋት አሳየችና በተራዋ ‹‹እንኩልችልች፣ ኮሎ አለኝ፣ አልሰጥም!›› እያለች አጓጓቻቸው። ልጆቹ ሁሉ በሙሉነሽ ዙሪያ ተሰበሰቡ። ‹‹ኩልትፍ!›› እያሉ ያበሸቋትን ሁሉም ረሱት። የሙሉነሽ ቆሎ ወደታሰረበት

አንገት ልብስ እነኛ ደስ ደስ የሚሉ የሕፃናት እጆች ተዘረጉ።

‹‹ለኔ ስጪኝ! ለኔ ስጪኝ! ለበቀለ ሰጥተሽ? ለዘነበች ሰጥተሽ፣ ለኔ ትከለክይኝ?›› አሏት እነባዩሽ፣ እነብዙነሽ፣ እነስለሺ። ሁሉም የሙሉነሽ ዕኩዮች ናቸው። ካንድ ሁለት ሶስቱ በስተቀር ሙሉነሽ ከቆሎው ቆንጠር እያደረገች ‹‹ለበቀለ፣ ለብዙነሽ፣ ለዘነበች›› እያለች በጃቸው ላይ ጣል ጣል አደረገችላቸው። ያላገኙት ጠጋ ጠጋ እያሉ ‹‹ለኔስ! ለኔስ!›› አሏት። ሙሉነሽ ‹‹አላክም! አልሰጥም! እማዬ ትኮታኛለች!›› አለች ግዕዝ ለግዕዝ የምትማረው ባዩሽና መልዕክተ የገባው ስለሺ ሙሉነሽን ቆሎ ቢለምኗት አልሰጥ አለቻቸው። ስለሺ ወደ ሙሉነሽ ጠጋ ካለ በኋላ በተለወጠ ፈጣን ድምፅ ጣቱ ወደ ሰማይ ቀስሮ ‹‹አሮፕላን›› ሲላት ሙሉነሽ ጠበቅ አድርጋ ከደረቷ ጋር የያዘችውን ቆሎ ረስታው አላላችውና አይሮፕላን እያለሁ ብላ ወደ ሰማይ ስታንጋጥጥ ባዩሽ ቆሎውን አስረገፈቻት። ወዲያው ከባዩሽና ከስለሺ ሌላ ሌሎችም በፈሰሰው ቆሎ ላይ ተረባረቡ። ሙሉነሽ እሪ አለች። ቆሎውን ከመሬት እየለቀሙ ባፋቸው የጎሰሩት ከፊቷ ቆመው ‹‹አልቃሻ! የመምሬ ውሻ!›› አሏትና በረሩ። ሙሉነሽ ልቅሶዋን አባሰችው። የሷን ልቅሶ የተመለከተው በቀለ ሊያባብላት ወደ እሷ ተጠጋ። የሚበልጣት አንድ ዓመት ብቻ ነው። አባበላት። ትንሽ በረድ ሲልላት አንገቷን እቅፍ አድርጎ ባንገት ልብሷ ዕንባዋንና ንፍጧን ጠራረገላት። ሙሉነሽ ረጭ አለች። በቀለ ከሰጠችው ቆሎ ባፏ አደረገላት። ልቅሶዋ ፊቷን ያሳበጠው ቆሎዋን ስትቆረጥም የተቀሩት ልጆች እሷንና በቀለን ለማብሸቅ እንደገና ጠጋ አሉ። ባዩሽና ስለሺ ሙሉነሽን ‹‹የበቀለ ሚስት!›› አሏት። ልትማታ እጇን ስትሰነዝር እየሳቁ ፈንጠር አሉና በቀለን ደግሞ ‹‹የሙሉነሽ ባል!›› አሉት። በቀለ እንደመናደድ ብሎ ሊማታ እጁን ቢሰነዝር ሸሸት አሉ። ሊይዛቸው ሮጥ ሲል እነርሱም ሮጡ። ሙሉነሽም በቀለን ተከትላ ባዩሽና ስለሺን ለመያዝ በረረች።አንዱ ሌላውን ለመያዝ ሲባረር ማንም ማንንም ሳይዝ ‹‹የኔታ መጡ!›› ተባለና መባረሩ ወዲያው ቀረና እንደቀሩት ልጆች እነ ሙሉነሽም የየኔታን እግር ከሌላው ቀድሞ ለመሳም ወደ የኔታ በረሩ።

የኔታ ወልደ መስቀል ‹‹ከልጅ ጋር ስዳረቅ የምውለው ለነብሴ ብዬ እንጂ ለስጋዬስ ይጠቅመኛል ብዬም አይደል!›› ይላሉ። ነገር ግን የወር ክፍያ ከየልጁ ሲሰበስቡ አንድም ቀን አያልፉም። የጥዋቱ

ትምህርት በሶስት ሰዓት ይጀምራል። የኔታ ልጁን ሁሉ ክበብ ይሉና እሳቸው ከመሃል ቆመው ‹‹በስመ አብ ወወልድ!›› በሉ ይላሉ። ይኸውም ሲያልቅ ‹‹ናኩተከ››ን ያስቀጥላሉ። ቀጥለው ‹‹ፀሎተ ሃይማኖት›› በመጨረሻም ‹‹በሰላመ ቅዱስ ገብርኤል መልአክ›› ያስብሉና ደንበኛው ትምህርት ይጀምራል። ቢያንስ አንድ ሰዓት ተቃጥሏል። የግዕዙ ትርጉም ምን እንደሆነ የኔታም ማወቃቸውን እግዜር ይወቅ። ሕፃናቱ ከወይዘሮ አልታዬ ወርቅ በረንዳ ላይ ይሰፍሩና የኔታ በቀኝ እጃቸው አርጩሜያቸውን በግራ እጃቸው ጭራቸውን ይይዙና ከበርጩማው ይወከፋሉ። ማን ማንን እንደሚያስቀፅል ይደለድላሉ። ፊደል ቆጣሪው ፊደሉን፣ ወንጌል ተማሪው ወንጌሉን፣ ዳዊት ደጋሚው ዳዊቱን ያነበንባል። ሁሉም በየፊናው ሰማይና መሬቱን እየገላመጠ ይንጫጫል። የኔታ ብዙም ሥራ የላቸው። ሥራቸው የነገ ሰንበቴያቸውን፣ የተነገ ወዲያ ክርስትናቸውን ማሰብና መቁጠር ነው። አንዳንዴም እንቅልፍ ጥርግ አርጎ ይወስዳቸውና በቦታቸው አሉ አይባሉም። ከእንቅልፋቸው እንደመንቃት ብለው ወይም በሐሳብ ከሄዱበት ተመልሰው ወደ ልጆቹ ቢመለከቱ ሙሉነሽ ፊደሏን ጉልበቷ ላይ እንዳደረገች ወሬ ስታይ አገኟት።

‹‹አንቺ የርኩስ ሽንት! አንቺ ኮልታፋ!›› ቢሏት ሙሉነሽ ትርክክ አለች። በያዙት አርጩሜ ወደ ላይ ሾጥ አደረጓት። ‹‹እኮ ታለቅሽና እደግምሻለሁ!›› ሲሏት ያ አርጩሜ አርፎባት ከውስጥ እርር እያለች፣ እንደትልቅ ሰው ዕንባዋን ዋጥ አደረገችው። ‹‹ማነህ በቀለ እባክህ ይችን ኩልትፍትፍ ቡሃቃ ያቃቢት ልጅ አስተምር!›› አሉ። የኔታ በእመት ጌጤነሽና ባሻ ቢተው ላይ ያላቸውን ቂጭት በሙሉነሽ ሊወጡ ሲጀምራቸው ትንሽ ሰበብ ይበቃቸዋል።

የአቡጊዳው ተማሪ በቀለ ሙሉነሽ አጠገብ ተቀመጠና ስንደዶውን በጇ አሲዞ ሀ አላት፣ ሀ አለች፣ ሁ አላት፣ ሁ አለች። በየመሃሉ ግን የሙሉነሽ ዓይን እየሰረቀ የሚመለከተው የየኔታ ወልደ መስቀልን አርጩሜ ነው። ባንድ ምክንያት ይመቱኛል ብላ በፍርሃት እንደምትሰቀቅ ያስታውቅባታል። እንደፈራችው አልቀረላትም።

‹‹አንቺ ቡሃቃ እከካም ያቃቢት ልጅ፣ ቢመቷት እንኳ የማትሰማ ወሬ ማየቱን ትተሽ ተማሪ አይደለም የምል!›› ሲሏት በቋፍ የነበረችው ሙሉነሽ ለቅሶዋን ለቀቀችው።

የኔታ ‹‹አሃ! የማይመቱት ልጅ ሲቆጡት ያለቅሳል!›› ብለው ብድግ አሉባት፣ ልጅ ሲቀጠቅጡ አይውሉ ይመስል። ሙሉነሽ ፊደሉን ወደፊቷ ትታ ወደኋላዋ እንደተቀመጠች እያለቀሰች ፎቀቅ አለች።

‹‹ይህች ገመድ አፍ! ወዴት አባቷን ልትሄድ ነው በቂጧ የምትንፏቀቅ?›› አሉና ከበርጩማቸው ብዙም ብድግ ሳይሉ እርጩሜያቸውን ሁለት ጊዜ ሲያወናጭፉት በሙሉነሽ እግር አንዳች የሚያህል ሠንበር ተጋደመ። የኔታ ወልደመስቀል ባራት ዓመቷ ሕፃን ላይ ክንዳቸውን ሲሰነዝሩ ላያቸው ያምሳ ዓመት ሚስታቸውን እመት አስካለን እንደለመዱት ሰክረው በገቡ ቁጥር የሚደበድቡ ነው የሚመስሉት። የቀኑ ትምህርት የሚያልቀው በየኔታ ጅራፍ ሕፃናት ሲያለቅሱ፣ የቀሩት ምን እንደሚማሩ የኔታም ሳያውቁላቸው እነርሱም የሚማሩትን ሳያውቁ እንዲሁ በመጯጯህ ነው።

ሙሉነሽ ቄስ ወልደ ደመስቀል ዘንድ መማር ከጀመረች ወራት አልፈዋል። እነ ረ፣ ቀ፣ ጠ፣ በሙሉነሽ የተኮላተፈ ምላስ ምንነታቸው ባይለይም እንደምንም ሀ ግዕዝ ለ ግዕዝ ገብታለች።

‹‹የኔታ!፡፡፡ የኔታ!...›› አለ ሰለሞን ከፊታቸው ቆሞ።

‹‹ምነው ልጄ?›› ጭራቸውን በአንድ እጃቸው ይዘው ዝንባቸውን እሽ እያሉ በሌላ እጃቸው አርጩሜያቸውን ወደ መሬት ጣል አድርገው።

‹‹እማዬ ነገ መጥተው ጠበል ቅመሱ ብላለች!››

‹‹የአቦ ጠበል? የወዳጄ? እሱንማ መዘከር የሚያፀድቅ ነው። እናትህ ጥሩ ክርስቲያን ናቸው። ረስተውኝም አያቁ! በል አንተም እግዜር ይባርክህ።››

‹‹የኔም እናት ጠበል ቅመሱ ብላለች የኔታ!›› አለ ሌላው ሕፃን አባቡ ድንገት ብድግ ብሎ።

‹‹አሉ? ደግ ነዋ! ምነው ታዲያ እስከ አሁን ሳትነግረኝ? አይ የልጅ ነገር። በል ማነህ ሰለሞን ትምህርትህ ምንድነው? ‹‹የኔታ ከሃያ ተማሪዎቻቸው መሐል ዳዊት ከሚደግሙት ከክርስትና ልጃቸውና ከጎረቤታቸው ልጅ በስተቀር ሌሎቹ ምን እንደሚማሩ አያውቁም።

‹‹ሀ ግዕዝ ለ ግዕዝ ነው!›› ሲል ሰለሞን መለሰ።

‹‹በል አቡጊዳ ገብተሃል!›› ሰለሞን የየኔታን ጉልበት ስሞ ወደ ስፍራው ተመለሰ።

‹‹አባቡስ ምን ደርሰሃል?››

‹‹እኔ አቡጊዳ ነኝ የኔታ!››

‹‹አንተ ደግሞ መልዕክተ ገብተሃል!›› አባቡም እንደ ሰለሞን ከተቀመጠበት ተነስቶ ጉልበት ሳመ። ሁለቱ ልጆች በአቦና በሥላሴ ጠበል ከ ሀ ግዕዝ ለ ግዕዝ፣ ከአቡጊዳ መልዕክተ ተዛወሩ። የየኔታ ጉቦ ጠበል ጠዲቅ፣ ሰንበቴና ተዝካር ነው። ‹‹ሌሎቻችሁ ቀጽሉ፣ ምን ወሬ ታዳምጣላችሁ!›› ብለው የኔታ አርጩሜያቸውን አንድ ሁለቴ መሬቱን ቸብ አድርገው ከፊትና ከጎናቸው የተቀመጡትን ሕፃናት አሸማቀቁ።

ሙሉነሽ ሽንቷ መጥቶባት የኔታን ፈርታ፣ በጎን እያየቻቸው ስትልጎመጎም የኔታ አይተዋት ኖሮ ‹‹አንቺ ቡሃቃ፣ አንቺ ኩልትፍትፍ ምን ሆነሻል?›› አሏት።

‹‹ሽንቴ መጣ!›› አለች ሙሉነሽ ገና ለገና ይመቱኛል ብላ እየፈራች። ከጎኗ የተቀመጡት ሁሉ ‹‹ውሸቷን ነው እዚሁ ለቃዋለች የኔታ›› ሲሉ ነገሩባት። እርግጥ ከፍርሃት ብዛት ሽንቷ አምልጧት ቀሚሷንና የተቀመጠችበትን አርሶታል።

‹‹አንቺ እከካም፣ ያቃቢት ልጅ፣ በይ ሂጂ! ሽንተሽ ነይ!›› አሉና የኔታ አንድ አርጩሜ በጀርባዋ አሳረፉባት። ሙሉነሽ ዋጥ አድርጋ ወደ ጓሮ ሮጠች። የቀራትን ሽንት ጭርቅ አድርጋ በዚያው ቀረች ሳትመለስ የኔታ የሚመቷት መሰላት። በሷ ቤት ሸፍታለች። የኔታ መመለስ አለመመለሷን ረስተውት ሳለ፡ ባዩሽ ሙሉነሽ በዚያው መቅረቷን ነገረቻቸው። በይ አምጭልኝ ብለው አርጩሜያቸውን ሰጧት። እኔም ልሂድ! እኔም ልሂድ ያሏቸውን ሰለሞንና አባቡን እናንተም አብራችሁ ሂዱና አምጧት አሉ የኔታ። እጆቿን ከደረቷ ጋር አድርጋ ዝም ብላ ከጓሮ አኩርፋ ቆማ የነበረችውን ሙሉነሽ የየኔታን አርጩሜ ይዛ ከፊት የምትራመደውን ባዩሽን ስታይ አንድ ጊዜ ለቅሶዋን ለቀቀች።

ገፅ 162 ያንዲት ምድር ልጆች፣ ቅፅ ፩

በዚያ የተኮላተፈ ምላሷ። ለሦስት እጅና እግሯን እየጎተቱ አመጡና የኔታ እግር ስር ጣሏት። ሙሉነሽም ንጉሠ ነገስቱን የሰደበ አርባ ጅራፍ ባደባባይ እንደሚገረፍ ወንጀለኛ ተመስላ ቀረበች። የዕድሜዋና ሰውነቷ ማነስ እንደሆን እንጂ በየኔታ አርጩሜ ጀርባዋ ለመጠብጠብ ተዘርራ ላያት፣ በዚያ ሰሞን ጋሼ ይድነቃቸው ተሰማ እንኳንስ የኢትዮጵያንና ያፍሪካን እግር ኳስ ኮንፌዴሬሽንን ይቅርና አገር መምራት ይችላል በማለቱ፣ ጃንሆይን ባሽሙር እንደሰደበ ተቆጥሮ ያለ ይግባኝና ምስክር ሃያ አምስት ጅራፍ ተፈርዶበት ጀርባው በርበሬ ተራ የተተለተለውን የቀድሞውን የቅዱስ ጊዮርጊስ ኳስ ተጨዋች ነፀረ ወልደ ሥላሴን መሰለች። የሱ ቅጣት በዚህ ሳያበቃ ተጨማሪ አምስት ዓመት ተፈርዶበት፣ ፀጉሩን በባልጭት ተላጭቶ ወህኒ መወርወሩ ነው። ሙሉነሽ ግን የየኔታን ግርፋት ጨርሳ ቤቷ ትገባና፣ እንደደረሰች ባያቶቿ ላይ መጠምጠሟን ከመገረፉም መርሳቷና አለአግባብ መደብደብና መቁሰልን ከቀሳውስትና ንጉሠ ነገሥት ግፍ ጋር አለማገናዘቧ ነው። በዚህ ይለያያሉ።

ቅዳሜ ጠዋት ብዙውን ጊዜ የኔታ ዓይኖሩም። አማኑኤል ሰንበቴ አለብኝ ብለው ይሄዳሉ። ተዝካርና ሰንበቴ ባሳደዱ ቁጥር አለቃ አድርገው የሚሾሙት የክርስትና ልጃቸውን ታምሩን ነው። ትምህርቱን የሚያስቀጥል እሱ ነው። ከሁሉም በዕድሜ ትልቅ እሱ ነው። ሰባት ዓመት ሊሞላው ምንም አልቀረው። ዳዊት ሊጨርስ ሁለት ቤት ቀርቶታል። የኔታ ሳይኖሩ እሱ የኔታ ነኝ ይልና በርጩማቸው ላይ ይቀመጣል። የሙሉነሽን አንገት ልብስ ባናቱ ይጠመጥማል። ባንድ እጁ አርጩሜ በሌላ እጁ ጭራ የሚመስል ይይዝና በየኔታ ያሾፋል። እንደ የኔታ ለመናገር ሲሞክር ልጆች ሁሉ ይስቁበታል። ‹‹በየኔታ ጉሮሮ ጠጅ ይንቆርቆር፣ በኛ ጉሮሮ አጥንት ይቀርቀር!›› ማለት የተለመዱትን ሕፃናት በየኔታ አርጩሜ እያስፈራራ ‹‹በታምሩ ጉሮሮ ጠጅ ይንቆርቆር በየኔታ ጉሮሮ አጥንት ይቀርቀር !›› እንዲሉ ያስገድዳቸዋል።

የታምሩስ ድፍረት አይጣል ነው። በጃንሆይም ለመቀለድ አይመለስም። ከየት እንደሚጀምረው አይታወቅም። በሰው አፍ አያግባው የሚያሰኝ ነው።

አንድ ቀን የኔታ ደከሚቸው ከተቀመጡበት እንቅልፍ

ሲያንኮራፉቸው ከበርጬማቸው ተፈንግለው ኖሮ ልጅ ሁሉ ስቆባቸው ስለነበር ታምሩም የኔታ አንኮራፍተው እንዴት እንደሆኑ ለማሳየት ዓይኑን ጨፍኖ አንኮራፋለሁ ሲል ፊቱን ላጥ አደረገው። ልጆች ሁሉ ሳቁበት። ታምሩም በዚያው በተቀመጠበት ዓይኑን ጨፍኖ ‹‹የየኔታ ፊስ ነው!›› ሲላቸው ልጆቹም እንደገና ሳቁ።

የኔታ ሳይኖሩ የሚማር የለም። ሙሉነሽም ‹‹ዛሬ አልተመታሁም፣ የኔታ የሉም›› እያለች የምትቦርቀውና ሳትመታ በመዋሏ ጓደኞቿን ለማስቀናት የምትሞክረው የኔታ ሳይኖሩ ነው። የዚህን ዕለት የልጆችን ከፍተኛ ነፃነት የሚመለከት፣ ቄስ ማስፈራሪያ እንጂ አስተማሪ ነው የሚል የለም። የኔታ ሳይኖሩ ልጆች ነፃነት አላቸው። እንደልባቸው ይሆናሉ። በየኔታ ይቀልዳሉ። ሠርግ ሠርግ እያሉ ይጫወታሉ። የዚያን ዕለት ሙሉነሽም ተሞሽራ ከበቀለ ጋር ባልና ሚስት ተጫወተች። ለምሳ ተለቀቅን እያሉ ልጆቹ በሙሉ ሲቦርቁም ሙሉነሽና በቀለ እጅ ለእጅ ተያይዘው ወደ ቤታቸው ሲሄዱ የተመለከቱት የሠፈሩ ጎረምሶች ሙሉነሽንና በቀለን አቆሟቸው። አንደኛው ጎረምሳ ‹‹ሚስትህ ናት?›› አለው። በቀለ የሙሉነሽን እጅ ለቆ የሃፍረት ፈገግታ እያሳየ ዝም አለ። ሌላው ጎረምሳ ሙሉነሽን ‹‹ባልሽ ነው?›› ሲላት እሷ እንደ አቅሟ ተሽኮረመመች። የመጀመሪያው ጎረምሳ በቀለን ‹‹እስቲ ሳማት!›› አለው። እንደምንም ጎረምሶቹ አግባብተው የሙሉነሽን ጉንጭ እንዲስም አደረጉት። መሳሟን ያየችው ሙሉነሽ ጎረምሶቹ ሳይጠይቋት እንደምንም ተንጠራርታ እሷም ሳመችው። ጎረምሶቹ ይስቁ ጀመር። ሙሉነሽና በቀለ ድንግርግር አላቸው። በጎረምሶቹ ልብ ያለው በነሱ ልብ አለመኖሩ፣ ለእነርሱ አልታወቃቸውም። ሂዱ እስኪሏቸው ድረስ እዚያው በቆሙበት ቀሩ። የረሱት ነገር ያለ ይመስል አሥር ጊዜ እየተገላመጡ ጎረምሶቹን እያዩ እጅ ለእጅ ተያይዘው የቤታቸውን መንገድ ቀጠሉ። ትልቁ የኮረንቲ ጋን አጠገብ ሲደርሱ በቀለ የቤቱን አቅጣጫ ይዞ ወደ ግራ ሲታጠፍ ሙሉነሽ በተቆረጡት ባህር ዛፎች መሐል ያለውን የእግር መንገድ ተያያዘች። እመት ጌጤነሽ ከደጃፋቸው ቆመው ስታያቸው ‹‹እማዬ! እማዬ! እማዬ!።። እያለች ወደሳቸው በረረች። እሳቸው ‹‹ቀስ በይ ልጄ! ትወድቂያለሽ!›› ይላሉ። እንደበረረች ደርሳ ተጠመጠመችባቸው።

ሙሉነሽ አንድ ቀን ማታ ከቄስ ወልደ መስቀል ዘንድ ፊደል

ቆጥራ ውላ ስትመለስ ባሻ የተማረችውን ለመጠየቅ ፊደልሽን አምጭ አሏት። ስንደዶ ቢጤ ፈለጉና ሙሉነሽን እጭናቸው መሐል አስገብተው እያንዳንዷን ፊደል እየጠቆሙ ይጠይቋት ጀመር። የተጠየቀችውን እየመለሰች እጇን ደግሞ ወደ መቀመጫዋ እየሰደደች ማከክ አበዛች። ባሻም ነገሩ ከነከናቸውና ፊደል መጠየቁን ትተው ወደምታክበት አካባቢ እጃቸውን ሰደድ አድርጋለሁ ቢሉ ‹‹ዋይ ኩሽሌን!›› አለቻቸውና ካጠገባቸው ፈንጠር አለች። ባሻ ምን ቁስል ነው? ይሉና ቀሚሷን ከፍ አድርገው ቢመለከቱ አንዳች የሚያህሉ የተጋደሙ ሰንበሮችና እንደመድረቅ ያሉ ቁስሎች ተመለከቱ። ባሻ ስቅቅ አላቸው።

‹‹ምን ሆነሽ ነው ሙሉዬ?›› ሲሉ ጠየቋት።

‹‹የኔታ ባልቼሜ መቱኝ!›› ስትል መለሰችላቸው።

‹‹በይ ሂጂ ግቢ ቤት ቆይ መጣሁ። ለእናትሽ እንዳታሳዪ!›› አሏትና እሳቸው ከደጅ ተክዘው እንደተቀመጡ ቀሩ። ‹‹አሁን ይህችን የግዜር ዱዳ ምንስ ብታጠፋ ይህን ያህል ትመታለች? ቄሱ በኛ አቂሞ፣ ልጃችንን ቀጥቅጦ ሊገድል ነው እንጂ፣ እንዴት? እንዲህ እጁ ቢጨክን ይህን ያደርጋል? አሁን ለጌጤነሽ ብነግራት ደግሞ ነገሩ መከረሩ ነው!›› ብለው ቆይተው ደግሞ ቁጣቸው መጣባቸው። ‹‹እንዲህ ልባችን እያወቀ ወልደመስቀልን ዝም ካልነው ነገ አጉል ቦታ ይመታትና አካሏን ቢያጎድልስ ምን እንለዋለን? ይልቅስ ካሁኑ አንድ ነገር ማድረጉ ነው የሚበጅ›› ሲሉ አሰቡ። ደጃች ዘውዱ ፎቅ የነበረ አንድ ቄስ አስተማሪ አንድ ሕፃን ላይ ያወናጨፈው አርጩሜ የሕፃኑን ዓይን እንዳጠፋው ትውስ ሲላቸው ድንገት ከተቀመጡበት ብድግ ብለው፣ እመት ጌጤነሽን ተጣርተው በአንድ ጉዳይ እንደተበሳጩ እንዳይታወቅባቸው ጥርሳቸውን ነክሰው እዚህ ቅርብ ደርሼ መጣሁ ሳይሉ ቄስ ወልደ መስቀልን ፍለጋ ሄዱ። ከቄሱ ቤት እንደደረሱ እሳቸው ከውጭ ሆነው አስጠሩት። ወልደ መስቀልም ከቤቱ በጊዜ ገብቶ ኖሮ ከባሻ ቢተው ጋር ጠበኞች ሆነው ሳለ ምን ጉዳይ ቢገጥማቸው ከቤቱ ሲመሽ እንደመጡ ከንክኖት በክፉ ሳይጠረጥር ብቅ አለ።

‹‹ምነው ባሻ! ምን ጉዳይ አጋጥሞት እንዲህ ሲመሽ መጡ? በስመ አብ ወወልድ ወመንፈስ ቅዱስ!›› እያለ አማተበና ባሻ ወዳሉበት

አመራ።

‹‹አንድ ብርቱ ጉዳይ ገጥሞኝ ነው። ለብቻህ ላናግርህ ነው አመጣጤ እስቲ ብቅ በል!›› አሉት።

‹‹ከሆነማ ደግ፣ ወትሮ በደህና ፈልገውኝ አያውቁም ብዬ ነው እኔስ!››

‹‹እኔስ እንዳው ለብርቱ ጉዳይ ነው የፈለግሁህ! እስቲ ቀረብ በለኝ!›› እያሉ ወደ ጨለማው የወይዘሮ አልታዬ ወርቅ ባህር ዛፎች ወዳሉበት ራመድ ሲሉ እሱም ወደዚያው ተከተላቸው። ባሻ ግራ ቀኙን ተመለከቱና ገና ካጠገባቸው እንደቆመ አዘናግተው ቄስ ወልደ መስቀልን አነቁት። ቄሱ ውሃ ሆነ። ከመደንገጡ የተነሳ ብርክ ያዘው። ምላሱ እስርስር አለበት።

‹‹አንተ ወስላታ! አንተ ነህ የኔን ልጅ እንዲያ አድርገህ ባልተወለደ አንጀትህ የምትገርፍ? እንኳንስ አንድ ፍሬ ሕጣን ቀርቶ ያንተስ ገላ ቢሆን የሚችለው ነው? እኮ በል! ከኛ ጋር ያለህን ቂም በዷ በግዜር ዱዳ የምትወጣ! ለመሆኑ ምንህ ነው ቄስ? ይህ የጠመጠምከው የዲያብሎስ ጥምጥም፣ ሸበትህ የእንጨት ሽበት፣ እኮ በል! ጉልበት ይሁንህ!›› እያሉ ማንቁርቱን አንቀው ሲደነፉበት ወልደ መስቀል የሚመልሰው ጠፋው። የባሻን ሃይለኝነትና በተጫኔ ላይ ያደረጉትን እሱም ላይ ከማድረግ አለመመለሳቸውን ስለሚያውቅ እንኳን ደፍሮ ምላሽ ሊሰጣቸው ሰው ለዕርዳታ እንዲደርስለት ለመጮህ የሚችል መሆኑ ጭምር ጠፋው። እንደታነቀች ዶሮ ሆነ ቄስ ወልደመስቀል።

‹‹ምናለ? ያንተ ጓደኛ የቄስ አስተማሪ ዓይን ቢያጠፋ ምንም የሆነው ነገር የለም ብለህ?! ከዛሬ ጀምሮ የልጄን ዝንብዋን እሽ ብትል ውርድ ከራስህ። ደግሞ ሌላም ቄስ ዘንድ አልካት። ነገ በማለዳ አንተው ዘንድ እልካታለሁ። ያኔ ዝንቧን እሽ ትልና ወይ እኔ ወይ አንተ! የልጅ ቅጣት ምን ድረስ እንደሆነ ጠፍቶህ አይደለም። ባንተ ቤት እኛን የጎዳህ መስሎህ ነው!››

አሉና ከጭብጣቸው ቢለቁት ጭራዋን እግሮቿ መሃል እንደቆለፈች ቡችላ ድምፁን አጥፊቶ አንገቱን እንደደፋ ወደ ቤቱ ተመለሰ። ቄስ ወልደ መስቀል ተመልካች በሌለበት፣ ምስክር በማይቆጠርበት

የደረሰበትን ውርደት ተሸክሞ አንድም ቃል ሳይናገር ወደ ቤቱ ፈጥኖ ገባ።

ምዕራፍ አስራ ሁለት

በላይነሽ ስለ ልጇ ስለ መሉዬ የምታውቀው ነገር የላትም። ‹‹ከፉዋን አያሰማኝ ብቻ›› እንዳለች ነው አንድ ልጇን ባሰበች ቁጥር። ልጇ ስለሷ ሳታውቅ ብታድግም አትጠላም። ‹‹እንደኔ ዓይነት እናትስ ምኗ ያኮራል? እንዳው ሳትፈጠርና ሳታውቀኝ በቀረች!›› ትላለች። ቆየት ትልና ደግሞ ወልዳ የሳመች እናት መሆኗ ይሰማትና መንፈሷን ሲያባንነው ዕረፍት ሲነሳት ‹‹እኔና ልጄ እንደተጣጣን ሳንገናኝ፣ ሳንተዋወቅ፣ እናትና ልጅ ሳንሆን፣ እኔ የትም ወድቄ የቀረሁ እንደሆን ነው ጉዱ!›› እያለች እዝን ትላለች። ወዲያው ደግሞ አስሟ ሲቀሰቀስ፣ ሲያስላትና ሲያናፍጣት፣ ዓይኖቿ ሲጉረጠረጡ፣ ደም ሥሯ ሲግተረተር፣ ነፍስ ሲይዛት የልጇን ነገር ትረሳና በበሽታዋ ትብሰለሰላለች። የድህነትና የችግር ኑሮዋ አልበቃ ብሎ ሕመሟ የት እንደሚያደርሳት ይታሰባታል። ወስፋቷ ሰዓት እየጠበቀ ሲጮህባት፣ ጀርባዋ በረደኝ አልብሸኝ ሲላት፣ ማረፊያ መውደቂያው ሲቸግራት፣ ሰማይ የተደረመሰባት ይመስላታል። ግን ደግሞ መለስ ትልና ከራሷ ጋር አውርታ፣ መልሱን ስትሰጥ ‹‹ከችግሬም፣ ከበሽታዬም የሚብስብኝ የልጄ ናፍቆትና ፍቅር ነው›› ስትል ራሷ ለራሷ ታወራዋለች። ፈጣሪዬ በምትለው የምትማረረው በዕድሏ የምታዝነው አግብቶ ባል ላይሆናት የትም ባክና እንድትቀር ያደረጋት፣ ያን ሠካራም ቀናተኛ፣ ነጋ ጠባ ሲጠልዛት የኖረውን፣ የጦር ሠራዊት አሥር አለቃ አየለን የምትረግመው፣ ያለውዴታዋ በዳሯት ወላጆቿ የምታዝነው፣ አስም በሽታዋ ሲነሳ፣ ልጇ ስትናፍቃትና ምንም ቢሆን ይደላል፣ ያልፋል ወደማትለው የሴተኛ አዳሪነት ኑሮ ከዕለት ወደ ዕለት እያዘነበለች መሄዷ ድንገት ፊቷ ድቅን ሲልና ሁለመናዋን ሲወራት ነው።

ወይዘሮ ሥራሽ ብዙ በሌብነት አሳስረዋት በዋስትና ተፈታ እናት አባቷ ቤት ገብታ ብዙም ሳትሰነብት አንድ ማለዳ ወጥታ ሳትመለስ እንደወጣች ቀረች። ገሙ ሰፈር ያላወጣላት ስም እንደሌለ ስለምታውቀው ያንን ያደገችበትን ሠፈር እርም አለችው። ከሰፈሩ ቀንደኛ አሽሟጣጮች ምላስ ለመራቅ የልጅ ይሁን የናት አባቷ ፍቅር አላገዳትም። ሁሉንም በሆዷ ይዛ ከገሙ ሰፈር ብትርቅም

የአበራሽ ምላስ ከሷ አልፎ በአንዲት ፍሬ ልጇ በሙልዬ ላይ መወንጨፉ አልቀረም።

‹‹ኧረ ይህች የበላይነሽ ልጅ አላማረችኝም። ገና ከመሬት ብቅ ሳትል አስተያየቷ የናቷ ነው!›› ስትል አበራሽ በአምስት ዓመቷ ልጅ በሙሉነሽ ላይ የምላሷን ስለት ማስጮህ ከጀመረች ሰንብታለች።

በላይነሽ ከራሷና ወላጆቿ አልፋ የልጇ መሰደቢያ ሆነች። ወይዘሮ ሥራሽ ብዙ በሌብነት ካስቀፈደዷት በኋላ ነፃ ተብላ ብትለቀቅም ለገሙ ሰፈር ሐሜተኞች መጠርጠሯ ራሱ በቂ ነው። እነ አበራሽ ‹‹በላይነሽ በጥርጣሬ ተይዛ ነፃ ወጣች›› አላሉም፣ ‹‹እኛ መች አጣናት!›› እያሉ ቡና መጠጫ እንዳደረጓት እመት ጌጤነሽና ባሻ ጆሮ ደርሷል። ወላጆቿም በስማቸው ቀርቶ ‹‹የዚያች የሌባ እናትና አባት›› ስትል አበራሽ ለየሰው ጣቷን እንደጠቆመችባቸው፣ እነርሱም አውቀውት በዕድላቸው፣ ባምላካቸው አዝነዋል። አንዳንድ ጓደኞቿም ‹‹ሌባ ከመባል እንደኛ ሴተኛ አዳሪ›› መባሉ በስንት ጣዕሙ እያሉ አንጓጠጧት።

ከወላጆቿ ቤት እንደጠፋች በላይነሽ ካንድ ጓደኛዋ ቤት ላጭር ጊዜ ተቀመጠች። ሰውነቷም መለስ አለላት። ጓደኛዋ የምትሰለቻት መሰላትና ወደ ሌላኛዋ ቤት ደግሞ ለጥቂት ቀናት ከረመች። ትንሽ የተሻለ ነገር ስታገኝ አስም በሽታዋም ፋታ ሰጣት። ግን ብዙም ሳትቆይ ይህችኛዋ ጓደኛዋ የበላይነሽ መልክ እየተመለሰና ሰውነቷም መለስ ማለቱን አይታ ውሽማዬን ትነጥቀኛለች ብላ ፈርታ በቅናት አባረረቻት። ቢቸግራት በቡና አበጣሪነት ይተዋወቁ ከነበሩት ከበቡሽ ዘንድ ሄደች። ሁለት ቀን እንዳደረች ከበቡሽ አንድ ሐሳብ አቀረበችላት ።

‹‹በላይነሽ?›› አለቻት።

‹‹አቤት!››

‹‹እስከ መቼ እንዲሁ ትቀመጫለሽ?››

‹‹ታዲያ ምን ልሁን ትያለሽ?››

‹‹ቆርጠሽ ግቢበት ነው የምልሽ!›› በላይነሽ መልስ ሳትሰጣት

ከበቡሽ ቀጠለችና ‹‹ከፋቱ ወደ ወላጆቼ ሠፈር ይቀርባል፣ የሚያውቁኝ ሰዎች ምን ይሉኛል ታላልሽ በስተቀር ያ የጌሾ ተራ ከሻፊ ፀጉር ቤት ሳይደርስ፣ ከፊት ለፊቱ ካለው ቀጣሪና አስቀጣሪ አንቺን ለመሰለች ልጅ እግርና ትንሽ ከሳ ከማለትሽ በስተቀር መልክሽ እንዲህ ለሚያምር ቆንጆ የሚሆን ነገር አያጣም፡፡››

‹‹ምነው? ምን አልኩሽ? ከበቡሽ ወይዘሮ ሥራሽ ብዙ ቤት የገባሁት እንኳን ይቆጨኛል፡፡ ከእንግዲህ የቡና ቤት አሻሻጭነት ለዕድሌም አላሳየው፡፡ ከሱስ ሰው ቤት ግርድና ብገባ ይሻለኛል፡፡ በነፍስ በስጋዬ መኮነን እንጂ ሌላ ምን አተረፍኩ ወይዘሮ ሥራሽ ብዙ ቤት ያው ጠጅ ቀጅና አሻሻጭ ሆኜ!››

‹‹አንቺ ደግሞ የወይዘሮ ሥራሽ ብዙ ቤት ሌላ፣ የሌላው ቤት ደግሞ ሌላ ነው፡፡ ደግሞ አለሱም ሥራ የለም ያለሽ ማነው? ቀጣሪና አስቀጣሪው ጋሼ ቱፋ ብዙ ዓይነት ሥራ ያገኝልሻል፡፡ እርግጥ ነገሩ ያው በገዛ ሥጋሽ የማደርም ቢሆን በረሃብ ከመሞት ይሻላል፡፡ ይኸው እኔን አታይኝም!››

‹‹ምን ነካሽ ከበቡሽ?!››

‹‹ዳር ዳር አትበይ፣ እኛም ሲጀምረን እንዲህ ያረገን ነበር፡፡ አሁን እኔን የሰውየው የ80 ሚስት እንጂ ማን በሌላ ይጠረጥረኝ መሰለሽ? ዛሬ ጊዜ የረከሰው ስራ ይኸው ነው የገዛ ስጋሽን እየቸረቸሩ መኖር ነው፡፡ እንደኔ የጭን ገረድነት የሚያጋጥማት ዕድለኛ ነች፡፡ ያውም ሌላዋ መግቢያው የጨነቃት ዓይኗን ጨፍና የምትገባው ወይ ቡና ቤት ነው፡፡ ትንሽ የቋጠረችው ገንዘብ ካላት ደግሞ የራሷን ኪዮስክ ትከፍታለች፡፡ ደግሞ የኔ ሰውዬ ሽማግሌ ስላልሆነ ያው የ80 ሚስቱ ነው የምመስለው››፡፡

‹‹ያንቺ ዓይነት ከተገኘ መቼስ ማን ይጠላል ከበቡሽ››? አለች በላይነሽ ቆይታ፣ የችግሯና የምትወድቅበት እንደሌላትና መቀበል ያቃታትን ለመቀበል ተገዳ፡፡

‹‹ቀጣሪና አስቀጣሪው ጋሼ ቱፋ የኔ ዓይነት ለምን አያገኝልሽ፣ ያገኝልሻል፡፡ ያው መቼም ማታ እፈልግሻለሁ ሊልሽ ይችላል፡፡ እሱን እሺ ማለት አለብሽ፡፡ ወይም ደግሞ የደላላነቱን ካገኘ አብረሽኝ ደጋግመሽ እደሪ ላይልሽ ይችላል፡፡ ሁለቱንም ቢልሽ

ምን ቸገረሽ። እኔም አብሬው አድሬ ነው ለዚህ ነጋዴ ጭንገረድነት ያበቃኝ። ወይ ደግሞ እንደ ዕድል ሆኖ ካለልሽ ካንዱ ዳኛ ወይም አስተማሪ ጋር አንዱ አገር በጭን ገረድነት የመሄድ ዕድል ሊገጥምሽ ይችላል። በግርድናም እንኳ ብትሄጂ ባንድ ቀን አብረሽ ታድሪያለሽ። እግዜር ካለልሽ መልክሽ እንደሆን ከዚህም በላይ አያሳጣሽም። ሚስት ለመሆን ትችይ ይሆናል። ወንደላጤ ከቀጠረሽም አንቺ እንደምንም እወቂበት። ግን የዛሬ ወንደላጤ ልብ የለውም። ገና ቀጥሮ ቤት ሳትደርሽ አልቤርጎ እንግባ ሊልሽም ይችላል። ከዚያ በኋላ አብረሽ የመኖር እድልሽ ያጭር ጊዜ እንደማይሆን ምናለች ከበቡሽ ትይኛለሽ። ድህነት ደህና ሰንብት ትይዋለሽ ማለት ነው!›› ስትል ከበቡሽ ከድህነት የማምለጫው መንገድ ድካም የሌለው፣ ውጣ ውረድ ሆነ አባጣ ጎርባጣ የሌለበት ቀናና ቀጥተኛ አውራ ጎዳና አስመስላ አቀረበችላት።

ከበቡሽ እንደ በላይነሽ ቡና አበጣሪ በነበረች ጊዜ አንዱ ህጓን አስገድዶ ከወሰደባት በኋላ የቡና ቤት አሻሻጭ ሆነች።

ከቡና ቤት ወጥታ ደላላው ቱፋ እንዲያስቀጥራት ስትመላለስ ወንደላጤው ነጋዴ በግርድና ወሰዳት። ይኸው ከሱ ለማርገዝ በቅታለች። ከድህነት የተገላገለች ስለመሰላት በላይነሽም የሷ ዓይነት ዕድል እንዲገጥማት መንገድ መርታ ቱፋ ቤት ሰደደቻት።

‹‹አንቺ ዞረሽ ዞረሽ የምትመክሪኝ እንጀራ በልቶ ማደሪያሽ ያው የሴትነትሽ ገላ ነው የሚል እኮ ነው!›› ስትል እሷ ራሷ ያላሰበችበትና የማታውቀው ይመስል ነገሩን ወደ ከበቡሽ መለሰችው።

‹‹ታዲያማ ሌላ ምን አለ? እኔን እንዲህ ቀጥ አድርጎ የያዘኝ ጀምበሩ በወንደላጤነት ሆቴል እየበላ መኖር ቢሰለቸው፣ ከቱፋ ቤት ሄዶ ቀጥሮ አምጥቶኝ እኔም ከነገ ዛሬ እጄ ላይ በጣለልኝ እያልኩ ስል አይደለም እንዴ? አንድ ቀን ስካር አደፋፍሮት አብሬው እንድተኛ ጠይቆኝ፣ እሺ ብዬው አይደል በዚያው ተጣብቄ የቀረሁት!›› አለችና ከጀምበሩ ቤት መግባት ቤተ መንግስት የመግባት ያህል አድርጋ አቀረበችላት።

ከበቡሽ በዚህ ኑሮ ያገኘችውን ልምድ አሳምራ ስትናገር በላይነሽ

አፏን ከፍታ አዳመጠቻት። መንግስት ሥራ ፈጥሮ ይቅጠርሽ አትላት፣ ወይ ደግሞ የባንክ ቤት ፀሐፊ ሁኚ አትላት ነገር ችግር ነው። ‹‹ከሃብታም ተወለድ ወይ ካለው ተጠጋ›› የሚባለውን ተረት በበላይነሽ ተረተችባት ከበቡሽ። እሷስ ብትሆን ከዚህ በላይ ለጓደኛዋ የሚታሰብ ምክር ከየት ብላ ታምጣ? ‹‹ጥሩ ባል ላምጣልሽና ልዳርሽ›› አትላት ይህቺን ምስኪን፤ ዕድሏ ስንት ቦታ የተሸነቆረባት፣ የሚያገባት ባል እንደማታገኝ እንኳን ከበቡሽ ለበላይነሽም የተሰወረ አይደለም።

በላይነሽ ውሎ ሲያድር፣ ችግሩ እየጠናባት ሲሄድ እንደተመከረችው ሰተት ብላ ቱፋ ቀጣሪና አስቀጣሪው ቤት ሄደች። ከበራፉ ላይ ባለው ቅስት ‹‹የፍርድ ቤት ጉዳይ አስፈፃሚ፣ ወኪል፣ የከተማ ቤትና ንብረት አዋዋይ፤ አሻሻጭ፣ ገረድና አሽከር ቀጠሪና አስቀጣሪ...፣›› የሚል ይነበባል። ገና ቱፋ ቤት አንድ እግሯን ስታስገባ ለቁጥር የሚታክት ሰው ተኮልኮሎ አገኘች። በየረድፉ የተኮለኮሉትን የወንድና ሴት ቁጥር ስታይ ይሄን ሁሉ ወንድና ሴት አቶ ቱፋ ምን ሥራ አስይዘው ለኔም ይደርሰኛል ስትል አሰበች። የቱፋ ቤት ሥራ አጥ ብዛት ሲታይ ማህበራዊ ጉዳይ ሚኒስቴርስ ቢሆን ምን ያህል ሥራ አጥ ስራ ለመያዝ መዝግቧል የሚያሰኝ ነው። የኢትዮጵያ ሕዝብ በሙሉ ሥራ ፍለጋ ቱፋ ቤት የተሰበሰበ ነበር የመሰላት በላይነሽ። ግራ ቀኙን ባይኗ ስትቃኝ የቢስ ቤት ቡና አበጣሪ ጓደኞዋን ዘይነባንና ማሚቴን እዚያው አግኝቻቸው። በላይነሽ ድንግጥ አለች። ዓይኑዋን ለማመን አቃታት። ‹‹ምን ትሰሪያለሽ? አንቺስ ምን ትሰሪያለሽ?›› ተባብለው ተሳሳሙ። ሁሉም ቱፋ ቤት የመጡበትን ጉዳይ የተግባቡ መስለው ይስቁ ጀመር። ‹‹ምን አሳቀሽ? አንቺንስ ምን አሳቀሽ?›› ቢባሉም የመጡበትን ጉዳይ ያውቁታል። ቃላት አገጣጥመው አረፍተ ነገር ፈጥረው መነጋገር አላስፈለጋቸውም።

አቶ ቱፋ ሲያዩት ያገሩን ሁሉ ሥራ አጥ ሥራ ለማስያዝ ከመንግስት ውክልና የተሰጠው ትልቅ ባለስልጣን ይመስላል። የተጉረጠረጡ ዓይኖች አሉት። የዓይኖቹ የላይና የታችኛው ቆብ በመቃ የተነፉ ይመስል እንደ ፊኛ የተወጠሩ ናቸው። አጠር ያለ የተዝረጠረጠ ቦርጫም ነው። የለበሰው ጥቁሩ ሱፍ ኮትና ሱሪ ከማለቁ የተነሳ የፀሐይ ብርሃን እንዳረፈበት መስታወት ሲያብለጨልጭ ዓይን ሊያጠፋ ምንም አይቀረው። የሽሚዙ አንገት

ከማደፉ የተነሳ አባይን የሚያደፈርስ ይመስላል። በዚህ ላይ ደግሞ ከፍየል ጭራ ያነሰች እዚያው ተሸበልብላ ከሲባጎ ያልተሻለ ቅጥነት ያላት ከራባት መሳይ አድርጓል። ቱፋ በእጁ ጭራ ቢጤ ይዞ፣ የቀዳማዊ ኃይለ ሥላሴ መንግስት ለነጭ ለባሾች ባናታቸው ላይ ጣል የሚያደረጉት ዓይነት የሰላይ ኬፕ ይደፋና ከቡና ቤት ቡና ቤት፣ ከጠጅ ቤት ጠጅ ቤት፣ ሲወጣ ሲገባ ይውላል። በየቡና ቤቱ፣ በየጠጅ ቤቱ የሚያገኛቸውን ወንድና ሴት ‹‹የተሻለ ሥራ አገኝቼልሃለሁ፣ አገኝቼልሻለሁ›› እያለ እያስማማ፤ ‹‹ግድ የለም፣ የደላልነቴ ያንድ ወር ደመወዝ አልፈልግም የ15 ቀን ይበቃኛል ይላል አንዳንዴ ክሪዝ ሲመታው። አለበለዚያ ግን የደላላነቱን የወር ደመወዝ ነው የሚያስተፋው። አልፎ አልፎ በየመንደሩም ይዞራል። ከቤቷ ወጣ ስትል ያገኛትን ገረድ ወይም ያገኘውን አሽከር ‹‹አንተ ሥራ አትፈልግም? አንቺ ሥራ አትፈልጊም? እኔ ላስቀጥርህ፣ እኔ ላስቀጥርሽ›› እያለ ያስኮበለላቸው ጥቂት አይደሉም። የሰው አጥር ሲያሽት ያገኘው የተፈታ ውሻ አንድ ጊዜ ከታፋው ላይ ከነከሰው ወዲህ በየመንደሩ መዞር እንደቀድሞው አያዘወትርም።

ቱፋ ቤት ሥራ ፍለጋ ከተኮለኮሉት ወንዶችና ሴቶች አብዛኞቹ ቢያንስ አንድ ሁለቴ ያስቀጠራቸው፣ ከስራ የወጡ ተመልሰው እሱ ዘንድ ስራ ፍለጋ የመጡ ናቸው። አንዳንዶቹም ካስቀጠራቸው በኋላ፣ መልሶ አስወጥቶ የሚወስዳቸው ራሱ ቱፋ ነው። ሁለት ጊዜ የደላላ ለመብላት እንዲያመቸው አስፈራርቶ ይወስዳቸዋል። ‹‹ነገ ከሥራ ስትወጣ ማን አባክ? ሥራ እንደሚያሲዝህ አያለሁ፣ ማን አባሽ? ሥራ እንደሚያሲዝሽ አያለሁ እያለ ወንዱንም ሴቱንም ደህና ከተቀናጠጡበት ሥራ እያፈናቀለ ይነግድባቸዋል። ይህንን ጠባዩን ያወቁ ገረድና አሽከር ቀጣሪዎች፣ የቡና ቤት አሻሻጭ ፈላጊዎች አድራሻቸውን አይነግሩትም። ግን ቱፋ ካሉበት ፈልፍሎ ያመጣቸዋል። ከራሱ ቢያመልጡ በየመንደሩ ካሰማራቸው በሥሩ ከሚተዳደሩ ትንንሽ ቱፋዎች አያመልጡም። የአሽከርና ገረድ ቀጣሪዎች ‹‹አዬ ቱፋ! የቤት አሽከርና ገረድ ጠር!›› ይሉታል። በሴት የሚነግዱ የቡና ቤት ባለቤቶችም ‹‹ቱፋ እያለ ይህችም ነገ ልሂድ ትላለች›› ይላሉ።

የቱፋን ደጅ የሚረግጡት በላይነሽን የመሳሰሉ ሴቶች ብቻ አይደሉም። ለማያውቃቸው ደህና ሴት ወይዛዝርት የሚመስሉ ሴቶችም ይመጣሉ። የራሷ ንግድ ቤት የነበራት አንድ ሰሞን ገናና

የነበረች ሴተኛ አዳሪ ገበያዋን አድባር ሲዘጋባት የቋጠረችውን ቋጠሮ ቋጥራ፣ የመጠጥ መደርደሪያውን ባፍጢሙ ደፍታ ቱፋ ደጅ ከተፍ ትላለች። ለጭን ገረድነት ከፍተኛ ትርፍ የሚያገኝባቸው በእንደዚህ ዓይነቶቹ ሴቶች ነው። አገረ ገዥ፣ ወረዳ ገዥ፣ ዳኛ፣ የትምህርት ቤት ዲሬክተር ጓዙን፣ ሚስቱን፣ ልጁን ነቅሎ ወደ ጠቅላይ ግዛት መሄድ ችግር ያለበት ተሿሚ፣ ቱፉ በራፍ መኪናውን አቅርቦ ጥሩንባ ሲነፋ አጅሬ ብቅ ይላል። ይዞ ከተፍ የሚልላቸውም እነኚህን ሴት ወይዛዝርት የመሳሰሉ ቡና ቤትና ግሮሰሪያቸውን ባናቱ ተክለው እሱ ቤት የተኮለኮሉትን ሴቶች ነው። ‹‹ጌታዬ ከጎንዎ ሻጥ አርገዋት ቢሄዱ የማታሳፍር ነች›› እያለ ያስማማል። ዝቅተኛዋን ለፈለገም ዝቅተኛዋን ያቀርባል። ‹‹የእግር ውሃ ከማቅረብ አልፎ ለችግር ጊዜ ትሆናለች›› ይላል በነበላይነሽ ዓይነቶች ሲነግድ። አንድ ቀን በጭን ገረድ አመላላሽነት ደንበኛው የሆኑ የከፍተኛ ፍርድ ቤት ዳኛ ከበር መኪናቸውን አቁመው ቱፋን አስጠሩት።

‹‹ጌታዬ!›› አለና ለጥ ብሎ እጅ ነሳ። ‹‹እንኳን ደህና መጡ አሁንስ ከመጡ ሰነበቱ›› አላቸው። ሰላምታ አሰጣጡ ብዙ ጊዜ ተለይቷቸው እንደቆየ ሰው ነው።

‹‹ይኸውልህ ወደ ወለጋ ተሹሜ መሄዴ ነው›› አሉት ዳኛው ከላንድ ሮቨር መኪናቸው ጋቢና ሆነው።

‹‹ደሞ ከአዶላ ወደዚያ ተሾሙ?›› አላቸው።

‹‹እኮ በል፣ ነገ ጠዋት ነው የምሄደው›› አሉት። ቱፋና ዳኛው ይግባባሉ። የሚፈልጉትን ስለሚያውቅ ጥሩ የጭን ገረድ ከሚላቸው፣ ደህና ከለበሱት ሴቶች መሐል፣ ዳኛው ማንም በማያውቃቸው ከተማ፣ ከጎናቸው ሻጥ አድርገዋት ሲሄዱ የማታሳፍር ነች የሚሏትን ከመኪናቸው ሆነው እንዲመርጡ ‹‹ቆዩ ጌቶች!›› ብሏቸው አንድ አስር የሚሆኑ ሴቶችን ከበሩ አሰለፈላቸውና ወደ ዳኛው ተመለሰ።

‹‹ያቺ አጠር ያለችው አረንጓዴ ጥለት የለበሰቸው እንዴት ነች?›› አሉት።

‹‹ከሷስ ያቺ ዘለግ ያለችው ባለቀይ ሻሽ ትሻላለች!›› አላቸው።

‹‹እንዴት!፣፣፣ እንዴት!›› አሉ ዳኛው ሳቅ እያሉ።

‹‹ጌታዬ! ያቺ ባለቀይ ሻሽ እርሶዎ ለሚፈለጉት ጉዳይ ደህና የምታውቅ ነች። ለርሶ እንጂ ለማንም እሺ ብዬ አልሰዳትም እያልኩ ሳስብ ነበር›› ሲላቸው፣ ቅንዝረኛ እያለ የሰደባቸው ሳይመስላቸው እንዲያውም ደህና የረዳቸው መሰላቸው። ሱሪያቸው ሲፍታታባቸው ተሰማቸው። ‹‹በል እንግዲህ ነገ ጠዋት እወስዳታለሁ›› ብለው ከዋጋው አምስት ብር አስበልጠው ለቱፋ ከፍለው ሄዱ።

ቱፋ ዳኛውን አሰናብቶ ሲመለስ በላይነሽ ‹‹አቶ ቱፋ የቱ ናቸው›› እያለች ስትፈልግ ቆይታ ኖሮ ሲመለስ አገኘችው። የበግ ጠቦት ደላላ ይመስል ከእግር እስከራሷ ተመለከታት። በሰያፍ ቆም አለና ደግሞ ዳሌዋን፣ ሽንጧን፣ ወደ ማጅራቷ ከዚያም ወደ ኋላ መቀመጫዋ ሳይቀር አቀርቅሮ ተመለከታት። በላይነሽ ሀዘንም፣ ሀፍረትም ተሰምቷት መሬት መሬቱን እያየች ቆማ ቀረች። በጁ ጨበጥ፣ ጨበጥ አያርጋት እንጂ ባይኑ ብቻ አይቷት ከበቃው ምንም አይደል የሚያሰኝ ነው።

‹‹ምንድን ነው እንዲህ ያከሳሽ? ካለ ዓይንና አፍንጫ ምን ቀርቶኛል ብለሽ ነው ቱፋ ቤት የመጣሽው ? ዓይንና አፍንጫ ይበቃል ያለሽ ማነው? ለመሆኑ ምን ሥራ ነው የምትችይው?›› ሲል በዚያ በተጎላደፈ ጎርናና ድምፁ ተለፋደደባት።

‹‹እንጀራ መጋገር፣ ወጥ መስራት እችላለሁ!›› አለች በላይነሽ እፍር እፍር ያለች።

‹‹እንዴ ምን ነካት ልጅቷ! ሌላ ነገር አትችይም? ሴት አይደለሽም?›› አለና ቆጣ ብሎ በቀላሉ ሊነግድባት የሚችለውን አብይ የስራ ዓይነት በጎን ነገራት። እሷም እምቢም፣ እሺም ሳትል በልቧ ተቀብላ ዝም አለች።

ቱፋ እንደ በላይነሽ ላሉ ማደሪያ ለሌላቸው ሴቶች ከጓዳው የእንጨት አልጋ ከሳር ፍራሽና ካንድ ካሊም ብርድ ልብስ ጋር ዘርግቶ ሽልንግ ያስከፍላቸዋል። ብዙዎቹ ሴቶች ማደሪያ ቤት ቢኖራቸውም አይሄዱም። ቱፋ ቤት አልጋ መያዝ፣ ሲመሽ፣ እስከ እኩለ ሌሊትም ድረስ ቢሆን ገበያ አናጣም ይላሉ። ቱፋም አልጋውን የዘረጋው ባልጋው ኪራይ የሚያገኘውን ጥቅም አንድ ራሷን አደረችበትም አላደረችበትም ስለማይጎድልበት ነው። ወንድ

ገፅ 176

አግኝታ እስክትሄድ መቆያ ይሆናታል። ካልሆነም ታድርበታለች። እሱ እንደሆን ሽልንጉን አያጣም። የቱፋ ቤት ሴት ይዟት ማደር የሚፈልገውን ወንድ ጋብዘኝ ብላ ከመደርደሪያው አውርዳና ከፍታ የምትጠጣው የሌላት በመሆኗ ባነስተኛ ወጭ ፍላጎቱን ማርካት ለሚፈልግ የጌሾ ተራ፣ የደጃች ገነሜ፣ የኳስ ሜዳ፣ ያዲስ ከተማ፣ የኮልፌ ሠፈር ዝቅተኛ ገቢ ያለው ወንድ ተመራጭ ያደርጋታል። ቱፋም ከእነዚህ ዓይነቶቹ ወንዶች ጋር ደህና ደንበኝነት ስላበጀ ሥራ ፍለጋ እንጂ የህቡዕ ሽርሙጥና ፍላጎት የሌላትን ማደሪያ አጥታ የቱፋን አልጋ በሽልንግ የተከራየችውን ሴት ከማግባባት አልፎ አስገድዶ ከወንድ ጋር እንድትሄድ ያደርጋል። እንዲህ እያደረገ ያተርፍባቸዋል። እሷ በለቀቀቸው ባዶ አልጋ ሌላዋን ያስተኛበታል።

ከምሽቱ አራት ሰዓት ላይ የመርካቶ ቦዘኔ ጎረምሶች ሴት ፍለጋ ቱፋ ቤት መጡ።

‹‹ጋሼ ቱፋ! እስቲ ዛሬ እንኳን አንተ ምረጥልኝ። የቷን ይዤ ልሂድ?›› ሲል ሞቅታ የተሰማው ባለ ጃኬት ጎረምሳ ጠየቀው።

‹‹አንተ የኔ ምርጫ ከተስማማህ ደስ ይለኛል›› አለና ቱፋ በእንጨት አልጋቸው ላይ ካሊሙን በላያቸው ጣል አድርገው በመደዳ ጋደም ካሉት ሴቶች ተርታ መዘዋወር ጀመረ። እያንዳንዷን ሴት እያየ አለፈና በላይነሽ ጋደም ባለችበት አልጋ ደርሶ ካሊሟን ከላይዋ ላይ ገፈፈ።

‹‹ጓደኛዬ! ይህች ትሻልሃለች። እኔ ቤት ገና ትናንት እግሯ መርገጡ ነው ማንም አልነካትም። ያለችውን ከፍለህ ውሰዳት›› አለው የበላይነሽን ፈቃድ ጠይቆ ሳያረጋግጥ ሌላውን ሴት ፈላጊ ሊያስተናግድ ዞር አለና።

‹‹አንቺ! ተነሽ እንግዲህ አብረን ነው የምንሄደው›› አላት ሞቅታው እየጋለ መከላተፍ የጀመረው ጎረምሳ ።

‹‹አይ እኔ ለዚህ አይደለም የመጣሁት›› ስትል ተለሳልሳ መለሰችለት። ጎረምሳው ‹‹የማነሽ ቀብራራ!›› አለና ከእንጨት አልጋው ጎትቶ መሬት ጣላት። እሷም ‹‹ሰው ያለፍላጎቱ ግድ አለበት እንዴ?›› ስትል ሆድ እየባሳት ተናገረችና ከወደቀችበት

ተነስታ አፈር የቃመውን ቀሚሷን አራግፋ ቆመች። ጎረምሳው የበላይነሽን እምቢታ ለቱፋ ነገረው። ቱፋ በላይነሽን ለማስገደድም ለማግባባትም ሞከረ።

‹‹ምን አልሽ እባክሽ? ታዲያ እዚህ ምን አመጣሽ? ቱፋን ይገዙ አድራለሁ ብለሽ ነው? ይልቅስ ጉልበትሽን አቅፈሽ ብርድ እየፎደፎደሽ በዚህ የእንጨት አልጋ ስትገላበጭ ከምታድሪ፣ ከዚህ ሾላ ከመሰለ ወጣት ጋር ዓለምሽን ብታይ ነው የሚሻልሽ። ደግሞ ማወቅ ያለብሽ እኔ ሥራ እንዳሲዝሽ ከፈለግሽ የምልሽን ሁሉ እሺ ብለሽ መፈፀም አለብሽ። እምቢ ካልሽ ነገ ዓይንሽን አላይም! ይሄ ደግሞ ጓደኛዬ ነው። ማስቀየም የለብሽም። እኔ ሥራ እስከ ማሲዝሽ ድረስ ደንበኛ ይሆንሻል›› አላትና የበላይነሽን እሽታም እምቢታም ሳይጠይቅ ወደ ጎረምሳው ዞሮ ‹‹አምስት ብር አምጣ ›› አለና ተቀብሎ ለበላይነሽ ሰጣት። ወዲያው ‹‹ለኔ ግድ የለም አንድ ብር ይበቃኛል›› ብሎ ብሩን ከተቀበለ በኋላ በላይነሽና ጎረምሳውን ኣያይዞ ሰደዳቸው።

በላይነሽ በደላላ ሸረሞጠች። አንዴ ደላላ ቤት ከሄደች በግርድና ወይም በቡና ቤት አሻሻጭነት ተቀጥራ ከመሄዷ በፊት የሰዓት ዕላፊ ሸርሙጣ ሆነች። አለበለዚያ የቱፋን ንግድ መዝጋት ሊሆንባት ነው። የለበሰችውን ካሊም ተገፋም፣ ከተኛችበት አልጋ ተጎትታ መሬት ተጥላም፣ ተሰድባም እንድትግባባ ተደርጋም ቢሆን እምቢ አልሸረሙጥም ብትል፣ ቱፋ ገበያዬን ዘጋሽ ብሎ ሥራ ሳታገኝ እንደሚያባርራት ታውቃለች። ከወንድ ጋር ሄደች አልሄደች ቱፋ እንደሆነ እሱ ዘንድ የከረመችበትን የአልቤርጎ ዋጋ አፍንጫዋን ሰንጎ ያስተፋና በማግሰቱ ከሚያባርራት፣ ፈቃዱን መፈፀም እንዳለባት ታወቃትና ገና አልቤርጎም ሳይደርሱ በስካሩ እየደከመ ከሄደው ጎረምሳ ጋር ተያይዛ አልቤርጎ ፍለጋ መንገዱን ቀጠለች።

ጎረምሳው ሞቅታው እየጋለበት አንደበቱ ከመጎላደፍና መተሳሰር አልፎ እግሩ እስርስር ብሎ መራመድ አቃተው። ‹‹ምነው እየሱስዬ ምን አልኩህ›› እያለችና ራሷን እየረገመችና ጎረምሳውን እየደገፈች ተያይዘው ካራተኛ ፖሊስ ጣቢያ ጀርባ ካለው በሳጠራ ተከፋፍሎ ከሚነገድበት አልቤርጎ ደረሱ። ገና ከመኝታው ክፍል እንደደረሱ ጎረምሳው አልጋው፣ ጣሪያው፣ ግድግዳው፣ በላይነሽ ራሷ፣ ዓይኑ ላይ

ይሽከረከሩበት ጀመር። ወደ ላይ አለው። የሚፈልገውን ለመናገር አቅቶት ለሃጩ ተዝረከረከ። በላይነሽ ‹‹አይ ዕድሌ!›› አለች። ሰውዬውን ጥላው አትሄድ ጨነቃት። ጥላው ልሂድ ብትል መመለሻዋ ቱፋ ቤት ነው። ቱፋ ደግሞ ደንበኛዬን የት ጥለሽ መጣሽ ብሎ አያስገባትም። ጎረምሳው ለበቀው ተናነቀው። አልጋው ላይ ተዘረጋ። ወዲያው ሊያስመልሰው ከጀለውና አንገቱን ቀና አድርጎ እላይዋ ላይ ትውከቱን ሲለቀው፣ ናላዋ ዞረ። እንደምንም ብላ ወደ በሩ ወጣ ለማለት ተጣደፈች። ተፈናጥራ ከመኝታው ክፍል እወጣለሁ ስትል የሰከረው ጎረምሳ የሞት ሞቱን ቀሚሷን ለቀም አረገው። ‹‹ገንዘቤን ይዘሽ አትሄጅም!›› እያለ በዚያ በስካር እስርስር ባለ አንደበት ተለፋደደባት። የነፍስ ነገር ሆኖባት እጁን ስትመነጭቀው የሰካራሙ የዛለ ሰውነት ከወለሉ ስሚንቶ ላይ ተዘረረ። መሃል አናቱም ተተርትሮ ደም በደም ሆነ።

‹‹ያዙልኝ ገንዘቤን ዘርፋኛለች›› እያለ ሲጎላደፍ የበላይነሽ አስም ተነስቶ ኖሮ ያንፈራፍራት ጀመር። ትስላለች፣ መተንፈስ አቅቷት ታፈነች። የምትሆነውን አጥታ አስር አስር ጊዜ ኡሁ ኡሁ አለች። አክታና ደም የተቀላቀለ አስተፋት። የአልቤርጎው ሰራተኞች ሮጠው ደረሱ። ግራ የሚያጋባ ትርዒት ሆነባቸው። ማን? ምን? እንደሆነ ለማወቅ ጠፍቷቸው፣ ዝም ብለው ቆሙ። ባናቱ የተዘረረው፣ የተፈነከተው ሰካራም የሚለውን አንድ ሁለት ቃል ሰሙና በላይነሽ የሰውዬውን ገንዘብና ንብረት ሰርቃ ለመሸሽ የምትሞክር ሌባ ሴተኛ አዳሪ መሰለቻቸው። በሌላ በኩል አንዲት ቃል መተንፈስ አቅቷት ነፍስ ከስጋዋ እየተሟገተ፣ እያንፈራፈረ የሚያስላት፣ የመተንፈሻ ቧንቧዋን ዘግቶ የሚተናነቃት በላይነሽ ምን ምን እንዲያ እንደሚያደርጋት ያልቤርጎው ሠራተኞች ጠይቀው ለመረዳት አልሞከሩም።

‹‹ውሸቷን ስታስመስል ነው! ምንም አልሆነች! አትመኗት የሆነችው ነገር የለም›› ሲል ሌላው ይቀበላል።

‹‹ዓይኗን ያፍሰው፣ ታዩዋታላችሁ ዐይኗ እንዴት እንደፈጠጠ? ሰውዬው ሰከሯል ብላ ገንዘቡን ሰርቃ ልትጠፋ ነበር። የዛሬ መድኀኔ ዓለም በታዕምሩ ከመሬት አላግቶ ደም አስተፋታ!›› አለና አልጋ አከራዩ ዘበተባት።

‹‹አንድዬ እኮ ተአምራቱን ለማሳየት ከፈለገ ደቂቃም እንደማይወስድበት አላወቀችም፣ ይች ሌባ! መንትፋው ልትጠፋ ስትል እዚሁ የሳል በሽታ ለቀቀባት! ይቺ የለመደች ሹሼ!››

‹‹እንዴት አድርጋ ብትጥለው ነው? እባካችሁ! እንዲህ አናቱ ለሁለት ትርክክ ያለው›› ሲል ሌላ ወሬ አዳናቂ ከመሃል ገብቶ ተናገረ።

‹‹ይህችንማ እዚህ ሁልጊዜ ስትመጣ እኮ አውቃታለሁ፣ የለመደች ሹሼ እኮ ነች። እንኳን ኪስ፣ ነፍስ ለመመንተፍ የማትመለስ እኮ ነች›› አለ ደግሞ ሌላው፣ ከዚህ በፊት አይቷት የሚያውቅ ይመስል።

‹‹የሰከረ ሰው ምን አቅም አለው ብላችሁ ነው?›› አለና ሦስተኛው ጨመረበት። የአልቤርጎው ሠራተኞች ለወንዱ አደሉ። በማያውቁትና ባላዩት ጉዳይ በላይነሽን ወንጀለኛ አደረጓት። ሆኖም ወሬ ያዳንቁ እንጂ ከወለሉ ላይ ተዘርሮ በገዛ ደሙ የሚዋኘውን ሡካራም ቀና አድርገው ሊረዱት አልሞከሩም። ሡካራሙ ተዳክሞ እዚያው በተዘረረበት እንቅልፍ ሸለብ ሲያደርገው ‹‹ምነው ድምፁ ጠፋ?›› ብለው እንኳ ጠጋ አላሉም። በበላይነሽ ላይ የስድብ ናዳቸውን ማውረድ ቀጠሉ እንጂ!

‹‹መጠጥ ከተጫጫነው ጋር ለማደር የምትመጣው፣ ልትመነትፍ ነው እንጂ ሌላማ ቢሆን እዚያው ኪዮስኳ አስተናግዳ ትሸኘው አልነበር?›› እያለ ሌላውም በተራው አዳነቀ። በላይነሽ አስሙ መለስ ብሎላት ዕንባዋን በነጠላዋ ጫፍ እየጠረገች ‹‹እባካችሁ ለሰውዬው አንድ ነገር አድርጉ እንጂ! እኔን እንደፈለጋችሁ በሉኝ›› አለቻቸውና ከነበረችበት ተነስታ ቆማ ለማየት ስትሞክር ‹‹ስማ ዘበኛ! በሩን በደንብ አድርገህ ጠብቅ። ይቺ ሹሼ የሰው ሰው ገድላ ለማምለጥ ፈልጋለች›› ሲል አልጋ አከራዩ አስጠነቀቀ። ‹‹ከዚህች እዚች ለመምጣት እንዴት ፖሊሶች ቆዩ?፣ በዚህ ባጥር እንኳ ቢጠሩ ወዲያው መድረስ ነበረባቸው›› አለ ሌላው ያልቤርጎው ሠራተኛ። እንዳለውም ፖሊሶች ደረሱ። አልቤርጎውና አራተኛ ፖሊስ ጣቢያ አጥር ለአጥር በመሆኑ የፖሊስ ጣቢያው ተረኛ ፖሊሶች ካልቤርጎው እንደደረሱ ምሥክሮች ቆጥረው በላይነሽንና ሰካራሙን ጎረምሳ፣ ይዘው፣ ወደ ጣቢያው ወስደው፣ ሁለቱንም

አስረው አሳደሯቸው። በማግስቱ የእስር መዝገብ፣ ለምርመራው ክፍል ሹም ቀረበ። የምርመራው ክፍል ሹም ሻምበል ደፋሩ ነው። በላይነሽን ገና ሲያያት አወቃት። አልዘነጋትም። አንዴ የያዘውን የማይረሳ ጥሩ ፖሊስ ነው። በላይነሽ ከወይዘሮ ሥራሽ ብዙ ብትጣላ ያለ ሃጢያቷ በሌብነት አስሮ በዋስ እስክትፈታ ድረስ እዚያው እስር ቤት እንዳቆያት ወዲያው ትውስ አለው።

በመርካቶ መሃል አንድ ፖሊስ ጣቢያ ቢኖር ይኸው አራተኛ ፖሊስ ጣቢያ በመሆኑ በሌብነት፣ በጠብ፣ በስካርና በመሳሰሉት የሚታሰረው ሰው ቁጥር ከየትኛውም ፖሊስ ጣቢያ የበዛ ቢሆንም፣ ሻምበል ደፋሩ የለመዱ የመርካቶ ኪስ አውላቂ ሌቦችንና በየጊዜው በመደባደብና በስካር የሚታሰሩትን አንድ ባንድ ያውቃቸዋል። አንዴ ያየውን ሰው ሌላ ጊዜ ቢያየው ከነወንጀሉ ይነግረዋል። ሲያወጣጣና ሲመረምር ለብቻ ነው። አላወጣ ያለውን ልቡ እስኪጠፋ ይገርፈዋል። እንኳንስ ውስጥ እግሩ፣ ሁለመናው አይቀረውም ሲገርፍና ሲያስገርፍ። አንዳንዴ ሲመጣበት በቦክስም ጭምር ቢሆን ፊቱን አሳብጦ የሰራውን ቀርቶ ያልሰራውን ያሳምነዋል። እሱም ራሱ እንደ ጓደኞቹና እንደ አለቆቹ ሰካራም፣ ጉበኛና ሴሰኛ ነው እንጂ በፖሊስ ሥራ መሰልጠኑንስ አባዲና ደህና አሰልጥኖታል።

ሻምበል ደፋሩ የእስር መዝገቡን አስቀርቦ ‹‹በላይነሽ ቢተው›› ሲል ተጣራ። ቀረበች። ከእግር እስከ ራሷ አያት። ‹‹ከዚህ በፊት በጥርጣሬ ታስረሽ አልነበረም? ዛሬ ደግሞ ምን ሰርተሽ ነው?›› አለና አጠገቡ አስጠግቶ ጠየቃት። የዕለት ሁኔታ መዝጋቢውና የማታ ተረኛ የነበረው ፖሊስ በመሃል ገባና ወንጀሏን ዘረዘረ። ሻምበል ደፋሩ እምነት ክህደት ጠየቃት። መስቀለኛ ጥያቄ አቀረበላት። የተባለው ሁሉ ሀሰት መሆኑን ነገረቻው። ዕውነተኛውን ጉዳይም አልደበቀችውም። ሻምበል ደፋሩ ቃሏን የሰጠችበትን ከእስር መዝገቡ ጋር አገናዘበ፣ የሷን ጨርሶ።

‹‹ግርማ ሰንበቱ›› ሲል ሻምበል ደፍሩ የበላይነሽን ከሳሽ ጠራው። ‹‹ገንዘቤን፣ ንብረቴን ሰርቃ ልታመልጥ ስትል ብይዛት ፈነከተችኝ›› ሲል በስካር መንፈስ የተናገረው ቃል በዕለት ሁኔታ መዝገብ ላይ በተረኛው ፖሊስ ተቀባይነት ሰፈሮለታል። ሻምበል ደፋሩ የበላይነሽን ከሳሽ ገና ሲያየው በስካርና በተደባዳቢነት

እየተያዘ ባራተኛ ፖሊስ ጣቢያ ሲታሰር፣ ሲፈታ የኖረ ደንበኛ መሆኑን አወቀው። ግርማ ከነፍንክቱ ቀረበ።

‹‹አንተና በላይነሽን ምን አገናኛችሁ?›› ሲል ሻምበል ደፋሩ ጠየቀው። ግርማ ግራ ገባው። ‹‹የቷ በላይነሽ?›› ሲል እሱ ራሱ ጥያቄ አቀረበ። ‹‹በላይነሽ የምትባል ሴት አላውቅም›› አለና ጨዋ ለመምሰል ሞከረ።

‹‹ማነው ደብድቦ ገንዘብህን የቀማህ?›› አለው።

‹‹አንዲት ሴት ነች ያስደበደበችኝ። ሰክሯል ብለው ገንዘቤን ቀምተው፣ ፈንክተው ጥለውኝ ሄዱ!››

የምርመራው ክፍል ሹም ‹‹ደብዳቢዎችህ የት እንደሚገኙ ታውቃለህ?›› ሲል ደግሞ ጠየቀው።

‹‹እኔ እንጃ ጌታዬ! ፖሊስ ይዞ ያሰራቸው መስሎኝ ነበር። አብረን ካደርንበት እስር ቤት ደግሞ የት እንደሄዱ አላየኋቸውም›› ብሎ መለሰለት። ሻምበል በክስ መዝገቡ ላይ ከሳሽ ጠፋኝ ብሎ ያስመዘገበውን የበላይነሽን ስም ሳይጠራ ‹‹ከሴትዬዋ እጅ ላይ በኤግዚቢትነት የተመዘገበ ነገር የት አለ? ሲል ጠየቀው።

‹‹ምንም የለም!›› ሲል መለሰለት።

‹‹ስንት ብር ነው ተወሰደብኝ የምትለው?!›› ሲል ደግሞ ጠየቀው። እሱም ጠፋኝ ብሎ ካስመዘገበው የተለየ ቃል ተናገረ። ሻምበሉ በስካር መንፈስ ባለፈው ምሽት የተናገረውን ሊያስታውስ እንዳልቻለ ገባው። ከበላይነሽ ጋር ተያይዘው ካልቤርጎ በገቡ በትንሽ ደቂቃ ውስጥ እሱ በወለሉ ላይ ተዘርግቶና በላይነሽ ካልቤርጎው ወጥታ የትም ሳትሄድ አስሯ ተቀስቀሶ ስትስል እዚያው እንደተገኘች የሰጠችውን ቃል ከክስ መዝገቡ ላይ አንብቧል። በኤግዚቢትነት በእጇ ተገኝቶ የተመዘገበ ገንዘብ እንዳልነበር ተረድቷል። ለአዳር የከፈላት አምስት ብር እዚያው ቱፋ ቤት ባደራ መስጠቷን ተናግረለች። ሻምበል ደፋሩ ከስካሩ፣ ከጉቦኛነቱና ሴት ሲያይ ሟች ከመሆኑ በስተቀር የፖሊስ ሙያውን ደህና ተክኖታል።

‹‹ሴትዬዋን ብታያት ታውቃታለህ ?›› ሲል ጠየቀው።

‹‹መልኳን ባየው በደንብ አውቃታለሁ!›› አለው።

ሻምበል ደፋሩ፣ ግርማ ፊቱን ወደ እሱ እንዳዞረ እንዲቆይ ካደረገ በኋላ፣ ከበስተጀርባው በሌላ ወንጀል የተከሰሱትንና በላይነሽን ባንድ ላይ ከደባለቀ በኋላ ሰብስብ ብለው እንዲቆሙ አዘዘ።

ከዚያም ወደ ግርማ መለስ አለና

‹‹በል እንግዲህ ትናንት ማታ አብረህ ልታድር የተስማማሃት ሴት የቷ እንደሆነች አሳየኝ!›› ሲል ጠየቀው።

ግርማም ‹‹ጌታዬ! እሷስ አትጠፋኝም›› ካለ በኋላ በላይነሽን ትቶ ‹‹የወለድሽውን ልጅ ከመንገድ ጥለሻል›› ተብላ የተከሰሰችውን ሴት ከመሃል ጠቁሞ አወጣ። ግርማ፣ የሻምበል ደፋሩን ቡጢና ርግጫ ቀመሰ። ‹‹አንተ ውሸታም፣ አንተ ሌባ!›› እያለ ካላጋው በኋላ ተረኛውን ፖሊስ ጠርቶ ከአራተኛ ፖሊስ ጣቢያ ቅፅር እንዲያስወጣው አዘዘ። ከዚያም በላይነሽን ጠራትና ‹‹ሂጂ ነፃ ነሽ!›› ሲል አሰናበታት። አላመነችም በቆመችበት ደርቃ ቀረች። እንደገና በጩኸት ‹‹ሂጂ! ነፃ ነሽ ስትባል ምን ቆሞ ያስቀራታል? አትሄድም እንዴ?›› ሲላት አንድ ከበላይነሽ ጎን የቆመች እስረኛ ገፈታትራ ከዚያ ከእስር ቤት እስክታስወጣት ድረስ መፈታቷን አላመነችም።

በላይነሽ ሌላ መሄጃ አልነበራትም። አራተኛ ፖሊስ ጣቢያ አትመለስ ነገር የሚመረጥ ማረፊያ አይደለም። ቢቸግራት እዚያው ቱፉ ቤት ተመለሰች። እንደደረሰችም ያዳር የተከፈላትን አምስት ብር ባደራ የሰጠቻትንም ሴት እዚያው አገኘቻት።

በቱፉ ቤት የከተሙ የበላይነሽ ቢጤ ሴቶች የጠባይ ነገር ሆኖባቸው አብረውት ስላደሩት ወንድ ደግ ደጉን ማውራት ይወዳሉ። ካልከፋቸው በስተቀር ክፉውን አያነሱም። ተመልሶ እንዲጠይቃት፣ ዘመድ እንዲሆናት የማትመኝ የለችም። መጠያየቁም ጊዜውን ስለሚያሳልፍላቸው ‹‹ታዲያስ ያንቺስ ሰውዬ አዳር የወሰደሽ እንዴት ነበር?›› ስትል አንደኛዋ በላይነሽን ጠየቀቻት። ፖሊስ ጣቢያ ታስራ ማደሯን አልሰማችም። ሌላዋም ተከትላ በላይነሽን በጥያቄ አጣደፈቻት። ቁራሽ እንጀራ ባፏ ከዞረ 24 ሰዓት ስላለፈ ባፏ የምታደርገው ነገር ፈልጋ፣ ዓይኗ ሲንቀዋለል

ያንዲት ምድር ልጆች፣ ቅፅ ፩ ገፅ 183

አይተው እንኳ ፋታ አልሰጧትም። ከሴቱ ሁሉ በላይነሽ ቱፋ ቤት ስትደርስ ዓመድ መስላ ስታያት ደንግጥ እንደማለት ያለችው ያቺ ገንዘቧን ባደራ የያዘችላት ሴት ብቻ ነች።

‹‹ምን ዓይነት ወንድ አጋጥሞሽ ነው ባክሽ?›› ስትል ጀመረች።

በላይነሽ በጥያቄው በሸቀች። ያጋጠማትን ግን ልታወራ አልፈለገችም። ወሬው ቱፋ ጆሮ ከደረሰ ‹‹ሌባ ነች›› ብሎ ሥራ አይፈልግለኝ ይሆናል ስትል ፈርታለች።

ሌላዋ ደግሞ ቀጠል አደረገችና ‹‹ያ አብሮሽ ያደረው እየመጣሁ እጠይቅሻለሁ አላለሽም?›› ስትል ጠየቀቻት። ሶስተኛዋ ደግሞ ‹‹ሥራ ፈልግልኝ ሳትይው ቀረሽ?›› አለቻት።

‹‹ዘመድ እኮ የሚገኘው አብሮ በመተኛት ብቻ ሳይሆን፣ ችግርሽንም አውርተሽ እንዲረዳሽ ስትጠይቂ ነው››

በላይነሽ ተዋከበች። አምስት ብሯን ባደራ ከሰጠቻት ሴት መንጭቃ ወሰደችና የሚላስ የሚቀመስ ፍለጋ አስፋልቱን መንገድ አቋርጣ ሸመጠጠች። እግረ መንገዷን ቱፋ ካንዱ ጋር ክርክር ገጥሞ ተመለከተች።

‹‹ጌታዬ! ደሞዜን ያስከፍሉኝ እንጂ፣ የሁለት ወር ደሞዜን ከልክለው እኮ ነው ያባረሩኝ!›› እያለ ሲናገር በላይነሽ ድንገት ሰምታው ኖሮ ነገሩ ከንክኗት ቆም አለች።

‹‹ምን አባክህ አስከፍልሃለሁ? ይህን ጊዜ አንድ ነገር ሠርቀህ ይሆናል!›› ሲል ቱፋ በዕብሪት መለሰለት።

በላይነሽ የቱፋን መልስ ስትሰማ ልቧ ለሁለት ክፍል አለ። የሁለት ወር ደመወዙንና ልብሱን ተገፎ የተባረረውን የቤት አሽከር የሰደበ አልመሰላትም። ለአዳር ሄዳ የሆነውንማ ቱፋ ቢሰማ ሁለተኛ ደጁ እንዳትደርስ ብሎ ባሽከሮቹ እንደሚያባርራት ተሰማት። ነገ ሰው ቤት ግርድና ገብታ የወር ደመወዟንና ልብሷን ተዘርፋ ቱፋን አስከፍለኝ ለማለት ብትሞክር የሚጠብቃትን መልስ አወቀችው።

‹‹ኧረ! ጌታዬ በእርሶ ተያዥነት ተቀጥሬ እንዴት? የርሶን ስም አስጠፋለሁ? አሁን እውነት አንድ ነገር ሠርቄ ቢሆን ኖሮ

የቀጠሩኝ ሰዎች እርሶን ይለቆት ነበር?›› አለና አሁንም ልጅ እግሩ የቤት አሽከር ቱፋ ደመወዙን አስከፍሎ ልብሱን እንዲያስመልስለት ተለማመጠው። ተማፀነው።

‹‹ጥፉ ከፊቴ! ጌታዬ ጌታዬ ይላል ደግሞ የሠራውን ረስቶ! ጌታ ይንሳህ ያባቴ አምላክ! ትናንት ቀኑን ሙሉ እሱን እኔ ቤት የሚያገኙ መስሏቸው ሲመላለሱ እንደነበር ማን በነገረው? እኔን ለመክሰስ ነገ መጥሪያ ይዘን እንመጣለን ብለው እኮ ነው የሄዱት እባካችሁ›› እያለ በቤቱ የተሰበሰቡትን ሰዎች እያየ ሀሰቱን እውነት አስመስሎ ሲናገር ያልተገረመበት አልነበረም። አሽከርና ገረድ ከሱ ዘንድ እየወሰዱ ደሞዝ ሳይከፍሉ የሚያባረሩ ቀጣሪዎችን ቱፋ ማስቀየም አይፈልግም። የሚበረታው በተቀጣሪ አሽከርና ገረድ ላይ ነው። የእነኝህ መብት፣ ሃብትና ሥልጣን የለሽ ጭቁኖች ልቅሶ ምንም አይመስለውም። እሱም እንደአቅሙ እንደ አንድ አምባገነን መንግስት ያህል ነው ማለት ይቻለል። ማን ይጠይቀዋል? ማንስ ያስጠይቀዋል?

በላይነሽ ቀን ቀን ቱፋ በር ላይ በፀሃይ እየተንቃቃች ከመዋልና ማታ ማታ ሴት ፍለጋ የሚመጡ ወንዶችን በቱፋ ደላላነት ከማስተናገድ በስተቀር ቋሚ ሥራ አግኝታ በቀላሉ ለመገላገል ሳትችል ከረመች። ምን እንደምትሆን፣ የት እንደምትደርስ ጨንቋት እዝን ብላ ከዚያው አግዳሚ ላይ እንደተኮራመተች ዘይነባ መጣች። መጀመሪያ ቀን ቱፋ ቤት ሥራ ፍለጋ የመጣች ዕለት የቢስ ቤት አበጣሪ ሴቶችን በሙሉ ያገኘች መስሏት ግራ ስትጋባ ከሩቅ አይታት ተገናኝተዋል። ዘይነባም ቱፋ ቤት ሥራ አላገኘሁም ብላ እንደ በላይነሽ መበሳጨት ደረጃ አልደረሰችም። ድሬዳዋ ቡና ቤት ባሻሻጭነት ስትሰራ ያጠራቀመችውን ቅርስ በልታ አልጨረሰችም። ሰውነቷም ደህና ነው። አልተጎሳቀለችም። ከበሽታ የምታውቀው ጨብጥና ቂጥኝ ነው! እንጂ፣ አስም፣ ሳንባ፣ ጨጓራ፣ ኩላሊት የሚባል በሽታ አታውቅም። ያባላዘሩንም በሽታ ቢሆን ዕድሜ ለቦርቸሌ እያለች እንዳመቻት እየሄደች፣ መርፌውን እየተጠቀጠቀች ያንኑ ኑሮ ብላ ይዛዋለች። ዘይነባ ቱፋ ቤት የምትመላለሰው ወደ ጠቅላይ ግዛት ሥራ ፈልጎ እንዲልካት ነው። በቡና ቤት አሻሻጭነት መርካቶ በሙሉ ስላወቃት ወደ ጠቅላይ ግዛት ለመሰደድ ቆርጣለች። ከሀብተ ጊዮርጊስ ድልድይ እስከ አዲስ ከተማ እኔን የማያውቅ ስለሌለ ገበያዬ እንደዱሮ አይደለም!

እያለች ስትናገር ምንም አይመስላትም። አስቲ ደግሞ ዞር ዞር እንበል እንጂ ትላለች። ጮሌነቱንም ደህና ተክናበታለች።

ዘይነባና በላይነሽ ዓይን ለዓይን ተገናኙ።

‹‹ውይ በላይነሽ! አንቺ ነሽ እንዴ ከዚህ ቁጭ ብለሽ የምትተክዥው?›› አለችና ዘይነባ ተጠጋቻት።

‹‹ውይ ዘይነባ! በምን ዛሬ ደግሞ እግር ጣለሽ?›› ስትል በላይነሽ መለሰችላት። ሰላምታ ተለዋወጡ። ተሳሳሙ። አብረው ካግዳሚው ላይ ተቀመጡ። በላይነሽ ትንሽ አውርታት እንደትካዜ ሲሞክራት ዘይነባ እንዴት ነው እንዲህ የምትተክዥው? ከልኩ እንደሁ አያልፍ›› አለቻት።

‹‹ምን ላርግ? መተከዝ ይነሰኝ ብለሽ ነው ዘይነባ?›› ስትል መለሰችላት።

‹‹ጋሼ ቱፋ ሥራ አላገኝልሽም እንዴ እስከዛሬ?››

‹‹ቆይ ነገ፣ ቆይ ዛሬ እያለ ይኸው ቁጭ ብያለሁ››

‹‹ታድያ ምናምንም አልሞከርሽ?››

‹‹አይ አንቺ ደግሞ፣ እሱማ መቼ ይቀራል፣ ምን ምርጫ አለና ነው? የግዴን ነዋ!›› አለችና በላይነሽ ዓይኗን ከዘይነባ አርቃ ፊት ለፊት የተንጣለለውን የጠራ ሰማይ ታደንቅ ይመስል ዓይኗን ተክላ ቀረች። ዘይነባ አየቻት አየቻትና አንድ ሐሳብ አቀረበችላት።

‹‹በላይነሽ?››

‹‹ወይ››

‹‹ጅማ ብንሄድስ አብረን?››

‹‹ምን እናገኛለን?››

‹‹ስለ ጅማ ምንም አልሰማሽም?››

‹‹ከማን እሰማለሁ ዘይነባ?››

ዘይነባ ጅማን ገንዘብ የሚታፈስበት ከተማ አድርጋ አቀረበችላት።

‹‹በተለይ አሁን ቡና መግቢያው ነው። የጅማን ቡና ነጋዴ እጥብ አድርገን ወር ባልሞላ ጊዜ ግሮሰሪ እንድንከፍት ከፈለግሽ ዓይንሽን ሳታሺ ነገ ተነስተን እንሂድ!›› አለቻት። እሷ ጂማን በልጅነቷ ታውቀዋለች። ዓረቡ አባቷ ደህና ቱጃር ነበር። ዱቤ መስጠትና ቁማር ይወድ ስለነበር ከስሮ ብዙም ሳይቆይ ስለሞተ እናቷ በልጅነቷ አዲሳባ ይዛት መጣችና ችግር ቢጠናባት ዘይነባም እንደ በላይነሽ የቢስ ቤት ቡና ለቃሚ ሆነች እንጂ እስከዛሬ እዚያ ብትቆይ በመልኳ፣ በፀጉሯና በጥርሷ ስንቱን የቡና ቱጃር አፍ እያስከፈተች በጂማ ከተማ በቅፀል ስማቸው በሚታወቁት በወይዘሮ ብርችምችም፣ ሜሪና ሃና በመባል ከታወቁት ኮማሪቶች ያላነሰ ሀብታም ትሆን እንደነበር ለበላይነሽ እያወራች አፏን አስከፍተቻት። የበላይነሽ ልብ ቆመ። ‹‹ጅማ የወጣት ከተማ›› የሚለው ዘፈን በጆሮዋ መጣባት። ለማንም ሳይሆን ለራሷ ብቻ በጆሮዋ የተንቆረቆረላት መሰላት። የጅማ አድባር እጇን ዘርግታ ስትቀበላት ታያት። የማታውቀውን ጅማ ናፈቀች። ጅማ ከደረሰች ጤንነት፣ ሀብት፣ ወዳጅ፣ ሁሉን ነገር የምትሸምት መሰላት። ሰው ሁሉ ስለ ዕድሉ በርግጥ የሚያውቅው ነገር እንደሌለ ለበላይነሽ ሳይታያት ከሷ ቀድሞ ልቧ ጅማ ከተማ ፈረንጅ አራዳ ደረሰ።

‹‹ልብስ እኮ የለኝም። ይሄ የምታይው ብቻ ነው ልብሴ›› ስትል እግሯ ስር ወዳለው ቋጠሮ አመለከተቻት።

‹‹የኔን አንዱን ትለብሺያለሽ ደግሞ ለቀሚሱ አሰብሽ›› አለቻት ዘይነባ።

በላይነሽ በሽታዋን ረሳች። ስለ ሰውነቷ መክሳትና መገርጣት እንዳታስብ ዘይነባ ገና ጅማን ስትረግጥ እንደኔ ሰውነትሽ ሁሉ ምልስ ይልና የዱሮዋ በላይነሽ ትሆኛለሽ አለቻት። የዘይነባ ምክር አስከራት። ገና ጅማ ሳትደርስ ክሳት፣ መገርጣት፣ ከሰውነት ጎዳና መውጣት፣ አስም ባንድ ጊዜ ከላይዋ ላይ በረው ሲጠፉና የድሮው መልኳ፣ ቁንጅናዋ፣ ቁመናዋ ሲታደስ ተሰማት።

በማግስቱ ከንጋቱ 12 ሰዓት ላይ ዘይነባና በላይነሽ በማሞ ካቻ አውቶቡስ ተሳፍረው ጉዞአቸውን ቀጠሉ። ፈገግታ በፈገግታ ሆነዋል የማሞ ካቻ ፈጣን ማመላለሻ ፍጥነቱን እየጨመረ ሰበታን አለፈ። ቱሉ ቦሎ፣ ወሊሶ፣ ወልቂጤ ደረሰና ጊቤን ተሻግሮ አበልቲ

ላይ ቆመ። ዘይነባና በላይነሽ ከማሞ ሆቴል ገብተው አንዳንድ ነገር ቀምሰው ወደ አውቶቡሱ ተመለሱ። አውቶቡሱ ተንቀሳቀሰ። ቁምቢ፣ ሁሉም ተሣፋሪ ሙዝ፣ የቡና ሙቀጫ፣ በርጩማ ሲገዛ ዘይነባና በላይነሽም ከሰው እንዳያንሱ፣ ያንድ ብር ሙዝ ገዙና ብዬ ብዬ ተባባሉ። አውቶቡሱ ሳጃ ገባ። ከሳጃ ተንቀሳቅሶ ገሠገሠና ግልገል ጊቤ ደረሰ። በትንሽ ደቂቃ ውስጥ የበላይነሽ ፈገግታ፣ የሳቅና ቁጭ ብድግ ሁኔታ እየከሰመ ሄደ። ዘይነባ ተጫወች ስትላት ራሷን ትነቀንቅ ጀመር፣ በንግግር መልስ መስጠት አቃታት። አውቶቡሱ ጉዞውን ቀጥሎ ወደ ጅማ መግቢያ ጉማሬዎች ወደሚገኙበት ሐይቅ ቀረበ። በላይነሽ ማንኳረር ጀመረች። ሰውነቷን ላብ አሰመጠው። ጉሮሮዋ መንፋት፣ ዓይኗ መፍጠጥ፣ ሥሯ መግተርተር ጀመረ። ንፋስ እንድታገኝ መስኮት ዝቅ ተደረገላት። የመጨነቅ፣ ትንፋሽ የማጣት እንጂ፣ ከዚያ የሚያልፍ አልመሰላትም ዘይነባ። አውቶቡሱ ጉልት ሲደርስ በላይነሽ አስሟ ክፉኛ አፍኖ መተንፈሻ ከለከላትና አንፈራገጣት። ‹‹ሾፌር! ሾፌር! ሰው ታሟል!›› አለ አንዱ ተሳፋሪ። ሾፌሩ ደንግጦ አውቶቡሱን ወደ ዳር አቆመ። በላይነሽ ትንፋሽ እንድታገኝ በተሳፋሪው ተደጋግፋ ከመንገድ ዳር ካለው ሣር ላይ በጀርባዋ ተኛች። ዘይነባ የምትገባበት ጠፋት። ድንጋጤ እንዳልተሰማት ሆና ለመታየት ባራዳ ጮሌነት ቅልብልብ ለማለት ሞከረች። በላይነሽ ካውቶቡሱ ስትወርድ እንዲያውም ባሰባት። የጅማ ሙቀት፣ ርጥብትና ወበቅ ያቀላቀለው የታመቀ ዓየር ለበላይነሽ አስም ክፉ ጠር ሆናት። የጅማ አየር ለአስም በሽተኛ ጠር ነው። የቆየ አስም በተጎዳ ሰውነቷ ተሸክማ ለኖረችው ከርታታዋ በላይነሽ ይቅርና ደህና የተመቸው ባለ አስም የጅማን አየር አይችለውም። ስንቱ አስም በሽታ ያተረፈው ጅማ ነው።

በላይነሽ ተናነቃት፣ ትንፋሽ አጠራት፣ ማሳል አቅቷት ተስመለመለች፣ የከበቧት ሴቶች ዘይነባን ‹‹ይህች፣ ሴትዮ እየደከመች ነው›› አሏት። ‹‹ታዲያ ምን ላርግ?›› አለቻቸው። ‹‹ምነው ካዲሳባ ጀምሮ አብራችሁ አይደል እንዴ? ብዙ ዓመት እንደሚተዋወቅ ሰው እያወራችሁና እየተጫወታችሁ የመጣችሁት?›› አለ አንዱ ተሣፋሪ። ‹‹አውቶቡስ ውስጥ ተገናኘን እንጂ ትውውቅ የለንም›› ስትል ዘይነባ ሽምጥጥ አድርጋ በላይነሽን ካደቻት። ተሣፋሪ ሁሉ ግራ ተጋባ፣ አልመስል አለው። እርግጥ

ተሳፋሪው፣ ከዚያ በፊት ይተዋወቁ አይተዋወቁ የሚያውቀው ስለሌለ ሁሉም የሚለው ጠፍቶት ዝም አለ። ሾፌሩ ተጨነቀ፣ አንዲት አሮጊት በላይነሽን ተጠግተው አዩና ‹‹እረ ፈርቻለሁ! ይህች ልጅ ዓይኗ ወደ ላይ ብሏል! እንዴት እኮ ነው ጉዳዩ?›› አሉና ለሾፌሩ ነገሩት። ወዲያው ካፊያ ዝናብ ማካፋት ጀመረና አቧራው መነሳት ጀመረ። ጉም ከየት መጣ ሳይባል አንዴ አለበሰው። በላይነሽ ተንፈራገጠች፣ የከበባት ሰው ሁሉ ፈርቷት ሸሸት አለ። አዛኝ የሚመስሉት አሮጊት ጠጋ ብለው በጀርባዋ የተንጋለለችውን በላይነሽ ተመለከቷት። ክፉኛ ተንፈራገጠች። ብዙም ሳትቆይ ሕይወቷ አለፈ። ከዚህ ለሷ ለችግርና መከራ፣ በሽታና ተዋራጅነት በስተቀር ምንም ካላየችበት የኢትዮጵያ ምድር ተገላገለች። አሮጊቷ ‹‹አረፈች እኮ! አረፈች እኮ! ወይ ልጄን! ወይ ልጄን!›› እያሉ ደረታቸውን ደቁ። ሾፌሩ ሃዘኑን በምን እንደሚገልጸው ቢቸግረው ባርኔጣውን ካናቱ አንስቶ ወደ በላይነሽ ተጠጋ። ተሳፋሪው ሁሉ ተጠጋና ዓይኑ ዕንባ እያቀረረና እያማተበ ተሰናበታት። ሁሉም እንዲሁ አደረጉ። ከዚያም ከበላይነሽ አስከሬን ራቅ ብለው በየጥላው ሥር ቁጭ አሉ። ሁሉም ነግ በኔ ነው! እያሉ በየተቀመጡበት ዕንባቸውን አፈሰሱ። ያላዘነ የለም። ዘይነባ ግን ድንጋጤዋን መደበቅ አቅቷት፣ የተቆነጠጠች ሕፃን ይመስል ኩርፊያ ይሁን ሃዘን ግራ የሚያጋባ ገጽታ እየታየባት ጥላ ፍለጋ ካውቶቡሱ ተጠግታ ቆማለች። ተሣፋሪዎቹ ግን በላይነሽን ‹‹አላውቃትም፣ የተገናኘነው አውቶቡስ ውስጥ ነው›› ካለች ወዲህ፣ ከነመኖሯም ረስተው ለበላይነሽ እንደተወለዷት ያህል አለቀሱላት።

ሾፌሩ ለተሣፋሪዎቹ ‹‹ምንም ቢሆን የሰው ሬሳ ጥለን አንሄድም! ሁላችሁም ከዚህ ጠብቁኝ›› ብሎ ፖሊስ ከሥፍራው ድረስ ይዞ ለማምጣት ወደ ከተማ ዘልቆ ገባ። እስከዚያ እኚያ አዛኝ አሮጊት ከላያቸው ላይ ነጠላቸውን ገፈው የበላይነሽን አስከሬን አለበሱት። አስከሬኑ ከቆየ እንዳያስቸግር ዓይኗን፣ አፏን፣ መለስ ለማድረግ አሮጊቷ ፈልገው ነበር። ነገር ግን ፖሊስ መጥቶ ስለአሟሟቷ ምርመራ ላድርግ ቢል ያስቸግራል እና በእጅ መንካቱ ጥሩ አይደለም አሏቸው ተሣፋሪዎቹ። ‹‹አይ ልጄን! አይ ዕድልሽ! ይሄኔ እኮ! አንቺም እናት አባት ይኖርሻል!›› አሉና ዕንባቸውን እንደገና አፍስሰውት፣ የትም ወድቃ ከቀረችው በላይነሽ ርቀው ተቀመጡ ።

ሾፌሩ ካንድ ሰዓት በኋላ ተመለሰ። ወዲያው የፖሊስ አምቡላንስ ደረሰ። ተሣፋሪው በላይነሽን ለመጨረሻ ጊዜ ተሰናብቷት ባውቶቡሱ ገብቶ ወደ ጅማ ከተማ ገሠገሠ። ዘይነባም አልቀረችም። በላይነሽን ላንድ ጊዜ እንኳን አይታት እንደማታውቅ ሰው ጨክናባት፣ ፊቷን አዙራ ካውቶቡሱ ገብታ ቀድማ ስፍራዋን ያዘች። በሷ ቤት ኃላፊነት የለብኝም ለማለት ነው። በጓደኝነት፣ በትውውቅ መጓተት ይመጣብኛል ብላ ፈርታ ነው። ግን ፍርሃት ስንት ዓመት በሚያውቁት ጓደኛ፣ ባንድ ዓይነት ዕድል ለመስማራት በተባበረ ላይ ማስጨከኑ ብዙም የሚገርም አይደለም። ዘይነባስ ቢሆን የበላይነሽ ዕድል ነገ በሷ እንደማይደርስ ምኗን ተማምና ይሆን? ስንቶቹ ናቸው የትም ተፈንግለው የቀሩት፣ በደጃች ውቤ ሠፈር የታወቁ ሴተኛ አዳሪ የነበሩት ወ/ሮ ወርቅውሃ ስንቱን የጃንሆይ ባለሥልጣን ከበራቸው ደጅ ሲያስጠኑ የነበሩትም አልቀናቸው። ደህይተው፣ ከባዶ ቤት ሞተው ነው ተገኙት። አራት ኪሎ ከሥላሴ ቤተስኪያን ፊት ለፊት ለመጀመሪያ ጊዜ በሸክላ፣ በግራማፎን የሚደነስበት የማታ ክለብ የነበራቸውም ወ/ሮ የሺ ስኳሪና እንዲሁ ደህይተው፣ ሙልጯቸው ወጥቶ ከስረው፣ እዚያው በተዘጋ ቤታቸው ደርቀው በስንት ጊዜ እንደተገኙ ዘይነባ አልሰማችም። በሷ ቤት ብልጠት የሰራች መስሏት ነው። ከመጓተትና ከመጠየቅ ለማምለጥ ያለችው ነው። እርግጥ ሁሉም ሴተኛ አዳሪ አንድ አይደለም። የበላይነሽ፣ ያባ ኮራን ሠፈር ደባሎች አዛኝነትና ርህራሄ ሲታሰብ፣ የዘይነባን ጭካኔና ርህራሄ የለሽነት ያካክሳል። ‹‹ምነው ዘይነባ? ምነው ልብሽ እንዲህ ደነደነ?›› ብሎ የጠየቃትና የሷን ስሜት ያወቀላት የለም። በጥቅም ላይ የተመሰረተ ጓደኝነት የጥቅሙ ገመድ ላንድ ቀን እንኳን ሲሰለስል አይቶ የማይከዳ ወዳጅና ጓደኛ ብዙም እንደማይገኝ ሲታወስ በዘይነባ የታየው ሁኔታ የሚገርም አይደለም።

ለበላይነሽ፣ ባለውለታዋ የጅማ ማዘጋጃ ቤት ብቻ ሆነ። የሬሳ ማንሻ አምቡላንስ አለው። የጅማ ማዘጋጃ ቤት የእሳት አደጋውን መኪና ለማስጠገን ባጀት የለኝም ሲል ደጃዝማች ክፍሌ ዳዲ ናቸው አሉ፣ ያኔ የክፍለ ሀገሩ እንደራሴ ሳሉ፣ ባጀት ቆርጠውለት አዲስ የሬሳ ማንሻ አምቡላንስ እንዲገዛ በማዘዥያ ያስገደዱት። የበላይነሽ አስከሬን በአምቡላንስ ከመጫኑ በፊት የጅማ ከተማ ፖሊስ አስከሬኗን ሳይቀር ፎቶግራፍ አነሣው። በሕይወቷ ሳለች አለ

አንድ ቀን ፎቶ ተነሥታ አታውቅም። ከሞተች በኋላ ግን ስድስት ዓይነት ፎቶግራፍ ተነሣች። ሬሳው ለምርመራ ወደ ራስ ደስታ ሆስፒታል ተወሰደ። በላይነሽ ከሞተች በኋላ ዓለሟን አየች። በሕይወቷ እያለች ለድሆች የቆመ በተባለው ቅዱስ ጳውሎስ ሆስፒታል በነጻ ለመታከም የምዕራብ ማዘጋጃ ቤት አልጽፍልሽም እንዳላላት፣ ዘጠነኛ ወረዳ ፍርድ ቤት ስለ ድህነቷ ለማስመስከር መንፈቅ ያህል በቀጠሮ እንዳላከራተታት፣ ካስመሰከረችም በኋላ ዶሴዋን የሆስፒታሉ አስተዳዳር ክፍል ከመዝገብ ቤት ቆልፎበት ተስፋ እንዳላስቆረጣት፣ ከሞተች በኋላ ግን መንግሥት ተጨነቀላት። ማዘጋጃ ቤት ተጣደፈላት። በአምቡላንስ አነሣት። ፖሊስ የሞተችበትን ምክንያት ለማጣራት ፎቶግራፍ ከማንሣቱም በላይ ሐኪም በምርመራ ምስክርነቱን እንዲሰጥ አስክሬኑን ለጅማ ራስ ደስታ ሆስፒታል አስረከቡት። ነገር ግን ፖሊስ ቢያጣራ፣ ሐኪም ቢመረምር፣ በላይነሽን የገደላት ሰው አይደለም። እሷም ኢትዮጵያዊ ዜግነቷ እንደተጠበቀ ሆኖ በጎስቋላነቷ በመብት የለሽነቷ፣ መሞት እንደሚገባት ሞታለች። የተወለደችበት ህብረተሰብ ገድሏታል። ተፋራጅ ቢኖራትም የበላይነሽን ገዳይ እከሌ ነው ብሎ መጠቆም አይቻልም። እርግጥ ገዥዎቹ የሕዝብ ዋይታና ለቅሶ ምንም የማይመስላቸው፣ የእነሱን ምቾትና መንደላቀቅ እንደ ሕዝብ ምቾትና መንደላቀቅ የሚቆጠሩ፣ ያገራችን መሪዎችና ባለሥልጣኖች እነርሱን ለመንከባከብና በሥልጣን ለማሰንበት ከቆመው ሥርዓታቸው ጋር አብረው ተጠያቂ ናቸው።

ባገራችን ከመንገድ ሞቶ የተገኘን ሬሳ፣ አዘንጠው የሚያስቀብሩ፣ የከተሞች ማዘጋጃ ቤቶች አንድ ሁለት አይባሉም። የሕዝብ መብትና የመንግሥት ግዴታ በዚህ ሲካካስ አንድ ነገር ነው። አይከፋም። ባይሆን በዚህ እንኳ በላይነሽ ውለታ ትከፈል እንጂ። ሌሎችም በረሀብና በበሽታ በየመንገዱ እየሞቱ የሚገኙ የበላይነሽ ዕጣ አይቀርላቸውም። እሷም፣ ከሷ በፊት የታደሉት የመንገድ ዳር ሙታኖች ዕድል ገጥሟታል። እንዳው ጅማ ድረስ ለፋች እንጂ! መንገድ ዳር ለመሞት አዲሳባ ይሻላት ነበር። ያዲሳባ ማዘጋጃ ቤት ከጅማው የተሻለ ነው። ደህና ደህና የሬሳ መኪኖች አስገዝቷል። የመቃብር ቦታዎችንም አስከልሎ፣ አሳጥሮና ጉድጓዱን በራሱ ወጪ አስቆፍሮ፣ ሞቶ ከመንገድ ለሚገኝ ማንኛውም ኢትዮጵያዊ

ዜጋ፣ ውለታውን ለመክፈል ዝግጁ ሆኖ ከቅዱስ ጴጥሮስ ወጳውሎስ ቤተክርስቲያን ይጠብቃል። ደግነቱ ሬሳ አንስቶ ለመቅበር እስላምና ክርስቲያን በሚል ልዩነት አይደረግም። ጠይቆ ለመረዳትስ ቢሆን፣ ሬሣ አይናገር ነገር። መጠየቅና ማጣራት አያስፈልግም። ሁሉም እኩል ሆነው ባንድ ጉድጓድ ይገባሉ። ማዘጋጃ ቤትም በመንግስት ባጀት ከተቋቋመበት ተግባር አንዱ፣ በየመንገዱ እንደ ውሻ ሬሳ ሞተው የተገኙትን ሰብስቦ መቅበርን ይጨመራል። በረሃብና በበሽታ ሞቶ ቀባሪ ላጣ በሕይወት እያለ ቢቀር በሞቱ ጊዜ የዜግነት ድርሻው ይከፈለዋል። ሞቶም ቀባሪ ማግኘት ያውም መንግሥትን ያህል ቀባሪ ቀላል ነገር አይደለም። በገዳይነት ባይከሰስ፣ በቀባሪነት ይወደስ እንጂ፣ ሕዝቡ በረሃብና በበሽታ አልሞትም፣ አሻፈረኝ ያለ ዕለት ብቻ ነው ማዘጋጃ ቤት የሚቀብረው የመንገድ ሬሳ የሚቸግረው።

የበላይነሽን ሞት፣ ለባሻና ለእመት ጌጤነሽ ያረዳቸው የለም። እነርሱም ልጃችን ባንዱ አገር እንደምንም ሆና ትኖራለች ብለው በደፈናው ተቀምጠዋል። ከጊዜ ብዛት ልጃችን የትም ወድቃ ቀርታለች ብለው እርማቸውን ካላወጡ በስተቀር፣ ልጃችሁ እንዲህ ሆናለች ብሎ የሚነግራቸው የለም። ማዘጋጃ ቤት ደግሞ በዚህ ግዴታ የለበትም። ለዚያውስ ቢሆን የማትታወቅ ሴት በሚል ነው ማዘጋጃ ቤትም ፖሊስም የሚያውቃት። እነርሱ ግን አንድ ልጃቸውን አስታምመው ለመቅበር አልታደሉም። እንግዲህ ሞታ መገኘቷን «ፖሊስና ርምጃው» አንድ ቀን፣ ያለለት ዕለት በዐምዱ ላይ ከነፎቶግራፏ ካወጣት፣ ባሻ ቢተውና እመት ጌጤነሽ በወሬ ወሬ ይሰሙት ይሆናል። ግን የግድያ ወንጀል የተፈጸመባቸው ሞተው የሚገኙትን እንኳን በየጊዜው ለማውጣት የማይቻኩለው «ፖሊስና እርምጃው» ጋዜጣ ለበላይነሽ ሲል የሚጣደፍበት ምንም ምክንያት የለውም። ስለዚህ የበላይነሽ ጉዳይ ያለፈ፣ የተረሳ ፋይል፣ የተዘጋ ጉዳይ ነው። በልታ ጠጥታ የማደርና የሰውነት ክብሯን የማወቅ መብት የነፈጋትና የትም ተደፍታ ለመቅረት ምክንያት የሆነ መንግሥት ከነመፈጠሯም የማያውቅ በመሆኑ የመሞቷን ዜና በሕዝብ መገናኛ ለማቅረብ የሚቻኮልበት ምክንያት የለውም። ስለሆነም ተወቃሹ ያገሪቱ ሥርዓተ መንግሥት ተቋማትና ህብረተሰቡ ደንዝዞ የሚገዛበት ፖለቲካና የዚህ ሁሉ ተጠቃሚ የሆኑት መሪዎቹ ሲሆኑ እነርሱም አንድ

ሁለት ተብለው በነቂስ ተነጥለው የሚጠየቁበት ጊዜ እስካልመጣ ድረስ ከንፈር ከመምጠጥና ከመቆጨት በስተቀር ዘመድ አዝማድ የሚያደርገው ነገር የለም።

ምዕራፍ አስራ ሶስት

ደብሪቱ ባለጊዜና ሃብት እየሆነ የሄደው ጣቃ ነጋዴ ታደሰ ከሷ የወለደውን ልጅ እንዲቀበላት ልታስገድደው ሳትችል ቀረች። የገሙ ሠፈር ሽማግሌዎችን ይዛ እግዚኦ ብታሰኝ፤ አላውቅልታም፣ ልጁ ነው ስትል በሕግ ትጠየቀኝ! አለ። ያች ታይፕ ቢጤ የተማረች የተባለቸውንም የቢሮ ጸሐፊ የሀብታም ልጅ ወዲያው በሠርግ አገባት። ቀደም ሲል አስረግዟት ስለነበር እሷም በተጋቡ ባራተኛው ወር ወለደችለት። ታደሰ ከገረዱ መውለዱን አዲሷ ሚስቱ እንዳትሰማበት ስለሚፈልግ፣ ደብሪቱ ከነልጇ ከደጁ እንዳትደርስ አደረጋት። አፍንጫሽን ላሺ አላት። ደብሪቱ የሁለት ዓመት ዕድሜ ያለውን ልጇን ይዛ፣ ታደሰ ለግርድናዋ ቆጥሮ የሰጣትን ገንዘብ ይዛ፣ ደጃች ገነማ ሠፈር አንዲት ኪዎስከ ቢጤ ተከራይታ፣ ከወዲያም ከወዲህ እያደረች ኑሮዋን በጠላውም፣ በካቲካላውም ንግድ ልትገፋ ለተወሰነ ጊዜ ጎንበስ ቀና አለች። ነገር ግን ሊሆንላት አልቻለም። ሳትጻፈረው ቆይታ ወደነበረው ሴተኛ አዳሪነት ዓይኗን ጨፍና ገባችበት። በርበሬ ተራ አጠገብ ከሚገኘው የሴተኛ አዳሪዎች ሠፈር አንዱን ደጃፍ ተከራየች። ነፍስ እያወቀ የሚሄድ ልጅ ይዞ ሴተኛ አዳሪነት ለደብሪቱ ማሳቀቁ አልቀረም። ደንበኞቿን ባስተናገደች ቁጥር የልጇን ዓይን ማየት እንደሌላ ነገር ያሳፍራት ጀመር። ልጇም ትንሹ ፈጠነ ሶስት ዓመት ካለፈውማ በኋላ እሱም ከቀን ወደ ቀን የእናቱን ዓይን ቀና ብሎ ሳያይ እንዳቀረቀረ መዋል መረጠ። እርግጥ የምታዘውን ይፈጽማል። ደንበኞቿ ሲመጡ፣ እሱም ውጣ እስኪባል የሚጠብቅ ልጅ አልሆነም። ሲመሽም እንዳዋቂ ክረምት ከበጋ ከደጅ ይጎለታል። ቡና ለማፍላት ስትፈልግ ከሰል ያቀጣጥልላታል። ችግሯ እየተሰማው ነው መሰል የበርበሬ ተራ ዱርዬዎች ፈጠነ ከደጅ ተቀምጦ የሚያርገበግበውን ከሰል በርግጫ መተው ሲደፉበት አይለቃቸውም። ዱርዬዎቹን እየተከተለ ‹‹እናቴ በምኗ ከሰል ትገዛለች!? ክፈል እንጂ!›› እያለ የአንዱን ዱርዬ ጨርቅ ይይዛል። ግን ትርፉ ተጨማሪ ኩርኩም እየቀመሰ ‹‹የሸርሙጣ ልጅ!›› እየተባለ የበለጠ ማልቀስ ነው! ፈጠነ፣ እናቱ ደብሪቱ አስባ የሚበላው ካልሰጠችው ወይም ሳንቲም ሰጥታ፣ ከሷ ኪዮስክ ፊት

ለፊት ካለው ሻይ ቤት፣ ምሳህን ወይም ራትህን ብላ ካላለችው በተለይ ዕድሜው አራትና አምስት ከሆነው በኋላ አፍ አውጥቶ ራበኝ አይላትም። እሷም ቢሆን የሆነላት እንደሆነ ነው በቀን ሦስቴ የምትበላው። ቡናዋን ጠጥታ፣ ቆሎዋን ቆርጥማ ነው የቁርስና የምሳውን ጊዜ የምታሳልፈው። በተረፈ የጉልት እንጀራ ትገዛና በከሰል ሸሮዋን እንደምንም ታንተከትክና፣ ዓይነት ለማብዛትም ከፈለገች ቲማቲምና ቃሪያ ትቆራርጥና፣ እሱም ካልሆነ በደረቁ እንጀራ ጨውና በርበሬ ትነሰንስና፣ ከልጇ ከፈጠነ ጋር ትቀማምሳለች።

የደብሪቱ ልጅ ፈጠነ ግን የእናቱ የስቃይ ኑሮ ገና በሕፃንነቱ ለሱም ተረፈው። ከበርበሬ ተራ ሕፃናት ጋር መጫወት እያስፈራው ሄደ። ነጋ ጠባ ‹‹የሽርሙጣ ልጅ!›› መባሉ፣ የሚያቀርበው፣ አብሮት የሚጫወተው፣ ማጣቱ አሠቃየው። ጥቂት ‹‹የሽርሙጣ ልጆች›› ቢኖሩም እነርሱም እንደ እሱ ሲሰደቡ፣ ሲሳቀቁ፣ አብሮአቸው የሚጫወት እያጡ ሲያለቅሱ አላፊ አግዳሚው በኩርኩም ሲገጫቸው ስለሚያይ የነርሱ ጓደኝነት ሊጥመው አልቻለም። አልቃሻ ካልቃሻ ጋር መዋል ሆነበት። እነርሱም ትንሽ አደግ ሲሉ የት እንደደረሱ ሳይታወቅ ከበርበሬ ተራ ‹‹ሽርሙጦች›› እናቶቻቸው ስለሚጠፉ ፈጠነ ከብቸኝነቱ ይልቅ ቀን አብሯቸው የዋለው የሱ ዓይነት ልጆች በማግስቱ ሲያጣቸው የሚሰማው ብቸኝነትና ጭንቀት እያየለበት ሄደ። እናቶቻቸው ‹‹ልጄ ጠፋ! ልጄ ጠፋ!›› እያሉ ፍለጋ ሲወጡ ሲወርዱ፣ ሲያለቅሱ፣ ሲወድቁ ሲነሱ ስለሚያይ ዘወትር የሚያስበው እንደሱ መሰል! ‹‹የሽርሙጣ ልጆች›› ጓደኞቹ የት እንደሚጠፉ ሆነ? ፈጠነ ዕድሜው እየጨመረ ሲሄድ የናቱ ኑሮ አስከፊነት፣ የሱም በመንደር ልጅ ነጋ ጠባ መሰደብና በሆነ ባልሆነው መኮርኮም አስመረረው። እንኳን ከውጭ ሰው ሊነጋገር እናቱንም ማናገርና ቀና ብሎ ዓይኗን ማየት የሚያሰቅቀው ሆነ። አለዕድሜው ዕድሜ አበጀ። በሱ ዕድሜ ሊረዳው የማይችለውን ሊረዳ የቻለ ሕፃን ሆነ። ደብሪቱም በሴተኛ አዳሪነት ሦስተኛ ዓመቷን ስትይዝ ፈጠነም ስድስት ዓመት ሊሆነው ወራት ብቻ ቢቀሩትም የእናቱ ኑሮ እንዳንገሸገሸው በልጇ ሰውነት ማለቅ ተረዳችው። እሱን ባየች ቁጥር ተደብቃ እንዳለቀሰች ነው የምትውለው። ፈጠነ እናቱ ምን እንደ ሚያስለቅሳት እየገባው ሄዷል። ነገር ግን እንደ ልጅ ‹‹እማዬ ምን

ሆነሻል? አታልቅሽ›› ብሎ ከማባበል ይልቅ ቀና ብሎም ሳያያት አንገቱን እንደደፋ እሷ ካጠገቡ እስክትርቅለት ድረስ እንደ ሚጨነቅ ይታወቅበታል። እናቱን ፈላጊ የመጣለትማ እንደሆነ ከደብሪቱ ለመሸሽ ሰበብ ይሆነውና ከቤት ይወጣል። እሷ ፈልጋ እስክታመጣው ድረስ ከቤቱ ድርሽ አይልም።

አንድ ቀን ጥዋት ትንሹ ፈጠነ፣ የደብሪቱ ልጅ በስድስት ዓመቱ ከቤቱ ወጥቶ በዚያው ቀረ። ከጥዋት አንስታ እስከምሽት ትጨሁ፣ ጸጉሯን ትንጭ እንጂ አምርሮ የሄደውን ልጇን ልታገኘው አልቻለችም። ደብሪቱ ልጄ አንድ ነገር ሆኗል ብላ እግሯ እስኪነቃ ድረስ በያለበት ፈለገች። የውሃና የመፀዳጃ ጉድጓድ እየከፈተች ፈጠነ! እያለች ተጣራች። ፖሊስ ጣቢያ አስመዘገበች። ‹‹ልጅ ያያችሁ! የልጅ ያለህ!›› እያለች ኡኡ! አለች። የልጇ ጩከኖ ከሷ ጉያ ተመንጭቆ መጥፋት አልዋጥ አላት። ፈጠነ ግን ተመልሶ ልጅ ወደማይሆናት በሮ ሄዶ ከመርካቶ ትናንሽ በረንዳ አዳሪዎችና ኪስ አውላቂዎች ጋር ተደባለቀ።

ደብሪቱን የሷ ቢጤ ሴተኛ አዳሪዎች ከቤቷ ተሰባስበው ያዋዩዋት ጀመር።

‹‹ደብሪቱ እባክሽ አታልቅሺ! እኔም ልጄ የጠፋ ዕለት እንደ ዕብድ አርጎኝ፣ ጨርቄን ጥዬ መሄድ ነበር የቀረኝ። ግን የኛን ልጆች እኛ እንውለዳቸው እንጂ አናሳድጋቸውም። ልጆቹ አለዕድሜያቸው የኛ ኑሮ ምኑም የማይወደድ መሆኑ እየታወቃቸው ነው የሚጠፉት!›› አለቻት ደግሞ ሌላዋ።

‹‹አለ ሱ ኮ እኔ ምንም ዘመድ የለኝ!። ለሱ ብዬስ አይደል እንዲህ ከሰው በታች የሆንኩት? እሱን ባልይዝ ሴተኛ አዳሪነትስ መች ያምረኝ ነበር?›› እያለች ተንሠቀሠቀች።

‹‹ደብሪቱ ሞኝ አትሁኚ። የኛ ልጆች በኛ ኑሮ ያልተንገፈገፉ ማን ይንገፍገፍ?›› ስትል ሦስተኛዋ ተቀበለች።

‹‹እሱስ እውነት ነው። ግን እንዴት ልቻለው? እንዴት ልርሳው? አልችለውም። ኸረ እባካችሁን ተውኝ!... ተውኝ ይውጣልኝ! እያለች ጓደኞቿ ቢያባብሏትም አላስችል ብሏት ተንሠቀሠቀች።

ደብሪቱ ስንት ቀንና ሌሊት አልቅሳ እርሟን አወጣች። ያንኑ ኑሮ

ኑሮ ብላ ቀጠለች። አልተገላገለችውም። ነገር ግን ከቀን ወደ ቀን ሕመምተኛ ሆነች። ያባላዘር በሽታ ተፈራረቀባት። የሳምባ ነቀርሣ ቀስፎ ያዛት። ቦርቾሌ፣ ሳምባ ነቀርሳ ተመላለሰች። ቦርቾሌ የሚያመላልሳት፣ የሚያመላልስ ቢሆንም የባሰባትና አልሻል ያላት፣ ሳምባ ነቀርሣው ነው። ከዚህ የተነሣ ከመቃብር ያመለጠች መሰለች። አንዱ ሴት ፈላጊ ዘው ብሎ ከቤቷ ይገባና ምን እንደምትመስል ሲያይ ‹‹ይቅርታ! ቤት ተሳስቼ ነው!›› ይላታል። ሌላውም እንዲሁ ከደጅ ቁማ ሳያያት ይገባና የሷኑ ስም ይጠራና ‹‹ከስንት ጊዜ በፊት እዚህ አንድ ወዳጄ ነበረችኝ። እሷ ያለች መስሎኝ ነው የመጣሁት ይቅርታ!›› ሲላት እሷ ደግሞ ቁራሽ እንጀራ በልቶ ማደሪያዋ ስለሆነ ‹‹እኔው ነኝ፣ አልተሳሳቱም፣ አረፍ ይበሉ!›› ስትለው ምንተፍረቱን እንኳ እሷው ዘንድ መቅረቱን ይተውና ‹‹አንቺ አታላይ! አጭበርባሪ! ደብሪቱን ደግሞ እኔ መቼ አጣኋት!›› ብሎ በጥፊ አጠቃቅሶ ይተዋትና ጥሏት ይወጣል። ሌሎቹ ብትጠቁር፣ ብትከሳ፣ የማይረሷት ደንበኞቿም የሷን በር እያለፉ የሌሎች ሴቶች ደንበኞች ሆኑ።

ደብሪቱ ገበያዋ ጨርሶ ቀዘቀዘ። ፈላጊ አጣች። ባጋጣሚ አንዱን ካልጣለላት ለችግር ጊዜ ብላ የቋጠረችው ቅርስ የላትም። ከቀን ወደቀን የሚላስ የሚቀመስ እየጠፋ ሲሄድ ከቤቷ ጦም ውላ ጦም ታድር ጀመር። በዚህ ላይ የሳምባ ነቀርሣ ሕመሟ ሰውነቷን እየጨረሰው አፅም መሰለች። አንዳንድ ጊዜ ጓደኞቿ ቤቷ ተዘግቶ ሲውልባቸው ይጠራጠሩና በሯን ይደበድባሉ። ድምጿን ካልሰሙ በስተቀር አለች አይሉም። አንድ ቀን በሯ ከተከፈተ ውሎ ስላደረ ሐሳብ የገባቸው ጎረቤቶቿ በሯን መቆርቆር ያዙ።

‹‹ደብሪቱ! ደብሬ ኧረ ደብሪቱ!››

‹‹ኧረ! ይቺ ሴት አንድ ነገር ሆና እንዳይሆን?››

‹‹አንቺ ደግሞ ምን ነካሽ? ኧረ አያምጣባት?››

‹‹ደብሪቱ! ኧረ ደብሪቱ!፤፤፤ የለችስ እንደሆን?››

‹‹ባትኖር ከውጭ ይዘጋል እንጂ እንዴት ከውስጥ ይቀረቀራል? ኧረ እንቅልፍ ደግሞ በቀን እንዲህ ድብን አርጎ አይወስድም!››

ደብሪቱ በለሆሳስ መኖሯን አሰማች። ጓደኞቿ የበለጠ ተደናገጡ።

በሩን በርግደው ቢገቡ ደብሪቱ ደም ተፍታ ከአልጋዋ ተዘርራ ስታቃስት አገኟት። ሌሎችም ሴቶች በር ሰብረው ቀድመው የገቡትን እየተከተሉ ገቡ። በዙሪያዋ ከበቧት። ሁሉም የደብሪቱ ዓይነቶች ስለሆኑ በሚችሉት ከመርዳታቸው በፊት የየራሳቸው ኑሮና የየራሳቸው መጨረሻ እየታያቸው ማልቀስ ጀመሩ።

‹‹አይ የኛ ነገር መጨረሻችን አያምር አለች!›› አንዷ።

‹‹በምድር ተኮንነን በሰማይ ተኮንነን። እኛስ እንዳለንም አንቆጠር!›› ስትል ሌላዋ ተቀበለች።

‹‹ምነው በየናታችን ሆድ ውሃ ሆነን በቀረን! ባልተፈጠርን ኖሮ!›› በማለት ሦስተኛዋ ተከተለች።

ደብሪቱ በደም ትውከት ተውጣ በላብ ሰውነቷ ተጠምቆ አንገቷን ከወዲያ ወዲህ እያደረገች ታቃስታለች። ቆይታ፣ ቆይታ ደግሞ መለስ አለላትና ለመናገር ሞከረች።

‹‹እባካችሁ አንድ ነገር አርጉልኝ!›› አለቻቸው እንደምንም መላቀቅ ያቃተውን አፏን እያላቀቀችና ዕንባዋ ባይኖቿ ጥግ ጥግ እየወረደ። ሴቶቹ ዕውነቷን እኮ ነው! እያሉ ሳይጠየፉና ወደ እኛ ይጋባል ብለው ሳይፈሩ ተረባረቡባት። ግሚሶቹ የደሙን ትውከት መጥረግ ጀመሩ። ግሚሶቹ እራፊ ጨርቅ ውሃ ነክረው አፏን መጥረግ ያዙ። የቀሩት ደግሞ መኝታዋን አስተካክለው ለማስተኛት ከራስ ግርጌ ማለት ያዙ። ወዲያው ደግሞ ወደየቤታቸው እየሄዱ ለበሽተኛ ይሆናል የሚሉትን አምጥተው ሊያቀምሷት በየአቅጣጫው ተጣደፉ። አንዷ ወተት ጥሩ ነው ብላ ይዛ መጣች። ሌላዋ እንጀራ በሽሮ አቀረበች። ሦስተኛዋ ከቤቷ የሌለውን፣ ከሰው ተበድራ ከሉካንዳ ጥቂት ቅንጣቢ ሥጋ ገዝታ ቀቅላ ልታበላት ከሰል ለማቀጣጠል ከደጃፉ ተቀመጠች። በየነጠላቸው ዕንቁላል፣ አንድ ሁለት ራስ ሽንኩርት ይዘው የመጡትም ከደብሪቱ ደጃፍ ተኮለኮሉ።

‹‹ዛሬውን የሙት ተዝካሬን ልታበሉኝ ነው?›› እያለች ደብሪቱ ከቤቷ የሚሆነውን እያየች፣ ዕንባዋ እየተናነቃት ተናገረች። አንዳንዶቹ እሷን እያዩ በተቀመጡበት ነፈረቁ።

‹‹አንቺ ደግሞ እንዲህ አትበይ፣ የማይታመም ማን አለ? ሁላችንም

እየታመምን ወር እየተኛን፣ እየተነሳን ነው። አሁን የሞትን ነገር ምን አመጣው? ሰው እኮ ሆድ ሲብሰው የሚናገረውን አያውቅም ... ወቸው ጉድ! ... ሆ!›› አለች አንዷ ጓደኛዋ።

‹‹እሱን እንኳ ተውት!› እኔ ዕድሜ እንደሌለኝ አውቄዋለሁ...››

‹‹ሴትዮዋ፣ ጤናም የላት እንዴ!› አንቺ አምላክነት አለሽ እንዴ? እንኳን አንቺ ስንት ጻድቃኖች እንኳ የሚሞቱበትን ቀን አያውቁም!›› ስትል ሌላዋ ተከተለች።

‹‹አሁን ብቻ ብዙ አትናገሪ... እስቲ መለስ እስኪልልሽ ድረስ ዝም በይ!›› በማለት ከሁሉም የቅርብ ጓደኛዋ ደግሞ ደብሪቱን ልታስታግሣት ወደ መኝታዋ ከተቀመጠችበት ተነስታ ሄደች። ከራስጌዋ ሆና በገዛ ነጠላዋ ዕንባዋን ጠረገችላት። በእጇ ጉንጯንና ግንባሯን አባበሰቻት።

ደብሪቱ የተዘጋጀላትን መቅመስ አቃታት። አንድ ጉርሻ ገና ሲያጎርሷት ወደላይ ወደላይ ይላታል። ይለብቃታል። ጓደኞቿ እስኪ ትንሽ ትቆይ ይላሉ። ከተወሰነ ደቂቃ በኋላ ከወተቱ እንድትጎነጭላቸው ካንገቷ ቀና አደረጓት። እንደምንም ከጉሮሮዋ ደህና ሲወርድላት ሲያዩ ደስ አላቸው። ከሚበላውም አንድ ሁለት ጎረሰችላቸው። ነፍሷ መለስ አለ።

‹‹ይኸውልሽ አየሽው አይደል? አሁን ባሁን የግዜርን ተዓምር!›› ስትል አንደኛዋ ደብሪቱን ልታናግራት ሞከረች። ትንሽ ትንፋሿ መለስ ማለቱን ስትመለከት ጊዜ ልታፅናናት ‹‹ምንም አትሆኚ!›› ነገ ትድኛለሽ! እንዳው አንቺ ብቻ ይሄን እሞታለሁ የምትይውን ነገር ብቻ ተይ!›› አለቻት።

የደብሪቱ መሰል ጓደኞች እርስ በርሳቸው ተመካከሩ። በየሰዓቱ እየተመላለሱ ሊያዩዋት ወሰኑ። ከደብሪቱ በሳጠራ ግድግድ የምትለየዋ ሴተኛ አዳሪ ደብሪቱ ለምትፈልገው ነገር ከተኛችበት ሆና ሳጠራውን በጇ ቆርቆር ብታደርገው ቶሎ እንደምትደርስላት ተናገረች። ለሚበላና ለሚጠጣው የየራሳቸውን እየቋጠሩ ከደብሪቱ ቤት ሳይወጡ ተነጋገሩ። አንደኛዋ እንዳውም ከመሄዴ በፊት በቤቱ እስኪ ዕጣን ላጭስበት አለችና ከሱቅ ዕጣን ልትገዛ ወጣ አለች።

አንድ ቀን፣ የደብሪቱ ጓደኞች ከደብሪቱ ቤት ተሰብስበው ቡና አፍለተው ለእሷም አቦሉን ከተኛችበት ሰጥተው እነርሱም እየጠጡ ሲያወኩ፣ የቤቱ ጌታ ኪራይ ለመቀበል ሲመጣ አዩት። ‹‹ያ ጎታታ፣ ጥላ ቢስ ሽማግሌ ወሬን ጠብቆ እኮ ከተፍ አለ! አየሽው! አየሽው!›› ተባባሉ።

የቤቱ ጌታ ከደብሪቱ ደጃፍ ደረሰ።

‹‹የለችም እንዴ?›› ሲል ደብሪቱን ጠየቀ።

‹‹ታማ ከተኛች ወር አልፏታል!›› ስትል አንዷ መለሰች።

‹‹አይገቡም እንዴ? ወደ ቤት ይግቡ! ቡና ፈልቷል። ጠጥተው ይደርሳሉ!››

‹‹እቸኩላለሁ፣ ይልቅስ ኪራዩን አምጪ በይልኝ አንቺ ልጅ!›› አለ የቤቱ ጌታ፣ ወደ ልጅ እግሯ ሴት እያየ ተናገረ።

ደብሪቱ የቤቱ ጌታ ኪራይ ክፈይ ሊላት መምጣቱን ስትሰማ የምትሆነው ጠፋት። እሷ ወጣ ብላ እንዳታነጋግረው ያልጋ ቁራኛ ሆናለች። እሱ ወደ ቤት ገብቶ አያናግራት፣ ከዚህ በፊት ኪራይ ሊያስከፍላት በመጣ ጊዜ ያዝንልኝና በሌላ ጊዜ እንድከፍል ጊዜ ይሰጠኛል ብላ በሳምባ ነቀርሣ በሽታ መለከፏን ነግራው ስለነበር፣ ይጋባብኛል ብሎ ፈርቶ አፍና አፍንጫውን ከመቅዕበት በጋቢው አፍኖ ከደጅ ቆሞ ወደ ውስጥ መግባት አሻፈረኝ ብሏታል።

‹‹እሷ ለራሷ፣ እንኳን ለርሶ የምትከፍለው ቀርቶ የምትቀምሰውም የላት። ባልጋ ከዋለች ከወር በላይ ሆኗታል። እርሶስ ቢሆን ከየት አምጥታ እንድትከፍሎት ነው የሚፈልጉት?››

‹‹እኔ ምን ቸገረኝ። በፖሊስ ከቤቴ አስወጥቼ እጥላታለሁ። ያን ጊዜ የት እንደምትገባ አያለሁ።››

‹‹አይ! እንግዲህ አይቅለሉ! ከየት የምታመጣው መሰሎት? አሁን እንዲህ ሆና ደብሪቱ! የትኛው ገበያ መጥቶላት ነው ኪራይ አልከፍል የምትሎት? ይልቅስ እግዜር ይማራት! ሲሻላት ትከፍላለች ቢሉ ለሥጋዎ ቢቀር ለነፍስዎ ትሆናለች። ከዚህ ኑሮስ የተገኘ ኪራይ በተለይ እንዲህ ያልጋ ቁራኛ ሆና? ከየት ታምጣው?››

ያንዲት ምድር ልጆች፣ ቅፅ ፩ ገፅ 201

‹‹እኔ ተናግሬአለሁ፣ አልጨቃጨቅም። ነገ ጥዋት ፖሊስ አምጥቼ፣ ጎትቼ ስጥላት፣ ከየትም ብላ ታመጣው የለ? ካልሆነ ሕግ ይለየናል። ስንት ተከራዮች ይህንን ቤት እንደሚፈልጉ ማን በነገራት?››

የቤቱ ጌታ ማምረሩን የተመለከቱት ሴተኛ አዳሪዎች አዋጥተውም ቢሆን የደብሪቱን ቤት ኪራይ ለመክፈል ፈለጉ። ሳይሄድባቸው እዚያው አቁመው ከየቤታቸው ያላቸውን ሳንቲሞች እየያዙ መጡ። ከሙዳይ፣ ከመሀረብ፣ ከመቀነት እየተፈታ የተሰበሰበው ቢቆጠር አምስት ብር አልሞላ አላቸው። አራት ብር ከስድሳ ሳንቲም ሆነባቸው። የቤቱ ጌታ የጎደለው አርባ ሳንቲም ካልሞላ አልቀበልም አላቸው። ቢቸግራት አንደኛዋ ለስለት ያስቀመጠችውን አርባ ሳንቲም ከጥዋዋ አውጥታ ይዛ ቀረበች። ቆጥረው አስረከቡት።

‹‹ እርሶ የተረፎት ሀብታም ሆነው፣ እንዴት? ሳንቲም ሞላ፣ አልሞላም ብለው ይከራከራሉ?››

‹‹ይትረፈኝ፣ አይትረፈኝ የገንዘቤን ልክ አንቺ የት አወቅሺው? ኋላ ሌላ ነገር እናገራለሁ ብትይ ውርድ ከራስሽ ነው!››

‹‹ምን ያረጉኛል? የርሶን ቤት ለተከራዩት ለነደብሪቱ፣ ለነአያልነሽ ይብላኝ፣ እኔን የሚያደርጉኝ ነገር የለም!››

‹‹ይሄኔ፣ ያቺ አሮጊት ኮማሪት ውሽማህ ብትሆን አንኳን የሁለት ወር ያመት ኪራይ ቢያልፋባት፣ ልቀቂልኝ አትላትም ነበር!›› ስትል የሱን ቤት ያልተከራየች ሌላዋ ተደርባ ‹‹አንቱ ማለቱን ትታ፣ አንተ›› እያለች ልክ ልኩን ተናገረችው።

‹‹እንዴት እኮ ነው! ልትሰድቡኝ ፈልጋችኋል ማለት ነው!››

‹‹ይድፋህ!› የሚደፋ ነገር ይዘዝብህ! ሳትበላው ሞትህን ያቅርበው!›› አለችና ፈንጠር ብላ የቆመችው ሴተኛ አዳሪ የቤቱ ጌታ ላይ ወረደችበት። የሱን ቤት የተከራዩት ብቻ ‹‹አትስደቡብን እንጂ!›› እያሉ ውሽታቸውን የሱ ደጋፊ ለመምሰል ሲሞክሩ ሌሎች ሴቶች ተለቀቁበት።‹‹ኧረ ምን አሏችሁ? እኚህ ሽማግሌ! በገዛ ቤታቸው ኪራይ ቢጠይቁ ነውር ነው እንዴ?›› እያለች አንዷ ትናገርና መልሳ፣ ባይኗ ሌሎቹን ስትጠቅስ ‹‹ሽሜ የኛ ፍራንክ መርዝ ይሁንብህ!›› እያሉ የቀሩት ወረዱበት። ‹‹ደብሪቱ ብትሰማችሁ

ከናንተ ነበር የምትጣላው። አሁን እሷን የረዳችሁ መስሏችሁ ነው እንዲህ የምትሆኑት?›› ትልና ሌላዋ መልሳ ለተሳዳቢዎቹ የጥቅሻ ምልክት ስትሰጣቸው እንደገና በስድብ ናዳ ተለቀቁበት። ምሬት ቋንቋ አያስመርጥም።

ደብሪቱ የሳምባ ነቀርሳ ሕመሟ እየጠና ሄደ። አንዴ ማሳል ከጀመራት አንድ ሳህን ደም ነው የሚያስመልሳት። ለሁለት ወር የሚበቃ ኪኒን ቢሰጣትም ስላልተሻላት አንድ ቀን ጥዋት ገሙ ሠፈር ከሚገኘው ሳምባ ነቀርሣ መከላከያ ድርጅት ሄደች። ከበርበሬ ተራ፣ ሳምባ ነቀርሣ ለመድረስ ሁለት ሰዓት ያህል ፈጀባት። ትንሽ ራመድ ትልና አንዱ ቦታ ስታርፍ እንዲሁ እንደምንም እያለች ደረሰች። ለሐኪሙ ካርዷን አሳየችው።

‹‹መድኃኒቱን መች ጨረስሽና ነው ዛሬ የመጣሽው? መመለስ ያለብሽ ኪኒኑን ስትጨርሺ፣ የዛሬ ወር ነው ብዬሽ አልነበር?›› አላት ካርዱን መልሶ ለራሷ እየመለሰላት።

‹‹እርግጥ ነው ጌታዬ የቀጠሮው ቀን አልደረሰም። ግን ደም እየተፋሁ ሕመሜ ቢብስብኝ ምናልባት አንድ መላ አገኝ ይሆናል ብዬ ነው የመጣሁት›› አለችው ጨርሶ በደከመና በማይሰማ ገመምተኛ ድምጽ። ያንን ያህል ሰውነቷ አልቆ ባፅሟ ቀርታ፣ ያንን ያህል ገርጥታ ላያት መናገር የምትችልም አትመስል ደብሪቱ።

‹‹ሰማሽ የኔ እህት!›› አላት ሐኪሙ ካርዷን እንደገና ከእጇ ተቀብሎ አነበበና ‹‹የግራ ሳምባሽ አልቆ የቀኙም ግማሽ ደርሷል። የተቀቀለ ሥጋ፣ እንቁላልና ወተት በየቀኑ መመገብ አለብሽ። የሳምባ ነቀርሣ መከላከያው መድኃኒት በጣም ሃይለኛ ነው። እሱን ብቻ በባዶ ሆድ እየዋጡ መዳን አይቻልም›› ሲላት ዓይኖቿ ዘላላ ዕንባ እንደቋጠሩ ፍዝዝ ብላ አዳመጠችውና እዚያው ፊቱ ስቅስቅ ብላ አለቀሰች። ከተቀመጠችበት እንዳለች ወደ ኋላ ፍንግል አለች። ሐኪሙ ደንግጦ ተጠጋት። ረዳቶችን ጠራና ወደ ሌላ ክፍል አስወሰዳት። ንፋስ እንድታገኝ አራገቡላት። መለስም ቢልላት በተጋደመችበት ቃሬዛ እንደተኛች ዕንባዋ መፍሰሱን አልተወው አለ። ነፍሷን ማወቅ ስትጀመር ሐኪሙ ተመልሶ መጣና ‹‹ቤትሽ ድረስ ችለሽ መሄድ ትችያለሽ ?›› አላት። ትንሽ እንደምንም ራሷን በመነቅነቅ የአዎንታ መልስ ሰጠችው።

ያንዲት ምድር ልጆች፣ ቅፅ ፩ ገፅ 203

ከቃሬዛው ደጋግፈው አነሷት። ትንሽ መለስ ሲልላትና ውሃ ቢጤ እንድትጎነጭ የሰጧትን አንድ ሁለት ጊዜ ሳብ አደረገችና ነጠላዋን መሬት ለመሬት እየጎተተች መራመድ ያቃተውን እግር መሬት ለመሬት እያንፏቀቀች ከዚያው ከሳምባ ነቀርሣ መከላከያ ድርጅት ግቢ ሳትወጣ ሦስት ጊዜ አረፈች። እንደምንም ፊታውራሪ ሳህሌ ግቢ ከተከለለበት የቅጠል አጥር ደረሰች። ከዚያ ልትቀጥል አልቻለችም። አለቅጥ ደከመች። ሰውነቷ ዛለ ለማረፍ ሞከረች። ገና የፊታውራሪ ሣህሌን አጥር ደገፍ ስትል ዝልፍልፍ አለችና በጎን በኩል ከመሬት ተንጋለለች። የገሙ ሠፈር አላፊ አግዳሚ ሳይጠጋት ብዙ ሰዓት እንዳሳለፈች አንዳንድ ሰዎች ተጠጓት። ሊያነጋግሯት ቢሞክሩም የምትናገረው አልሰማ አላቸው። ቀና ሊያደርጓት ሲሞክሩ ‹‹ኧረ ሳምባ ነው ይጋባብናል! የያዘችውን ካርድ አታይም እንዴ?›› ብሎ አንዱ ሲናገር ለዕርዳታ የከበቧት ሁሉ ሸሸት አሉ። የሰው መሰባሰብ ለምን እንደሆነ ያልተገለጸላቸው የገሙ ሰፈር ሴቶችም ከቤታቸው እየተጠራሩ ወጡ። ደብሪቱ በኖረችበት ሠፈር የሚያውቋት ነበሩ። ገሚሶቹ ግን እንደዚያ በሳምባ ነቀርሣ ሰውነቷ አልቆ፣ አፅም ሆና፣ ገርጥታና ጠቁራ ሊለይዋት አልቻሉም። ተጠግተው ቤትዋንና አድራሻዋን ሊጠይቋት አልደፈሩም። ሳምባ ነው! ሳምባ ነው! እየተባባሉ ሁሉም ለራሱ እየፈራ ራቅ ብሎ የደብሪቱን ሁኔታ ይመለከት ጀመር። ከቦ ለማየት ከተሰበሰበው መሀል ደፍራ ወደ ደብሪቱ የተጠጋች አንዲት ልጅ እግር ሴት ብቻ ነበረች። ‹‹ምነው ሰዎች? ነግ በኔ አይደለም እንዴ? ምንስ ቢሆን ሰው አይደለች እንዴ? እንኳን ሳምባ ለምን ምንስ አይሆንም!›› እያለች የተሰበሰበውን ሕዝብ ገፈታትራ ወደ ደብሪቱ ተጠጋች።

ደብሪቱ የሚሰማት አላገኘችም እንጂ፣ ድምጿን ከፍ ለማድረግ አልቻለችም እንጂ፣ የት እንዳለች አልተሳታትም ነበር። ባሻ ቢተውን፣ እመት ጌጤነሽን ጥሩልኝ ነበር የምትል። በዓይኗ ላይ ብዥ ብዥ እያሉ ከሚታዩዋት የገሙ ሰፈር ኗሪዎች መሐል አንዳንድ የምታውቃቸው ሲታይዋት ደብሪቱ መሆኗን ለመናገር ሞክራ ነበር ። ግን ሊያውቃት የቻለ አልገጠማትም። በመጨረሻ ያቺ ተጠግታ ቀና ልታደርጋት የሞከረች ሴት ‹‹ምን? ... ምን አልሽ? ምን? ... ባሻ ቢተው?›› ብላ ጠየቀቻትና ደብሪቱ ራሷን ነቅነቅ ስታደርግላት ‹‹ምናቸው ነሽ? ... ልጃቸው ነሽ?!!፡

ዘመዳቸው ነሽ? ሚስታቸውን ልጥራልሽ?›› አለቻት። ደብሪቱ በጭንቅላቷ ምልክት ሰጠቻት። ሴትዮዋ ሄዳ፣ እመት ጌጤነሽን እስክትጠራላት ከዚያው አንገቷን ቀና ካደረገችበት መሬት መለስ አድርጋት ልትሄድ ስትል ድንገት ሰውነቷ ደነገጠባትና ዞር ብትል የደብሪቱ ሰውነት ደረቀባት።

‹‹ውይ ሞተች! ሰዎች ሞተች እኮ! ኧረ ጠጋ በሉና እዩልኝ!›› እያለች እጇ ላይ የሞተችባት ሴት ትጮህ ጀመር። እዚያ የተሰበሰበው ወንድና ሴት እየተደናገጠ ከንፈሩን እየመጠጠና ሴቶቹ ‹‹ውይ! ውይ!›› እያሉ ተጠጉ። የሳምባ ነቀርሣ ካርዱ ወዲያው ተነበበ። ደብሪቱ ስብሐት ይላል። አውቃታለሁ የሚል አልተገኘም።

‹‹እባካችሁ ሴትዮዋ እመት ጌጤነሽን አውቃለሁ ብላለች፣ ሄዳችሁ ጥሩልኝ!›› አለች አሁንም ዕንባዋ እያሸነፋት፣ ይህችው ሴት።

‹‹አንቺው ሄደሽ ጥሪያቸው እንጂ ከንግዲህ እዚህ አንቺስ ምን ትሠሪያለሽ? ደብሪቱ ማለት አይጠፋሽም ካርዱ ላይ የተጻፈው ደብሪቱ ይላል›› አለቻት ሌላዋ። ሴትዮዋም እመት ጌጤነሽን ልትጠራ ተጣደፈች።

ደብሪቱ ከመንገድ ወድቃ ቀረች። እመት ጌጤነሽም አልደረሱላትም። እሳቸው ጉዳይ ገጥሟቸው ከቤታቸው ማልደው የወጡ አልተመለሱም። ሴትዮዋ ሳታገኛቸው ተመለሰች። ሰው የደብሪቱን ሬሳ እንደከበበ ደረሰች። የራሷን ነጠላ አውልቃ አለበሰቻት። የሚያልፍ የሚያገድመው ሰው መሞቷን ሲሰማ ጆሮ ግንዱን ያራግባል። ለሰሌንና ላቡጀዲ ሳንቲም እየጣለ ያልፋል። ፖሊስና ማዘጋጃ ቤት የደብሪቱን ሬሳ ከወደቀበት ለማንሳት ካንድ ሰዓት በኋላ ደረሰ። በገሙ ሠፈር ደብሪቱን የሚያውቋትም የማያውቋትም ሬሳውን ከበዋል። የሚያውቋት ግን እሷ መሆኗን ሊለዩ ሳይችሉ ነው የሞተችው። ነጠላዋን ያለበሰቻት አዛኝ ሴትና ሌላውም አላፊ አግዳሚ የሰው ዕጣ እንዲህ በወጡበት የሚያስቀር መሆኑ እየታያቸው ለማያውቋት ደብሪቱ የሬሳ መጠቅለያ ሰሌን መግዥያ ሳንቲም ከመወርወር ያለፈ ዕንባቸውን አፈሰሱላት። የማዘጋጃ ቤት ፖሊስ ሬሳውን በአምቡላስ አነሳው። ደብሪቱም የበላይነሽ ዕጣ ደረሳት። እሷም ለኢትዮጵያዊ ዜግነቷ የፖሊስ፣

የማዘጋጃ ቤትና የምኒልክ ሆስፒታል ሬሳ ምርመራ ክፍል ውለታ ተከፋይ ሆነች። የጅማው ማዘጋጃ ቤት የበላይነሽን እንዳደረገው ያዲሳባም ማዘጋጃ ቤት የደብሪቱን አስከሬን በማርቸዲስ የሬሳ መኪና ጭኖ ጴጥሮስ ወጳውሎስ ወስዶ፣ አፉን ከፍቶ ከሚጠብቀው የመቃብር ጉድጓድ ጨመራት።

እመት ጌጤነሽ ከጉዳያቸው ሲመለሱ ደብሪቱ የምትባል ሴት ከፊታውራሪ ሣህሌ አጥር ጥግ ደክማ አረፍ እንዳለች ሞታ በመገኘቷ ሕይወቷ ከማለፉ በፊት እርሶን አውቃለሁ ስላለች ሰው ሊፈልጎት መጥቶ ነበር ሲሉ ነገሯቸው። በድንጋጤ ሰማይ ምድሩ ዞረባቸው። የሚሆኑት ጠፋቸው። ለደብሪቱ፣ የወለደች ያህል አለቀሱላት። እንዲያ ሆና ወድቃ፣ ዘመድ ብላ ብታስጠራኝ ሳልደርስላት ቀረሁ እያሉ በተቀመጡበት ዕንባቸው ፈሰሰ። የራሳቸው መርዶ አረጉት። ጣቃ ነጋዴውን ታደሰን ረገሙት። በሠፈሩ ሰው ሁሉ አስረገሙት። ‹‹እግዜር ይይልህ! የሷ ገዳይ አንተ ነህ!›› እያሉ። እመት ጌጤነሽ ደብሪቱን ሊረሷት አልቻሉም። ወዲያው የሳቸውና የባሻ አንድ ልጅ በላይነሽ ትታወሳቸውና ‹‹የኛስ ልጅ መጨረሻ መች ታወቀ?›› ይላሉ። የደብሪቱን እንዲያ ከመንገድ ዳር መሞት ከሰሙ ቀን ጀምሮ የበላይነሽ ፍፃሜ በዚያ ያላበቃ ይመስል አምላካቸውን ‹‹እባክህ ልጄን፣ ሌላው ቢቀር አለቀባሪ አታስቀራት!›› እያሉ ይለምኑታል። አምላካቸውን አይጠራጠሩትም። በችግርና መከራቸው አንድም ቀን አማረውት አያውቁም።

ክፍል ሁለት

ምዕራፍ አንድ

ባሻ ቢተው ቤታቸው ሲገቡ እመት ጌጤነሽ በደህናም አላነገሯቸውም። ኩርፍ ብለውና ፊታቸውን አጥቁረው ተቀበሏቸው። በሌላ ጊዜ ባላቸው ከውጭ ውለው ሲገቡ እንዲህ አኩርፈውና ግንባራቸውን አኮሳትረው ተቀብለዋቸው አያውቁም። በዚህ ላይ የት እንደሚሄዱ ነግረዋቸው ነው፣ ባሻ ከቤታቸው ማለዳ የወጡት። ሙሉነሽ፣ ባሻ ከደጅ ሲገቡ አይታቸው ‹‹አባዬ!›› ብላ ስትጠጋቸው መልስም አልሰጧት።

‹‹ጌጤነሽ እንዴት ውለሻል?››

እሳቸው ሰምተው እንዳልሰሙ፣ አይተው እንዳላዩዋቸው ወደማድቤት ገቡ። ባሻም በበኩላቸው ‹‹ደግሞ ምን ጥፋት አጥፍቼ ይሆን? ወይስ ምን የሚያበሳጭ ነገር ገጠማት?›› ብለው ፊት ሲነሱት ጥግ ይዞ ካሁን አሁን አንድ ነገር ተናገሩኝ ብሎ እንደሚፈራ ልጅ፣ ባሻም በርጩማቸውን ይዘው ከግድግዳው ተጠግተው ቁጭ አሉ። የልጅ ልጃቸው ሙሉነሽ ብትታከካቸው፣ ብትለጠፍባቸው እንደ ወትሮው አላጫወቷትም፣ አልኮረኮሯትም። ዘወትር እንደሚያደርጉት ራሷንና ፀጉሯንና አከክ አከክ አድርገው አላዩላትም። እኒያ የሚያሳዝኑ የሕፃን እጆችን አላሻሹላትም። መኖሯንም ረስተው ቁጭ አሉ። ለብዙ ደቂቃዎች ቆዩ።

‹‹ብላታ ኅበዛየሁ ዘንድ ነው ደርሰው የመጡ?›› አሉና እመት ጌጤነሽ ባሻን ጠየቋቸው። ፊታቸው ሳይፈታ እንደተኮሳተሩ አንድ ነገር እንዳስኮረፋቸውና እንዳስቆጣቸው መስለው ባሻን ሳያናግሯቸው ቆይተው ከማድቤታቸው ወዳሉበት ተመለሱ፣

‹‹ምነው ጌጤነሽ? እንደ አዲስ ጠየቅሺኝ?›› እዚያው እንደምሄድ ነግሬሽ አይደል ጠዋት የወጣሁ?››

‹‹አይ! ደግ! እንግዲያው›› ብለው ወደ ማድቤታቸው ተመለሱ።

ባሻ አለወትሮአቸው ግራ ገባቸውና ‹‹ለምን ትጠይቀኛለች? ምን የሰማችው ነገር አለ?›› ሲሉ አሰቡ። እሳቸው ወደ ማድቤቱ ሄደው ሚስታቸው የሆኑት ነገር ካለ ወይም የሰሙት ነገር ካለ ለመጠየቅ አሰቡና ስትመጣ ያደርሰኝ የለ ብለው በሐሳብ እንደዋለሉ እመት ጌጤነሽ ድንገት ብቅ አሉ።

‹‹የሆንሽው? ወይ የሰማሽው ነገር እንዳለ ምናለ ብትነግሪኝ? ምነው እኔስ ምን ሆናለች እያልኩ ባሳብ ባልሞት?›› ሲሉ ጠየቋቸው።

‹‹ጌታዬ! እኔ ነገር አልፈልግም። እርሶ የሚያመጡት ነገር ገና ብዙ ቦታ ሳያደርሰን አይቀርም!›› አሉዋቸውና ይህንኑ ተናግረው ከመደባቸው ተቀመጡ።

‹‹ኸረ! ጌጤነሽ እባክሽ አፍርጠሽ የምትናገሪ ከሆነ ተናገሪ። ደሞ የምን ነገር ነው የማመጣብሽ?››

እመት ጌጤነሽ ለብቻቸው ሲያልጎመጉሙ ቆዩና በሆዳቸው የያዙትን አፈረጡላቸው።

‹‹እርሶ ማልደው ወደ ብላታ ዘንድ እንደሄዱ፣ መኪና የያዙ ሁለት ሰዎች እዚህ ድረስ መጥተው፣ እኔን የባሻ ባለቤት መሆኔን ጠየቁኝና የርስዎንም ከቤት አለመኖርዎን አረጋገጡና፣ የት? ብለው እንደሄዱ ቢጠይቁኝ፣ እዚህ ቦታ ብለው የነገሩኝ ነገር የለም ብላቸው ተመልሰው ሄዱ›› ሲሉ ነገሩን ጀመሩላቸው። ከዚያም አያይዘው፣ እመት ጌጤነሽ እንዲህ ዓይነት ሰዎች አይተዋቸው የማያውቁ፣ ቤታቸው ድረስ ቢመጡባቸው፣ ከዚህ ቀደም ያልገጠማቸው በመሆኑ ለምን ይሆን? ብለው ወደ አስረስ እናትና ጎረቤታቸው ዘንድ ሄደው ቢያዋዩአቸው፣ እንደነኚሁ ዓይነት ተመሳሳይ ሰዎች፣ ካንዴም ሁለቴ እየመጡ፣ በተለይም ጃንሆይ በእናቴ በኩል ይዛመዱኛል የሚለውን ተጫኔን፣ ስለ ባሻ ቢተው እየጠየቁ እንደሚመለሱ መስማታቸውን አወሩላቸው።

ባሻ ይህንን ሲሰሙ እሳት ሆኑ። ተጫኔ ለጃንሆይ እዛመዳለሁ ከማለቱ ያለፈ የግል ቂመኛቸው ነው። በሠፈሩ ‹‹የብላታ ጎበዛየሁ ጆሮ ጠቢ›› ነው እያለ የሚያስወራባቸው እሱ ነው። እሱም ሆነ የባሻ ጠላቶች የእድሩ ዳኛና ጭቃ ሹሙ አቶ አሳየና ስጦታው ሳይቀር ባሻን ስለማይወዱዋቸው፣ አንድ ቀን በጃቸው ላይ

እንዲጥላቸው ለየታቦቱ ሲሳሉ ኖረዋል። ባሻ ከሚስታቸው አፍ የሰሙት ወሬ አለቅጥ አጠፋቸው።

‹‹ታዲያ ጌጤነሽ ምን ትመክሪኛለሽ?›› አሏቸው ከንዴታቸው እንደ መስከን ብለው።

‹‹የኔንማ ምክር መች ይሰማሉ እርሶ?››

‹‹መቼ ቀን ነው አልሰማ ያልኩት? ምነው? የኔን ሃጢአት እንዲህ ባታበገርው ምን አለ?›› አሉና ቁጣቸውን ወደ ሚስታቸው አዞሩት። እሳቸው ግን ነገር አላካርር ብለው ዝም አሉ።

‹‹እንግዲያው የኔን ምክር የሚሰሙ ከሆነ ዳግመኛ ከብላታ ዘንድ መሄድ ይቅርቦት። ካስታማሪው ከበደ ጋርም አለዕድሜዎ ጓደኝነት ምንም አይረባዎትምና አርፈው ከቤት ይቀመጡ። የተረፈዎት ከሰው አፍ መግባት ነው። በሠፈሩ የሚወራው ብዙ ነው። ስንቱ ጥርስ እንደነከሰቦት እንዴት አይገባውትም?። ‹‹በሻ ቢተው ይህንን አለ፣ ያንን አለ፣ ልጆቻችንን ሳይቀር እየሰበሰበ ጃንሆይን ያስጠላል ነው የሚባል። ብላታ ጎበዛየሁ እግዜር ውለታቸውን ይክፈላቸው። ያደረጉልን ይበቃል። እርሶ ውለታ እመልስ ብለው ከቤታቸው መመላለስ፣ ሰውዬው ከተፈቱ ወዲህ አላረፉም እየተባለ ነው የሚወራ። በጃንሆይ ላይ ያሰቡት ነገር አለ ይባላል። ተጫኔም እንደሁ ባሻ ቢተው የብላታ ጎበዛየሁ ጆሮ ጠቢ ነው አይደል የሚል!። ሌላ ነገር ቢኖር ነው እንጂ ንጉሥ የማያደርገውን ቤትና የባሕር ዛፍ መሬት እንዴት ይሰጡታል?›› እያለ ነው የሚያስወራ። ከበደም ቢሆን እርግጥ ቁም ነገረኛ ሰው ነው። ግን እኩያዎ አይደለም። ‹‹ተማሪ ቤት ልጆቻችንን እየሰበሰበ ክፉ ምክር እየመከረ ነው›› ተብሎ በዕድር ቢከሰስ፣ እርሶ ለሱ ልሟገት ብለው ካቶ አሳየና ስጦታው ጋር ዱላ ቀረሽ መድረሳችሁስ ለርሶስ መች ደግ ነው?።››

‹‹ጌጤነሽ!›› አሉ ባሻ ሚስታቸውን አንድም ጊዜ ሳያቋርጡ አዳምጠው ቆዩና ‹‹ያልሽው ሁሉ ደግ ነው። የኔ ጠላት ተጫኔ ብቻ እንዳልሆነ እኔም አውቀዋለሁ። ግን የዕድር ዳኛው አሳየም ቢሆን፣ ጭቃ ሹሙ ስጦታው ውቤም ቢሆን፣ ቄስ ወልደ መስቀልም ቢሆን...›› ሲሉ እመት ጌጤነሽ አቋረጧቸውና ‹‹ከቄስ ወልደ መስቀል ደግሞ ምን አገናኛችሁ?›› አሏቸው። ባሻ ግን በሙሉነሽ

ምክንያት ከፍ፣ ዝቅ አድረገው የተናገሩትን ደብቀዋቸው ‹‹ያው አንቺ የነፍስ አባትነቱን ብትተይው፣ ከዚያ ርኩስ ባሏ ተማክራብኝ ነው እንጂ እሷስ ምንም ያየችብኝ ነገር የለም! እያለ ከሴት ቤት ጨለማ ለብሶ ሲገባ ያየሽውን በሆዱ ይዞ፣ የኔን ስም ነው የሚያነሳው። ቄሰ ገበዙንና የቤተክርስቲያን አለቆችን ይሰድባል ይለኛል። የት አባቱ? ሰምቶኝ እንደሚያውቅ እንጃለት!›› አሉና ለሚስታቸው መለሱላቸው።

‹‹እኔስ ሌላ የተዳረሳችሁበት እንዳለ? ብዬ እንጂ እኔማ የሱን ነፍስ አባትነት ስተው እርሶን አላማከርኩ። ቄስ ወልደ መስቀል እርሶን፣ ቄስ ገበዙንና የቤተ ክርስትያን አለቆችን ይሰድባል የሚል እውን ከርሶ አፍ ሳይሰማ ከሠፈሩ ሰው ሰምቶ ነው የሚሉ? እንዲያው የማይመስለውን?

‹‹እንዴት ነው ጌጤነሽ? አንቺው ጠያቂ፣ አንቺው መልስ ሰጭ! እኔኑ ጠርጣሪ ሆንሽ እኮ! ወልደ መስቀል ከኔ አፍ ሳይሰማ ከሰው በሰማው ስሜን ማጥፋቱ ይገባል ለማለት ነው እንዲህ የምትይ?››

‹‹በሉ እሱን ይተውትና ወደ ጀመሩት ጉዳይ ይመለሱ። እኔ መከራው እንዳይተርፍኝ አንድ ነገር ስናገር ቁጣው የሚጠነክር ውስጦን ስለሚያውቁም አይደል? ይተውት ጌታዬ!››

‹‹እንግዲያው አንቺ የምትይኝን አንዱንም አልሰማ!››

‹‹እኔስ ምን አልኩ? ይህንኑ አይደል?››

ባሻና ሚስታቸው እንደልማዳቸው በመሐል የገባ ጉዳይ አስቆጥቷቸው፣ ዝም ተባብለው፣ ብዙም ሳይቆዩ፣ ባሻ የሚስታቸውን ምክር አስመልክተው የሚሰማቸውን ለመናገር፣

‹‹ጌጤነሽ አንዴ ልብ ብለሽ አድምጭኝ!›› አሏቸው።

‹‹አንቺ ያልሽኝን ሁሉ እንኳን ላደርገው ብል፣ ከንግዲህ ምን የሚለወጥ ነገር አለ ብለሽ ነው ጌጤነሽ? ደግሞስ ብላታ ኀበዝአየሁ ባሰቡት ያገር ጉዳይ አብሬ እገኝ እንደሆን እንጂ! የቀረ ዕድሜዬ አንጉቶኝ ክህደትን አላደርገውም! እሳቸው ላገር የሚበጅ ነገር ከማሰብ ሌላ ምን ያሉት ነገር አለ? ጌጤነሽ ይሄንንስ አላደርገውም። ለኔ ክብሬ ነበር! ቢሆንልኝማ ብላታ ከዋሉበት

መዋል! ግድ የለሽም ጌጤነሽ በዚህ አትዘኝብኝ። የተረፈ ምክርሽን ሁሉ አንቺ እንዳልሽ ነው የምል። አስተማሪው ከበደስ ቢሆን የት አውቀዋለሁ? ያገናኘን ገሙ ሠፈር ነው። እሱም አገሩን የሚወድ፣ ለወገኑ የሚያስብ ቁም ነገር ያለው ሰው ቢሆን ተጠጋሁት እንጂ የኔ ድንቁርና ለከበደ ትምህርት ይሆነዋል ብዬ እንዳልሆነ አንቺስ መቼ ይጠፋሻል? ከንግዲህ እሱም ዘንድ አልደርስ፣ ከልጅም አልጫወት፣ ከሰውም አልገጥም። የብላታ ጎበዛየሁን ጉዳይ ግን በምንም የማለውጠው ጉዳይ ነው››

ጌጤነሽ በጥሞና አዳምጧቸው። ደህና ተናግረው፣ ደህና አምሽተውና ራታቸውን በልተው ሌሊቱን በሰላም አሳለፉ።

‹‹ደግሞ በበዓል ቀን የት ይሂዱ?›› አሏቸው ለባላቸው፣ የገባቸው ሥጋት እንቅልፍ ያሳጣቸው እመት ጌጤነሽ። ባሻ በሚያዚያ 27 የድል በዓል በሚከበርበት ዕለት እንደ አርበኝነታቸው፣ እንደ ሠፈሩ ሰውም፣ ሠልፍ መውጣታቸውን ትተው ከቤት ውለው ቆዩና ድንገት ተነስተው ወደ ውጭ ወጣ ብለው ለመመለስ ማሰባቸውን ሲነግረዋቸው።

‹‹የትም አልሄድ እዚሁ ነው። ዛሬ ደግሞ ማን ከሠፈር ይውልና ነው ወደ ሰው ቤት የምሄድ?›› ብለው መለሱላቸውና መንገዳቸውን ቀጠሉ። ከሚስታቸው ተደብቀው አልሄድም ወዳሉበት ወደ ከበደ ዘንድ ሄዱ። ለነገሩማ ባሻ በሚያዚያ ሃያ ሰባት ቀንም ሆነ በጃንሆይ የንግሥ በዓል ሠልፍ መወጣቱን ከተውት ሰንብተዋል። የካቲት 12 የሰማዕታት ቀን በመሆኑና የካቲት 23 ደግሞ ያድዋ ድል በዓል ሲከበር ብቻ ነው ከሠልፍ የማይቀሩት።

ባሻ፣ ከከበደ ቤት በሩን እንኳክተው ሰተት ብለው ገቡ።

‹‹ባሻ ሠልፍ አልሄዱም እንዴ?›› አላቸው ከበደ፣ ባሻ ቢተው ከቤቱ እሱን ፍለጋ መጥተው ከወንበሩ እንደተቀመጡ እሱ ከመኝታ ክፍሉ እሳቸው ወዳሉበት እየመጣ።

‹‹የድሉ ቀን ሌላ! ዛሬ የሚከበር እኮ! ጃንሆይ አዲሳባ የገቡበት ነው! ዕውነተኛው የድል ቀን እኮ ሚያዚያ 27 አይደለም። አርበኛው አዲሳባን የያዘበት መጋቢት 28 ነው። አንተስ መች አጣኸው?››

ከበደ የከፈተው ሬዲዮ የበዓሉን ዝርዝር ማስተላለፍ ጀምሯል።

ያደባባዩ ድምጽና የሰው ድምፅ በሬዲዮ አማካይነት ይሰማል።

‹‹ቢሆንስ አርበኛው ሁሉ የሚሠለፈው ዛሬ ነው ባሻ!››

‹‹አይ! እባክህ ከበደ! የኔ ጓደኞች እዚያ የሉም! ስለሠልፉማ፣ ዛሬ ባንዳውስ ይሰለፍ የለ! ደግሞ ብትሰለፍም ከሰው የሚጥፍህም የለ። ትልልቆቹ መኳንንት አርበኛ ነን ብለው፣ ከድሀው አርበኛ ጋር ሠልፍ አይገቡ፣ ከመንገድ ዳር ይቆሙና ወይም ደግሞ ከጃንሆይ ጎን ተደርድረው ይቀመጡና እኛን የፈረንጅና የውርጋጥ መቀለጃ ያደርጉናል።››

‹‹እንዴት ባሻ?››

‹‹ቀልድ መስሎህ ነው? እኔ የምሬን ካንጀቴ ነው! ፈረንጅ መሣለቂያ ያገኘ ይመስል፣ ኋላ አገሩ ወስዶ ሊያሾፍብን፣ ባስተርጓሚ ‹‹እስቲ ሽልል፣ እስቲ ጦር ሰብቅ!›› እያለ ራሱ የሚስቅብን አንሶ፣ ፎቶግራፍ ካላነሣሁ የሚል እንደኔ ዓይነቱን እንጂ ወደ መኳንንቱ መች ዞር ይላል? አርበኛ ፎቶግራፍ የሚያነሣ ከሆነ እነራስ መስፍን ነበሩለት አይደል! ሕፃኑና ውርጋጡም የሚያላግጥ በኛ ነው ከኋላ ከኋላ እየተከተለ። በዚያን ዕለት ዱሮ ቢሆን ከእንደኔ ዓይነቱ የትም ወድቆ ከቀረው አርበኛ መሐል ሠልፍ ገብተው የሚሄዱ፣ አንድ ብላታ ነበዛየሁ ነበሩ። እሳቸውም የሰው አፍ እየፈሩ ነው መሰል፣ የሚታዩት ከመኳንንቶቹ ጋር ነው። አርበኛው የኛ ወገን ናቸው ይበል እንጂ፣ ብላታ እንደሆነ ወይ ከራስ አስጨናቂ ወይ ካንዱ መኳንንት አጠገብ አልታጣ ብለዋል።››

ከበደና ባሻ ቢተው ሲጨዋወቱ ራዲዮኑን ልብ ሳይሉት ቀርተው ኖሮ ንጉሠ ነገሥቱ ንግግራቸውን ግማሽ አድረሰዋል።

‹‹ደሞ... ነፃ ያወጣነው ሕዝባችን ይላሉ! የት የሚያውቁትን ሕዝብ! እሳቸው ጥለውት አይደል የሄዱ?›› አሉ ባሻ፣ ንጉሡ ነፃ ያወጣነው ሕዝባችን ብለው ሲናገሩ ከራዲዮው ሰምተው።

‹‹መሪ አንዴ ልጓሙን ከጨበጠ፣ የፈለገውን ለሕዝብ ቢዋሽ ማን ተው ይለው መስሎት ባሻ?›› አላቸው ከበደ ተገርሞ ካስተዋላቸው በኋላ። ‹‹እሱስ እውነትክን ነው። ንጉሥ አይከሰስ፣ ሰማይ አይታረስ ይባል የል!›› አሉት እሳቸውም። እሱም ቀጠለና፣

‹‹ክፉንና ደጉን ለይቶ ሳያውቅ ቀርቶ ሳይሆን፤ ሁሉንም በሆዱ አምቆ ከሚኖርና፣ ሊጠይቅና ሊያስተባብል መብት በሌለው ሕዝብ መሃል መሪ እየተነካ፤ ይህን አረግኩልህ፣ ነፃ አወጣሁህ፣ ቢለው ጠያቂ ስለሌለበት ማንን ይፈራ መስሎት ባሻ? ለታሪክም ቢሆን ደንታ የለውም። እሱ ካለፈ በኋላ ታሪክ የፈለገውን ቢለው እኔ ከሞትኩ... ያለችው አህያ ቢጤ ነው። የጃንሆይ ነገር ያው ያህያዋ ዓይነት ነው እኮ ነው ባሻ!››

‹‹መቼስ ይሁን እንጂ ልጄ! እኔማ ‹‹ነፃ አውጥተንህ!›› የሚል አነጋገር ሰይጣኔን ነው የሚያመጣው። ብቻ ከበደ ምን አለፋህ ያለፈው አልፏል። እንዳው ትርፉ መቆጨት ብቻ ነው። አገራችን ብቻ ደህና ትሁን!›› ወዲያው ቀጥል አደረጉና ራዲዮኑን ያዳምጡ ኖሮ።

‹‹... ኤዲያ! ይኸ ነው ጨዋታ መጣልህ! ከበደ?›› አሉና ወደ ራዲዮው መለሱት።

‹‹የቱ ጨዋታ?›› ሲል ጠየቃቸው ከበደ፣ ባሻ የሄዱበት ስላልገባው።

‹‹አትሰማውም እንዴ ራዲዮኑን? ኧረ! ልብ ብለህ ስማው! ገለል አርግና ገለል አርጋቸው፣ ወደመጡበት ወዳገራቸው እኮ ነው የሚል! ለማ ገብረ ሕይወት። እንዲያ ነው! ምን ያረጋል?›› ብለው ጆሮአቸውን ከራዲዮው ተክለው እንደመነሸጥ አርጓቸው እያዳመጡ። ፈገግም እዝንም አሉ፣ ክርናቸውን ከጠረጴዛው፣ እጃቸውን ካገጫቸው አድረገው አቀረቀሩ።

‹‹እንግዲህ! እናንተ የድሮ አርበኞች ስትባሉ፣ በቀረርቶ ወኔያችሁ ይቀሰቀሳል!››

‹‹ አዬ!... ከበደ። ስማው እንጂ! እንዴት ወኔ አይቀሰቅስ? ያመትባሉን ድግስ ሙክቱን ሳናይ፤ ያ ጠቦት የመጣው ሊታረድ ነውይ? እኮ ነው የሚል! ምነው እንዳባጉና፣ ሰለክላካ፣ ማይጥቀት፣ ሽሬን፣ አምባላጌን፣ ዳባትን፣ ጎሬን፣ ሊሙን አስታወሰኝ። ደኑን፣ ገደሉን፣ ተራራና ወንዙን፣ ስንት ጀግና ለእናት አገሩ ነጻነት የሞተበትና የቆሰለበት ምድር ታወሰኝ። እንዳው እኔ ልሙትልህ ኢጣልያ ፋሽስት ጋር የተዋደኩበት ጦር ሜዳ ነው ትዝ ያለኝ!››

‹‹ታዲያ እኮ! አንድም ቀን ሲሸልሉ ሰምቼዎትም አላውቅም!››

‹‹አይይ!… አሁን ገና አሾፍክብኝ! አይይ!… ከወደቅን ወዲያ ብንሸልል ምን ያረጋል?›› ጣታቸውን ድንገት ወደ ራዲዮኑ ቀስረውና ከተቀመጡበት ወደ ራዲዮው ዘንበል ብለው ጆሯቸውን ተከሉና ‹‹ኧረግ! መጣ ደግሞ ዘለቀ! አይ ወንድሜን! ነፍሱን ይማረው!… ሰማሽው? እናት አባት ቢሞት ባገር ይለቀሳል፤ ወንድም እህት ቢሞት ባገር ይለቀሳል፤ አገር የሞተ እንደሁ፣ ወዴት ይደረሳል? እኮ ነው የሚል ከበደ።››

ባሻ እንዲህ ሲያደርጋቸው ከበደ አይቷቸውም አያውቅ። እርግጥ ያርበኝነቱን ጊዜ ሲያወሩት መንፈሳቸው እንደሚለወጥና አለቅጥ እንደሚሞቃቸው ያውቃል። ከራስ አስጨናቂ የባሻነት ማዕረግ ያገኙበትን፣ የሽሬውን ጦርነት ያወሩለት ዕለት፣ ስለ ሽንጣቸው፣ ስለታፋቸው ስለ ግራ ክንዳቸው ቁስል ያነሱለትም ዕለት፣ በተለይ ሽሬ ላይ ኢጣልያ ፋሽስት ያዘነበባቸውን የመርዝ ጭስ አስታውሰው ሲነግሩት፣ ከወኔያቸው ይልቅ የተናነቃቸው፣ ዕንባቸው እንደነበር ከበደ አይዘነጋውም። እንዲያውም ‹‹ያንን ግፍ ትውልድ አይርሳው›› ብለው ለመናገር እንኳን ሲቃ ይዟቸው ነበር። ዛሬ ግን አለቅጥ ተከዙበት።

‹‹እኛም ካገራችን ተነስተን፣ አባይን ተሻግረን ዳባት ስንደርስ፣ የኢጣልያ አይሮፕላን ቦንብ ሲጥልብን፣ ካባይ ወዲህ ማዶ ቁጤማው ለምለም ነው፤ ካባይ ወዲያ ማዶ ቁጤማው ለምለም ነው፤ ዝናብ ዘንቦም አይደል፣ የጀግኖቹ ደም ነው! ብለን ነበር። ዛሬስ የሚዘንበው፣ የጀግኖቹ ብቻ ሳይሆን የዜጎች ዕንባ ነው፣ ከበደ። ምን ያረጋል? የዛሬ ልጆች፣ ወሬ እንጂ ወንድነቱን የት ታውቁበታላችሁ?›› አሉና እንደገና መንፋሳቸው ለመጋል የፈለገ መሰለባቸው። ትካዜው ግን አለቀቃቸውም። ግን ለከበደ ተራም አልሰጡት። እሱም በጥሞና አዳመጣቸው።

‹‹እንዲያው ለካስ፣ ጀግኖች ላገራቸው ነፃነት የዋሉበት ጦር ሜዳ፣ ገደሉና ዱሩ፣ እንደ ጉግስ ሜዳ ይናፍቃል። ሂጄ ካላየሁት ያሰኛል፣ እንደናፈቀ ዘመድ›› አለ ከበደ። እሳቸው የሱን አነጋገር የሰሙም አይመስሉ።

ባሻ ቢተው፣ ከነአካቴው ከተቀመጡበት ሆነው ማነጎራጎር ያዙ። ‹‹ጓሮ ገዳይ!›› ይሉ ጀመር።

‹‹ዛሬ ባሻ ምን ሆነዋል? እንዲህ ሲሆኑ አይቸዎትም አላውቅ!››

‹‹ምን ሆኜ አየኸኝ? ይልቅስ ስማኝ!›› አሉት። ጆሮውን ሰጥቶ እንደሚያዳምጣቸው እርግጠኛ ሲሆኑ ‹‹አንተ መቼም የተማርክ፣ ቁምነገረኛና ባባቶችህ ጀግንነት የምትኮራ! መሆንክን አምናለሁ። ያገር ደህ ከመሆን የእናት አባት፣ የሚስት የልጅ፣ የዘመድ አዝማድ ደህ መሆን እንደሚሻል ታውቀዋለህ። ለዚህች አገር ነፃነት የተከፈለው የደም ዋጋ እንዲህ ቀላል እንዳይመስልህ። እኔ ላገሬ መቼም ብዙ ሠርቻለሁ። ግን እንደምታየኝ ምንም የሌለኝ ምስኪን ነኝ። ብላታ ኅበዛየሁ ባይፀድቁብኝ፣ ላንገቴ ማስገቢያም አላገኝ ነበር። አንዳንዴ ባንዳው ተሹሞ፣ ተሸልሞ፤ እኛ ተረስተን፣ ወድቀን መቅረታችን ቢያሳዝነኝም፤ ያገር ነፃነትና ክብር ከሁሉም እንደሚበልጥ ጠፍቶኝ እንዳይመስልህ። አገራችን ዳግመኛ በባዕድ እጅ ወድቃ ከምናይ ሞት ይሻለናል።››

እሱም በጥሞና ከልብ አዳመጣቸውና ‹‹በሻ…›› አላቸው። ‹‹እኔም ዘወትር ካሳቤ አስቀምጨው ያኖርኩት ጉዳይ ቢኖር ይኸው ያገራችን ጉዳይ ነው። እንዳው በተገናኘን ቁጥር በግልጽ አናውራው እንጂ፤ የርሶን ስሜት እንደማውቀው፣ የኔንም ሳይረዱት አይቀርም እያልኩ ነው እንጂ፤ ዳግመኛ አገራችን የባዕድ ተገዥ መሆኗን ከማየት ሞት የሚመርጠው፣ እንደርሶ የመሰለው አርበኛ ብቻ ሳይሆን አዲሱ ወጣት ትውልድ ጭምር ነው። ልዩነታችን አዲሱ ትውልድ ለሁሉም እኩል የሆነች፣ የበላይና የበታች የሌለባት፣ የዘርና የሃይማኖት ልዩነት የማይደረግባት፣ የሕግ የበላይነት የሰፈነባት አገር መመኘቱ ይመስለኛል። ይህንን በመሰለ አስተዳደር ዘውዱንና ያንድ ንጉሠ ነገሥትን ፈላጭ ቆራጭ አገዛዝን ሊተካው ይገባል የሚል ነው። አዲሱ ትውልድ በዚህ ይለያል… ››

‹‹ጎሽ ልጄ ተባረክ! እኛ በምናውቀውና በሚመስለን ላገራችን ሞተናል፣ ቆስለናል። አዲሱ ትውልድ ላገራችን የሚበጅ ይህ ነው ሲል መስማት እንጂ፣ እኛ ትምህርት የለን! ግን ቢሆንም፤ አዲሱ ትውልድም ቢሆን አገር አለማለሁ ብሎ ያጠፋ እንደሆን፣ አገራችን ድርብ ቅጣት እንዳያገኛት እሰጋ እንደሆን ነው እንጂ፣ እኔማ ተስፋዬ በናንተው ነው። ታዲያ እንዳንተ ላገሩ የሚያስብ ብዙ መኖሩን ደግሞ አጫውተኸኝ አታውቅ››

‹‹አላስተዋወኮትም እንጂ፣ አገራቸውን የሚወዱና ለወገናቸው የሚቆረቆሩ ብዙ ጓደኞች አሉኝ።››

‹‹ለመሆኑ ማን ይባላሉ?››

‹‹አይ በስም የሚያውቋቸው አይመስለኝም።››

‹‹የማን ልጆች ይሆኑ?››

‹‹ወላጆቻቸውንም እንጃ ማወቆን። ከዚህ ከኛ ሠፈር አይደሉም። አንደኛው የደሀ ገበሬ ልጅ ነው። አንዱ ደግሞ አባቱ ባርበኝነት ሞተው፣ እናቱ በግርድና ያሳደጉት ነው። ሌሎቹ ደግሞ የውጭ አገር ትምህርትና ደህና ኑሮ ያላቸው ቤተሰብ ልጆች ናቸው። ታዲያ ሁሉም ኮሌጅ ነው የሚማሩት።››

‹‹አዬ ከበደ! ለዚህ ክብር አብቅተኸኝ ብሞትማ አይቆጨኝ። ታዲያ ምናለ አንድ ሁለቱን እንኳ ከሰሞኑ ብታስተዋውቀኝ?›› አሉት።

በዚህ ዓይነት ባሻ አንዳንዴ የተስፋ፣ ሌላ ጊዜ ደግሞ የትክዜና ተስፋ መቁረጥ መንፈስ ቢፈራረቅባቸውም፣ መልሰው ደግሞ ያን ሁሉ ረስተው ፈካ አሉ። ከበደም በስምና በዝና እንጂ ባካል አንድም ቀን አይቷቸው ስለማያውቀው ብላታ ኅበዛየሁ ሊጠይቃቸው ፈለገ። እሳቸው ከዚህ በፊት ካወሩለት የበለጠ፣ እሱም ከታሪክ መጽሐፍ ሆነ ከሰው አፍ ስለ ብለታ ብዙ ሰምቷል። ነገር ግን ዕውነተኛው ታሪካቸው፣ ዕውነተኛ ካልሆነው እየተደባለቀ ግራ እንደገባው ነው። ባሻ ግን ቤተኛ ስለሆኑ ዕውነተኛውን የብላታን ታሪክ ከሚያጫውቱት ያለፈ ከብላታ፣ ከራሳቸው ጋር ቢያስተዋውቁት ደስታው ነው።

‹‹ታዲያ እርሶስ አንድ ቀን ከብላታ ኅበዛየሁ ጋር ቢያስተዋውቁኝ! ብላታ ካርበኝነታቸው ሌላ ባገራችን የፍርድ መጓደልን፣ ጉቦና አድልዎ የመሳሰሉትን ይቃወማሉ ይባላል። በተለይ ይህ ባውሮፓ ሥልጣኔ ዘመን ያለፈበትን የመሬት ሥሪት፣ የአስተዳደር ዘይቤና ዘውዱ ሳይቀር ተሽሮ፤ ለደሀው ሕዝብ የሚበጅ በአውሮፓውያን ቋንቋ የሬፑብሊክ አስተዳደር ላገራችን እንደሚበጅ ሲነገርላቸው ይሰማል። ከጃንሆይም ጋር ዘወርት የሚጋጩትና ከእስር ፍቺ፣ ከፍቺ ግዞት፤ ሲመላለሱ የኖሩትም ለዚሁ ነው ይባላል። እንዳው አውቂያቸው ብዙ ልጠይቃቸውና ልረዳ የምችለው ያገር ጉዳይ ነበረኝ ባሻ!››

‹‹እኔ መቼም ያገሬን ትምህርት፣ ዳዊት እስከ መድገም ላድረሰው እንጂ በጠሊቅ እንዳንተ ስለ ቦለቲካ ላውቅ ይቅርና ከምኑም አልደረስኩም። እርግጥ ነው አገሬን እወዳለሁ። ብላታ ኅበዛየሁም አገራቸውን እንደሚወዱ አውቃለሁ። እኔ ትምህርትም ባይኖረኝ የሚበጅ የሚበጀውን እንደሚያስቡ አልጠራጠርም። ጃንሆይ እንዲህ ቁም ስቅላቸውን የሚያሳዩአቸው፤ ባሰቡት የሚውሉ፣ ፍንክች የማይሉ ጀግና በመሆናቸው ነው። ሌባና ቀጣፊ ቢሆኑማ ጃንሆይ መች ይጠሏቸው ነበር? ታዲያ ልጄ ብላታ የተማረ ሰው ደግሞ ያቀርባሉ። እንዳንተ ያለ የተማረ ወጣት ነው ጓደኛቸው። አንድ ቀን ልጄ ብዬ ይዤህ አፍንጮ በር ሄደን ባስተዋውቅህ ከኔ ይልቅ ደስ የሚላቸው እሳቸው ናቸው›› አሉት።

ባሻ ቢተው ለእመት ጌጤነሽ ብዙም አልርቅ፣ እዚሁ ደርሼ መጣሁ ብለው ከቤት ወጥተው ሳያውቁት ብዙ ሰዓት ከከበደ ጋር ሲጫወቱ መዋላቸው ታወቃቸውና ከከበደ ተሰነባብተው ከቤቱ ወጡ። ከበደም ከጓደኞቹ ጋር የቀጠሮው ሰዓት ስላለፈበት፣ እሱም በበኩሉ ለባብሶ ወደዚያው ለመሄድ ተቻኮለና ባሻን እንደ ልማዱ ከቤታቸው ድረስ አልሸኛቸውም። ከበር እንጂ ከግቢው እንኳ ወጣ አላረጋቸውም። ባሻ ቢተው ከበደ ከፊታውራሪ ወልደ ሚካኤል ወራሾች ከተከራየው ግቢ፣ ወጣ ብሎ በይልማ በድሉ ዘይት ፋብሪካ ሽቅብ፣ ወደቤታቸው የሚወስደውን መንገድ ተያያዙት። የሠፈሩ ሰው በሙሉ ሠልፍ ስለሄደ፣ ሰው በመንገዱም አይታይ። ከደንድር ሱቅ ፊት ለፊት የማይጠፉት የመንደር ጎረምሶች እንኳ የሉም። ሕፃናቱም አልታዩም፣ አለወትሮአቸው። ሁሉ ነገር ጭር ብሏል። ሰዓቱ እርግጥ፣ የሰው ከሠልፉ መመለሻ ነው። በሻ ትንሽ እንደተጓዙ፣ ከየት ብቅ አለች የማትባል መኪና፣ ከመጋቢው መንገድ ድንገት ትታጠፍና በከፍተኛ ፍጥነት በርራ ካጠገባቸው ደርሳ ቆመች። ‹‹ዘነበች›› በመባል የምትታወቀዋ የነጭ ለባሾች መኪና ነች። በበዓል ቀን ብዙ ሰው የማይታይበትን ቀን መምረጧ ኖሯል፣ ሚያዝያ 27፣ ከገሙ ሠፈር መጥታ ያደፈጠችው። ወዲያው ሲቪል የለበሱ አራት ፖሊሶች ከ‹‹ዘነበች›› ዱብ ዱብ አሉና ሽጉጣቸውን አውጥተው ባሻን ‹‹ቁም!›› አሏቸው።

‹‹አሃ! እነ አጅሬ! ሆዴ እንደጠረጠረው አልቀራችሁማ!›› አሉ ለራሳቸው ባሻ ቢተው እንደታዘዙት ቆመው።

‹‹ለብላታ ኅበዛየሁ የት የት? ድረስ እየሄድክ መልዕክት እንደምታመላልስ ትነግረናለህ!›› አለና አንዱ ፖሊስ በቡጢ አዛውንቱን ደረታቸው ላይ አሳረፈባቸው። የቀሩት ሦስቱ ፖሊሶች መናገርም አላስፈለጋቸው። እንዳገኙ ብቻ በጥፊ፣ በርግጫ፣ በጡጫ፣ ባገኙት ቦታ ላይ ሁሉ አሳረፉባቸው። ሽማግሌው፣ ባሻ ቢተው የነጭ ለባሽ ጡጫና እርግጫ ባረፈባቸው ቁጥር ከማቃሰት በስተቀር መናገሪያቸው ተዘጋ። ካስፋልቱ ላይ ተነጠፉ። ሚያዝያ 27 ቀንን የመረጡት፣ ብዙ ሰው ሳያያቸው ባሻን ለመያዝ ነበርና ከወደቁበት አንከብክበው ዘነበች ላይ ጫኗቸው። ለካስ ከሩቅ ነጭ ለባሾቹ ጠቋሚም ኖሯቸዋል። አንደኛው፣ ቀድሞ ወደ ባሻ ቢተው የመጣው ፖሊስ ብቻ ለጠቋሚዎቹ የእጅ ምልክት ሰጣቸውና ሲያበቃ፣ ዘነበችም ከመንታው መንገድ አዙራ ተፈተለከች። ተጫኔና እነ አቶ አሳዬ፣ አቶ ስጦታውን ጨምሮ ባሻ ቢተውን ጠቁመው አሲያዙ። ባሻ ቢተውም ‹‹በፖለቲካ›› ፍዳቸውን ሊያዩና ሊታሰሩ፣ ወህኒ ሊወርዱ በቅድሚያ ወደ ሦስተኛ ተጓዙ። ‹‹ዘነበች›› በመባል ከምትታወቀው የነጭ ለባሾች መኪና እንደ ወረዱ፣ ያጀቧቸው ፖሊሶች ከግራ ከቀኝ እያጋጩ ለጊዜው ከሌሎች እስረኞች ጋር ሳይደባለቁ ለብቻቸው ባንድ ክፍል እንዲቆዩ አደረጉ። ምርመራውን የያዘው ሻምበል ጭጭ አርጋቸው ነው። ወደ ማታ ከሦስት ፖሊሶች ጋር ባሻ ወዳሉበት ክፍል መጣ። ሁለት እጆቹን ከኪሱ አድርጎ ውጥርጥር እያለ ወደ ባሻ ቀረበና ሳያስቡት በጥፊ አላሳቸው። ባሻ ተጨናበሱ። ምድር ሰማዩ ዞረባቸው። እንደገና ደገማቸው። ጭጭ አርጋቸው በጭካኔው ጥቂት አቻዎች ብቻ የሚገኙለት፣ የልዩ ምርመራ ፖሊስ ነው። የመንግስቱ ንዋይን መፈቅለ መንግስት ለማክሸፍ በስለላና በአፈና የተባበረ ሰው ነው።

‹‹አንተ ቅማላም ነህ? በጃንሆይ መንግስት ላይ ከጌታህ ጋር የምታሤረው? ብላታ ኅበዛየሁ የት የት እንደላከህ፣ ከማን ጋር እንደተገናኘህ የማናውቅ መሰለህ?›› እያለ በሃይለ ቃል እየተንጎራደደ፣ እያስፈራራና ወጣ ገባ እያለ ይዝትባቸው ጀመር። ቀጥሎም ድንገት ሳያስቡት እንደገና ጆሮ ግንዳቸውን በጥፊ አቀመሳቸው።

ኧረ እባክህ ሽማግሌ ነኝ! ምነው አባትህ አልሆንም? ብወልድ አላደርስህም? እንዲህ ነው እንዴ ሙያችሁ?›› ሲሉ ባሻ የተጨናበሰ

ዓይናቸውን ለመግለጥ እየተሳናቸው መለሱለት።

ኧረ አባት ይንሳህ! ደግሞ ምን ተነካህና ነው? ማታ ገና አለልህ!›› ብሎ ባሻ ያሉበት የእስር ክፍል ድረስ አብረውት የመጡትን ሦስት ፖሊሶች ባይኑ ጠቀሳቸው። ሥጋ ሊበላ ያሰፈሰፈ ጅብ አሞራ ይመስል አንዴ ሠፈሩባቸው። በያዙት ቆመጥ ባሻን አገላበጧቸው። ኧረ ስለ ወንድ ልጅ አምላክ!›› ሲሉ ‹‹ምነው ሰነፋችሁ? አፉን እስኪዘጋ ድረስ አቅምሱት!›› አለና ጭጭ አርጋቸው አዘዛቸው። ጥፊው፣ እርግጫው፣ ቆመጡ ሲፈራረቅባቸው ባሻ ሰውነታቸው ዝሎ በጀርባቸው ከወለሉ ላይ ተዘረሩ። ‹‹ምነው ላገሬ ነፃነት እንዳልሠራሁ፣ እንዳልቆሰልኩ የኔ ውለታ ይሄ ሆነ?›› አሉ በደከመ ድምፅ። ‹‹ላገርህ ሠርተሃል! ብላታ ኅበዛየሁ ላገሬ ሠርቻለሁ፣ አርበኛ ነኝ እያለ ነው አገር የሚበጠብጠው። አንተንስ እሱ አይደል ከአዲስአባ ሰበታና አድኣ እንድትላላክለት በገንዘብ የቀጠረህ? ብላታን እጄ ላይ ይጣልልኝ እንጂ እሱን ደግሞ ያላሳየሁት እንደሆነ እኔ ጭጭ አርጋቸው አይደለሁም!›› ሲል ዛተ። አብረውት ላሉት ሦስት ፖሊሶች ማታ ባሻ ቢተውን ወስደው ‹‹ወፌ ይላላ›› እንዲያሳዩዋቸው አዘዘና ወደመጣበት ተመለሰ።

ባሻ ፊታቸውና ዓይናቸው አባብጦ፣ አፍንጫቸው ደምቷል። ወገባቸው፣ እጅና እግራቸው የሳቸው አይደለም። ገና ማታ ደግሞ ውስጥ እግራቸው ወደ ላይ ተገልብጦ እንደሚጠበጠቡና ይህንኑ ‹‹ወፌ ይላላ›› እንደሚቀምሱ ተነግሯቸዋል። እነ ጭጭ አርጋቸው እንኳንስ የ63 ዓመት፣ የ90 ዓመት ሽማግሌ አስረው ለመግረፍ የማይመለሱ ጨካኞች ናቸው። ቢያጋጥማቸው የተወለደ ልጅ አይምሩም። አንዴ እነሱ እጅ ከገባ ባለስልጣን ነው፣ ሚኒስትር ነው ብለው ከመደብደብ ዓይናቸውን አያሹም። ቀኑ የተገለበጠበት፣ ምንም ይሁን ማንም፣ ደም ያስተፉታል።ጃንሆይ ራሳቸው ቀኑ አዘንብሎባቸው እጃቸው ቢገቡ እጅና እግራቸውን ጠፍረው ልባቸው እስኪጠፋ ከመግረፍ አይመለሱም። እነጭጭ አርጋቸው በትዕዛዝ እንሠራለን ይበሉ እንጂ የሰው ልጅ ሲሰቃይና ሲያለቅስ እያዩ የሚደሰቱ፣ ካልገረፉና ካልደበደቡ፣ ደም ካላፈሰሱ የሚያዛጋቸውና ውለው ማደር የማይችሉ የሚመስላቸው፣ ደም የጠማቸው አረመኔዎች ናቸው።

ጭጭ አርጋቸው ወደ ልዩ ምርመራው አዛዥ ቢሮ ሄደ። ከአዛዡ

ኮሎኔል ጋር ስለ ባሻ ቢተው መነጋገር ጀመረ።

‹‹ከምን አደረስከው ያንን ባሻ?›› ሲል አዛዡ ኮሎኔል፣ ጭጭ አርጋቸውን ጠየቀው

‹‹እኔ ራሴ ቃሉን ነገ ጠዋት እቀበለዋለሁ›› ሲል መለሰ

‹‹የዚህ ባሻ ጉዳይ ያዋጣ ይመስላችኋል?›› የሚል ጥያቄ አዛዡ ባጠገቡ ላሉት ሁለት ሻለቆችና ሻምበል ጭጭ አርጋቸው አቀረበ።

ሁለቱ ሻለቆች እርስበርሳቸው ተያዩ። አንደኛው ረጅም ቁመናው የሚያስፈራ፣ በስለላ ሥራ ዕድሜውን በሙሉ ያሳለፈ፣ ፀጉሩ ተመልጦ ከዳር ከዳሩ ትንሽ የተረፈውና ሽበት የወጋጋው፣ ሲያዩት የሚያስፈራ ሰው ነው። ለዚሁ የሰውን ልጅ ለመርገጥና ደም ለማስተፋት ሥራ ደህና የተቀለበ ይመስላል።

‹‹ከኔ በፊት እስቲ ሻለቃ ሐሳብ ይስጥበት!›› አለና ወደ ወጣቱ ጠይምና አጠር ወዳለው መኮንን አመለከተ።

ጭጭ አርጋቸው ሊበላው የቋመጠለት ነገር ሊቀርበት መስሎት ፊቱን በርበሬ አስመሰለው። የባሻ ቢተው ጉዳይ የማያዋጣ ነው የተባለ እንደሆነ ሌላ የሚደበድበው፣ የሚገርፈው በጥፊ የሚያጩለው፣ የሚተፋበት፣ የሚዘልፈው እሥረኛ ያጣ ይመስል አዛዡ ገና ጥያቄውን ሲያነሳ ግንባሩን አኮማተረ።

‹‹እኔ የባሻ መያዝ የሚያዋጣ አይመስለኝም። የባሻው ወንጀል እየተያያዘ የሚደርሰው ብላታ ኀበዛየሁ ዘንድ ነው። ብላታ ኀበዛየሁን እጃችን ካላስገባን በስተቀር የነገሩ ሁሉ ውል ጠፋ ማለት ነው። የነገሩ ማሠሪያ ያለው እዚህ ላይ ነው። አሁን ይህን ባሻ አሳምነን ፍርድ ቤት እናቅርብ ያልን እንደሆነ ችግር ነው። በቅድሚያ በአንደኛ ተከሳሽነት ብላታ ኀበዛየሁን ማቅረብ አለብን። ባሻው ሊከሰስ የሚችለው በተባባሪነት ነው›› ብሎ አጠር ያለው ሻለቃ ንግግሩን ሳይጨርስ ሻምበል ጭጭ አርጋቸው አቋረጠው።

‹‹ብላታውን፣ ጥቂት ፖሊሶች ቢሰጡኝ ዛሬ ማታውን ልይዘው እችላለሁ!››

በሻምበል ጭጭ አርጋቸው ንግግር ሁሉም ሳቁ።

‹‹ለመሆኑ የት አገር ነው ያለኸው? እስከ ዛሬ ብላታ ኅበዛየሁ የታሠሩትና የተጋዙት በጃንሆይ ትዕዛዝ ነው። አሣሪያቸው ጃንሆይ ራሳቸው ናቸው። አሁንም ጃንሆይ ራሳቸው ይያዙ ካላሉ በስተቀር እኛ በገዛ ሥልጣናችን ልንይዝ አንችልም። ኮሎኔል ከፍሌ ዕርገቱም ይህ ሥልጣን የላቸውም። ሚኒስትሩ ራሳቸው መያዝና ማሰር አይችሉም። ትዕዛዝ ከጃንሆይ ከራሳቸው በኮምዶር እስክንድር በኩል ለሚኒስትሩ፣ ከዚያም ለካቢኔ ሹም ትዕዛዝ መምጣት አለበት። አልገባህም ጭጭ አርጋቸው -- በል --- ተወው --- ተወው --- አከከከ!››

‹‹በትላንቱ ሹመት ደግሞ ብላታ ኅበዛየሁ አፈ ንጉስ ተብለዋል!›› አለ አስፈሪውና ግድንግዱ መላጣ ሸበት ወጋ ወጋ ያደረገው ሻለቃ።

‹‹እንግዲያው ሐሳብ ካላችሁ ይቅረብ›› አለ ደገመና የተማረ ቢጤ የሚመስለው አዛዥ ኮሎኔል።

‹‹እኔ የሚሻል የሚመስለኝ ባሻው ሌላ ሊከሰስ የሚችልበት ወንጀል ካለ ሻምበል ጭጭ አርጋቸው የሰውና ያካባቢ ማስረጃ እንዲሰበስብ ኮሎኔል፣ አንተ ትዕዛዝ ብትሰጠውና የሚሰበሰበው ማስረጃ በሰውና ባካባቢ የተደገፈ ከሆነ፣ ከዚያ ላይ ክስ መስርቶ ፍርድ ቤት ማቅረብ ይሻላል።››

‹‹እኔም ይኸው ይሞከር ባይ ነኝ። ከአድአና ከሰበታ ያገኘናቸውን የሰውና ያካባቢ ምስክሮች ቃል ተቀብለን እንያዝ። ወደፊት የሚሆነው ስለማይታወቅ በብላታ ኅበዛየሁና በዚህ ሽማግሌ ባሻ ላይ ሊጠቅመን ይችላል። አሁን ሻለቃ እንዳለው ሌላ ክስ ለመመስረት ከተቻለ ጥሩ ነው። ለሻምበል ጭጭ አርጋቸው ትዕዛዝ ይሰጠው። ክስ ከጠፋ ግን ባሻው በዋስ እንዲለቀቅ ለበላይ ሐሳብ ይቅረብ። እስከዚያ ፖሊስ ጣቢያ ታሥሮ ይቆይ።››

‹‹ይህን ባሻ፣ ወህኒ ሳያወርዱ መለቀቅ ጥሩ አይመስለኝም!›› አለ ሻምበል ጭጭ አርጋቸው። ማንም ይለቀቅ ያለ ሳይኖር እሱ የገባ ሁሉ እንዳይለቀቅበት ካለው ፍላጎት የተነሣ በውይይቱ መሐል ገብቶ ያልሰማውን ተናገረ።

‹‹ምን ነካህ ጭጭ አርጋቸው ውይይቱን መከተል አቃተህ እንዴ?

አሁን የምሰጥህ ትዕዛዝ፣ በ15 ቀናት ውስጥ ባሻው በሚኖርበት ሠፈር፣ ይሠራበት በነበረው መሥሪያ ቤት፣ በሚውልበት አካባቢና በሚገናኛቸው፣ በሚያውቃቸው ሰዎች ዙሪያ ባንተ መሪነት ሰዎች ተመድበው ስለ ባሻው የሚታወቅ ነገር እንዳለ በሰውና ባካባቢ የተደገፈ ማስረጃ ተሰብስቦ እንዲቀርብ።››

‹‹እሺ ጌታዬ! ---›› ጭጭ አርጋቸው ሰላምታ ሰጥቶ ከአዛዡ ቢሮ ወጣ።

ባሥራ አምስተኛው ቀን ሻምበል ጭጭ አርጋቸው በሕገ መንግስቱ አንቀጽ አንድ በተራ ቁጥር ሁለት የሚያስከስስና ከአምስት እስከ ሰባት ዓመት ጽኑ እስራት የሚያስቀጣ ወንጀል በባሻ ቢተው አገኘሁባቸው ሲል ለኮሎኔሉ የልዩ ምርመራ አዛዥ ማስታወሻ አቀረበ። ኮሎኔሉ ምርመራው ተጠናቆ እንዲቀርብ በቀረበለት ማስታወሻ ላይ ምልክት አድርጎ ለሻምበሉ እንዲተላለፍ አዘዘ። ጭጭ አርጋቸው በባሻ ቢተው ላይ የሰበሰባቸው ሦስት ምስክሮች አንዱ የዶክተር ላምቤ ዘበኛ ተጫነ፣ ሁለተኛው ምስክር የኔታ ተወልደ መስቀል፣ ሦስተኛው አቶ አሳዬ ናቸው።

ሻምበል ጭጭ አርጋቸው የሦስቱ ምስክሮች ቃል አልገጥም እያለ ሲያስቸግረው ለራሱ ከተመደበለት የቀን ወጭ የጠጅ መጠጫያና ትንሽ ጉርሻ እየሰጠ አቶ አሳዬን፣ ቄሱንና ድህነቱን በስምና በንጉሡ ዝምድና ሸፍኖ የሚኖረውን ተጫኔን ደህና አድርጎ ገዛቸው። ባሻ ቢተውን በማስረጃ ለመክሰስ የሚያበቃ የምስክርነት ቃል ለሦስተኛ ጊዜ ተቀበላቸው። ከዚያ በፊት ሁለት ጊዜ የተቀበላቸው ቃል እርስ በርስ የሚቃረንና መጨበጫ የለሽ ስለነበር እየቀደደ ጣለው። ለሦስተኛ ጊዜ በተቀበላቸው ላይ አስፈርሞ ጨረሰና ሶስቱም ምስክሮች ቀስተ ደመና ሆቴል በመኪናው ወስዶ ክትፎ አብልቶ፣ ጠጅ አጠጥቶ፣ የሰጡትን ቃል ፍርድ ቤት ሲጠየቁ እንዳይረሱ ጠበቅ አድርጎ ነግሮ፣ እንዳይክዱም አስፈራርቶ አማኑኤል መሳለሚያ ድረስ በመኪናው ሸኛቸው።

በማግስቱ ጠዋት ሻምበል ጭጭ አርጋቸው ባሻ ቢተውን አስጠራቸው። በሁለት አጃቢ ከፊቱ አቆማቸው።

‹‹ብታምን ይሻልሃል በኋላ ልክ ስትገባ ከምታምን አሁን በሰላም ብታምን ይሻልሃል! ሦስት ምስክሮች ቀርበው መስክረውብሃል።››

ሲል ዓይኑን እያጉረጠረጠ ቁጭ ብድግ እያለ ከፊቱ ያለውን ጠረጴዛ በቡጢ እየደበደበ ጮኸባቸው።

‹‹እኔ እንደሁ ከንግዲህ ወዲህ ለየትኛው ዕድሜዬ ብዬ ነው! አንዴ እንደሁ በእጅህ ገብቻለሁ፤ እንደፍጥርጥርህ አድርገኝ እንጂ በዚህ ዕድሜዬ አልቀላምድም። አንዱ ክስ አልሆን ሲላችህ ደግሞ በዚህ ዞራችሁ! እንግዲህ እንደፈለጋችሁ!›› ሲሉት ጭጭ አርጋቸው በደም ፍላት ከመቀመጫው ተነሣና እጁን በመሃላቸው ባለው ጠረጴዛ አሻግሮ በቦክስ አገጫቸው ላይ መታቸው።

‹‹አንተ ውርጋጥ! አሁን እኔ ቢተው ባንተ እጅ እምመታ ነበርኩ?›› አሉት። ባሻ እሳት ሆኑ። ጭጭ አርጋቸው መደፈሩ አስቆጣው። እሳቸው የስድብ ናዳ እያወረዱ የልባቸውን ሲነግሩት፣ እሱ እንደ መንቀጥቀጥ ሞከረው። በተቀመጡበት ይቀጠቅጣቸው ጀመር። እንዲህ ያደረገው እውነት ጭጭ አርጋቸው ለማስመሰል ካልሆነ በስተቀር ከልቡ የማይናደድ ፖሊስ ነው። በባሻ ክፉኛ መሰደቡ ከልብ ያናደደው ለመምሰል የሚሆነው ጠፋው። ቲአትር መሥራት ያዘ። አጅሬ ሲፈልገው እንኳን መንቀጥቀጥ፣ ያስረግደዋል። የተቆጣ ለመምሰል ሲፈልገው ዓይኑን እንደሌላ ነገር ይጎለጉልና እንደብራቅ እየጬኸ ጠረጴዛ ይደበድባል። አስፈራርቶ ለማሳመን የማይጠቀምበት ዘዴ የለውም። ደህና ረጋ ብሎ በጥሞና የሚያዳምጥ መስሎ ድንገት ሳይታሰብ ግስላ ይሆንና ለምርመራ ከፊቱ የቀረበለትን ተከሳሽ ቀልብ ይገፋል። ባገኘው ነገር ይደባደባል። ድብድባው፣ ጬኸቱና ቁጣው የማያዋጣ ሲመስለው አስቀድሞ ተለሳልሶ ይቀርባል። የባሰ ወንጀል ውስጥ አሳምኖ ለመጨመር ለተከሳሹ የሚያዝን፣ የሚቆረቆር ለመምሰል የማያደርገው የለም። ሻይ ይጋብዛል። አውቅሃለሁ ይላል። አንተ አታውቀኝም እንጂ ዘመዶችህን አውቃለሁ ይላል። አይዞህ አትፍራ ምንም አትሆን፣ እኔም እንጀራ ሆኖብኝ ነው እንጂ እንዲህ ዓይነት ሥራ ምኑ ይወደዳል? ይላል። ትምህርት ቤት ሳለሁ እንዲህ መሆኑን ባውቅ ኖሮ መች አባ ዲና ገብቼ ፖሊስ እሆን ነበር? ይላል። ሌላ ጊዜ ደግሞ እንዲሁ በፖለቲካ ወይም ደግሞ ለውጭ መንግስት ትሰልላለህ ተብሎ የመጣውን እስረኛ ሳይቀረው ከሩቅ ሰላምታ እየሰጠ እየተዋወቀውና ዘመድ እየመሰለ ምን ይቸግርሃል፣ ምን ልርዳህ እያለ ይቀይና ይጠጋል። ከሃዘኔታውና ከርህራሄው የተነሳ ዕንባው ቅርር ያለ ለመምሰል ሲሆንለት ለብቻው ነው።

ዕባብን ሲለምዱት መርዝ እንዳለው ይረሳል። እንደሚባለው ነው የሻምበል ጭጭ አርጋቸው ሁኔታ። ባሻን ግን ከመጀመሪያው የተቀበላቸው በጥፊና በዱላ ነው። የዕድሜያቸውንና የሁኔታቸውን ነገር አይቶ አላዘነላቸውም። በቁጣ፣ በጩኸት፣ በጥፊ፣ በርግጫ አስተናገዳቸው። እንደ ፍጥርጥሩ ቢያደርጋቸው የሚያምኑለት ነገር ባለመኖሩ፣ ባሻ ቢተው ቃላቸውን ሲሰጡ ያላመኑትን የክስ ዝርዝር እንደ ራሳቸው ቃል ግጥም አድርጎ በስድስት ገጽ ጻፈና ‹‹ማንበብ ትችል እንደሆነ አንብብና ፈርም፣ የራስህ ቃል ነው!›› አላቸው።

ባሻ ቃልህ ነው የተባሉትን ስድስት ገጽ ፊደሉን እየቆጠሩም ቢሆን ቀስ እያሉ አነበቡ።

‹‹ምነው እግዜርንም አትፈሩ? ወይስ እግዜር የለም? የሚያየን፣ የሚፈርድብን የለም ብላችሁ ነው። ኧረ ተው! ይኸ ግፍ አይደርስ አይምሰላችሁ! አሁን የት ብዬ ነው፣ ይኸንን ቃል የሰጠሁ? አይ አንተ መድኃኔ ዓለም! በዚህች አገር ምኑን ፈጠርክባት?›› ብለው ወረቀቱን ጭጭ አርጋቸው ጠረንጴዛ ላይ ወረወሩት። አጅሬ እንደ ልማዱ ደነፋባቸው! ከፊት ለፊቱ የቆመውን ፖሊስ ‹‹ማታ ሲቀምስ ያምናል! መልሰው!›› አለና አዘዘ።

‹‹ባሻን አጅቦ የወሰዳቸው ልጅ እግር ፖሊስ በወንጀል ምርመራ የሚሰራውን ግፍ የሚጠላ ነው። በየቀኑ የሚያየው ግፍ ይዘገንነዋል። በተለይማ ሻምበል ጭጭ አርጋቸው ዘንድ ተመድቦ መሥራት ከጀመረ ወዲህ በሻምበሉ ጭካኔ ዘወትር እንደተሳቀቀ ነው። ይህ ወጣት ፖሊስ በሚያየው ሁሉ ከመመረሩ የተነሣ፣ እንኳንስ በፖለቲካ ጉዳይ ተይዞ የሚመጣ ይቅርና፣ በደረቅ ወንጀል ተይዞ የሚደበደብን ሰው ስቃይ ከማየትና ከመስማት፣ አንዳንዴ ራሴ ብደበድብ ይሻለኛል እያለ ሲናገር ይሰማል። ባሻ ቢተው ወር ያህል በወንጀል ምርመራ ታስረው ጭጭ አርጋቸው የሚፈጽምባቸው አረመኔያዊ ድርጊት አስከፍቶታል። ‹‹አዛውንት ሽማግሌ፣ ላገሩ የሠራ አርበኛ የሚገርፍበት ጊዜ!›› እያለ ባያቸው ቁጥር እንዳዘነና ከንፈሩን እንደመጠጠ ነው። ባሻ ቢተው በድፍረት ሻምበሉን ‹‹አንተ ውርጋጥ እኔ ቢተው ባንተ እጅ የምደበደብ አልነበርኩም!›› ሲሉት በሰማ ጊዜ በድፍረታቸው እጅግ ደስ አለው። አደነቃቸው። ያልሰጡትን ቃል፣ ቃሌ ነው ብለው እንዲፈርሙ ሲታዘዙ የልባቸውን በኩራት ተናግረው ወረቀቱን

አፍንጫው ላይ ሲወረውሩት የድፍረታቸው ነገር ገረመውና ‹‹በሽምግልናቸው እንዲህ የሆኑ በወጣትነታቸው ጊዜማ እንዴት ይሆኑ?›› ሲል ራሱን ጠየቀ።

ወጣቱ ፖሊስ ወደ ባሻ ተጠጋ።

‹‹አይዞት አባቴ እንዲህ እንደጨከኑ በዚሁ ይግፉ። የሰውነት ቁስል ይሽራል። ቃልዎን አጥፊው የማይጠፋ ስም ከማትረፍ፣ የደረሰ ቢደርስቦት ይሻላል። በርሶ ዕድሜ ያለን ሰው እንኳንስ መደብደብና ውስጥ እግሩን መግረፍ፣ መገላመጥም ባልተገባ ነበር። ወንጀል ፈጽመዋልስ ከተባለ ምናለ በአግባቡ ቢመረመር። ትምህርታችን ለማሳመን ድብደባ መጠቀም ክልክል ነው ይላል።›› አላቸው እሳቸውን ከፊት አስቀድሞ ከኋላ ኋላቸው ተከትሎ፣ እስር ክፍላቸው እስኪደርሱ ድረስ።

‹‹አንተስ ልጄ ተባረክ። ለመሆኑ ከናንተም መሐል ሰው አለበት? ያራዊት እንጂ የሰው ልጅ ያለ አይመስለኝም ነበር። አሁንም ተባረክ! እግዜር ይባርክህ ልጄ! እኔ ቢተው አታውቀኝም እንጂ ቃሌን የማጥፍ አይደለሁም›› ።

ወጣቱ ፖሊስ ባሻ ቢተውን በምን እንደሚረዳቸው ጨነቀው ‹‹እኔ ምንም ለመርዳት የማልችል አቅም የለሽ አንድ ደሀ ተራ ፖሊስ ነኝ!›› አለና በራሱ አዘነ። ቢያወጣ ቢያወርድ ምንም መንገድ አልታይ አለው። እንደዚሁ ሲጨነቅ፣ ሲጠበብ ጓደኛው ወደ እሱ ሲመጣ አየው።

‹‹ካፖርትና ብርድ ልብስ ይዘህ የመጣከው አዳር ነህ እንዴ?›› ሲል የሌሊት ተረኛውን ጠየቀው።

‹‹አዎን አባክህ፣ ዛሬ ግን ከባላገር የመጣ ዘመድ ነበረኝ የሚቀይረኝ ሰው አጥቼ ነው እንጂ አልመጣም ነበር›› አለው።

‹‹ሻምበል ጭጭ አርጋቸው እንዲያውም ሲጠይቅህ ነበር። አዳር ነው ሲሉት ጊዜ እንግዲያው ሲመጣ እኔ ድረስ ላኩት። እኔ ቢሮ አመሻለሁ ብሎ ለምትኩ ሲነግረው ሰምቻለሁ›› ሲል ተረኛው መልሶ ተናገረ።

‹‹አባክህ እሱ የሚፈልገኝ ይሄኔ ወፌ ኢላላ የሚቀምስ ሰው ሲኖረው

ነው። አሁንስ ሰለችኝ። አለኔ ገራፊ የለም እንዴ? ሌባ ሌባውን እንኳ ብገርፍ ግድየለኝም። የተማረውንም፣ ባለስልጣን የነበረውንም፣ ፖለቲካ ተናገረ እየተባለ የሚያዘውን ግረፍ የሚለኝ እኔን ነው። አሁንም እዚህ ታስረው የገረፍኳቸው ሁሉ መልኬን አጥንተዋል። አንድ ቀን ነፃነት ያገኙ ዕለት ሥጋዬን ሳይበሉት አይቀሩም!››

‹‹እንዴ እንጀራ ብለህ አምነህበት ስትገርፍ ኖረሃል። እኛ ስንት ጊዜ ኸረ ተው ለሰው ብታዝን ይሻልሃል! እየታሰረ የሚመጣ ሁሉ ወንጀለኛ አይደለም ብንልህ አልሰማ አልከን። በገዛ እጅህ ብዙ ጠላት አተረፍክ እንጂ አሥር ዕልቅና እንኳን እስከአሁን አላገኘህም። ዛሬም ጭጭ አርጋቸው በጤናው አልፈለገህም። አንድ ለወፌ ይላላ ያስቀመጠልህ 60 ዓመት ያለፈው ሽማግሌ አለልህ። እሱን ሊያስረክብህ ነው።››

‹‹እኔ ምን ቸገረኝ መረከብ እረከበዋለሁ። ግን እኔ የሚገርመኝ አንተና ያ ጓደኛህ ምን ዘመድ ቢኖራችሁ ነው ለወፌ የማትመደቡት?››

‹‹እኔስ አንድ ቀን አንዱን ውስጥ እግሩን የወፌ ገልብጬ ዓለሙን ባሳየው እፈልግ ነበር። ገልብጠው ውስጥ እግራቸውን ሲገርፏቸው እንዴት እንደሚያደርጋቸው አይቼ አላውቅም። ዛሬ ማታ አንድ ጉዳይ እኔም አለኝ እንጂ ለወፌ የተዘጋጀውንስ ሽሜ፣ ድሮ እናቴን በፍርድ ቤት ከሶ የድሃ ቤቷን ያስለቀቀ ባላጋራችን ነበር›› አለው ከባሻ ደግ ደጉን የተነጋገረው ወታደር፣ ውሸቱን ለዚሁ ለተረኛው ፖሊስ።

‹‹በናትህ! በናትህ! የዛሬን አዳር ቀይረኝ። የናትህን ባላጋራ እጅህ ላይ ጥሎልህ ለጥብስ እንደማድረስ፣ ጉዳይ አለኝ ትላለህ! የእምዬን ባላጋራ እኔ ከጭጭ አርጋቸው ተቀብዬ ላንተ ሰጥቼ እሂድና እኔ ራሴ ነገ ጠዋት መጥቼ አንተ የምትለኝን እነግረዋለሁ። በናትህ አለዛሬም ለምኜህ አላውቅ። እምቢ ካለከኝ ቴሻህን ነው እንጂ፣ ከድሃ ቤታችሁ የነቀላችሁን ሽሜ ዛሬ ማታአፈር ላብላው ብለህ የምትለምነኝ አንተ ነበርክ!›› እያለ ይኸው ፖሊስ ለመነው።

ፖሊሱ ብዙ እንዲለመን ብሎ ካቅማማ በኋላ፣ ተራ ሊቀይረውና ሊያድርለት ተስማማ። ባሻ ቢተውን ሊያስረክበው አስር ክፍል

ድረስ አብረው ከሄዱ በኋላ ባሻ ቢተውን አያቸው። ጓደኛው የተነገረው ሁሉ እውነት መሰለው። የጓደኛውን ባላጋራ እዚያው ቢረግጠው የሚያስደስተው መሰለው።

‹‹ባላጋራችን ሽሜ እናትህ አፈር ትብላ! ቆይ ታወጣታለህ!›› አለና ባሻ ቢተውን በእግሩ ረገጣቸው። ባሻ ግራ ገባቸው። ቀደም ሲል አብሮአቸው እያወራ የወሰዳቸው ሰውዬ ምን ሰይጣን ይዞብኝ መጣ ብለው ቀና አሉ። እሱ ግን ባይኑ ምልክት ሰጣቸው። ግን አልገባቸውም። በል ‹‹እንግዲህ በእጅህ ጥሎልሃል ልቡን አጥፋው! ውስጥ እግሩ መግልና ደም እንዳይቋጥር ቱሻ ገመድ ከበሩ ስር አለልህ። ገርፈህ ሲበቃው፣ እየደበደብክም ቢሆን ገመዱ ላይ አዘልለው። ፍርድ ቤት ተደብድቤ ነው ያመንኩትም ቢል ሰንበሩ አይገኝም።›› አለና ገለፃ ካደረገለት በኋላ ‹‹ሽሜ ታየኛለህ ደግሞ ዓይንህ ይጥፋና!›› ሲል ተናግሮ ወደ ጉዳዩ ሄደ። ባሻና የቀኑ ፖሊስ ብቻቸውን ቀሩ።

የቀኑ ፖሊስ ወደ ማታው አንድ ሰዓት ተኩል ላይ ሁሉ ነገር ጭር ሲል ባሻ ቢተውን ወደ መገረፊያው ክፍል ወሰዳቸው። ወፌ ይላላ የሚጠበጠብበት ጠባብ ክፍል እስከሚደርሱ ድረስ ሁሉንም አጫወታቸው። እሳቸው ግን ፖሊሱን ተጠራጥረውት ምንም ሳያወሩ የተባለችው ክፍል ደረሱ። ማንኛውንም ነገር ካስረዳቸው በኋላ፣ ክፍሏን ዘግቶ ካስቀመጣቸው በኋላ፣ የውስጥ እግር መግረፊያውን ጉማሬ አንስቶ መሬቱን ይደበድብ ጀመር። ‹‹አውጣ! ታወጣለህ? ልፍታህ? አላወጣ ካልክ እደግምሃለሁ! እያለ መሬቱን ደበደበ። ባሻ አይተውት የማያውቁት ነገር ስለሆን ያገሬ ሰው ለካ ይህ ሁሉ ስቃይ አለበት። ይሄኔ ስንቱ እዚህ እንዲህ ሲደበደብ ሕይወቱ አልፎ ይሆን እያሉ አለቅጥ አዝነው ፖሊሱ የሚሠራውን ዝም ብለው ያዩ ጀመር። እሱም ትንሽ አረፍ ይልና እንደገና መሬቱን እየደበደበ የሚናገረውን እየተናገረ፣ እንደዚያው አደረገ። በመጨረሻ ጨርሰናል አለና ወደ ክፍላቸው ከመወሰዱ በፊት ባሻን የተገረፈ ሰው ለማስመሰል ቱሻ ገመድ ላይ አዘለላቸው። እርግፍ እርግፍ አሉ። የጨነቀው ሰው ሁን ሲባል እንደሚሆነው ሆኑ።

‹‹እኔስ እግዜር አንተን አዘዘልኝ! ለመሆኑ ሌላውስ እንዲህ ተገርፎ ምን ሰው ይሆናል?›› ሲሉ ጠየቁት።

‹‹ሰው የማይችለው ነገር የለም። አንድ ቀን ብቻ ሳይሆን ስንት ቀን ተደብድቦ ሰው አይሆንም ይሞታል፣ ቆሞ አይሄድም የተባለው ሲድን አይቻለሁ። ሌሎች ደግሞ አጉል ቦታ ላይ እያረፈባቸው ነው መሰለኝ የሚሞቱም አሉ።እኔ መቼም እግዜር ይመስገን በዚህ ሥራ እስከ አሁን አልሠራሁም። ዛሬም ቢሆን ቅድም እንደነገርኮት ለርሶ ብዬ ነው ያንን ገራፊ የቀየርኩት›› አላቸው።

‹‹እግዜር ይባርክህ፣ ከክፉ ነገር ይጠብቅህ፣ የሰው መከራና ሥቃይ አያሳይህ፣ የሰው ዕንባና ደም በእጅህ አይለፍ። አደራህን ልጄ ተጠንቀቅ። የሰው ለቅሶና ደም ጊዜው ይርዘም እንጂ ምንም ቢሆን መድረሱ አይቀርም። ልጄ አሟሟቴን ያሳምርልኝ ማለት እንኳን ትልቅ ነገር ነው ልጄ›› ብለው እያዘኑና እየተከዙ መረቁት።

‹‹እንግዲህ እኔ አምነዋል ብዬ ነው ነገ የማቀርበው› ሲላቸው በሻ ወዲያው ልውጥውጥ አሉ።

‹‹እንዴት ተደርጎ ልጄ? ቃልህን አትጠፍ እያልክ መክረኸኝ ኖረህ?›› አሉት አንድ ነገር የሆኑ ይመስል ፊታቸው አለቅጥ ጠቁሮ።

‹‹አባቴ እርግጥ ብያለሁ። ግን ምን ቸገሮት? ፍርድ ቤት ሲጠየቁ ተደብድቤ ነው ያመንኩት ይበሉ። ከሳሽ የመንግስት ነገር ፈጅ አልተደበደቡም ብሎ ማስተባበል አይችልም። እነሻምበል ጭጭ አርጋቸው ደግሞ ተደብድቦ የቆሰለው ቁስል እዚሁ ፖሊስ ጣቢያ መዳኑን ሳላዩ ክስ ሞልተው ፍርድ ቤት ቀጠሮ አይዙም። እኔም ገና አንድ ሁለቴ ሳሳርፍባቸው አመኑ ብዬ ለጓደኛዬ እነግረውና እሱም ይህንኑ ለጭጭ አርጋቸው ይነግረዋል። ደግሞ ለነጭጭ አርጋቸው የታመነ ገራፊ ነው። እርስዎ ነገ ወርቀቱ ላይ ዝም ብለው ይፈርሙ።›› አላቸው።

‹‹ሐኪም ዘንድ ልኮስ ቢያስመረምረኝ!›› ሲሉ ስጋታቸውን ገለጹ በሻ።

‹‹ሐኪም ያጥንት ስብራትና ጉልጥማት ወይም ከፍተኛ ያካል መጉደል ካልሆነ በስተቀር ከዚያ ያነሰ ከሆነ ደግሞ ተደብዳቢው ካልቆሰለ፣ ሰንበር ካላወጣ፣ ደምና መግል ካልቋጠረ፣ ጠባሳ ከሌለው ለጥቂት ቀናት አብጦና ተነፍቶ የሚሸረውንና ቆዳው ከላይ

እየተቀረፈ የሚተካውን ሐኪም መርምሮ ድብደባ ነው ብሎ ለመናገር እንዳይችል እነጭጭ አርጋቸው በአገራረፉ ላይ እንዴት ማድረግ እንደሚያስፈልግ ለገራፊው ስላልተማሩት በዚህ በኩል አይስጉ። ዳኞች ደግሞ ተደብድቤ ነው ያመንኩት የሚል ብዙ ተከሳሽ ስለሚያጋጥማቸው ሁሉንም ወደ ሐኪም አይልኩም። የምሥክሮችን ቃልና የቀረበውን የአካባቢ ማስረጃ ነው የሚያዩት። ደግሞ በመንግሥት ጉዳይ ፖለቲካ ተናግሮ በሚከሰሰው ላይ በተጽዕኖ ስለሚፈርዱ ማስረጃው ዕውነተኛ ሆነ አልሆነ ብዙም ግድ የላቸውም›› ሲላቸው ባሻ በነገሩ አምነውበት ንግግሩንም አቋርጠው ‹‹ፍርዱን ቀደም ብለው ፈርደዋል አትለኝም?›› አሉት።

ባሻ ቢተው ይኸው ፖሊስ እንደመከራቸው አደረጉ። ሰነባብቶም ፍርድ ቤት ቀረቡ። የቀረቡት ከከፍተኛው ፍርድ ቤት 1ኛ ወንጀል ችሎት ነው። የመጀመሪያው ቀን ቀጠሮ ዳኞች ተሟልተው አልተገኙም ተባለና ‹‹ዋራንት›› ተቆርጦላቸው በቀን ቀጠሮ ወህኒ ቤት ወረዱ። ከወንጀል ምርመራ በፖሊስ ታጅበው ወህኒ ቤት እንደደረሱ ለማንኛውም ወህኒ ገቢ ሁሉ የማይቀርበትን ፀጉር መላጨት እሳቸውም አሟሉ። የቀራቸው በብዙ ሺህ ከሚቆጠረው እስረኛ ቱሐን፣ ቁንጫና ቅማል መላመድ ብቻ ሆነ። በሻ ክሱ የሚሰማበት ቀጠሮ እስኪደርስ ወሩ ዓመት ሆነባቸው።

ምዕራፍ ሁለት

አባቱ ልጄ አይደለም ብሎ የካደው የደብሪቱ ልጅ በስድስት ዓመቱ እናቱ በሕይወት ያለች እየመሰለው፣ ከበርበሬ ተራና ከመርካቶ አካባቢ ብዙም ሳይርቅ፣ በዕድሜ ዕኩዮቹ ከሆኑ አሳዳጊና ሰብሳቢ የለሾች በረንዳ አዳሪ ሕጻናት ጋር መኖር ጀመረ። ፈጠነ ስሙን ከነአባቱ ያውቃል። እናቱ በሕይወቷ እያለች ነግራዋለች። ሊጠፋ አንድ ቀን ሲቀረውማ ጣቃ መነገድ ምንድነው? ብሎ ደብሪቱን ጠይቋት፣ እሷም አስረድታው፣ በጁ ጭምር ከበርበሬ ተራ ባሻገር እያሳየች የወለዱህ አባትህ ከወዲያ ማዶ ካሉት ሱቆች ባንደኛው ጣቃ ይነግዳሉ ብላዋለች። ‹‹ሱቅ አለው ወይ?›› ሲላት ‹‹አዎን አላቸው!›› ብላዋለች። ተጨማሪ ጥያቄ ግን አልጠየቃትም። ደብሪቱ ለሱም በቀጥታ ባትነግረውም፣ ካባቱ ቤት ‹‹ግርድና›› ገብታ እንደወለደችውና፣ ትምህርት ያላት የሀብታም ልጅ በልጃገረድ ወግ ለማግባት ሲሉ፣ ፈጠነን ክደው እንዳባረሯት፣ ለሰው ስታወራ ሰምቷል። ብዙውን ነገር ባይረዳ፣ የወለደው አባቱ የካደው፣ የናቱ ሴተኛ አዳሪነት ኑሮ ገና በስድስት ዓመት ዕድሜው አስመርሮት የጠፋ፣ የጣቃ ነጋዴው ታደሰና የከልታማዋ ደብሪቱ ልጅ መሆኑን ያውቃል። ምን ይጠቅመኛ ብሎ ያባቱን ማንነት እናቱን ጠይቆ እንደተረዳ ደብሪቱ ግራ ቢገባትም፣ የዚያኑ ዕለት ከበርበሬ ተራ ፊት ለፊት ካለው ሻይ ቤት ምሳና ራቱን እንዲበላበት ሰጥታው የነበረውን ስሙኒ ይዞ ነው ወደበረንዳ አዳሪነት የኮበለለው። ደብሪቱ እስከ ዕለተ ሞቷ ያለቀሰችው ‹‹እኔ የወለድኩት፣ የኔ የደብሪቱ ልጅ ባይሆን፣ የሌላዋ ምንም የማይጎድልባት እመቤት ልጅማ ቢሆን፣ ተንቀባሮ ያድግ ነበር እንጂ የሚያስከፋና የሚመረው ኑሮ እንዲህ በልጅነት፣ ውስጥ አጥንቱ ድረስ ዘልቆ ባይገባ ኖሮ፣ መች ከጉያዬ ተመንጭቆ ይጠፋብኝ ነበር?›› እያለች ነበር።

የመርካቶ በረንዳ አዳሪዎች፣ አዲስ በረንዳ አዳሪ ሲመጣ ደህና ተቀብለው ያስናግዳሉ። ትንንሽ በረንዳ አዳሪዎችም እንደ አቅማቸው እንግዳ ተቀባይ ናቸው። አዲስ መጥ በረንዳ አዳሪዎች፣ ትልልቆቹ በጉልበት ከፈጠነ አጠገብ እንዳይደርሱ እያባረሩ ‹‹ሽርክ! ሽርክ!›› ብለውታል። ‹‹አይዞሽ እኛ አለንልሽ! ምንም

አይነካሽ!›› ሲሉ አበረታተውታል። እናቱ ሰጥታው የነበረውን የምሳውና የራቱ መብያ ስሙኒ ሲያሳያቸው ‹‹ችርችፍ ብቻ ነው ያለሽ? ከእናትሽ መቀነት መንትፈሽ ከመጣሽ አይቀር ጨመር አታረጊም ነበር?›› አሉት ከእናቱ ሰርቆ የጠፋ መስሏቸው።

ከፈጠና ጋር ቀድሞ የተቀራረበውና ‹‹ትናንሾቹ እንዳያጫርሱሽ!›› ብሎ የተጠጋው፣ ከትልልቆቹም በጉልበትና በኪስ ማውለቅ ጥበበኛ የሆነው ዱርዬ፣ የፈጠነን ስሙኒ ተቀበለና ፈጠነን ይዞ ካንዱ ሻይ ቤት ወሰደው። ባለ አስር ሳንቲም ዶኬ ለሁለት በሉ። አልጠቀመኝም አለና ትልቁ ዱርዬ አንድ ፓስቴ ጨመረበት። እንደገናም አልጠቀመኝም አለና ሌላ ሣምቡሳ ጨመረበት። በተረፈችው አምስት ሳንቲም፣ ሜትር ኩብ ሲጃራ ገዛበትና ፈጠነን አባብሎ ባምስት ሳንቲም አስራ ስድስት ከገዛው ሜትር ኩብ ሲጃራ አንዱን ለኩሶ አንድ ሁለቴ አሳበው። ፈጠነ ጭሱ ትንታ ሲያሰኘው ‹‹እናትሽን አስለምድሻለሁ፣ ገና ምን አይተሽ?›› አለው። ወዲያው ፈጠነን ባግዳድ በመባል የሚታወቀው አሮጌ ጨርቅ ተራ ወስዶ የታጠበ ኮትና ሱሪውንና እናቱ የገዛችለትን አዲስ ሸራ፣ ሁሉንም በብር ከሰባ አምስት አሽጦት፣ በሰላሳ ሳንቲም አንድ፣ ቀን ከሌሊት የሚለበስ ድሪቶና በስሙኒ ደግሞ አሮጌ የተበጣጠሰች ቁምጣ ገዝቶለታል።

ፈጠነን ጣቃ ተራ ድረስ ወስዶ፣ ያቶ ታደሰ ሱቅ የሚባለው ያ ነው ብሎ፣ ከሩቅ ያሳየውም ይኸው ዱርዬ ነው።

‹‹አቶ ታደሰን ልትመነትፊያቸው ስታስቢ ለኔ ንገሪኝ፣ መቀስ እንዴት እንደሚገባ አስተምርሻለሁ›› በማለት የፈጠነ ያቶ ታደሰን ሱቅ መጠየቅ ለሌብነት ሰለባ ለማድረግ መስሎት በዘዴ ኪስ አገባቡን እንደሚያሰለጥነው ነገረው። ፈጠነ ግን ለዱርዬው፣ አባቴ ናቸው ብሎ አልነገረውም። እንደ ልጅ ተታሎም አባቴ ብሎ ወደ ታደሰ ሱቅ አልሮጠም። እየዋለ እያደረም ሲሄድ የጣቃ ተራን መውጫ መግቢያ ቢያውቀውም የአባቱን ሱቅ ድንጋይ ወርውሮ ለመምታት ይቃጣው እንደሆን እንጂ የወለዱኝ አባቴ እርሶ ነዎት ብሎ ወደጣቃ ነጋዴው ታደሰ ለመሄድ አልጓጓም።

ፈጠነ ከትንንሾቹ የመርካቶ በረንዳ አዳሪ ጬልፌቶች አንዱ ለመሆን ጊዜ አልወሰደበትም። ያራዳውን ቋንቋ ደህና ከመላመዱ

የተነሣ ፖሊስ ያየ እንደሆን፣ ኡጄ! ኡጄ መጣላቸው!›› ይልና በምንተፋና በኪስ ማውለቅ የተሰማሩትን ትንሽና ትልቅ ዱርዬዎች ከሩቅ ሆኖ ይነግራቸዋል። ‹‹ኡፍ! ዛሬ እንዴት ነው? ፎደፎደኝ እኮ!›› ይላል የሚበላ ነገር ለማለት ሲፈልግና ራበኝ ለማለት ሲያሰኘው። ‹‹ኩሊ! ኩሊ!›› ሲባል በሱ አቅም የሚሸከመው ከሆነ ‹‹አለሁ!›› ይልና ይሸከማል። የተሸከመውን ይዞ ይጠፋል። ኩሊ ኩሊ የሚል ሲጠፋም፣ ገልመጥ ገልመጥ ይልና ኪስ ይገባል። ወይም ወደ አንዷ ባልቴት ጠጋ ይልና ‹‹እማማ እኔ ልሸከምሎት!›› ይላል። የሸመቱትን ቋጠሮ ከእግራቸው መሀል አድርገው ወሬ ሲመለከቱ ካየም ከግራቸው መሀል መነትፎ እንደ ጭልፊት ለመብረር ከተደፋፈረ ሰነበተ።

‹‹መቀስ አልለምድ አልሽ እኮ ፈጠነ!›› አለው ከትላልቆቹ በረንዳ አዳሪዎች አንዱ፣ ሁሉም ድሪቶአቸውን ለብሰው ማታ ከሚያድሩበት ኪኪያን በረንዳ እንዳይበርዳቸው ፍግፍግ ብለው ተቀምጠው። መቀስ በሌባ ጣትና በመሀል ተጠቅሞ ከወንድ ኪስና ቦርሣ መስረቅ ማለት ነው።

‹‹እንዴት? እንዴት? ሳልጠይቅሽ ፈጠነ፣ ያ ጀዱ መሳይ ሰውዬ ዛሬ ያባረረሽ ለምን ነበር? ምናምን መታሽው እንዴ?›› አለው ደግሞ ሌላው የሱ ዕኩያ በረንዳ አዳሪ።

‹‹እባክህ አንዱን ሰውዬ ከጎን ጎኑ ተጠግቼ የምሄድ መስዬ ከኮት ኪሱ መቀስ ስሰድ ነቃብኝና ጋማዬን ሊይዝ ሲያባርረኝ አመለጥኩት። ትንሽ ነው ብሎ አልጠረጠረኝም ነበር።››

‹‹ቆይ ግድ የለሽም፣ አሠለጥንሻለሁ!›› አለው የመጀመሪያው ስለ መቀስ የጠየቀው ዱርዬ።

‹‹እሱ እባክህ ዘንቢል ለመንጠቅ ከሆነ የሚችለው የለም!›› አለና ሌላው ትንሽ ዱርዬ በፈጠነ ላይ እንደማሾፍ ብሎ ተናገረ። ‹‹እናትክን! አንተ ፈሪ! አንተ ደግሞ እኔን እንዲህ ትለኛለህ?›› ሲል ፈጠነም መለሰለት። እዚያው ኪኪያን በረንዳ ተረፍርፈው ከተኙበት እርስ በርሳቸው መነታረክ ጀመሩ። የቀሩት ዱሪዬዎች ነገሩን ለማካረር ‹‹ተቧቀሱ እንጂ? አናፍጠው እንጂ? ምን እንደሴት ትሰዳደባላችሁ?›› አሏቸው። ወዲያው ደግሞ በነፈጠነ መሃል የተነሳው ጉዳይ ተረሳ። አንዱ ሌላውን ‹‹ምን ትገፋኛለህ!››

አለው። ‹‹እናትክን! ብገፋህስ ምን ትሆናለህ?›› ሲል ሌላው መለሰለት። ‹‹ኧረ !አንተው እናትክን! ሲል መለሰለት። ‹‹ቆይ ጠብቅ! ቆይ ጠብቅ!›› ተባባሉና መያቀሳቸውን ለጊዜው ተወት አድርገው ፍግፍግ ብለው እንዳይበርዳቸው ተቀመጡ። እንደ ውሻ ቡችላ አንዱ ባንዱ ላይ ተነባብረው ዕንቅልፍ እስኪወስዳቸው ድረስ በተርታ ይቀመጡና ከዳር ያለው ካጠገቡ ያለውን ሲገፋ መሐል ያለው ከዳርና ዳር መገፋፋቱ ሲጠፍ ተፈናጥሮ ይወጣል። የምሽቱ ትርዒት በዚህ አያበቃም። በትንሽ ነገር ‹‹ይዋጣልን! ይዋጣልን!›› ተባብለው ድብድብ የጀመሩ እንደሆነ የቀረው በረንዳ አዳሪ በሁለት ካምፕ ይከፈልና የሁለቱ ተደባዳቢዎች ቲፎዞ ይሆናል። ያሟሙቃል፣ አናፍጠው ይላል። አንድ ሰው እንዳይገላግል ይባባላል። ጠቡ ወዲያው ደግሞ በቲቮዞነት ወደተሠለፉት ይዛመታል። እነርሱ በተራቸው ሲጀምሩ፣ የመጀመሪያዎቹ ድብድባቸውን ይጨርሱና በተራቸው ደግሞ በማሟሟቁ ሥራ ይሠለፋሉ። ስድቡና ብሽሽቁ አይጣል ነው። ፈጠነ በዚህ ሁሉ ተክኗል። የሚሰበሰበው፣ የሚያሳድገውና የሚያስተምረው ያጣ ትናንሽ በረንዳ አዳሪ በዚህ ዓይነት ሁኔታ ያድጋል። ከዘንቢል ነጠቃ እስከ ኪስ አውላቂነት የተለማመደው በረንዳ አዳሪ ከፍ ሲል ወደ ማጅራት መቺነት ይሸጋገራል። በየዕድሜው ደረጃ የሚፈጽመው ስርቆትም ሆነ ሌላ ከፍ ያለ ወንጀል የሚፈጽመው ወገን፣ የሚፈለፈለው እንደ መርካቶና አውቶቡስ ተራ በመሳሰለው የደራ ገበያና የማያቋርጥ የሰው ለሰው መገናኛ በሆነው ሥፍራ ነው።

ፈጠነ በረንዳ አዳሪ የሆነ ሰሞን ሰውነቱ ትንሽ ወፈር ብሎ ነበር። በወሩ ግን አመድ መሰለ። ከመክሳቱ፣ የሰውነቱ ጭቅቅት፣ የጸጉሩ መቅጨም፣ ድሪቶው የቅማል ጎሬ መሆን፣ እግሩ ተቆርጦ ውሃ የሸረሸረው መሬት መስሏል። ድሪቶውን በትከሻው ጣል ያደርግና ሆዱን እያሳየ ያንን የተበጣጠሰ ቂጣ ባዶ ቁምጣውን ሽቅብ ወደ ላይ ከታጠፈ አንጀቱ ጋር በሲባጎ መሳይ ይሸመቅቅና ከእህል በረንዳ አውቶቡስ ተራ፣ ካውቶቡስ ተራ ሽንኩርት ተራ፣ ኩሊ! ኩሊ! እያለ የሚጠራው እስኪያገኝ ይጠብቃል። እሱም እንደ አቅሙ የሚሸከመው ቢያጣ የሚመነትፈው ዘንቢልና ቋጠሮ አያጣም። ሁለቱም ከጠፉ፣ ዓይኑን እያቁለጨለጨ ለመለመን ሲባዝን ይውላል። እነኛን የሚያሳዝኑ ዓይኖቹን እያቁለጨለጨ

የእህል በረንዳን ግድግዳ ተደግፎ እንደቆመ አንዲት ሴት ድንገት አዩትና ልባቸው ለሁለት ክፍል አለ። ፈጠነ ድንገት ላየው ሰው በርግጥም የሚያሳዝን ልጅ ነው። አሳዛኝነቱ አብሮት የተፈጠረ ይመስላል።

‹‹አንተ!›› አሉት ሴትዬዋ ገና ሲያዩት አሳዝናቸው። ‹‹የማነህ ልጅ?›› ሲሉ ጠየቁት። ወደሳቸው ጠጋ ሳይል ሲጠሩት ብቻ ሰምቶ ቀና ብሎ ካያቸው በኋላ አንገቱን ሲያቀረቅር ጊዜ፣ እኚሁ ሴት ደግመው ‹‹የማነህ ልጅ?›› ብለው ጠየቁት። ጥያቄአቸው የገረመው ይመስል እንደመሳቅ አለና እዚያው እንዳቀረቀረ ቀረ። አለወትሮው ተፎ አልሆነም። ገና ሲጠራ ከተፍ የሚለው ፈጠነ ጮሌነት የተረሳው ይመስል የእህል በረንዳን ግድግዳ እንደተደገፈ ዝም አለ። ሴትዬዋ የገበዩትን ቋጠሮ ጎተት አድርገው ወደ ፈጠነ ተጠጉና ያንን ቅማልና ቅጫም የወረሰው ፀጉሩን እያሻሹ ‹‹የማነህ የምታሳዝን ልጅ? እናት አባት የለህም?›› ሲሉ እንደገና ጠየቁት። ፈጠነ ግን እነኛን የሚቁለጨለጩ ዓይኖቹን ወደ ሴትዬዋ አልመልሳቸው አለ። እከሌ ወይም እከሊት ይባላሉ ለማለት አልፈለገም። በተጠየቀ ቁጥር ብቻ ‹‹ሀ?...›› እያለ መጠየቁ እየደነቀው ፈገግ ይልና መልሶ አንገቱን ይደፋል። ሴትዬዋም መልስ ሲያጡ ‹‹አይ ልጄ! እናትማ ቢኖርህ መች እንዲህ ትሆን ነበር?›› አሉና ትክዝ ብለው ፀጉሩን እያሻሹ ካጠገቡ ቆመው ቀሩ።

‹‹ከኔ ጋር ትሄዳለህ?›› ሲሉ እንደገና ፈጠነን ጠየቁት።

‹‹አይ! ... አይ! ...›› አላቸውና ከቀረው ሰውነቱ ገና ሚምተው ባላለቁት እነኛ ትላልቅ ዓይኖቹ ከላይ እስከታች ሴትዬዋን ተመለከታቸው። ሽሽት እንደማለት አላቸው።

‹‹እኔ አሳድግሃለሁ! አስተምርሃለሁ!››

‹‹አይ! እምቢ!›› አላቸው ከጭንቅላቱ ላይ እጃቸውን አስለቀቀና ካጠገባቸው ፈንጠር አለ። ልውሰድህ፣ ላሳድግህ ሲሉት ክፉ ነገር የተናገሩት ያህል የቆጠረው መሰለና ሸሻቸው። ፈጠነ በዚያ ዕድሜው ከሰው ቤት የኪኪያንን በረንዳ መረጠ። የበረንዳ አዳሪ ኑሮ ተቆጭ የሌለበት፣ በስርቆትም፣ በሽክምም፣ በልመናም የተገኘችውን ወደ ሆድ አስገብቶ የሚኖርበት፣ የነጻነትና የዕኩልነት ደሴት ነው ብሎ ያመነ ይመስል፣ ከሴትዬዋ ተፈናጥሮ ራቀ።

ካለበት ሆኖ ሴትዬዋን መመልከቱ አልቀረም።

‹‹እማማ ርቦኛል ዳቦ መግዣ ስጡኝ!›› አላቸው። በፈጠነ ዕድሜ ኩሊነት ተሸክሞ በየቀኑ የራስን ከርስ ሞልቶ ማደር አይቻልም። ስርቆቱም ቢሆን ትልልቆቹ እንደሚቀናቸው ትንንሾቹ አይቀናቸውም። የቃኘው ሻለቃ ሆቴል ትርፍራፊ ደግሞ የመርካቶ ትላልቅ ለማኞች በሞኖፖል የያዙት ይመስል፣ ከነሱ ጋር በጉልበቱ ተማምኖ የሚሻማ ካልሆነ በስተቀር ትንንሾቹን የበረንዳ አዳሪዎች የሚያስደርሳቸው የለም። የአስፋው ወሰንም ሆነ የነጋዴዎች ሆቴል ትርፍራፊም ቢሆን ተሻሚው ብዙ ነው። በተለይም ደግሞ የአሰፋው ወሰን ሆቴሉ ዘበኛ የተረፈውን ለውሻዬ ለድመቴ እያለ ከኮሮጆው የሚጠቀጥቅ፣ ልጅ የሚርበው የማይመስለው፣ ልበ ደንዳና ነው። ፈጠነ የየሆቴሉ ፍርፋሪ እሱን ለመሳሰሉ ትናንሽ ዱሪዬዎች ባለመትረፉ የዚያንለትስ እውነትም ተርቧል። ሳንቲም ልመናው ሜትር ኩብ ሲጃራ ለመግዛት ወይም ለመቆመር አልነበርም። በርሃብ የታጠፈ አንጀቱን ለማስታገስ ነበር።

‹‹እኔን ይራበኝ! እኔን ልጄ! እንዲህ እንዳይርብህ፣ እንዳይጠማህ እኮ ብዬ ነው ቤቴ ልውሰድህ ያልኩህ!›› አሉና የቋጠሩትን መሐረብ ፈተው አስር ሳንቲም ሰጡት። ፈጠነ ይዞ በረረ። ወዲያው ሽልጠውን እየገመጠ ሲመለስ ሴትዬዋን እዚያው ከቆሙበት አገኛቸው።

‹‹እማማ የት የሚሄደውን አውቶቡስ ነው የሚጠብቁት?›› ሲል ጠየቃቸው። አነጋገሩ ነቃ ያለ ሆነባቸው ሴትዬዋ። ለካስ ቅድም አፉን የዘጋው ረሃብ ኖሯል ብለው በልባቸው አዘኑ። ነገር ግን ፈጠነ እሺ ብሎ ከሳቸው ጋር እንደማይሄድ አውቀው ተስፋ ቆርጠዋል። ስለዚህ ደግመው ጥያቄውን አላቀረቡለትም።

‹‹ካዛንቺስ የሚሄደውን ነው የምጠብቀው!››

‹‹እሱ ዘጠኝ ቁጥር ነው። እሱኮ የሚቆመው እዚህ አይደለም! እዚያ ጋር ነው!›› ሲል በጁ አሳያቸው። ሴትዬዋ ቋጠሮአቸውን ተሸክመው የካዛንቺስ አውቶቡስ ወደሚቆምበት ሊሄዱ ሲሉ ፈጠነ ‹‹ቆይ እኔ ልሸከምሎት!›› አለና ተቀበላቸው። ተሸክሞ አውቶቡሱ ውስጥ ድረስ ይዞ ገባና የሚቀመጡበት ወንበር ሥር አደረገላቸው። ከዚህ በፊት ተሸከምልን የሚሉትን ሴቶች ቋጠሮ አዘናግቶ ፈትለክ

ይል ነበር። እንዲህ ዓይነቷ ሴትማ አዛኝነታቸው ፈጠነን ለመሳሰለ ጩልፊቶች ድፍረት የሚሰጥ ነበር። የተሸከመበትንም ፍራንክ ሲሰጡት ሴትዬዋ ቢጠሩት እምቢ ብሎ ከአውቶቡሱ ወርዶ ሄደ።

መርካቶ ዝናብ የጣለ እንደሆነ አያድርስ ነው። በብዙ ሺህ የሚቆጠር ሕዝብ በየቀኑ የሚገበያይበት ቦታ፣ እንኳንስ የክረምት ዝናብ ትንሽ ካፍያ ጠብ ያለበት እንደሆነ ጭምልቅልቅ ይላል። እግረኛው፣ የክረምት ገበያ የሚመረረው በባለ ተሽከርካሪው ግድ የለሽ አነዳድ ጭምር ነው። የሚረጨው የቦይ ውሃና የሚያፈናጥረው ጭቃ እግረኛን ከወዲያ ወዲህ እንደ ፌንጣ ያዘልለዋል። አንድ መኪና በለበሰው ልብስ ላይ ጭቃ የረጨበት እግረኛ አምርሮ ይራገማል። ‹‹ይገልብጥህ! ለአደጋ ይዳርግህ!›› ይለዋል። አውቆም አደረገው አላደረገው፣ ስድቡንና እርግማኑን የማይጠጣ ሹፌር የለም። አንዳንዱም መኪናውን በድንጋይ ለመምታት ድንጋይ ፍለጋ፣ ወዲያ ወዲህ ሲል የረጨበት መኪና ቆሞ የሚጠብቀው ይመስለዋል።

ሴትዬዋ ታክሲ፣ ወተት የመሰለ ያበሻ ቀሚሳቸውን በጭቃ ረጭቶ እንዳያበላሽባቸው አመልጣለሁ ሲሉ ከአስፋልቱ ዳር በድሪቶው እጥፍጥፍ ብሎ ተጠቅልሎ ከሚንሰፈሰፍ ልጅ ላይ ሊወድቁበት ምንም አልቀራቸውም። ወዲያው መለስ አሉና ‹‹ወይ ልጄን!›› ብለው ደንግጠው እዚያው ቀሩ። በዚያ በዝናብ፣ የሚሸማምተውን ሸማምቶ ወደ መጣበት ለመሄድ የሚጣደፈው የመርካቶ ገበያተኛ ከአስፋልቱ ዳር በድሪቶው ተሸፋፍኖ ሲነጋጋ የጀመረው ዝናብ የዋለበትን የሚንሰፈሰፍ ልጅ ጠጋ ብሎ ይኑር ይሙት እንኳ ያየው የለም። ሴትዬዋ ዝናብ እየወረደባቸው፣ ካጠገባቸው ከወደቀው ልጅ አጠገብ ተጠግተው ‹‹አንተ ልጅ!›› እያሉ ቢጣሩ መልስ አላገኙም። ‹‹ምነው ያዲሳባ ሰው እንዲህ ጨከነ? ይህን ልጅ እንዲህ በዝናብ እየተደበደበ፣ እንዲህ ሲያንሰፈስፈው ወደ አንዱ በረንዳ ጥግ እንኳ ለማድረግ ሰው እንዴት እንዲህ ጨከነ? ከሰው ተፈጥረን፣ አይ ጊዜ!›› እያሉ ለብቻቸው ሲያወሩ አንዲት እመጫት ቢጤ ጠጋ አለቻቸው። አንድ ሁለት ሰው ከአንድ ነገር ሲከብ ሌላው ደግሞ በተራው ግር ብሎ መክበብ ባዲሳባ የተለመደ ስለሆነ ሌላውም ሰው እንዲሁ ከበበ። ባንድ ጊዜ ለቁጥር የሚታክት ሰው ተሰበሰበ። አንዳንዱ ከየት እያደረገ ብቻ መንገዱን ይቀጥላል። ሌላው ደግሞ የተለመደ ነገር የሆነበት ነው መሰል አንድ ሁለት ቃል ጣል

አድርጎ ያልፋል። አለኚህ ሴት ከልቡ አዝኖ ወደ ወደቀው ልጅ ተጠግቶ ትንፋሽ እንዳለው ለማዳመጥ፣ ቢጠይቁት መልስ ይሰጥም እንደሆን፣ እንደዚያው ለማድረግ የደፈሩት እኚህ መካከለኛ ዕድሜ ያላቸው ሴት፣ እመጫቷና አንድ ጠና ያሉ ሽማግሌ ብቻ ናቸው።

‹‹አይ ልጄን! እናት አባት ቢኖረው እንዲህ አይሆንም ነበር!›› አሉ። ሴትዬዋ ዕንባቸው ቅርር ብሎ ደረታቸውን አንዳንዴ እየመቱ የሚያደርጉት ቢጠፋቸው፣ ቢጣሩ ቢጣሩ መልስ አልሰጥ አለ ልጁ። በድሪቶው እግሩን አጣጥፎ ተጠቅልሏል።

‹‹ሞቷል ወይስ አለ?›› አለች እመጫቷ ሴት፣ እሷም ድንጋጤና ሀዘን ተቀስቅሶባት።

‹‹እሱስ ሕይወቱ አለች!። እንዲያው የወረደበት ዝናብ ቢያንሰፈስፈውና ቢያዳክመው ነው!›› አሉ ሽማግሌው ወደ እመጫቷ ሴት ዞር ብለው።

‹‹እባክዎ እርሶ ወንድ ኖት፣ እስቲ እንደምንም ተረዳድተን ወደ ዳር እናውጣው!›› ሲሉ እኒያ ቀድሞ የወደቀው ልጅ አጠገብ የደረሱት ጠና ያሉ ሴት ሽማግሌውን ጠየቋቸው።

‹‹ኧረ ምን ከፋኝ የኔ እናት!›› አሉና ልጁን ለማንሣት እሳቸውም እንደሴትዬዋ ዝቅ አሉ። እመጫቷም ሴት ለዕርዳታው ተባባሪ ሆነች። አንድ ሁለት መንገደኛ ወንዶችም ለዕርዳታው ቀረቡ። የወደቀውን ልጅ ተረዳድተው ወደ አንድ በረንዳ ዳር አስጠጉት። ሴትዬዋ በዝናብ የራሰውን ድሪቶ ገለጥ አድርገው ልጁን ሲያዩት ‹‹ውይ! ውይ!›› እያሉ ደረታቸውን መድቃት ጀመሩ። ‹‹ልጄን! ልጄን! እኔን ድፍት ያርገኝ!›› እያሉ ጮሁ። ሽማግሌውና እመጫቷ ግራ ገባቸው ሴትዬዋ የገዛ ልጃቸውን ወድቆ ያገኙት መስሏቸው። እጥፍጥፍ ብሎ ዓይኑን እንደጨፈነ የሚንሰፈሰፈውም ልጅ ሴትዬዋ ‹‹ልጄ! ልጄ!›› እያሉ ሲጮሁ እንደ ህልም ሆኖበት ድንገት ዐይኑን ገለጥ ሲያደርግ፣ እናቱን ሳይሆን የከበቡትን ሌሎች ሰዎች ተመለከተ። የወደቀው ልጅ ፈጠነ ነው። ሴትዬዋ ግን ደረታቸውን እየመቱ ‹‹ልጄን! እኔን ድፍት ያርገኝ!›› እያሉ ዕንባቸው ዱብ ዱብ ማለቱን ቀጠለ። ፈጠነ ተመልሶ ዓይኑን ጨፈነና ከመንሰፍሰፍ የባሰ እዚያው ከተኛበት ዕንባው ይፈስ ጀመር።

‹‹እሜቴ ልጅዎ ነው?›› ብለው ሽማግሌው ሴትዮዋን ጠየቁ። ‹‹ኧረ አይደለም! እኔ ልጅ የለኝም! አልወለድኩም! መሃን ነኝ!›› እያሉ ማንባታቸውን ቀጠሉ።

‹‹ልጁን ያውቁታል? ለመሆኑ እርሶስ ማን ይባላሉ ለማንኛውም?›› ስትል ደግሞ እሷም ዕንባዋ ዓይኗ ላይ ቁልል ያለባት እመጫት ሴትም ጠየቀቻቸው።

‹‹አገኘሁሽ ነው ስሜ፣ ዘውዲቱ ሆስፒታል ነው የምሰራው ፣ ይህንን ልጅስ፣ ዕውቀት ቢሉት ዕውቀትስ የለኝም። የዛሬ አስራ አምስት ቀን ይህ ልጅ እርቦት አንጀቱ ታጥፎ ዓይኑን እያቁለጨለጨ ባየው እንደተወለደኝ ሰውነቴ ክፍል ብሎብኝ አለቅጥ ደንግጬለት፣ የዳቦ መግዣ ሳንቲም ሰጥቼው ቤቴ ወስጄ ላሳድግህ ብለው፣ እምቢ ያለኝ ልጅ ነው›› ብለው ፈጠነም በተራው ቋጠሮአቸውን ተሸክሞ ዘጠኝ ቁጥር አውቶቡስ ከሚቆምበት አድርሶ ሳንቲም ሳይቀበል መቅረቱንና በተራው የዋለላቸውን ውለታ ጨምረው ዕንባቸውን እየጠራረጉ ለሽማግሌውና ለእመጫቷ፣ ከዚያም አልፎ ለወሬ ሰብሰብ የሚለው የመርካቶ ገበያተኛ ነገሯቸው።

‹‹የኔም ልጆች፣ እኔ አንድ ነገር ብሆን ይኸው ነው ዕድላቸው›› አለችና እመጫቷ ገር ሴት ማንባት ጀመረች።

‹‹አየ ሰው መሆን! ሰው መሆን ዕዳ ነው!›› አሉ ሽማግሌው።

‹‹ለነፍሳችሁ ያላችሁ እርዱኝ! እኔ ይህንን ልጅ ጥዬ ከዚህ አልሄድም። አሁንም ዝናቡም ስላባራ እንደ ምንም በታክሲ ለማሣፈር ብትረዱኝ ያለኝን ያህል ከፍዬ ቤቴ እወስደዋለሁ እንጂ ከዚህ ጥዬ አልሄድም።››

ሽማግሌውና መጫቷ አለቅጥ ተገረሙ። ለወደቀው ልጅ ያዘኑት ሀዘኔታ አንሶ ላልተወለዱትና ለማይዛመዱት ልጅ፣ እናት አባቱንና የተወለደበትን ሠፈር፣ ዘሩንና ሃይማኖቱን ሳይጠይቁ አሳዳጊና ሰብሳቢ በማጣት ከመንገዱ እንደ ውሻ ሬሳ ወድቆ ላገኙት ልጅ የሚያፈሱት ዕንባ ሲታያቸው፣ ለእኚህ የተባረኩ ሴት አዘኑላቸው። ‹‹መሃን ነኝ፣ ወልጄም አላውቅ›› ያሏቸው ሆዳቸው ገባ። ከመንገድ ወድቆ ያገኙት ልጅም ከአስራ አምስት ቀን በፊት አይተው ልባቸው ቢደነግጥ፣ ራበኝ ቢል የዳቦ መግዢያ ቢሰጡት እሱም

በተራው እንደልጅ ሳይሆን እንደ አዋቂ ውለታ መላሽ ቢሆን መንግሥት ያልሰበሰበውን እሳቸው ከቤታቸው ለመውሰድ መወሰናቸውን ሲሰሙ ሽማግሌውና እመጫቷ ሴት አደንቋቸው። ሌላው መንገደኛ እየሰማ ዝም ብሎ ሲያልፍ፣ ጊዜው ያመጣው መጨካከን ቢያሳዝናቸውም፣ እነሱም ግን ከሴትዮዋ ሳይለዩ፣ የተጠየቁትን እርዳታ ለመለገስ ሲሉ ከሴትዬዋ አልተለዩም።

ሴትዬዋ ከሽማግሌውና ከእመጫቷ ሴት ጋር ተባብረው ካንዛቺስ የሚሄድ ታክሲ አስቆሙ። ያንን የቅማል ዋሻ የሆነውን ዲሪቶ ካላዩ ላይ ገፈው ጥለው የራሳቸውን ነጠላ ለፈጠነ አለበሱት። እሱ በራሱ የደከመና ራሱን ችሎ የማይቆም፣ የከሳና ባጥንቱ የቀረ ልጅ ስለሆነ እንደዚያ እጥፍጥፍ እንዳለ ተሸክመው ከታክሲው አስገቡት። ባለታክሲው ያለውን ለመክፈል ተስማሙ። በረሃብና በበሽታ ተጠቅቶ መናገርና መላወስ ስላቃተው፣ ከሴተኛዋ ጋር ለመሄድ ይፈቅድ አይፈቅድ እንደሆነ የጠየቀው የለም። ካስፋልት መሐል ተጠቅልሎ ወድቆ እንደ አደባባይ ተሽከርካሪና ሰው እየዞረው ሲሄድ የማይላወሰውና ሲጠሩትም ሆነ በምናምን ሲነካኩት መልስ ያልሰጠው ፈጠነ ሴትዬዋ ወደ ቤታቸው ሲወስዱትም ለማነጋገር እንኳ የሚበቃ አቅምና መናገሪያ አፍ አልነበረውም። እንደ ዕድል ሆኖ እኚህን አዛኝ ሴት ጣለለት እንጂ እሱም፣ እዚያው ሞቶ እናቱ ደብሪቱ የገጠማት ዕጣ ይደርሰው ነበር። ባዲስአባ ማዘጋጃ ቤት ሬሳ ማንሻ መኪና ተወስዶ እሱም አፉን ከፍቶ የሚጠብቀው ወላጅ እናቱ ከገባችበት የቅዱስ ጴጥሮስ ወጳውሎስ መቃብር መግባቱ አይቀሬ ነበር።

ምዕራፍ ሦስት

ባሻ ቢተው እዚህ ደርሼ መጣሁ ብለው በዚያው እንደቀሩባቸው፣ አድፍጣ ስትጠብቃቸው በነበረች ‹‹ዘነበች›› በመባል በምትታወቀው የነጭ ለባሽ መኪና፡፡ ታፍነው እየተደበደቡ እንደተወሰዱ እመት ጌጤነሽ ሲሰሙ አገር አልበቃ አላቸው። ከመሬት ሲወደቁ ሲነሱ ያያቸው ማጽናናቱን፣ ማዋየቱን፣ ማበረታታቱን እየተወ አብሯቸው አለቀሰ። እመት ጌጤነሽ ዋይ ብለው፣ ቁሞ መሄድ አቅቷቸው ከመሬት ሲድሁ፣ ዕንባቸውን ሲያፈሱ የተመለከተው ‹‹ምነው ሽማግሌው ለራሳቸው ቢቀር፣ ለኚህ ሴት ባዘኑላቸው›› እያለ ከንፈሩን መጠጠ። የዚያን ዕለት አለተጫኔ፣ አቶ አሳዬና አቶ ስጦታው፣ ቄስ ወልደ መስቀልን ጨምሮ የተደሰተ አልነበረም።

ባሻ ከተያዙ ዕለት ጀምሮ እመት ጌጤነሽን ሲያፅናና የት እንደተወሰዱ ለማጠያየቅ አብሯቸው ላይ ታች ከማለት አልፎ በሚያስፈልገው ሁሉ ሲረዳቸው የከረመ አስተማሪው ከበደ ብቻ ነው። ለራሱ ፈርቶ ሽሽት አላለም። ከባሻ ወዳጆች መሃል ቁም ነገረኛና ለክፉ ቀን የደረሰ ዘመድ ቢኖር እሱ ነው። የባሻን ወዳጅነት በደግ ጊዜ ብቻ አድርጎ አልወሰደውም። የሽማግሌ ጓደኛ እስካዝናና፣ የዱሮ ታሪክና ተረት እስካወራና እስካሳቀ ድረስ ነው ብሎ አልተዋቸውም። ባለው አቅም እመት ጌጤነሽን እንደ ሥጋ ዘመድ ረዳቸው። አማከራቸው።

‹‹እመት ጌጤነሽ!›› አላቸው ከበደ፣ ከቤታቸው ሄዶ አንድ ቀን ወደ ማታ እሳቸው ከወፍጮ ቤት እስኪመለሱ ሙሉነሽን እያጫወተ ጠብቋቸው

‹‹... ባሻ ዘወትር ስለ ብለታ ጎበዛየሁ እንዳጫወቱኝ ነበር። የታሰሩበት ጉዳይ ከብላታ ጎበዛየሁ ጋር ባላቸው ወዳጅነት ምቀኞች ተነስተው ጠቁመውባቸው እንደሆነ እኔና እርሶ ተጨዋውተነዋል። ስለዚህ እስከ አሁን የባሻን መያዝ ብላታ አልሰሙት እንደሆነ ቢነግራቸው ምን ይመስሎታል?››

‹‹እኔማ ልጄ ምኑን አውቀዋለሁ? ባሻዬ ከታሰሩ ዕለት ጀምሮ በድኔ እኮ ነው ቆሞ የሚሄድ። ምን እንደማደርግ ግራ ግብት ብሎኝ ነው

ዝም ብዬ የተቀመጥኩ። ስለ ብላታ ኀበዛየሁ የሚወራው ደግ ስላልሆነ የኔን የራሴን ጉዳይ ሄጄ እሳቸውን ማስቸገር፣ አርፈው ከቤታቸው ከተቀመጡበት ነገር እንዳላመጣባቸው ብዬ ነው፣ እኔማ!››

‹‹አዬ! እመት ጌጤነሽ! ባሻ እንዴት? እንደተያዙና በገሙ ሠፈር ያሏቸውን ጠላቶች ጭምር ለማስረዳቱ፣ እኔም አብሬ ሄጄ ለብላታ ላስረዳቸው እችላለሁ። በሳቸው ምክንያት እንደተያዙ እርሶ ለመንገር ቢያስፈራዎት፣ እኔ ግልጥ አድርጌ እነግራቸዋለሁ። በዚህ ላይ የመጀመሪያው የፍርድ ቤት ቀጠሮ መድረሱ ነው። ከዚያ በፊት ጠበቃ ማግኘት ያስፈልጋል፣ ጠበቃው ባሻ ያሉበት ድረስ ሄዶ እንዲያነጋግራቸው ያስፈልጋል። እርሶ ጠበቃ ለመግዛት አቅም የለዎትም። መንግሥት ጠበቃ ያቁምልኝ ማለት እንዲችሉ፣ ጉዳያቸው በዳኞች በትክክል እንዲታይላቸው፣ ካስፈለገም ፍርድ ቤቱ የዋስ መብት እንዲጠብቅላቸው፣ ለዚህ ሁሉ ጉዳይ ከብላታ የተሻለ ሰው የለም። ዛሬም እንደሆን ከአፈ ንጉሥነታቸው አልተሻሩም። አድሎ የማያውቀውን ዳኛና ዕውነተኛውን ለድሃ በሃቅ የሚከራከረውን ጠበቃ ያውቁታል›› አላቸው።

እመት ጌጤነሽ ምክሩን ‹‹እህ...›› ብለው ‹‹እኔ ትምህርት የለኝ፣ ይህንን ሁሉ ከየት አመጣዋለሁ?›› ብለው ከበደን መርቀውና አመስግነው፣ ባላቸው ከታሰሩ ዕለት ጀምሮ ሁሉን ለእግዜር ሰጥተው መቀመጡን ትተው፣ ከከበደ ጋር አፍንጮ በር ብላታ ኀበዛየሁ ዘንድ ለመሄድ ወሰኑ።

አንድ ቀን ማልደው አፍንጮ በር፣ ከብላታ ኀበዛየሁ ቤት እንደደረሱ ብላታ ብቻቸውን ከበረንዳ ላይ ጎርደድ! ጎርደድ! ሲሉ አገኟቸው። እነርሱን የሚጠብቁ ያህል እመት ጌጤነሽና አስተማሪው ከበደ ደስ አላቸው። ገና ብላታን እንዳዩ ለጥ ብለው እጅ ነሱ።

‹‹ማናቸው እነኚህ ሰዎች? እስቲ ጠይቋቸው፣ ምን ቸግሯቸው በማለዳ አመጣቸው?›› አሉና አጠገባቸው የቆመ አሽከራቸውን ጠርተው አዘዙት። አሽከሩም ማንነታቸውን እንደታዘዘው አጣራና ተመለሰ ።

‹‹ታዲያ ምነው? ምን ጉዳይ ገጠማችሁና በማለዳ መጣችሁ?

ቢተውስ ምነው ምን አጠፋው? ደህናም አይደል እንዴ? ብቅ ብሎ ካየነው እኮ ወር ሊሆነው ምንም አልቀረው?›› ሲሉ አገር ደህና መስሏቸው ራቅ ብለው እንደ ደጀ ጠኚ ለቆሙት እመት ጌጤነሽና ከበደ ጥያቄ አቀረቡላቸው።

እመት ጌጤነሽ ከጌታ ፊት ቀርበው ተናግረው ስለማያውቁ፣ ቀና ብሎ ፊት ማየትም አስፈርቷቸው እንዳቀረቀሩ ቀሩ። በሳቸው ፋንታ እንደተማከሩት የመጡበትን ጉዳይ ከበደ አስረዳ። ባሻ ቢተው የት እንዳሉ ዘረዘረ። የብላታ ኀበዛየሁ ጠላቶች የባሻ ቢተው ጠላቶች በመሆናቸው፣ ብላታን ማጥፋት ቢያቅታቸው ወደ ደካማውና ዘመድ የለሹ ባሻ ቢተው እንደዞሩ ገለፀ። የብላታ ሰላይና ጆሮ ጠቢ እያለ ብዙ ጠላት እንደተነሣባቸው አልቀረውም። ሁሉንም ዘረዘረላቸው።

ብላታ በባሻ ላይ የደረሰውን ሲሰሙ ደንገጥ አላሉም። እንዲያው ጠባያቸውና ልማዳቸው ሆኖ ከዚያ የበለጠ የሚያሸብር ነገር ቢመጣ፣ መሬት ተናውጦ ሰማይ ተገለበጠ ቢሏቸው ፍንክች አይሉም። አዲስ ነገር ሲነገር ቢውል፣ እሳቸው የሚሰሙት ሁኔታቸው በረድ እንዳለና ሳይለዋወጡ ነው።

‹‹አንተ እንዲህ ስትናገር ነገር የምታሳምር፣ ቢተው ለታሰረ አንተ እንዲህ የምትቀረቀር ምኑ ብትሆን ነው? እስቲ ጠጋ በል፣ እኮ! ስምህ ማነው? ተማሪ ነህ ወይስ ሠራተኛ?›› ሲሉ ከነአካቴው የባሻ ቢተውን ጉዳይ ትተው ስለ ከበደ ለማወቅ ይጠይቁ ገቡ። እሱ ወደ እሳቸው ጠጋ ሲል እሳቸውም ወደ እሱ ለመጠጋት ከበረንዳቸው ራመድ አሉ። እመት ጌጤነሽ እንደራቁ፣ አንገታቸውን መሬት እንደደፉ፣ የባላቸው ጉዳይ ተረስቶባቸው ሌላ ጉዳይ የተነሣ መስሏቸው ልባቸው ሀዘን ገብቶት እንደቆሙ ቀሩ። ብላታ ግን ሙያ በልብ ናቸው። ይሰማሉ እንጂ፣ የሚያደርጉትን ያደርጋሉ እንጂ፣ ለሰሚው ደስ እንዲለው ሲሉ በቃላት አይሸነግሉም። ጮቤ አያስረግጡም። ስለዚህም የባሻን ጉዳይ የረሱ፣ ከምንም ያልቆጠሩ መሰሉ እንጂ፣ በሆዳቸው እንደያዙ ይዘው ነው ከከበደ ጋር ጨዋታ ያማራቸው።

‹‹ስማህ?›› አሉና አንዱን አሽከር ተጣሩ። ‹‹ለዚያች ሴት ደህና ማረፊያ ስጥልኝ! እህል ውሃም በላት! አደራህን! ምኑም

እንዳይጎድል!›› የጌታ ደንባቸው እንዳይቀር አዘዙና ከበደን ይዘውት ወደ እልፍኛቸው ገቡ።

‹‹ባሻ ቢተው ወዳጄ ናቸው። ያባት ያህል አባቴ፣ የጓደኛ ያህል ጓደኛዬ ናቸው። ሐሳባቸው ካሳቤ ስለሚገጥም አብሬአቸው እውላለሁ። አብረን ከመዋል ያለፈ ዝምድና የለንም። እግዜር ሳይል ቀርቶ ይህን እንደተነጋገርን ከቤቴ እንደወጡ ታድነው ተወሰዱ እንጂ የሳቸውስ ሀሳባ ከርሶ ዘንድ ሊያስተዋውቁኝ ነበር። እርግጥ ለጊዜው ሥራዬ አስተማሪነት ነው። ከኮሌጅ፣ በችግር ምክንያት አቋርጬ፣ ራሴንና ደሀ እናቴን ለመርዳት ብዬ አስተማሪ ሆንኩ እንጂ፣ የያዝነው ዓመት ሲያልቅ ተመልሼ ወደ ኮሌጅ እገባለሁ። ለጠየቁኝ ጥያቄ አጥጋቢ መልስ ሰጥቼ ይሆን?›› ሲል ከበደ ለማረጋገጥ ከተቀመጠበት ሶፋ ላመል ያህል ብድግ ብሎ ንግግሩን በዚህ መልክ ጨረሰና ተመልሶ ቁጭ አለ።

ብላታ ጎበዛየሁ በከበደ አነጋገር የረኩ መስለው፣ ፈገግ እያሉና አትኩረው እየተመለከቱ አዳመጡት።

‹‹የተማረ ከመማሩም ላገሩ ትንሽም ቢሆን ፍቅር ያለው እኮ አነጋገሩ እንዲያጠግብ ብዙ መናገር ያስፈልገዋል ብለህ ነው? ታዲያ ምነውሳ ቢተው እስከ ዛሬ አምጥቶ ሳይስተዋውቀኝ የቀረ ምን ሆኖ ነው? ስንቱ የተማረ ወጣት ከቤቴ ሲገባ ሲወጣና ከቦኝ እንደሚውል ያውቀዋል። አሁንም ብቻ ደግ ነው። እሱ ባያመጣህ የሱ ጉዳይ ጎትቶ አምጥቶሃል። እንግዲህ እንዳመቸህ የመጣህ መጫወት አለብህ። ቤትህ ነው። እኔ እርግጥ የውጭው ትምህርት አልተማርኩም። የናንተን ዩኒቨርሲቲ ኮሌጅ ድረስ የደረሳችሁ ወጣቶች ያህል ዕውቀት የለኝም። እንዳውም ተስፋዬ በናንተ ነው። ከናንተ የምማረው ብዙ እንዳለ አውቃለሁ።›› አሉትና የሚመኙትን ሁሉ ነገሩት። እሳቸው ትምህርት ቢጤ ያለው ወጣት ሲያዩ ቶሎ ሊቀርቡት ይፈልጋሉ ወዲያውኔ የልብ ወዳጅ ቢያደርጉት ይወዳሉ። ቶሎ የማመንም ዝንባሌ አላቸው። ምኑን ተጨዋውተው ምኑን እንደሚያስቀሩት ይጠፋባቸዋል። ወጣትና በተለይ የኮሌጅ ተማሪ ሲባል ሁሉም ላገሩ የሚያስብ ይመስላቸዋል። ድንጋይ ውርወራቸውም ቢሆን መላ ከማጣት እንጂ ከጥፋት አድርገው አይመለከቱትም። ሕዝብ ተቸገረ፣ ተራበ፣ ተሰደደ ሲባል ትክክለኛ ፍርድና ፍትህ ባገራችን እንዲሰፍን በዚያ

ሰሞን ደግሞ የድሃ ልጅ ይማር መሬት ከራሹ የሚሉ መፈክሮችን እየነሳ ሰላማዊ ሰልፍ በመውጣት የሳት ራት እስከመሆን የደረሰው የኮሌጅ ተማሪ ያገሪቱ ብሩህ ተስፋ እንደሆነ ይሰማቸዋል። ተማሪ ቤት እስካለ ድረስ ብቻ የሕዝብ አሳቢና ተቆርቋሪ እንጂ ከዚያ ትምህርቱን ሲጨርስ በጥቅም የሚገዛና ያገርና የሕዝብን ጉዳይ የሚረሳ አይመስላቸውም።

ብላታ ‹‹አሽከር! ... አሽከር! ...›› ብለው ተጣሩ። ምንም ላገር አሳቢ ቢሆኑ የመደብ ጌታነታቸው የማይለቃቸው መሆኑን ለራሳቸው ብዙም ባይታወቃቸው፣ አሽከራቸውን አስጠርተውት ከፊታቸው አደግድጎና ነጠላውን አጣፍቶ መቅረቡን ተመለከቱ።

‹‹ወጣቶች ሻይና ብስኩት ነው የሚወዱት፣ እስቲ ጋብዝልኝ!›› አሉና አሽከሩን አዘዙ። እሳቸው ግን ጠመኛ መሆናቸውን ተናገሩ። ወዲያውም አሽከር ወደ ብላታ ጆሮ ተጠጋና የእመት ጌጤነሽን ከደጅ መጠበቅ ነገራቸው። ብላታ ወዲያው ከእልፍኛቸው ከበደን ተወት አደረጉና ወደ በረንዳው ወጣ ብለው እመት ጌጤነሽን እልፍኝ ድረስ እንዲገቡ አዘዙ።

‹‹ሰማሽ! ባልሽ ባሻ ቢተው፣ ምንም ቢሆን እኔ እያለሁ ክፉ አያገኘውም!›› ብለው የሰላምታውን አፀፋ በማፅናኛ ቃል መለሱት። ቀጠሉና ‹‹ለግዜርና ለኔ መተው እንጂ በሐሳብ ራስሽን መጉዳት የለብሽም። በሚችግርሽ ሁሉ ደግሞ እኔ አለሁ። በየወሩ እህልም ቢሆን መጥተሽ እንድትወስጂ ትዕዛዝ እሰጥልሻለሁ። በተረፈ ለስንቅና ለሌላም ችግር ይሁንሽ!›› አሉና ሃምሳ ብር እንዲሰጣቸው ግምጃ ቤታቸውን አዘዙት። ግምጃ ቤቱም ፊቱን አዙሮ ቆጥሮ አልሞላ ቢለው ፈጥኖ ወደ ቤት ገባና ብዙም ሳይቆይ ተመልሶ ለእመት ጌጤነሽ የታዘዘውን ሃምሳ ብር አምጥቶ ሰጣቸው። እሳቸውም ለጥ ብለው እጅ ነሱ። ባፋቸው ግን አንድም የማመስገኛ ቃል አውጥተው መናገር አልቻሉም። ለራሳቸው ዓይን አፋር ከመሆናቸውም በላይ ጌታና ትልቅ ሰው ፊት መቆም አይሆላቸውም። የሚፈሩት ነገር ቢኖር ከጌታ ፊት መቆም ነው። መናገርማ የማይታሰባቸው ነው። ከወንድ ደፈር ብለው የሚናገሩት ሰው ቢኖር አንድ ባሻ ቢተው ባላቸው ናቸው። ሰው አክባሪነታቸው ብቻ ሳይሆን በተፈጥሮአቸው አይን አፋርና አንገተ ሰባራ ናቸው። ብላታ ኅበዛየሁን ከመሰለ ጌታ ፊትማ መቆም አይቻላቸውም።

ያንዲት ምድር ልጆች፣ ቅፅ ፩ ገፅ 245

ፍርሃታቸው አብሯቸው ያረጀ በመሆኑ ባንድ ቀን ቀርቶ ከእንግዲህ የሚለቃቸው አይድሉም። ብላታ ያንን ያህል ሲያናግሯቸው የገንዘብ ችሮታውም ሲታዘዝላቸው አንገታቸውን አቀርቅረው አድምጠው፣ የተሰጣቸውንም ተቀብለው እጅ ነሱ እንጂ፣ የወጣቸው ነገር የለም። እንደዚያችው እንዳቀረቀሩ ከከበደ ጋር ተያይዘው ወደ ቤታቸው ተመለሱ።

ብላታ የበሻ ቢተውን ጉዳይ ወዲውኑ መከታተል ጀመሩ። ክሱ በከፍተኛው ፍርድ ቤት አንደኛው ወንጀል ችሎት እንዲታይ ወደዚያ በመመራቱ በጣም አዘኑ። ያንደኛ ወንጀል ችሎት ሰብሳቢና የመሃል ዳኛ አብዛኛውን ጊዜ ፖለቲካ ነክ ጉዳይ ሁሉ በአድሎአዊነት ‹‹አይፈርዱ ፍርድ›› በመፍረድ የታወቀ ነው። ለንጉሠ ነገሥቱ በቀጥታና ለባለ ሥልጣኑ ተቆርቋሪ ነኝ ስለሚል ፖለቲካ ነክ ጉዳዮችን እንዲያይ የሚደረግ እሱ ነው። በዚህም ሹመት ብቻ ሳይሆን እንደባለውለታ ተቆጥሮ ከንጉሠ ነገሥቱ በቀጥታ የገንዘብ፣ የጋሻ መሬቶችና በአዲስ አበባም ደህና ደህና ድንጋይ ቤቶች ተሸልሟል። ጃንሆይን ሰደበ፣ ሚኒስትሮችን በአደባባይ ዘረጠጠ ተብሎ ወደ አንደኛ ችሎት ማንም ቢቀርብለት በጀርባው ጅራፍ ቢቀር ይህ ነው የማይባል የእሥራት ዘመን ለመፍረድ ዓይኑን አያሽም። ብላታ ኀበዛየሁ ከአፈ ንጉሥነት ሹመታቸው ያልተሻሩ በመሆኑ የባሻ ቢተው ክስ ወደ ሁለተኛና ሦስተኛ ችሎት ተመርቶ ፍርዱ በትክክል እንዲታይ ለማውቃቸው ዳኞች ልነግርና ላማልድ እችል ነበር አሉ። አንደኛ ወንጀል ችሎት ግን ትክክለኛ ዳኝነት ቢቀር ፈሪሃ እግዚአብሔር የሌላቸው በገዥው መደብ አባሎች ተወዳጅነት ያተረፉ፣ እነሱን ለሚነካ ጉዳይ በዳኝነት ተሰይመው እንዲፈርዱ የተሾሙ በመሆኑ ብላታ ወደ ሰብሳቢው ሆነ ወደ ግራና የቀኝ ዳኞች አማላጅነት ሊሄድ አልቻሉም። በተለይ የከፍተኛው ፍርድ ቤት ሰብሳቢ ዳኛ በፖለቲካ ጉዳይ በሚከሰሱ ሰዎች ላይ በሚሰጠው የፍርድ ሐሳብ ብላታ ኀበዛየሁ ዘወትር እንዳዋላሉት፣ በተገናኙም ቁጥር በነገር እንደወጉት ‹‹እባላ ባይ... እወደድ ባይ!›› እንዳሉት ነው። በነመንግስቱ ነዋይ ላይ የሞት ፍርድ፣ እንዲሁም እንደ እነፀረ ወልደ ሥላሴ በመሳሰሉ ከኳስ ጨዋታ ያለፈ ሌላ ሙያ በሌላቸው ተራ ዜጎች ላይ ገና ለገና ጃንሆይን ባሽሙር ሰደበ በሚል 25 ጅራፍና 5 ዓመት ፅኑ እሥራት የፈረደ ነው።

ብላታ ኅበዛየሁ የበሻ ቢተውም ጉዳይ ትክክለኛ ዳኝነት እንዲያገኝ ለማድረግ እንደማይችል ቢታወቅም ባይሆን ጥሩ ጠበቃ እንዲከራከርላቸው ለማድረግ እንደሚችሉ ታወቃቸው። እርግጥ ከጠበቆች መሐል ለትክክለኛ ዳኝነት የቆሙ፣ ሕጉ አንቀጹ፣ በትክክለኛ ትርጓሜው ተፈጻሚነት እንዲኖረው ከፍርድ ቤት ሸንጣቸውን ገትረው የሚከራከሩ፣ ይህን ያህል ካልተከፈልኩ የማይሉ፣ ለተበደለና ለተገፋ ቀድመው ጥብቅና ለመቆም የሚደፍሩ አንዳንድ ግለሰብ ጠበቆች አሉ። ብላታ ከነኚህ ጠበቆች መሐል ከትክክለኛነታቸው ባሻገር በመንግሥትና ባገር ጉዳይ ላይ ሐሳባቸው ካሳባቸው የሚገጥም ሰዎች አሏቸው። ከነርሱ መሐል አንዱን አግኝተው ባሻ ቢተው የተያዙበት ጉዳይ እሳቸውን የሚመለከት ሆኖ እሳቸውን ደፍሮ ለመያዝ የጃንሆይ ፈቃድ የሚጠይቅ በመሆኑ ሳይዟቸው እንደቀሩ አስረድተዋል በባሻ ቢተው ላይ የፈጠራ ክስ እንደመሠረቱባቸውና የክሱንም ሐሳብ ዘርዝረው ለመንገር ወሰኑ።

‹‹አሎ!›› ከቤታቸው ሆነው ስልክ ወደ አንዱ ጠበቃ መኖሪያ ቤት ደወሉና ‹‹አሎ! እኮ የት ነው?››

‹‹ይቅርታ! ተሳስቻለሁ!›› አሉና ስልኩን ዘግተው ያንኑ ሊደውሉ የፈለጉትን ቁጥር መልሰው ለመደውል ጣታቸውን ወደ ስልኩ እየቀሰሩ ‹‹አሄሄ! ደግሞ ምንኑን ከምን ብደውለው ነው? ምን ታምር ይፋት ቤት የደውልኩ እናንተው!›› ብለው ለብቻቸው ስቀው፣ ስልካቸውን እንደገና ማዞር ቀጠሉ።

‹‹አሎ!››

‹‹ያቶ ተገኝም ቤት አይደል?››

‹‹የለም እንዴ እሱ?››

‹‹አቅርቢው!››

‹‹ስም መጠየቁን ትተሽ፣ አቅርቢው ነው የምልሽ! ምን መላ ያሉት ነው እባካችሁ? የሰው ስም ደርሶ መጠየቅ›› አሉ ለብቻቸው፣ ስልኩን ያነሳችው ሴት አቶ ተገኝ ጠበቃውን እንደማቅረብ ‹‹ማን ልበል?›› እያለች ብታሰለቻቸው።

‹‹ስም ካልተናገረ አልቀርብም ማለቱ ነው? አንት ሞገደኛ ትቀርብ እንደሆን ቅርብ ነው የምልህ በይው!››

‹‹ይኸ ሞገደኛ አንዴ ከጠመመ እኮ በጅም አይል እናንተው፣ በይ ጎበዛየሁ ይፈልግልሃል በይው!›› እሷት ሴትዬዋ ተመልሳ ማነው የሚፈልገኝ? ይላሉ ጌቶች ስትላቸው።

አቶ ተገኝ በጥብቅናው ትክክለኛ ለተበደለ፣ ከመንግስት ለሚሟገት ከጠበቆች ሁሉ ደፍሮ የሚሟገት ሰው ነው። ሚኒስቴሮችን ቀርቶ ጃንሆይን እንኳ የሚፈራ ሰው አይደለም። በዚሁ ድፍረቱ አንድ ሁለቴ ወህኒ ወርዷል። በዚህ ላይ ለውጥ ፈላጊ በመሆኑ የብላታ ጎበዛየሁ የቅርብ ወዳጅ ነው። እሱም እንደእሳቸው የሬፑብሊካዊ አስተዳደር ደጋፊ ነው። ሐሳበ ግትርነቱ በግል ኑሮውም ዘወትር የሚታይ ነው። በዚህ ሁሉ አስተያየቱና አኗኗሩ በባለ ሥልጣንና ወደ መንግሥት በተጠጉ የአስተዳደሩ ተጠቃሚ በሆኑ ‹‹ዕድሎች››፣ ጉበኞች ፣ በሥልጣን ፈላጊዎችና ቀማኞች ዘንድ የተጠላ ሰው ነው።

‹‹ምነው እንዲህ ደጅ ታስጠናኝ? ይኸ ባሰብኩት ካልዋልኩ የሚለው ግትርነትህ እኮ ነው በዚያን ሰሞንም ከራስ ሽብሬ ጋር ያጋጨህ!›› አሉት።

‹‹የፈለግሁህ አንድ ጉዳይ ገጥሞኝ ነው!››

‹‹በስልክ የሚሆን አይደለም››

‹‹በጣም ብርቱ ጉዳይ ነው፣ ያውም ከዛሬ የማያልፍ!››

‹‹ቢመችህ ማምሻውን ብቅ ብትል ነው የሚሻል ሽ... ሽ... ሽማግሌ አላደክምም ካልክ ማለቱ ነው!››

‹‹ጥሩ እንግዲያው ከቤት ሳልወጣ እጠብቅሃለሁ።››

‹‹እግዜር ያክብርልኝ!›› ብለው ስልኩን ዘጉ ብላታ።

‹‹እፎይ አንድ ሀሳብ ቀለለ›› አሉ ከሶፋቸው የጫን ተንፍሰው ተዝናንተው ተቀመጡና።

አቶ ተገኝ ጠበቃውና ብለታ ጎበዛየሁ ተገናኝተው ስለ ባሻ ቢተው

ጉዳይ በሰፊው ተወያዩ። ስለ አርበኛነታቸው፣ ስለ ሠሩት ጀብዱ፣ ስለ ቆሰሉት ቁስል ነገሩት። የትም የወደቁ የተጣሉ ችግረኛ መሆናቸውንም ገለጹለት። በዚህ ላይ የሐሳባቸው ደጋፊና መላከተኛቸው መሆናቸውንም አልደበቁትም። ተገኝም በጥሞና አዳመጣቸው። በነፃ ቢከራከርላቸው እንደሚፈቅድ ገለፀላቸው። ከቀጠሮው ቀን በፊት ወህኒ ከገቡት ባሻ ቢተው ጋር ለመነጋገር ቢችል እሁድ ከወህኒ ቤት ድረስ እንደሚሄድ ነገራቸው። ካልተቻለውም የመጀመሪያው የፍርድ ቤት ቀጠሮ በማንኛውም የሥራ ቀን ተከሳሹን ወህኒ ቤት ድረስ ሄዶ ለማነጋገር እንዲችል ከፍርድ ቤት ትዕዛዝ እንዲሰጥለት እንደሚጠይቅ ገለፀላቸው። ብላታ ኅበዛየሁ፣ ባሻ ቢተውን ወህኒ ቤት ድረስ ሄዶ ለመጠየቅም ሆነ ክሱ በቀነ ቀጠሮ በሚሰማበት ጊዜም ከፍርድ ቤት ለመገኘት እንደማችሉና ለስማቸውም ጥሩ እንደማይሆን ነግረውት እሱ እንደሳቸው ሆኖ ጉዳዩን ከዳር እንዲያደርስ ‹‹አደራህን ልጄ!›› አሉት።

አቶ ተገኝ ለባሻ ቢተው መንፈቅ ያህል በነፃ ተከራከረላቸው። ነገር ግን እንዳሰበውና ተስፋ እንዳደረገው ባሻ ቢተውን ነፃ ሊያወጣቸው እንደማይችል ታወቀው። የከፍተኛው ፍርድ ቤት አንደኛ ወንጀል ችሎት ዓቃቤ ሕግ ያቀረበውን የክስ ማመልከቻ የሕጉን አንቀፅ እየጠቀሰ ውድቅ እንደሚያደርገው አምኖ ነበር። የዓቃቤ ህጉ የመከላከያ ምስክሮች ከባሻ ቢተው ጋር የግል ቂምና ፀብ ያላቸው ናቸውና ምስክርነታቸውን ፍርድ ቤቱ እንዳይቀበል በማለት በሰው ማስረጃ የተደገፈ መቃወሚያ ቢያቀርብም በሰብሳቢውና በቀኙ ዳኛ አልተደገፈም። ባሻ ቢተው በፖሊስ ጣቢያ የሰጡት ቃል ተገደው እንጂ ፈቅደው የሰጡት ባለመሆኑ በፍርድ ቤቱ ውድቅ እንዲሆን የጠየቀው ጥያቄና ስለ ክሱም አመሰራረት ሕገ ወጥነት ያቀረበው መቃወሚያ በበላይ ተፅዕኖ ተቀባይነት አጣ። ጠበቃው አቶ ተገኝ ክሱ በፍትሐብሔር እንጂ በወንጀል ሊታይ እንደማይገባ ተከራክሮ ነበር። አቃቤ ሕግ በፍርድ ቤቱ ያቀረበው የክስ ማመልከቻ ‹‹ከንጉሠ ነገሥቱ አንስቶ ከፍተኛ ባሥልጣኖችን፣ የቤተ ክህነት አለቆችን አንዳንዶችን በስም እየጠሩ ሕዝብ እንዲጠላቸው፣ ክብርና ዝናቸው እንዲጎድፍ በማድረግ፣ ሆነ ብሎ አስቦና ተዘጋጅቶ በራስ መውደድ፣ በቅናትና በምቀኝነት ተነሳስቶ በከፍተኛ ስም አጥፊነት ተሠማርቶ›› በሚልና በተራ ቁጥር

በመዘርዘር በተለያዩ ጊዜያት ተፈጸሙ፣ ተነገሩ፣ የሚላቸውን ክሶች የፍትሐ ብሔርን አንቀጽ እየጠቀሰ የማያስጠይቁ መሠረተ ቢስ ክሶች ናቸው በማለት አቶ ተገኝ ተሟገተ።

የባሻ ቢተው ጠበቃ አንዳንድ ጉበኞችን አድሎአዊነት የሚፈጽሙና ሕዝብ የሚያስለቅሱ ባለሥልጣኖች ስም መጥቀስ በማስረጃ የተደገፈና ከሳሽ በተለያዩ አጋጣሚዎች በራሳቸው የደረሱባቸውና በሌሎችም ላይ ሲፈጸሙ ያዩዋቸው ከሆነ ሕገ መንግሥቱ የሚፈቅድላቸውና የፍትሐ ብሔር አንቀጽ 2047 የሚደግፋቸው በመሆኑ በስም ማጥፋት ሊጠየቁ አይችሉም ብሎ ነበር። አንዳንድ ሚኒስትሮችና ከፍተኛ ባለሥልጣኖች፣ ጉቦኛና አድሎአዊ ናቸው። በሥልጣናቸው ተጠቅመው ሀብት አካብተዋል፣ ደሃውን ዘርፈዋል፣ ዳኝነት ነፍገውታል። እንዲሁም የቤተ ክህነት አለቆች ሕዝብ ሲበደልና ፍትሕ ሲጠፋ ዝም ብለዋል በሚል አቃቤ ሕግ ለፍርድ ቤቱ የክስ ማመልከቻ ሲያቀርብ ተከሳሽ ባሻ ቢተው አጋዥ የለው፣ ሆን ብሎ፣ አስቦና ተዘጋጅቶ፣ በራስ መውደድ፣ በቅናትና በምቀኝነት ተነሳስቶ በከፍተኛ ስም አጥፊነት ተሰማርቶ ያደረገው ነው ስለሚለው ከተከሳሽ ባሻ ቢተው የሕይወት ታሪክ፣ የኑሮ ሁኔታና የዕድሜ ዘመን ጋር የማይገናኝ መሠረተ ቢስ ክስ ነው በሚል በፍትሐ ብሔር አንቀጽ 2046 መሰረት ተከራከረ። በፍትሐ ብሔር ስለ ስም ማጥፋት ከተዘረዘሩት አንቀጾች 2044 ለሕዝብ ተቆርቋሪ በመሆን አንድ ሰው ሲፈጽሙና ሲያደርጉ ባያቸውና ባጋጠሙት ጉዳዮች ላይ፣ ስለማንኛውም ሰው የሚያቀርበው ማንኛውም ነቀፋ በስም አጥፊነት፣ ክብርና ዝናን በማጉደፍና በሕዝብ እንዲጠላ በማድረግ፣ ሕዝብን ለማነሳሳት በሚል ወንጀል ሊያስጠይቅ እንደማይችል የሚናገረውን ጠቅሶ፣ ይህ የህግ አንቀጽ ተከሳሽን ነፃ እንደሚያወጣ ተከራክሮ ነበር። ተከሳሽ በጠላት ወረራ ጊዜ፣ አፍላ የትዳር ዘመኑን፣ ሚስቱን፣ አራስ ልጁን፣ ቤቱንና ንብረቱን ጥሎ ውድ ህይወቱን ላገሩ ነፃነት ለወገኑ ኩራት ለመሰዋት አምስቱን አመት በዱር በገደል የተንከራተተ፣ ከሽንጡ፣ ከታፋውና ከክንዱ ላይ የቆሰለ፣ አኩሪ ጀብዱ የፈጸመና ዕድሜው ወደ ሽምግልናው የደረሰ አባት አርበኛ፣ በራስ መወደድ፣ በቅናትና በምቀኝነት ተነሳስቶ የባለስልጣኖችን ስም አጠፋ፣ ክብርና ዝና አጎደፈ፣ በህዝቡ እንዲጠሉና ውሎ አድሮም ህዝብ እንዲነሳባቸው ተንኮልና ሴራ እንደፈጸመ ተደርጎ ክስ መመስረት

የተከሳሽን ሞራል የሚነካ ነው ከማለቱም በላይ ላገርና ለህዝብ በመቆርቆር የሚሰነዘር ነቀፌታ በራስ መውደድ፣ በቅናትና በምቀኝነት የተሰነዘረ አድርጎ ያለ በቂ ማስረጃ ክስ ማቅረብ ሕጉን ያለአግባብ መተርጎም ብቻ ሳይሆን የሞራል ካሳ የሚጠየቅበት ነው እስከ ማለት ደርሶ ነበር።

አቃቤ ህግ ተከሳሽን የሚጠይቅበት ነገር እንኳን ቢኖር በፍትሐ ብሔር ሕግ ስለ ስም ማጥፋት በአንቀጽ 2044፣ 2045፣ 2046፣ 2047 ስር ከተጠቀሱት ባንዱ መሆን ሲገባው ክሱን የወንጀል በማድረግ ተከሳሽ ያልሸፈተ፣ መሳሪያ ያላነሳ፣ ከሌሎች ግብረአበሮች ጋር ያላሴረ፣ አብሮት የተያዘ ሰው የሌለ፣ በዕድሜ ሽምግልና የተነሳ ከዘበኝነት ስራው ተገልሎ በጡረታ የሚኖር ሲሆን ከ1952 እስከ 55 ድረስ ባሉት ዓመታት ወንጀል ሲፈጽም ነበር የሚለው የአቃቤ ህግ ክስ በፍርድ ቤቱ ዘንድ ተቀባይነት ሊኖረው የማይገባ ከመሆኑም በላይ ለዚህን ያህል ጊዜ በወንጀል የተሰማራ ነበር ማለት ተከሳሹን ገና በ1952 ወንጀል መፈጸሙ ሲታወቅ በአቃቤ ህግ ቁጥጥር ስር ማዋል ያልተቻለበት ምክንያት አቃቤ ህግ ሊመልሰው ያልቻለ ጥያቄ መሆኑን ፍ/ቤቱ እያወቀ ክስ አለመመስረቱ ለምን እንደሆነ አቃቤ ህግ መልስ እንዲሰጥበት ጠይቆ ነበር።

ጠበቃው አቶ ተገኝ መንግስትና ህዝብን የሚያለያይ ሁከት ለማነሳሳት መረጋጋት እንዳይኖር ለማድረግ ዓላማ ያላቸውን ወገኖች የሚረዱ ወንጀሎች ሲፈጽም የተደረሰበት የሚለው ተከሳሹን በቀጥታ የማይመለከት፣ ተጠያቂም ለማድረግ ቢሞክር ማስረጃ ያልቀረበበት ሆኖ ሳለ በከፍተኛው ፍርድ ቤት አንደኛ ወንጀል ችሎት መታየቱ ህጋዊ አይደለም ብሎ ተከራክሮለት ነበር። ነገር ግን የከፍተኛው ፍርድ ቤት አንደኛ ወንጀል ችሎት ሰብሳቢውና የቀን ዳኛው በድምጽ ብልጫ የተከሳሽን መቃወሚያ ውድቅ አደረጉት። አቃቤ ህግ ለፍርድ ቤቱ ያቀረበውን የክስ ማመልከቻ ተቀበሉት። የመከላከያ ምስክሮቹን ሰሙለት። በፍትሐ ብሔር ችሎት የሚታየውን በወንጀል ችሎት የሚታይ ነው ሲሉ ወሰኑ።የወንጀል መቅጫ ህግ አንቀጽ አገላበጡና በባሻ ቢተው አጋዥ የለው ላይ የሰባት አመት ጽኑ እስራት ፈረዱ። የባሻ ቢተው ጠበቃ በፍርድ ቤት በህጉ መሰረት ለመከራከር የህግ አንቀጾች በትክክለኛ ትርጓሜያቸው ተፈጻሚነት እንዲኖራቸው ያደረገው

ትግል ሁሉ መና ሆነ። በየቀኑ ቀጠሮው የባሻ ቢተውን ክስ ለመስማት በከፍተኛው ፍርድ ቤት አንደኛ ወንጀል ችሎት የሚሰበሰበው የዩኒቨርስቲ ተማሪ የፍርድ ቤቶችን አሰራር ለመማርም ሆነ ለመታዘብ ከፍተኛው ፍርድ ቤት አንደኛ ወንጀል ችሎት የሚጎርፈው ህዝብ በፍርድ ቤቱ ፍርደ ገምድልነት ጉድ አሉ። ‹‹ለካስ ፍርድ ቤቶችም የገዥው መደብ ጥቅም መጠበቂያ መሳሪያ ናቸው›› እያሉ በዚያ ሰሞን የዩኒቨርስቲ ተማሪዎች በከተማው የበተኑት ወረቀት ‹‹እውነትነት አለው›› እያለ ያላጉረመረመ የለም። እመት ጌጤነሽ ሳይቀሩ፣ በበላቸው ላይ የተፈረደው በግፍ እንደሆነ ታወቃቸውና ከማልቀስ ይልቅ ንዴታቸው ናላቸውን አዞረው። አስተማሪው ከበደ በዚሁ አንደኛ ወንጀል ችሎት የሰማው የፍርድ ውሳኔ የሚገርም አልሆነበትም። ቢሆንም አበሳጨው። የኮሌጅ ጓደኞቹ ዘወትር እንደሚናገሩት እሱም ‹‹ያገራችን ህግ ለድሀ፣ ለተበደለና ለተገፋው፣ በጎ አስተዳደር፣ ፍትህ እና ርትዕ ለሚሻው ሀቀኛ ወገንና ዜጋ ምኑም አይደሉ›› ሲል ለብቻው ተቆጨ። ጥርሱን ነከሰ።

ችሎቱ ተነሳ። ባሻ ከተፈረደባቸው በኋላ በሁለት እጃቸው ካቴና ገብቶላቸው በወህኒ ፖሊሶች ታጅበው ከችሎቱ እንዲወጡ ታዘዙ። የእመት ጌጤነሽ ዓይን አረፈባቸው። ለሁሉም ነገር አዲስ የሆነችው ጎፃን ሙሉነሽ እንኳ አለዕድሜዋ ልውጥውጥ አለች። አያቷ ከቤት ከሚተዋት ይዘዋት ከፍርድ ቤቱ ድረስ መጥተው ስለነበር ባሻ ቢተው ተፈርዶባቸው፣ ካቴናው ከእጃቸው ገብቶ ወህኒ የፖሊሶች እየገፈተሩ ሲወስዷቸው አይታ፣ እሪ አለች። ከእመት ጌጤነሽም አንድ ፍሬዋ ልጅ ሙሉነሽ ባሰች።

ባሻ ቢተው የልጅ ልጃቸውን ከህፃንነቷ ጀምሮ እየታቀፉ፣ እየኮረኮሩ አብረው አኩኩሉ እየተጫወቱ፣ ከፍ ካለችም በኋላ እንኮኮ እያዘሉ ያሳደጓት በመሆናቸው፣ የታሰሩበትን ጉዳይ ትንሿ ሙሉነሽ ልትረዳው ‹‹ህገ ወጥ፣ የሰውን ልጅ ሰብዓዊ መብትና ክብር የሚረግጥ›› ልትለው ባትችልም ወንድ አያቷ የሰባት አመት ጽኑ እስራት ተፈርዶባቸው ከችሎቱ ወጥተው ሲሄዱ ‹‹አባዬ!›› እያለች አለቀሰች። እሳቸውም አይናቸው ከሚስታቸው ወደ ልጅ ልጃቸው አምርቶ፣ እግራቸው መራመድ አቅቶት በደረሱበት ቆመው ሲቀሩ የወህኒው ፖሊስ ገፈተራቸው። ከችሎቱ በመውጣት ላይ ያለው ሰው እስኪሰማ ድረስ ‹‹ልጅቷን ማየት ትተህ ወደ ፊት ቀጥል!››

አላቸው። ከእመት ጌጤነሽ ዕንባ የትንሿ ሙሉነሽን ዕንባ የሚያቆመው የጠፋው የዚህን ጊዜ ነው። እንደ ልጅም እንደ አዋቂም እርር አለች። ባሻ ቢተው ከፖሊስ ጣቢያ፣ ወህኒ ቤት ሲወርዱ፣ ሙሉነሽ ከእመት ጌጤነሽ ጋር ልታያቸው በሄደች ጊዜ እንዲህ አልሆነችም። የዚያን ጊዜ የታየባት የልጅ ብሽቀት ነበር። ዕልህ የያዛትና ዕንባዋ አይኗ ላይ ያቀረረው በወህኒ ቤት ከእስረኛውና ከጠያቂው ብዛት የተነሳ በነበረው መጯጯህ ፣ ሙሉነሽ ‹‹አባዬ!›› ስትላቸው ባሻ አልሰማ ሲሏት እንደገና የቻለቸውን ያህል እየጮኸች ‹‹አባዬ!›› እያለች ልታነጋግራቸው ስትሞክር ባሻ ድምጿ ሊሰማቸው ባለመቻላቸው ‹‹ምን አልሽ ልጄ? አይሰማም ... እእእ... አይሰማኝም›› እያሉ በደጋገሙባት ጊዜ ነበር፤ ብሽቀትና ናፍቆት የተቀላቀለበት ዕንባ ያፈሰሰችው። ከተለያዩ በመንፈቁ፣ በከፍተኛው ፍርድ ቤት አንደኛ ወንጀል ችሎት ሰባት ዓመት በተፈረደባቸው ዕለት፣ ትንሿ ልጅ ያፈሰሰቸው ዕንባ ግን ስለፍትህ፣ ስለሰው ልጅ ሰብዓዊ መብት መከበር የሚጮህና የሚያለቅስ የተበደለ አንድ ኢትዮጵያዊ ዜጋ አስመሰላት። ለሰው ልጅ ሰብዓዊ መብት መከበር ስትይ አልቅሺ የተባለች መሰለች።

ባሻ የተፈረደባቸውን ሰባት ዓመት ጹኑ የእስራት ዘመን በወህኒ ቤት ሊገፉ ነው። በሽምግልና ዕድሜያቸው የፖለቲካ እስረኛ ሆኑ። ለአገሪቱም ሰላምና ደህንነት ጠንቀኛ ተባሉ። የባሻ ቢተው አጋዥ የለው ባዲሳባ ወህኒ ቤት የሚገፉት የእስራት ዘመን እሳቸው አወቁትም አላወቁትም በኢጣሊያ ወረራ ጊዜ ከከፈሉት መስዋዕትነት ቀጥሎ ለወገናቸው ሰብዓዊ መብትና ክብር የሚከፍሉት ሌላው ድርሻቸው ሆነ።

ምዕራፍ አራት

ወይዘሮ አገኘሁሽ መሃን ናቸው። በዕድሜያቸው ሙሉ አምላካቸውን ልጅ እንዲሰጣቸው ታቦት ለተባለ ሁሉ ያላገቡት ስለት አልነበረም። ቁልቢ ሶስት ጊዜ በእግራቸው ሄደዋል። ሚጣቅ አማኑኤል ተዘክረዋል። ያልሰጡት የስለት ዕቃ የለም። ዘመዶቻቸው መሃንነቱ ካንቺ ሳይሆን ከባልሽ ነውና፣ ፍቺውና ሌላ አግብተሽ ውለጂ፣ ወልደሽ ሳሚ፣ ወልደሽ ተክተሽ እለፊ ቢሏቸው አምላክ ልጅ ከሰጠኝ ከምወደው ከህግ ባሌ ይስጠኝ ብለው የመከሯቸውን ዘመዶቻቸውን፣ ክፉ የመከሯቸው ያህል በልባቸው ተቀይመውና ጠልተዋቸው ካንድ ባላቸው ኖረው ጣልያን በወጣ በሰባት ዓመቱ ባንድ ቀን ሽውታ ሞቱባቸው። እሳቸውም የባላቸውን ሀዘን መርሳት አቅቷቸው ሌላ ባል ሳያገቡ፣ የዘመድ ልጅ ልጄ እያሉ እያሳደጉ እዚህ ደርሰዋል።

ወይዘሮ አገኘሁሽ ማንበብና መፃፍ ያውቃሉ። በፋሽስት ወረራ ዘመን የተቋቋመው የኢትዮጵያ ቀይ መስቀል ካሰለጠናቸው የመጀመሪያዎቹ ድሬሰሮች አንዷ ናቸው። ስልጠናውም ኢትዮጵያውያን ወገኖቻቸውን፣ በጦር ሜዳ የመጀመሪያ እርዳታ ለመስጠት እንዲበቁ ሲሆን፣ በዚያ ዘመን ቀይ መስቀል መልምሎ ካሰለጠናቸው ወንድና ሴቶች መካከል ወይዘሮ አገኘሁሽ በፈቃዳቸው ከኢትዮጵያ አርበኞች ሳይለዩ ብዙ ውለታ የዋሉ ናቸው። በዚያ የጠላት ወረራ ዘመን ከአርበኞች ጋር ተደባልቀው ከወንድ የማይተናነስ ስራ ሰርተው በመጨረሻ ከነባለቤታቸው ወደ ሱዳን ተሰደው፣ በዚያው ላገራቸው ነጻነት በሚችሉት ሁሉ ስደተኛ የኢትዮጵያ አርበኞችን ሲረዱ ኖረው፣ ነፃነት ሲመለስ በንግስት ዘውዲቱ ሆስፒታል በፈቃደኝነት ተመዝግበው የሚሰጠውን ላቅ ያለ የድሬሰርነት ሙያ ተከታትለዋል።

ወይዘሮ አገኘሁሽ ከጣሊያን በፊት ከነባላቸው ይኖሩበት በነበረው ካዛንቺስ ተመልሰው፣ በራሳቸው ቤት ይኖራሉ። ያንን ክፉ ቀን ያዩ በመሆናቸው ለተራበ፣ ለተጎሳቆለና ለታመመ የሚያዝኑ ልጅ አዋቂ ሳይለዩ፣ ሰውን በሰውነቱ አክብረው ዘውዲቱ ሆስፒታል ባስታማሚነት እየሰሩ ከራሳቸው ተርፈው ለውጭ ሰው ጭምር

ያንዲት ምድር ልጆች፣ ቅፅ ፩ ገፅ 255

የሚተርፉ ሴት ናቸው።

ወይዘሮ አገኘሁሽ ከፈጠነ ጋር ቤታቸው እንደደረሱ ወሃ አስሙቀው ራሳቸው ገላውን አጠቡት። ከጎረቤት ሄደው ከፈጠነ ጋር ዕኩያ የሚሆን ልጅ ካላቸው ወዳጃቸው፣ የልጁን ኮትና ሱሪ ተውሰው አመጡና ለጊዜውም ቢሆን አለበሱት። በዕረፍታቸው ከመርካቶ ልብስ እንደሚገዙለት ለፈጠነ ነገሩት። በማግስቱ ያንን ከስቶ ባፅሙ የቀረና የሚያቃስት ልጅ ይዘው እሳቸው ወደሚሰሩበት ዘውዲቱ ሆስፒታል ለህክምና ወሰዱት።

የዘውዲቱ ሆስፒታል መግቢያ አንድ ብቻ ነው። ከካዛንቺስም የሚመጣው፣ ከውሃ ስንቁ ሰፈርም፣ ከእቴጌ መስክም፣ ከዱሮ ቄራም የሚመጣው፣ የሚገባውና የሚውጣው፣ ከፍልውሃው ፊት ለፊት ባለው አንድ መግቢያ ነው። ወይዘሮ አገኘሁሽ ፈጠነን ይዘው ከሆስፒታሉ በር ደርሰው አቀበቱን ገና ጀመር ሲያደርጉ የብዙ ዓመት የስራ ጓደኛቸው ወይዘሮ ድንቡሎ አገኟቸው።

‹‹ደሞ የምን ልጅ ይዘሽ መጣሽ አገኘሁሽ?››

‹‹ልጄ ነው!››

‹‹ያገሩ ልጅ ሁሉ ያንቺ ልጅ ነው ያለሽ ማነው?›› አሉና ወይዘሮ ድንቡሎ አገኘሁሽን አናገሯቸውና ሰላምታ ተለዋዉጠው ተለያዩ። ካርድ ማውጫ ክፍል ለመድረስ ትንሽ ሲቀራቸው ድንቄና አይባነሽ አገኙአቸው።

‹‹የማነው የሚየሳዝን ቆንጆ ልጅ?›› አለች ድንቄ ከወይዘሮ አገኘሁሽ መልስም ሳትጠብቅ ፈጠነ ሰላምታ እንዲሰጣት ተጠግታው። አባይነሽም ‹‹እማማ አገኘሁሽ፣ ይህን ልጅ ደግሞ ከየት አገኙት?›› አለቻቸው። ወይዘሮ አገኘሁሽ በድንቄ ጥያቄ ደስም አላላቸው። እንዲያው ለነገሩ ያህል ለድንቄም ለአባይነሽም መልስ ለመስጠት ብለው ብቻ ‹‹ልጄ ነው፣ ትንሽ እንደማመም አርጎት ላሳክም ይዤ መጥቼ ነው›› ብለው ሲመልሱ አባይነሽና ድንቄ አይን ላይን ተያዩ። ወይዘሮ አገኘሁሽ መሃን መሆናቸውንና ቢወልዱም እናቱን እንጂ እሱን የማድረሻ ጊዜያቸው እንደተላለፈ ያውቃሉ።

‹‹እንዳው ምናለ ነበር? እንዲህ ልጅ መውደዳቸውን እያየ፣ አንድዬ

አንድ ልጅ ቢሰጣቸው ኖሮ!›› አለች ድንቄ።

‹‹አዬ እባክሽ! እግዜር ለኔ ብጤዋ ማሳደጊያ ለሌላት ደሃ መንታ መንታውን ሲያሳቅፋት፣ ልጅ ልጅ እያለ ለሚጮከው ሀብታም ይከለክለዋል›› ስትል አባይነሽ መለሰችና ይህንኑ እያወሩ ወደ ቤታቸው መንገዳቸውን ቀጠሉ። በእሳቸው፣ በመሀና ላይ ብቻ ተደጋግሞ የሚቀርብ ጥያቄ መሰላቸው።

‹‹እኔስ ልጄ ነው ከማለት ሌላ ከመንገድ ወድቆ አገኘሁት ልላቸው ኖሯል?›› ሲሉ ለራሳቸው መልስ ይሰጣሉ፣ ጥያቄው ቢያሰለቻቸው። ብዙም ሳይቆይ ፈጠነን ሐኪሙ ዘንድ ይዘው ገቡ። ሐኪሙም በሆስፒታሉ የቆየ ስለሆነ ወይዘሮ አገኘሁሽን ያውቃቸዋል። ‹‹ልጅሽ ነው?›› ሲል ጠየቃቸው። ቢቸግራቸው ‹‹የልጄ ልጅ ነው!›› አሉት። ‹‹የልጅ ልጅ ማየት መታደል ነው!›› አላቸው። ‹‹በጣም እንጂ!›› አሉና መለሱለት። ሐኪሙ ፈጠነን ከመመርመሩ በፊት ትክ ብሎ ተመለከተው። የሰውነቱ ክፋኛ መክሳት፣ የማቃሰትና የሁለመናው የወይዘሮ አገኘሁሽ የልጅ ልጅ መሆኑ አጠራጠረው። ግን ይህን ጥርጣሬውን ሳይናገር በሆዱ እንደያዘ ቆየና።

‹‹ምነው? ሐኪም በሌለበት ሃገር ነው እንዴ እናትና አባቱ የሚኖሩት?››

‹‹አዎ! ወደ ባላገር ነው የሚኖሩት!››

እንዴ የልጄ ልጅ ነው ካሉ፣ ለሚቀርብላቸው ጥያቄ ሁሉ በዚያው መግፋት ነበረባቸው ወይዘሮ አገኘሁሽ። ለደግ ነገር መዋሸት ሃጢያት እንዳልሆነ ያነበቡት የፃድቃን መፅሐፍ ያለ ይመስል ፈጠነን በሚመለከት ለቀረበላቸው ጥያቄ ተዝናንተው መመለሳቸውን ቀጠሉ። በቅርብ የሚያውቋቸው ዘመዶቻቸውና ጎረቤቶቻቸው እንኳን የልጅ ልጅ፣ የወለዱት ልጅ እንደሌላቸው ስለሚያውቁ እነርሱ ፊት ስለፈጠነ ዕውነቱን እንጂ ሌላ መናገር እንደማይችሉ ያውቃሉ።

ሐኪሙ፣ ፈጠነን ወደርሱ አስጠግቶ ዓይኑን ገልጦ አየ። አፍህን ክፈት ብሎ ምላሱን ተመለከተ። በእንጨት ማንኪያ ቢጤ ሰቅሰቅ አድርጎ እንጥሉ ድረስ አየው። ልብሱን እንዲያወልቅ ካደረገ በኋላ አልጋ ላይ አስተኛው። ማዳመጫውን ይዞ ተንፍስ እያለ ወደ ደረቱ

ወደ ሽንጡ ወደ ሆድቃው አዳመጠ። አራት ጣቱን በሆድቃው ግራና ቀኝ አድርጎ የራሱን ጣቶች አንድ ባንድ መታ መታ አደረገ። ሆዱን ጨበጥ ጨበጥ አደረገው። በደረቱ አስተኝቶም ወደ ትከሻው አካባቢ በማዳመጫ አዳመጠ። በመመዘኛው ክብደቱን ወሰደለት። ምርመራውን ጨረሰና ፈጠነ ልብሱን እንዲለብስ አዞ እጁን በሙቅ ውሃና ሳሙና ታጥቦ በአልኮል ጠራረገ። ከወንበሩ ላይ ተመልሶ ቁጭ አለና ለወይዘሮ አገኘሁሽ እንዲህ አላቸው።

‹‹ይህ ልጅ የረጅም ጊዜ ጉዳት አለበት። የተመጣጠነ ምግብ አግኝቶ አላደገም። የቪታሚን እጥረት አለበት። ዕድሜውና የሰውነቱ አቋም አልተመጣጠነም። ክብደቱ የስምንት ዓመት ልጅ ሳይሆን የአራትና አምስት ዓመት ልጅ ያህል ነው። እንደሚያዩት የጭንቅላቱ ከሌላው የሰውነቱ ክፍል ፈጦ የሚታየውና የሰውነቱ ቆዳ ከመሰነጣጠቅ አልፎ እስከመላላጥ የደረሰው በረሃብና የተመጣጣነ ምብት ከማጣት የተነሳ ነው። ለብዙ ጊዜ የተራበ ይመስላል። በዚህ ላይ ትንፋሹ ቁርጥ ቁርጥ የሚለውና የሚያቃስተው ብርድ በግራና በቀኝ ሽንጡ ስለመታው ነው። ትንሽ ቢቆይ ኖሮ ለህይወቱ ያሰጋው ነበር!» አላቸው። ‹‹ባስቸኳይ የሳምባ ኤክስሬይ አዝዝለታለሁ። ለማንኛውም ፔዲያትሪክ አልጋ ተፈልጎ መተኛት አለበት!›› አለና በተለያዩ የበሽታና የምርመራ መመዝገቢያ ፎርሞች ላይ ለብዙ ደቂቃዎች ሳያቋርጥ ፃፈ ፃፈና ቅጠላቸው የበረከተ ፎርሞች በካርዱ ላይ አያይዞ ለወይዘሮ አገኘሁሽ ሰጣቸው፡

ወይዘሮ አገኘሁሽ አንዴ ልጅ ነው፣ ሌላ ጊዜ የልጅ ልጄ ነው እያሉ ከሆስፒታሉ ሰራተኞች እስከ ሐኪም ድረስ ያስተዋወቁት ፈጠነ፣ እሳቸውን ባያዝለት ኑሮ ሟች እንደነበር ተሰማቸው። እንደ ውሻ ሬሳ ካስፋልት መሐል ተዘርሮ ይቀር እንደነበር ታያቸውና ሰውነታቸውን ሰቀጠጠው።

ፈጠነ ሆስፒታል ተኛ። በህፃን አዕምሮውና ባለቸው የልጅነት ድህነት ቅርስ ሲያስበው ሆስፒታል መተኛት፣ ከጃንሆይ ቤተ መንግስት ከማያንስ የድሎት ቦታ ገብቶ መንደላቀቅ ሆኖ ተሰማው። ከሌሎች በዓለም ዙሪያ ከሚገኙ የሀብታም ልጆች እኩል የሆነ መሰለው። ሁል ቀን ሆስፒታል ቢኖር ደስታውን የሚችለው አልመሰለውም። ከሆስፒታል የወጣ ዕለት የሚታየው ዱር

አዳሪነት፣ ተንጋሎ የተገኘበት የመንገድ ዳር አስፋልት ነው።

ገና ወደሚተኛበት አልጋ ወስደው ወይዘሮ አገኘሁሽ ልብሱን ሲያወላልቁለት ‹‹ይሄ የኔ አልጋ ነው?›› ሲል ጠየቃቸው። እያቃሰተ ትንፋሹ ቁርጥ ቁርጥ እያለ ቢናገርም ፊቱ ፈካ ብሏል። እንደገናም እሳቸው ፒጃማ ሊያለብሱት ሲዘጋጁ ‹‹እንዴ!›› አለና ሳቅ አለ። ‹‹ምነው?›› ሲሉት ‹‹ይኸም ለኔ ነው?›› አላቸው። ‹‹አዎን!›› ብለው አለበሱት። ያንን ከኪሎ ጥጥ የቀለለ የሚመስል፣ ያለቀ ሰውነት አንስተው አልጋው ውስጥ ሲያስገቡት ከደስታው የተነሣ ፊቱ የታመመ ልጅ አላስመሰለውም። ወይዘሮ አገኘሁሽ ሁሉ ነገር ብርቅ የሆነበትን የደብሪቱን ልጅ ዓይን እያዩ ‹‹ልጅ እኮ በትንሽ ነገር ነው፣ በሽታውን የሚረሳ!›› ካሉ በኋላ ‹‹አይዞህ አትፍራ! እመጣለሁ!›› አሉና ያንን የጎረቤት የተውሶ ኮትና ሱሪ ይዘው ወጡ።

ባንድ ድሪቶ ተጠቅልሎ በኪኪያን በረንዳ ሰውነቱ ሲዳመጥ የነበረው ፈጠነ፣ በሽታውን ረስቶ በተኛበት አልጋ ላይ በፈንጠዚያ ተገለባበጠ። ቀለጠና አንሶላውን፣ ብርድ ልብሱን፣ ያልጋ ልብሱን፣ ፍራሹን ሳይቀር አንድ ሁለት እያለ ቆጠረው። ይህንን ሁሉ ለብሶ በመተኛቱ ጌትነት ተሰማው።

ፈጠነ ካጠገቡ የተኛ ልጅ ‹‹ውሃ ጠማኝ!›› ሲል ሰማ።

ትልቋን ሴትዮ ‹‹ውሃ ጠማኝ ይላል›› አላቸውና መጨረሻውን ለማየት ጓጉቶ ሲጠባበቅ ሴትዮዋ ውሃውን በኩባያ ይዘው መጡና ልጁን አጠጡት። ፈጠነ ይህ ክብር ብቻ የጎደለበት መሰለው።

‹‹ውሃ ጠማኝ እማማ!›› አለ ሳይጠማው።

‹‹እኔን ይጥማኝ!›› አሉና አስተማሚው ለሱም ይዘውለት መጡ፣

ፈጠነ ጉዱ ፈላ። ዓይኑን እያቁለጨለጨ ኩባያውን በጁ ይዞ አፉን በውስጡ ከተተና እዚያው ተቀርቅሮ ቀረ። ሳይጠጣ በቃኝ እንዳይል ፈራ። ኩባያውን አንቆ ቢቀርባቸው፣ የልጆችን ጠባይ የሚያውቁት አስታማሚ ‹‹ይብቃህ ልጄ!›› አሉና ካንገቱ እንኳን ወረድ ያላደረገውን ኩባያ ውሃ ይዘው ተመለሱ።

የምግብ ሰዓት ደረሰና የተለያዩ የምግብ ዓይነቶች ቁጭ ቁጭ

ያሉበት ትሪ የያዙ ሴቶች ብቅ ሲሉ ፈጠነ ዓይኑን አላመነም። እንዲህ ዓይነቱን ምግብ ለመመገብ አንዱ ዕድለኛ እሱን ራሱን አድርጎ አልገመተም። ምግብ አቅራቢዋ ፈጠነ ዘንድ ከመድረሷ በፊት ለሌሎች ሕፃናት ማቅረብ ነበረባት። የፈጠነ ዓይን አብሯት ተንከራተተ። እሱጋ እስክትደርስ ድረስ ዓመት የወሰደ መሰለው። ከመቻኮሉ የተነሳ ዕድሜ ልኩን በዓይኑ ሲዞርና ሲመኘው የኖረው የምግብ አይነት ለሱ ሳይደርስ የሚያልቅ መሰለው።

‹‹ራስህ ትበላለህ ወይስ እኔ ላብላህ?›› አለችው ምግብ አቅራቢዋ።

‹‹አይ! ራሴ እበላለሁ!›› አለ።

‹‹ባይሆን ልብስህ እንዳይበላሽ ፓስታውን እኔ እየጠቀለልኩ ላጉርስህ!›› አለችና ካልጋው ጫፍ ላይ ቁጭ ብላ ታጎርሰው ጀመር። ፈጠነ ግን ለብቻው ትታለት ብትሄድ ነበረ የፈለገው። ፓስታ፣ የተቀቀለ ሥጋ ፣ ትንሽ ጎመንና ዳቦ ለብቻው ሲቀርብለት አጉራሽ አያስፈልገኝም ባይ ሆነ። በልቶ የሚጠግብ ስላልመሰለው በቃህ ብላ ሴትዮዋ ብትወስድብኝስ የሚል ስጋት ተሰምቶታል። እሱ የሚያውቀው የቃኘው ሻለቃንና የነጋዴዎች ሆቴልን ትርፍራፊ ነው። እሱም የደቀቀ አጥንት፣ እጅ የተጠረገበት፣ ከየማህኑ፣ ከየጠረጴዛው መሬት የወደቀው ተጠርጎ ባንድ ቦታ ይቆለልና ከዚያ ባካፋ እቃ ባሬላ ላይ ይጫንና ከኔቢጤው፣ ከጉልበተኛው ዱርዬ የተረፈውን ነው ፈጠነን የሚያካክሉ ትናንሽ በረንዳ አዳሪዎች የሚራኮቱበት። የነጋዴዎች ሆቴል ትርፍራፊ አዳይ ለውሻዬና ለድመቴ እያለ ከኮሮጆው ጠቅጥቆ ካልተረፈው በስተቀር ለነፈጠነ አያቀምሳቸውም። ዘውዲቱ ሆስፒታል ተኝቶ ዘወትር የሚናፍቃቸውና እነርሱን በልቼ በሞትኩ እያለ ሲመኛቸው የነበሩት እነፓስታል ፉርኖ፣ ቅቅል ሥጋ ለብቻው ሲቀርብለት ፈጠነ ተንገበገበ።

ወይዘሮ አገኘሁሽ፣ ፈጠነ ከሆስፒል ሲወጣ የሚለብሰው አዲስ ልብስ ገዝተው አመጡለት። እሱ ግን አዲሱን ልብሱን እዚያው ሆስፒታል እያለ ለመልበስ ፈለገ። ‹‹ስትወጣ ያደርስሃል!›› ሲሉት ደስ አላለውም። ‹‹እኔ ጋ ነው የሚቀመጠው ወይስ ይዘውት ይሄዳሉ?›› ሲል ጠየቃቸው። ‹‹እዚህ አንተ ጋር ይቀመጣል! ግን ከለበስከው ይቆሽሽብሃል። ከሀፐስፒታል ስትወጣ የምትለብሰው

አዲስ ልብስ የለህም እሺ!›› አሉት። ወይዘሮ አገኘሁሽ አዲሱን ካኪ ኮትና ሱሪ ፈጠነ ደስ እንዲለው እሱ ዘንድ ጥለውት ሲሄዱ ከፍተኛ ደስታ ተሰማው። የሳቸው እግር ገና ወጣ ሲል ለበሰው፣ አወለቀው። እንደገና ለበሰው። ካጠገቡ አድርጎት ተኛ። አዲስ ልብስ እንኳንስ ፈጠነን ለመሰለ ድሃ ቀርቶ የተትረፈረፉቸውን የሃብታም ልጆችንም ቢሆን ማጓጓቱ አይቀርም።

ፈጠነ ከበሽታው ድኖ፣ ሰውነቱ መለስ ብሎለት አራት ኪሎ ያህል ክብደት ጨምሮ ከሆስፒታል ወጣ። ወዲያውም ከሠፈሩ ቄስ ትምህርት ቤት ገባ በስምንት ዓመቱ ፊደል ተማሪ በመሆኑ ቄሱ ያላግጡበት ጀመር። የቄሱን ማላገጥ እያዩ የመንደር ሕፃናትም ያበሽቁት ጀመር።

‹‹አንተ እረኛ፣ የእረኛ ልጅ በስምንት ዓመቱ ስንት ክፍል በመድረሻው ፊደል ይቆጥራል። ወሬውን ማየት ትተህ ዝም ብለህ ተማር!›› አሉት ቄሱ። ፈጠነ ምንም አልመለሰላቸውም። ትምህርቱ እንዳበቃ ልጆቹ ሁሉ ጠጋ ጠጋ እያሉ ‹‹እረኛ፣ የእረኛ ልጅ!›› እያሉ ጠሩት። ሁሉም በዕድሜያቸው ከሱ ያነሱ ስለነበሩ እያሳደደ ደበደባቸው። አልሳሳላቸውም። የየኔታን ቁጭት የተወጣባቸው መሰለው። ፊደል ሳይቆጥር ለመዘግየቱ ምክንያት የሆኑትን፣ ለሱ ዕድሜ ገና በግልጽ የማይታዩ ጠላቶቹን፣ ለእናቱ ሞትና ለሱ በረንዳ አዳሪነት የዳረገውን ሥርዓት ጭምር የሚደበድብ መሰለ።

ወይዘሮ አገኘሁሽ በሠፈሩ ሰው አፍ ያስገባቸው፣ ፈጠነ የሰፈሩን ልጆች እየደበደበ በማስቸገሩ፣ ለስሞታ በየቀኑ ከደጃው የሚሰበሰበው የሰው ቁጥር እየበረከተ መሄድ ነው። እሳቸው ግን ለስሞታ ደጃቸው የምትመጣ የልጅ እናት ደስ እንዲላት ብለው ፈጠነን እየደበደቡ ሊያስደስቱ አልቻሉም። ከዚህ የተነሳ ቀድሞ በደግ የሚያነሷቸው የልጅ እናቶች ሁሉ በክፉ ስማቸውን ያነሱ ጀመር። እሳቸው የጎረቤት ስሞታ በሰሙ ቁጥር ፈጠነን አይቆጡም፣ አይማቱም።

አንድ ቀን አንዲ የተደበደበ ልጇን ይዛ መጣችና ትውረገረግ ጀመር። ‹‹እስቲ ሁለቱም ልጆች ይጠሩና በምን እንደተጣሉ ይጠየቁ›› አሉ ወይዘሮ አገኘሁሽ። ፈጠነና የጎረቤቱም ልጅ ቀረቡና ተጠየቁ።

‹‹አንተ ምን አድርጎህ ነው ልጄን የደበደብከው?›› አለች ሴትዬዋ።

‹‹ሲሰድበኝ ጊዜ መትቸዋለሁ!›› ሲል መምታቱን ሳይድ ተናገረ።

‹‹እሜትዬ ይኸው መትቼዋለሁ ይላልና ልጁን አንድ ነገር ያድርጉ፣ ሁለተኛ ዝንቡን እሽ ቢለው ለባሌ ነገሬ የምንሠራውን እናውቃለን!›› አለች ሴትዬዋ።

‹‹ቆይ እንጂ ምን ነካሽ? ምን ብሎ ቢሰድብህ ነው የመታኸው?›› አሉት ወደ ፈጠነ ዞረው።

‹‹አንተ ከመሬት ወድቀህ የተገኘህ … ይሄኔ አንዱ ሽርሙጣ ወልዳ የትም የጣለችው ልጅ ትሆናለህ ሲለኝ ጊዜ መትቼዋለሁ›› አለና ፈጠነ ከሱው ብሶ የተሰደበበት ጉዳይ እንደገና ማንነቱን ያስታወሰው ይመስል ያህል እልህ እየተናነቀው ማልቀስ ጀመረ።

‹‹አይ አንደሱ አይደለም ስንጫወት ጊዜ ነው፣ እሱ መጀመሪያው እንትን ሲለኝ ጊዜ… ነው እንጂ እንደዚህ ያልኩት … የምሬን እንደዚህ ብዬ ልሰድበው ፈልጌ አይደለም። እሱ ግን ጉልበት አለኝ ብሎ ደበደበኝ›› እያለ የተደበደበው ልጅ የሚናገረው ጠፍቶት ተንተባተበ።

‹‹አየሽ የኔ እህት! አንድ ፍሬ ልጅ፣ እናንተ አዋቂዎች ስትነናገሩ የሚሰማውን ነው እንጂ፣ እሱ ከየትም አምጥቶ እንዲህ ዓይነት ቃል አይናገርም። ደግሞ ልጅ ለልጅ እየተጣላ ነው የሚያድገው። እኛ በልጅ ነገር ባንገባ ይሻላል። እነርሱ ዞረው ይገናኛሉ›› አሉ ወይዘሮ አገኘሁሽ ልባቸው በንዴት ቅጥል ብሎ።

‹‹አሁን ልጄ የተናገረው ሃሰት ሊባል ነው እንዴ? ደግሞ ማንም የወለደች የትም የምትጥለውን የኮማሪት ልጅ፣ ከየትም እየለቃቀሙ ልጄን ይደብድብ ካሉ እኛም የምናደርገውን እናውቃለን!›› እያለች በዚያ በፈረደበት ከሷም የማይሻል ገልጃጃ ባሏ ለማስፈራራት ተንጣጣች።

‹‹አይ! ከዚህ በኋላ ጠብሽ ከኔ ነው! አንቺም ከልጅሽ አትሻይ! አጉል ቃል መናገር ትርፉ ቅያሜ ነው። እኔ ልጄን እይዛለሁ አንቺም ልጅሽን ያዢ። ታዲያ ልጅሽስ ያለው ይሄንኑ አይደል? ልጅ እንደአሳዳጊው ነው። ያንቺ ልጅ የተቀጣ፣ የኔ ልጅ ከየትም የተገኘ እያልሽ ለንግግር የሚቀፍ ነገር እየተናገርሽ ራስሽን ቅሌት ላይ ባትጥይ ደህና ነው!›› አሏት።

እሳቸው ከስሞታ አቅራቢዋ ሴት ይህንን ሁሉ ሲናገሩ ፈጠነ ሰምቶ የልብ ልብ እንዳይሰማው ከፊታቸው ዞር እንዲል በግንባራቸው ተቆጥተውት ወደ ውጭ ወጥቷል። ከሴትዬዋ ጋር የተመላለሱት ቃል ራሳቸውን አበሳጭቷቸው ፈጠነን ጠርተው ለመገሠፅም ትዕግሥት አጥተው ከቤት ወጣ ሲሉ ከበር ላይ ቢያገኙት፣ አንዴ በኩርኩም ገጭተው ወደ ሥራቸው ሄዱ።

ወይዘሮ አገኘሁሽ የፈጠነ ጠበኛና ትዕግስት የለሽ መሆን አንዳንዴ ሲያበሳጫቸው ሌላ ጊዜ ደግሞ ያስገርማቸዋል። አንድ ቀን ማታ ከሥራ ሲመለሱ ሰባት ዓመት ከኖረች ሠራተኛቸው ጋር ተጣልቶ ጠበቃቸው። ገና እሳቸው ከቤት መድረሳቸውን ሲያይ ጥፋቱን አወቀና ሮጠ። ከዚያ በፊት ምንም ቢያጠፋ ከቤት ወደ ደጅ ወጥቶ ለመጥፋት የሞከረበት ጊዜ የለም። ወይዘሮ አገኘሁሽ ወዳጆቻቸውም፣ ወሬ አዳናቂ ጎረቤቶቻቸውም ከደጃፋቸው ተሰብስበው ሲደርሱ ‹‹ያ! ፈጠነ አንድ ነገር አድርጓል!›› ብለው አሰቡ። ምን እንደሠራም ሳይጠብቁ የፈጠነን መሸሽ እንዳዩ ብቻ የሠፈሩን ልጆች ያዙልኝ አሉ። ቁጭት ያለበት የሠፈር ልጅ እየተንጋጋ ወደ ፈጠነ ሮጠ። ልጁን ፈጠነ የደበደበባት ወይዘሮ ባጠገቡ የምታልፍ መስላ እሱ አላያት ኖሮ ማጅራቱን ለቀም አደረገችው። ወዲያው ወይዘሮ አገኘሁሽ እንደማያዩዋት አውቃ ጭኑ ሥር ገብታ በቁንጥጫ አነሳችው። ያ ሁሉ የመንደር ውሪ ግማሹ እጁን ግማሹ እግሩን እየጎተቱ አመጡና ከቤት አስገብተው ወለሉ ላይ ጣሉት። ጠላታቸውን በእጃቸው ላይ ስለጣለላቸው የመንደሩ ሕፃናት ጮቤ ረገጡ። ሁሉም በፈጠነ የተረገጡ ናቸው። ዘወትር ለፈጠነ እያገዙ የሚያስደበድቧቸው የሚመስላቸው ወይዘሮ አገኘሁሽ ‹‹ፈጠነን ያዙልኝ›› የሚል ትዕዛዝ ሲደርሳቸው ጆሮአቸውን አላመኑም።

‹‹ለመሆኑ ወዴት ለመሄድ ነው ከቤት ወጥተህ ወደ ውጭ የሮጥከው?›› ብለው፣ በብስጭት ፈጠነን ቢጠይቁት አጠገባቸው የቆመችው የቅርብ ዘመድ ነኝ ባዩዋ ሴት ጣልቃ ገባችና ‹‹ባዳነቱን ሲነግርሽ ነዋ!›› አለቻቸው። የበለጠ የተበሳጩት በዚህች ዘመዳቸው አነጋገር ሆነ። ‹‹አንቺ ደግሞ እንዲህ የምትይው ደስ ይላታል ብለሽ ነው!›› አሉና ፊታቸውን አጠቆሩባት።

ወይዘሮ አገኘሁሽ፣ ሰባት ዓመት አብራቸው የኖረች ሠራተኛቸው

ግንባሯ ፊጠን በወረወረባት ድንጋይ መፈንከቷን ሲያዩ ክፉኛ ደነገጡ። ሠራተኛዋም እመቤቷን ስታይ ቋጥራ ያስቀመጠችው ዕንባ ያላት ይመስል እንዴ ለቀቀችው። ስቅስቅ አለች። ማን ተይ ይበላት?

‹‹እሜትዬ ከኔና ከሱ ይምረጡ። እሱ ይሻለኛል ካሉ ያሰናብቱኝ!›› አለችና ከደቂቃ በፊት ስትንሰቀሰቅ የነበረችው ሴት ዕንባም ያልወረዳት መሰላ ወይዘሮ አገኘሁሽን እስከ ማስፈራራት ደረሰች። እሳቸው ለሠራተኛቸው መልስም ሳይሰጡ ወደ ጓዳ ገብተው ገመድ ቢጤ አመጡና ፈጠነን ራሳቸው እጅና እግሩን አሰሩት።

‹‹ሁላችሁም ወደ የቤታችሁ ሂዱ። እኔ ሰው አልፈልግም ሂዱልኝ!›› አሉና ለወሬ ቤታቸውን የወረሩትን ሴቶች ሲያሰናበቱ የቅርብ ዘመድ ነኝ ባዩዋ ቀረት አለች።

‹‹አንቺም ብትሆኝ ሂጂልኝ!›› አሏት።

‹‹አይ! አንቺ ዘመድ ነው ያስጠላሽ! ይህንን የመንገድ ዳር ልጅ ድግምት ደግሞ ቤትሽ የላከው አስማተኛ ተማሪ ቢኖር ነው እንጂ ከዘመዱ ሁሉ እሱ በልጦብሽ እንዲህ የምትሆኚው? ያንኑ ድግምተኛ ተማሪ አግኝተን ድግምቱን ካላስፈታን ከዘመድ መቆራረጥሽ ነው›› አለችና ውልቅ አለች።

የወይዘሮ አገኘሁሽ ዘመድ ‹‹የመንገድ ዳር ልጅ!›› ብላ ስትናገር ፈጠነ ሲሰማት ከታሰረበት ገመድ ጋር እየተናነቀ ስቅስቅ ብሎ አለቀሰ። ያው በረንዳ አዳሪነት ይሻለኛል የሚል ስሜት የገነፈለበት መሰለ። እንዲህ ስቅስቅ ሲል ስለማንነቱ የሚገባው የዘጠኝ ዓመት ልጅ አልመሰለም። ወይዘሮ አገኘሁሽ የፈጠነን ሁኔታ ሲያዩ ሰውነታቸውን ወረረው። ግን ዋጥ አድርገው በዘመዳቸው ቀሚስ ላይ በሩን በሃይል ዘግተው፣ ከቤታቸው አስወጧት።

ፈጠነና የወይዘሮ አገኘሁሽ ሠራተኛ ጠባቸው የሰነበተ ነው። ከዚህ በፊትም ብዙ ጊዜ አስደብድባዋለች። እሳቸው ሥራ ሲውሉ እንጀራቸውን ከሌማት፣ ወጡን ከድስቱ እየጨለፈች ውሽማዋን ታበላለች። ሻዩ፣ ቡናው አይቀራትም ስትጋብዘው። ባለ ሣጥን ባንክ ገዝታ በዚያ ታጠራቅማለች። ደመወዝሽን ውሰጂ ሲሏት፣ እርስዎ

ጋርይቀመጥልን ትላለች እንጂ ወስዳም አታውቅም። ወይዘሮ አገኘሁሽ ፈጠነን ቤታቸው ካመጡ ወዲህ ሌብነቷ ጦፈ። ከዚያ በፊት ብትሰርቅም መጉደልና መሙላቱ ከማይታወቀው፣ እሷ ራሷ ከምትጋግረው እንጀራና ከምትሰራው ወጥ ነበር። በኋላ ግን ወደ ሳንቲሙም ወደ ሻሹም ወደ ውስጥ ልብሱም ዘለለች። ወይዘሮ አገኘሁሽ ፈጠነን መጠርጠር የጀመሩት ዓመት ሳይሞላው ነበር። በኋላማ ገና ከስድስት ዓመቱ ጀምሮ ሰባት ዓመት ከስምንት ወር እስኪሆነው ድረስ ከመርካቶ ትናንሽ ዱርዬዎች አንዱ ስለነበር፣ ዘጠኝ ዓመት ከሆነው በኋላማ ከሳንቲም አልፎ ውስጥ ልብሳቸውን መሥረቅ አቅም እንዳለው አምነው ተቀመጠዋል። የት እጥለዋለሁ እያሉ ነበር ዝም ያሉት። ሠራተኛቸውን አልጠረጠሩም። እሷም በእመቤቷ ዘንድ አልጠረጠርም ብላ አምናለች። ሰባት ዓመት ስለኖረች እሷ የሠረቀችውን ሁሉ በፈጠነ እያላከከች ስታስቆጣው፣ ስታስቆነጥጠው፣ በሣማ ስታስለበልበውና ስታስደበድበው ኖራለች። እሳቸው ፈጠነን የሚቆጡት ሌባ ሆኖ እንዳይቀርባቸው እያሉ ነው። በልጅነቱ ሌብነት ስለለመደ ማስተው አለብኝ እያሉ ነው። እርግጥ ፈጠነ መጀመሪያ ላይ ስኳርና ለእንግዳ ተሠርቶ የተቀመጠ ወጥ በቁራሽ እንጀራ ጨልፎ ሲበላ እጅ ከፍንጅ ተይዟል። ያኔ ከገረፉትና ሲርበው ስጡኝ እንዲል አጥብቀው ከነገሩት በኋላ በየትም በኩል ዝር ብሎ አያውቅም። ነገር ግን ስም ሆነበት። ‹‹አመንዝራ ካሏት፣ ብትቆርብም አያምኗት!›› ዓይነት በሱም ደረሰ። ያልተያዘች ሌባ ሰባት ዓመት ሙሉ ከጓዳ መመሸጓን ወይዘሮ አገኘሁሽ አላወቁም። ከማዕድ ቤት እንጀራና ወጥ እስከ መኝታ ቤት ሻሽና ውስጥ ልብስ የደረሰች ሌባ መኖሯን አልጠረጠሩም። ለዚህ ነው ሠራተኛቸው ፈጠነ በወረወረው ትንሽ ድንጋይ ግንባሯ ቢደማ በጥይት ተመታ የቆሰለች ያህል አገር አልበቃ ብሏት ‹‹ከኔና ከፈጠነ ምረጡ!›› እያለች የተንጣጣችው። ፈጠነም ቂም ቢይዝባት ነው ድንጋይ አንስቶ እስከመወርወርና ግንባሯን እስከመፈንከት የደረሰው።

‹‹ምን እስከዚህ አደረሳችሁ?›› ሲሉ ሠራተኛቸውን ጠየቋት።

‹‹አይ እሜትዬ! እኔ ይሄ ነው ብዬ የምለው የለኝም። ይህ ልጅ፣ ልጅ አይደለም። ከኔና ከሱ ይምረጡ! ካልሆነ ያሰናብቱኝ። ደሜ ፈሶ እዚህ ቤት አልቀመጥም!›› ስትል መለሰች። በሷ ቤት ገኘ መሬት ይዛ ወደ አጥቂነት ለመሸጋገር ያለችው ነው።

‹‹እንዲያው ከመሬት ተነስቶ ነው የፈነከተኝ ማለትሽ ነው?››

‹‹ነው እንጂ! ታዲያ ከዚህ አንድ ፍሬ ልጅ ጋር ምን ያገናኘኛል? የአገኘሁሽ እንጀራ ሆዱን ነፍቶት ቢጠግብ ድንጋይ አንስቶ ይቀመስልኝ አለኝ!››

እሳቸው አነጋገሯን አልወደዱትም።

‹‹ስለ ጥጋቡ የጠየቀሽ የለም! እንኳንስ እሱ ልጄ ብዬ ያሳደግሁት ቀርቶ፣ የኔን ቤት እንጀራ ከማንም ተርፎ ውሻ ይበላዋል። ያልተጠየቅሽውን አትዘባርቂ!›› አሉና ወደ ፈጠነ መለስ ብለው ‹‹ለምንድነው የፈነከትካት?›› አሉት።

‹‹እሱ አሁንማ ይሙት ዕውነቱን ይናገራል ብለው ነው የሚጠብቁት?›› አለች ጣልቃ ገብታ ።

‹‹አይ! እንግዳው የፈራሽው ነገር አለ ማለት ነው!›› አሉና ወደ ፈጠነ ሄደው ከታሰረበት ሊፈቱት ሲሉ፣ ከዚያ በፊት ታይቶበት በማይታወቅ ቁጣ በደሉን ፍርጥርጥ አድርጎ መናገር ጀመረ። ገና መናገር ሲጀምር ድምጹ አስደንጋጭና በኃይለኛ ፍጥነት የተለቀቀ፣ የማያቋርጥና ከሱ የሚመጣ አልመስል ብሏቸው ፈርተውት ወደ እሱ መሄድ የጀመሩት ወይዘሮ አገኘሁሽ ግማሽ ላይ ቆመው ቀሩ። ሲበደል የኖረ ሰው ካመረረ በሁለመናው የሚፈጥረው ሃይል ሰማይ መሬትን ያንቀጠቅጣል የሚባል ሀሰት አልሆነም።

‹‹እስከ ዛሬ ድረስ ባላጠፋሁት ጥፋት አስደብድባኛለች። የርሶን ፍራንክ፣ ሻሽና የውስጥ ልብስ የሰረቀችው እሷ ነች። እኔ አንድ ቀን ብቻ ነው የሰረቅሁት ከተመታሁ በኋላ ግን ምንም ሰርቄ አላውቅም። ዛሬ ማድቤት ስገባ ከባላባራስ ግርማ አሽከር፣ ከጋሼ አጩሌ ጋር እንጀራ ሲበሉ ሳገኛቸው ጊዜ፣ ቆይ ለእማዬ እናገራለሁ ብላት እሱ ረድቷት አባራ ያዘችኝና መታችኝ። ቆይ ያንን የእማማን ውስጥ ልብስ ያለበትን ያላሳየሁ እንደሆን ብላት ጊዜ፣ ይሄ የማንም ሽርሙጣ እየወለደች በየመንገዱ የጣለችውን ልጅ እየሰበሰቡ ያሰድቡኛል አለችኝ። ከዚያ እኔ ደግሞ ድንጋይ አነሳሁና ስወረውር ግንባሯን ፈነከትኳት!››

ወይዘሮ አገኘሁሽ አንገታቸውን አቀርቅረው ቀሩ። ሠራተኛቸው ጥላቸው ወደ ጓዳ ገብታ በዚያው ቀረች። ለካስ ልብሷን

በመለባበስና እቃዋን በመቋጠር ላይ ኖራለች። እሳቸው ስሟን ቢጠሩ፣ በፈጠነ ቢያስጠሩ መልስ አጡ። ወዳለችበት ቢሄዱ ገና ስታያቸው ያ የውሸት ዕንባዋ ዱብ ዱብ አለ። ‹‹… እዚህ ቤ … ቤት … አላድርም ያሰናበቱኝ!›› አለች ገና ወይዘሮ አገኘሁሽ ስታያቸው ወደ ላይ እያላት የውሸት ዕንባ ቢያለቅሱት የእውነት ይሆን ይመስል።

‹‹ታዲያ ምናለ ባትቸኩይ! ዛሬ መቼም መሽቷል። የጉልበትሽን ዋጋ ተሳስበን ወስደሽ ትሄጃለሽ። አስሮ የሚያስቀርሽ ወይ ደግሞ በግድ ኑሪ የሚልሽ የለም። በዚህ ላይ የስድስት ወር ደሞዝሽን አልወሰድሽም። ዕዳ ባናቴ ተሸክሜ ባዶ እጅሽን ሂጂ የምል አይደለሁም ብለው በትዕግሥት አረጋግተው ሊመለሱ ሲሉ ፈጠነ የተናገረው የእንጨት ባንክ ከጉያዋ ዱብ ሲል የኢትዮጵያ መንግሥት ባንክ ያሳተማቸው ሳንቲሞች ሙሉ ከመሬት በከፍተኛ ድምፅ እየተንቻቹ ተዘረገፉ። ወይዘሮ አገኘሁሽ ዓይናቸው እያየ እንዳላየ ሆኑ።

ወይዘሮ አገኘሁሽ በፈጠነ ምክንያት ሰባት ዓመት አብራቸው የኖረች ሠራተኛቸውን ያባረሩ ጊዜማ ዘመዶቻቸው፣ የቅርብ ወዳጆቻቸውና ጎረቤቶቻቸው ሳይቀሩ አሟቸው። በየቤታቸውና በየቡናው፣ የአገኘሁሽ ስም ተብጠለጠለ። እሳቸውን ፊት ለፊት የማይናገሩ ዘመዶቻቸው ፈጠነን ‹‹ዓይንህ ላፈር›› አሉት። ‹‹አገኘሁሽ አለች?›› እያሉ የሚመጡት ሁሉ እሳቸውን ከቤት ሲያጡ ፈጠነን ረግመውና ኩርኩም አቅምሰው ይመለሳሉ፣ ያች ‹‹የእርጎ ዝንብ›› ዘመዳቸውማ አንድ ቀን እሳቸውን ጠይቃ ስትወጣ ‹‹ዓይንህን ያፍሰው! ደሞ ታየኛለህ?›› ስትል ለካስ እሳቸውም ከተል ብለው ሰምተዋት ኖሯል።

‹‹ምነው እባክሽ የልጅ እናት ሆነሽ እንዴት እንዲህ ትናገሪያለሽ? ይሄ አንድ ፍሬ ልጅ ምን በደለሽ? ምነው አንቺ ይሄ ልጅ ያባትሽ ገዳይ ይመስል እንዲህ አስጠላሽ? መሀኗን ይወርሳል ብለሽ እንደሆነ ተናገሪ!›› አሏት። እሷም ከመደንገጧ የተነሳ መሬት ተከፍታ ብትውጣት የሚሻላት ይመስል ክው አለች። መሬት መሬት እያየች ከቤታቸው ወጣች። ምንም አልመለሰችላቸውም። ከዚያ ቀን ወዲህ ቤታቸው ዝር አላለችም። በውጭ ግን ሃሜቷን ቀጠለች። ‹‹አገኘሁሽ ቤት ሠራተኛስ እንዴት ይቀመጣል? ያችን

የመሰለች ገረድ ሰባት ዓመት ከኖረችበት ቤት በዚያ የተረገመ ልጅ ምክንያት ሄደች። አሁንማ ለሱ ስትል ከዘመድም ልትቆራረጥ ነው። እኔማ እሷ ደጅ ድርሽ ላልል ምዬ ተገዝቻለሁ!›› ትላለች ላገኘችው ሁሉ።

አንድ እሁድ የወይዘሮ አገኘሁሽ በዘመዶቻቸውና በቅርብ ወዳጆቻቸው ተከበው አንዱን ሲያነሱ ሌላውን ሲጥሉ፣ የሠራተኛቸውና የፈጠነ ነገር ተነሳ።

‹‹አይ! አክስቴ ያችን ሰባት ዓመት አብራሽ የኖረች ገረድሽን አብርረሽ ብቻሽን ቀረሽ! እሷስ እናት ማለት እንጂ ገረድ አልነበረችም! እንኳን ላንቺ ለሁላችንም እናታችን ነበረች!›› አለች አንዷ የቅርብ ዘመዳቸው።

‹‹የቤቴን ጉድ፣ ጓዳዬን የማውቀው እኔ ነኝ። ሰባት ዓመት ስንት ጉድ ይዤ እንደኖርኩ ሰው አያውቅልኝም!›› አሉ ወይዘሮ አገኘሁሽ።

‹‹ታዲያ የሰባት ዓመት ጉድ ፈጠነ በመጣ ባመት ተመንፈቅ የሚገለጽ! እሱ ምን አስማት ይዞ ቢመጣ ነው?›› ስትል ሌላዋ የቅርብ ወዳጅ ነኝ ባይ ተከተለች።

‹‹አገኘሁሽ! ሞኝ አትሁኚ! ባዳ ምንግዜም ባዳ ነው። ከባዳ ባዳ ደግሞ ያው አብራሽ ስንት ዓመት የኖረች፣ ጠባይሽን የምታውቅ፣ ቤትሽን አምነሽላት የምትሄጂ ሠራተኛ ትሻልሽ ነበር። ዛሬ ጊዜ እንኳን ባዳ፣ የወለዱትም ልጅ ዘመድ አይሆን!›› አለች ፈንጠር ብለው ከተቀመጡት የወይዘሮ አገኘሁሽ ሌላዋ ዘመድ።

‹‹ሰዎች! እናንተ አላወቃችሁላትም እንጂ መሃንነቷ ነው አክስቴን እንዲህ ያሞኛት። ያልወለዱት ልጅ ምን ቢያደርጉለት ልጅ አይሆንም። ያው ዘመዱን፣ የተወለደውን ፈልጎ ነው የሚሄደው። እኛ እትዬ ጽጌ የመንደሩን ልጅ ሁሉ እንደ ልጃቸው ሲያበሉ ሲያጠጡ፣ ሲያለብሱ በመጨረሻ ምን ተጠቀሙ? የወንድማቸውን ልጅ ገና የናቷን ጡት ሳትጥል ወስደው አሳደጉ፣ አስተማሩ። እሷስ ብትሆን ጥላቸው አልሄደችም! የታላቅ እህታቸውንም የልጅ ልጅም እንዲሁ ወስደው አሳደጉ። እሷም ከልጅነቷ ጀምሮ በሽተኛ ነበረች። አስታመው ስንት ገንዘባቸውን ጨርሰው ዳነች። ከዚያም

አስተምረው፣ ባል ቢመጣላት ትልቅ ሠርግ ደግሰው ዳሯት። ግን ምን ያደርጋል! ይኸው ዛሬ ምንም ያላደረገችላትን እናቷን ፈልጋ ትጠር ጀመር እንጂ እትዬ ጽጌን ዞር ብላም አላየቻቸውም።›› ስትል ያች ወይዘሮ አገኘሁሽን አክስቴ የምትላቸው ሴት ዘበዘበች።

‹‹የትዬ ጽጌስ ነገር አንጀት የሚበላ ነው!›› አለችና ከንፈሯን እየመጠጠች ሌላዋም አዳነቀች።

‹‹አይ እቴን! እኔን! እኔን! ምነው ለሳቸውስ አንድ ልጅ እግዜር ቢሰጣቸው ኖሮ?›› አሉ ራቅ ብለው የተቀመጡት አሮጊት ሴት።

ይህ ሁሉ ሲወራ ወይዘሮ አገኘሁሽ ዝም ብለው አዳመጡ። ነገረ ግን ይህንን ሁሉ የሚያዳምጡት እሳቸው ብቻ አይደሉም። ፈጠነም ከበሩ ሥር ተለጥፎ የሚወራውን ሁሉ ያዳምጣል። የሚወራው ስለሱ እንደሆነ ስላወቀ እስከመጨረሻው የሚባለውን ለመስማት ድምፁን አጥፍቷል።

‹‹አሁን ፈጠነ ዘመድ አይሆንሽም! እንኳን ከባዳ ከዘመድ አቀራረጠሽ ነው የምትሉኝ?›› የመገረም አነጋገር በጥያቄ መልክ አቀረቡላቸው።

‹‹ብትሰሚንማ ያልነው ይህንኑ ነው። ሌላማ ምን አልን?›› አለች ከሁሉም ቀድሞ ወይዘሮ አገኘሁሽን አክስቴ የምትለው ዘመዳቸው።

‹‹እንዳው ለመሆኑ እኔስ ብሆን ፈጠነ ሰው ሆኖ እንዲጦረኝ፣ በሱ ውለታ ለመክፈል ብዬ ተስፋ ባደርግስ በግዜር ዘንድ እንደ ደግ ሥራ ይቆጠርልኝ ይመስላችኋል? ለራሴ ብዬ እንጂ ለሱ ብዬ ላላደረግሁት ነገር ፈጠነስ ዘመድ ሳይሆነኝ ቢቀር በሱ ብፈርድ ተገቢ ነው? እኔ ልፋቴን እግዜር ከቆጠረልኝ ከሰው ምንም አልፈልግ። እግዜር እኔን የሚወደኝ ከሆነ እሱ ሰው ሆኖ ለማየት ያብቃኝ። እሱ ሰው ለመሆን በቅቶ ዘመዶቹን ፈልጎ ቢሄድ ቅርም አይለኝ። ደግ ሥራ ለሥጋዬ ብዬ ሠርቼ ፈጣሪዬን አላስቀይመውም። እርግጥ ትንሽ ሥጋ እንደ መርፌ ትወጋ እንደሚባለው ሆኖ እናንተ ለኔ አስባችሁ ምክራችሁን ሰጥታችሁኛል። የምትመጡት ይህን የግዜር ደኅ ለማሳቀቅ ከሆነ ቤታችሁ ብትቀሩልኝ ይሻለኛል›› ብለው ከዘመዶቻቸው ተለያዩ።

ፈጠነ ወይዘሮ አገኘሁሽ የተናገሩትን ሁሉ ልብ ብሎ አዳምጧል። የሱ ወገን መሆናቸውን በዘመዶቻቸው ፊት እንዳረጋገጡለት ታውቆታል። ነገርግን መንፈሱ ተረበሸ። ምንም እንኳን እናቱና አባቱ ማ እንደሆኑ ሊረሳ በማይችልበት ዕድሜ ወይዘሮ አገኘሁሽ ሊያሳድጉ እንደወሰዱት ቢያውቅም ባዳነት የተሰማው ቀን ቢኖር ከዚህ ዕለት ጀምሮ ነው። ከዚያ በፊት የወይዘሮ አገኘሁሽ ዘመዶችና በሱ ምክንያት የተባረረችው ሠራተኛቸው ባዳነቱን ደጋግመው ነግረውታል። ‹‹የመንገድ ዳር ልጅ፣ የኮማሪት ልጅ፣ እናቱን ጠርቶ አባቱን የማይደግም፣ ከየት እንደመጣ የማይታወቅ መድረሻ ቢስ!›› ብለውታል። የወይዘሮ አገኘሁሽ ሠራተኛ ‹‹የማንም ሸርሙጣ እየወለደች ከመንገዱ ዳር የምትጥለውን ልጅ እየሰበሰቡ ያሰድቡናል!›› ብላው የእናቱ የደብሪቱ መሰደብ በሰውነቱ ሙሉ ቢሰማው ግንባሯን በድንጋይ ፈንክቷታል። እስከዚያ ድረስ ፈጠነ እንደማንኛውም በሱ ዕድሜ ያሉ ልጆች ነገር ቶሎ የመርሳት እንጂ የማቄም ሁኔታ አይታይበትም ነበር። ለካስ ለሱ ሳይታወቀው ሆዱ ቂም አብቅሎ ኖሯል። ወይዘሮ አገኘሁሽ ምንም እንኳን እንደሚወዱትና ልክ እንደወለዱት ልጅ የእናትነት ፍቅር ቢያሳዩትም ከቤታቸው ሠራተኛ አንስቶ ጎረቤቱና ዘመዶቻቸው በሙሉ አብረው በሱ ላይ እንደተነሱበት የተሰማው የዚያን ዕለት ከዘመዶቻቸው ጋር ስለሱ ሲያወሩ ከበሩ ሥር ተለጥፎ ከሰማ በኋላ ነበር። ለወይዘሮ አገኘሁሽ ባዳነቱ፣ ቤታቸውም የሰው ቤትነቱ አዕምሮው ውስጥ ክፉኛ ሲደውልበት ተሰማው። ከዚያን ቀን ጀምሮ ፈጠነ ልውጥውጥ አለ። እንደ ልጅ መጫወቱ፣ ማበዱ፣ ከሠፈር ልጅ መዋሉ፣ መደባደቡ ሁሉ ቀረና ከቤቱ በረንዳ ላይ ትክዝ ብሎ መዋል አመጣ። የሌለበትን የባዕድነት፣ የመሳቀቅና የመከፋት ጠባይ ታየበት። እንደቀድሞው ቢሆን እንኳንስ የቤት ‹‹አሽከርና ገረድ›› ወይዘሮ አገኘሁሽ ራሳቸው አንድ ነገር ሲያዙት ካልፈለገ ‹‹እኔ ጨዋታ አለብኝ!›› ይል ነበር ወይም ከመንደሩ ልጆች የአንዱን ስም ይጠራና ‹‹ሰለሞን ይጠብቀኛል!›› ብሎ ይሄድ ነበር። ‹‹የፈሰሰ ውሃ አያቀናም›› ነበር። ወይዘሮ አገኘሁሽ ይህንን እያዩ ምንም አይሉም። ባዳነት ስለማይሰማው ቤቱንም የገዛ ቤቱ፣ እሳቸውንም የገዛ እናቱ አድርጎ ስለሚያይ ነው እያሉ ሳይከፉቸው ‹‹ሂድ ልጄ ተጫወት!›› እያሉ በፈገግታ ያሰናብቱት ነበር። አሁን ግን ተለወጠ። ባዳነት ብቻ ሳይሆን የታዛዥነትና የውጭ ሰውነት

ተሰማው። ወይዘሮ አገኘሁሽ አንድ ነገር ሲያዙት እየተሽቆጠቆጠ፣ ሥጋት እየታየበት ሆነ የሚታዘዛቸው። እንደ ዱሮው ብቻቸውን ሲሆኑ ቀርቦ እማዬ እያለ መጫወቱን ትቶ ለብቻው ከጓዳ ድምጹን አጥፍቶ መቀመጥ አበዛ። ወይዘሮ አገኘሁሽ የፈጠነን መለወጥ ልብ ሳይሉት ኖሮ አንድ ቀን ታወቃቸው። በልጅ ግንባር ይቀረፃል የማይባል ምሬት እየተነበበት፣ ከደጅ ተቀምጦ እሳቸው ከሥራ ተመልሰው ካጠገቡ መድረሳቸውን ሳያይ ቀርቶ ድንገት ቢያያቸው ከመቅጽበት ብድግ ብሎ እንደሚያሳድጉት ልጅ ሳይሆን አዲስ እንደቀጠሩት አሽከር ተሽቆጥቁጦ ሲቀበላቸው ከመደንገጣቸውም አልፎ ዓይናቸውን ማመን አቃታቸው። ሃዘን መላ ሰውነታቸውን እንደወረረው ‹‹ምነው ልጄ? ምነው? እኔ እናትህ አይደለሁ እንዴ? ከመቼ ወዲህ ነው እኔ ከውጭ ስገባ እንዲህ መሆን የጀመርከው?›› አሉት። ፈጠነ ለተጠየቀው መልስ አልሰጠም። እሳቸውም ነገሩ ገባቸው። ዓይኑን እያቁለጨለጨና አንገቱን እያቀረቀረ ወደ ኋላው ሸሸት፣ ሸሸት እያደረገ፣ ገና ከሩቅ ሲያያቸው ፊቱ እንደ አደይ አበባ ይፈካ የነበረው ልጅ፣ ምናምንም ይዘው ከሆነ ሲቀበላቸው ፊጥኖ ይጠጋቸው የነበረው ፈጠነ ሲሸሻቸው ወይዘሮ አገኘሁሽ አጀታቸው ተላወሰ። የዘመድ አፍ፣ የጎረቤት አፍ ልጄ የሚሉትን ፈጠነን ከእናትነታቸው ሲያርቅባቸው ታያቸው። ወደ ቤት መግባታቸውን ረስተው የሱን ሁኔታ አዩ አዩና ዓይናቸው ውሃቸው እየደፈረሰ በዕንባ መሞላት ሲጀመር እንደምንም ዋጥ አድርገው ወደቤታቸው ለመግባት ራመድ ሲሉ፣ ፈጠነም ቀና ብሎ ቢያያቸው የሱም ዓይን ዕንባ አቅርሮ ኖሮ ሳይታወቃቸው ዓይን ላይን ገጠሙ። ወይዘሮ አገኘሁሽ አልቻሉም። ፈጠነም አልቻለም። ሁለቱም ዕንባቸው አሸንፎአቸው መውረድ ጀመረ።

‹‹ና ልጄ! እባክህ ምናረኩህና ትሸሸኛለህ?›› እያሉ ተንሠቀሠቁ። አንገቱን ቀና እያደረገ ማየቱን ትቶ ፈጠነ አቀርቅሮ ከደረቱ ያስጠጋቸውን ጣቶቹን እያፍተለተለ ‹‹እሺ!›› አለ እንጂ ወዳሳቸው ለመጠጋት ራመድ አላለም። ሲብስባቸው እሳቸው ወደ እሱ ተጠጉ። እጃቸውን ሰደው ያቀረቀረ አንገቱን ቀና ቢያደርጉት በሁሉም ዓይኖቹ መንታ የሚወርደው ዕንባ ወደ አንገቱ ደረሶ አገኙት። ዕንባ የወረደበት ፊቱ መጅ ያወጣ መሰላቸው። ከዚህ በኋላማ ወይዘሮ አገኘሁ ማን ተይ ይበላቸው! እንደ አንድ ነገር

ያንዲት ምድር ልጆች፤ ቅፅ ፩ ገፅ 271

እየተንሠቀሠቁ ከቤታቸው ገብተው ካልጋቸው ላይ በደረታቸው ተዘርረው አንድ ሰዓት ያህል አለቀሱ። የዘመዶቻቸውን ስም አንድ ባንድ እያነሱ ተራገሙ። ጎረቤቱም አልተረፋቸውም። ‹‹ፈጠነ ምን ይፈረድበታል? የሰው አፍ፣ የዘመድ አፍ፣ አንድ ፍሬውን ልጅ እንደ እሬት መረረው። ምን ያርግ ልጄ? ይሽሽኝ እንጂ! ባዳ ነኝ፣ ልጅሽ አይደለሁም ይበለኝ እንጂ!›› አሉና በርዶላቸው፣ ተመቻችተው ካልጋቸው ላይ ቁጭ ብለው ማውጣት ማውረድ ያዙ። ለፈጠነ አንድ የሚበጅ ነገር ያገኙ መስሎአቸው ለብቻቸው ማውራት ያዙ።

‹‹ምንም ቢሆን እኔን እምቢ አይሉኝም አስተዳዳሪው፣ ላገሬ ነጻነት ደክሜአለሁ። በሕክምና ሙያዬም እስከዛሬ አገልግሎት ሰጥቼ የለም እንዴ? ስደትስ ቢሆን ተሰድጄ የለም እንዴ? ለኔስ በጠላት እጅ ለወደቁበት አባቴስ ቢሆን ምን ውለታ ተከፈለን? ዘውዲቱ ሆስፒታልም በውለታ ታስቦልኝ አይደለም የማገለግለው? ምንም ፈጠነ 12 ዓመት ቢሞላው ይቀበሉኛል። አባት፣ እናት የሌላቸው ልጆች ማሳደጊያ አስተዳዳሪ አንድ ቦታ ላንድ ልጅ የለኝም ብለው አይመልሱኝም!›› ብለው ለብቻቸው ማውራታቸውን ጨርሰው ወደ በራፍ ወጣ ሲሉ ፈጠነን አላገኙትም። ፈጠነ እያሉ ተጣሩ። ከቤት ወጣ ሲሉ ፈጠነን አላገኙትም። ፈጠነ እያሉ ተጣሩ። አቤት የሚል ድምፅ ግን ከየት ይምጣ?። ቢወጡ፣ ቢገቡ ፈጠነ እንደሆነ ከቤታቸው በሮ ጠፍቷል። የሚያገኙት መስሏቸው ይጣሩ፣ ይጮሁ፣ ያለቅሱ እንጂ ፈጠነን እንደሆነ አላገኙትም። አንዴ ካመረረ! ምሬት ልጅ አዋቂ አይልም። እሱ የተሸከመው ምሬት አስኮብልሎታል።

ወይዘሮ አገኙሁሽ ፈጠነ ከቤት ጠፍቶ ለመሄድ ለምን እንደበቃ አዋቂ መጠየቅ አላስፈለጋቸውም። እነኛ ‹‹ብንነግርሽ አልሰማ ብለሽ...›› እያሉ ነገር የሚጀምሩላቸው ዘመዶቻቸውና ጎረቤቶቻቸው፣ አስተዛዛኝ ለመምሰል ተሰባሰቡና የተናገሩት ትንቢት የደረሰላቸው ያህል ቆጠሩትና።

‹‹ባዳ ዱሮም ባዳ ነው!›› ይሏቸው ጀመር።

‹‹አልሰማ አልሽ እንጂ! ብዬሽ ነበር። ይባስ ብለሽ ከኔ ተጣላሽ!›› አለች ያች ዘመዳቸውማ።

ወይዘሮ አገኘሁሽ ንዴታቸው የመጣው የዚህ ጊዜ ነው።

‹‹የናንተ አፍ፣ ስድባችሁ፣ እርግማናችሁ ቢያስኮበልለው፣ ከጥፋት አልቆጥርበትም። አይ! የናንተ ሃጢአት! እኔስ የምፈራላችሁ በልጆቻችሁ እንዳይደርስ ነው!›› ሲሉ ለሁሉም ይሆናል ያሉትን መልስ እየሰጡ አሰናበቷቸው።

ወይዘሮ አገኘሁሽ ፈጠነን ከጉያቸው ያስጠፋባቸው ባዳነቱ እንዳልሆነ ይሰማቸዋል። የሰው አፍ ቢመረው ቢጎመርረው ከቤታቸው በሮ መጥፋት እንዳስመረጠው ያውቃሉ። ሃዘናቸው ከዚህም ይብስ የነበረው ፈጠነ የሕይወት ታሪኩን፣ አባቱ ጣቃ ነጋዴው ታደሰ በእሱና በወላጅ እናቱ ላይ የፈፀመውን ግፍ ነግሯቸው ቢሆን ነበር። ከዚያች ከከልታማ እናቱ ከደብሪቱ ጉያ ለምን ተመንጭቆ እንደጠፋ ቢያውቁማ ኖሮ ስንት ዓመት ባዘኑ። ዘመዶቻቸውና ጎረቤቶቻቸው ‹‹ባዳ ምን ጊዜም ባዳ ነው!›› የሚል የሚያቆስል አነጋገራቸው ካቆሰላቸው የባሰ ፈጠነ ከሳቸውም ደብቆ በሆዱ ያኖረውን ታሪክ ሰምተውት አውቀውት ቢሆን ኖሮ የዕድሜ ልክ ሰቀቀን ይሆንባቸው ነበር።

ፈጠነ ከወይዘሮ አገኘሁሽ ቤት ወጥቶ፣ ከካዛንቺስ ገብርኤል መሳለሚያ ደረሰ። ከዚያ ወደ አራት ኪሎ የሚወስደውን መንገድ ይዞ ቀጠለ። ከለበሰው ልብስ ሌላ ምንም አልያዘ። የሌሊት ልብሱንም ከወይዘሮ አገኘሁሽ ቤት ትቶታል። አዲስ የገዙለትም መለወጫ ቆዳ ጫማ ሳያጓጓው እሱን ትቶ ሽራውን እንዳደረገ ነው ከቤት የወጣው። ፈጠነ እዚህ ቦታ እደርሳለሁ ብሎ መንገድ የጀመረ ይመስል ፊት ፊቱን እያየ ጉዞውን ወደ ፊት ቀጠለ። ወደ ኋላው ገልመጥ ሳይል አንዳንዴ እርምጃውን ለማፍጠንና አንዳንዴም ሮጥ እያለ የሚቸኩልበት ጉዳይ ያለው ይመስል ይገሰግሥ ጀመር። ገና ከማለዳው የጀመረው ካፊያ ለፈጠነ ምንም ሳይመስለው፣ የለበሰውን ልብስ ዘልቆ ከገላው መድረሱ ሳይሰማው አራት ኪሎ ሐውልቱ ላይ ሲደርስ ወደ ግራ ታጥፎ ወደ ራስ መኮንን ድልድይ ከዚያም ወደ ፒያሳ የሚወስደውን መንገድ ተያያዘው። ከግራ ከቀኙ ከፊትና ኋላው የሚያልፍ የሚያገድመውን ሰው ልብ አይልም። አንዳንዴ ፊት ፊቱን የሚለው ካፊያ ዝናብና የገዛ ላቡን በጁ እየጠረገ ከመሬት ያነጥፋዋል። ፈጠነ ወደ አቡነ ጴጥሮስ ሐውልት በሚወስደው በኩል አቀና። ካፊያው እንደቀጠለ

ነው። አንዳንዴ ሳያውቀው ሰብሰብ ብለው በቆሙ ሰዎች መሐል ጥሶ ያልፋል። እንቅፋት ያዳፋዋል። ግራ፣ ቀኙን ሳያይ መንገድ እሻገራለሁ ሲል ካጠገቡ ድርሶ ፍሬን ሽጥጥ አድርጎ የሚቆመውን መኪናም ዞር ብሎ ሳይመለከት እንደፈዘዘና እንደተከዘ ወደፊቱ መንገዱን ይቀጥላል። መንገደኛው እያየህ አትሻገርም አንተ ልጅ፣ ሰበብ ለመሆን ነው፣ ነጋ ለማበላሸት ነው እያሉ እየተጣሩ ሲጮሁበት እሱ አይሰማቸውም። ጉዳይ እንዳለውና የቀጠሮ ሰዓት የደረሰበት ይመስል ሮጥ እያለ ይገሠግሣል። አቡነ ጴጥሮስ ሐውልት ሲደርስ ወደ ግራው ታጥፎ አቆለቆለ። ቁልቁለቱ ሲያንደረድረው እሱም እየተንደረደረበት ሌላው የፊታውራሪ ሀብተ ጊዮርጊስ ድልድይ አፋፍ ተቀበለው። አንዱ ቁልቁለት ለሌላው ቁልቁለት አጋባው። ተንደርድሮበት ከድልድዩ ደረሰ። ይዞት የመጣው ፍጥነትና ሃይል ገና ዳገቱን እንደጀመረው አለቀበትና ተዳከመ። እግሮቹ እስርስር አሉ። እዚያው እዚያው መርገጥ ያዙ። ካፊያው አላባራም። ፈጠነ ትንፋሹ ቁርጥ ቁርጥ አለበት። ጉሮሮው ደረቀበት። ምላሱ ምራቅ አላመነጭለት አለው። ጉዞውን ወደፊት መቀጠል አቃተው። ከጨሊያ ቂቤ በረንዳ ፊት ለፊት ካውቶቡስ ማቆሚያው ጀርባ ባሉት ድንጋዮች ላይ አረፈ። ተንጋለለ። ተመልሶ ቀና አለ። ሰዓቱ ገና ከቀኑ አራት ሰዓት እንኳን አልሆነም።

ፈጠነ ድካሙን ለመውጣት አንገቱን አቀርቅሮና ዓይኖቹን ከመሬት ተክሎ፣ ላቡና ካፊያው አንድ ላይ እየተዋሐዱ በጆሮ ግንዱ ሲንቆረቆር አንዳንዴ ለመጥረግ ይሞክራል። ሁለት እግሮቹን አጥፎ አንገቱን አቀርቅሮ ከእግሩ ሎሚ ላይ ደፍቶ ሁለት ዓይኖቹን ከመሬት ተክሎ የታጠፉ እግሮቹን በሁለት እጆቹ ዙሪያ ጥምጥም አንቆ ይዞ ድካሙን ለመወጣት እንደተቀመጠ ወዲያው በሁለቱ ዓይኖቹ ዕንባ ሞላበት። የዓይኖቹ በዕንባ መደፍረስ ጉልበት የሰጠው ይመስል ከተቀመጠበት ድንጋይ ድንገት ፈጥኖ ብድግ አለና የሀብተ ጊዮርጊስን ዳገት ፉት አለው። ከዚያም የራጉኤልን አቀበት እንደጨረሰ ጣቃ ተራ መድረሱ ታወቀውና እዚያው ካለበት ቆሞ ቀረ። ድርቅ አለ። ንቅንቅ ማለት አቃተው። ወላጅ አባቱ ታወሰው። የጣቃ ነጋዴው ተደሰ ማንነት ብዥ አለበት። ዓይኑን ያባቱ ሱቅ ወዳለበት መለስ አደረገ። አቅጣጫውን፣ ተርታውን፣ መደዳውን በዓይኑ ቃኘው።

እንዳልረሳው፣ እንዳልዘነጋው ታወቀው። ነገር ግን ወደፊቱም ለመቀጠል፣ ወዳባቱም ሱቅ ታጥፎ ወዲዚያ ለመሄድ ሁለት እግሮቹ ካሉበት ሆነው ከመንቀጥቀጥ በስተቀር በየትም አቅጣጫ አልላወስ አሉት። ቆይቶ፣ ቆይቶ ያባቱ ጭካኔ እንደገና መጣበትና፣ በእናቱና በሱ ላይ የሠራው በደል ከፊቱ ላይ ነፍስ ሲዘራበት ታየውና፣ በአዕምሮው ውስጥ ዘልቆ ገብቶ የነበረው የጣቃ ነጋዴው ታደሰ ግፍ ከተደበቀበትና እንደ ፊልም ከተጠቀለለበት እየተፈታ እንደ ሲኒማ ዓይኑ ላይ መታየት የጀመረ መሰለውና፣ ፊቱን ያባቱ ሱቅ ካለበት ተርታ ወዲያው መለስ አድርጎ ቀጥታውን መንገድ ተያያዘው። መሐል መርካቶ ገባ። ወደ በርበሬ ተራ አቀና። ቶሎ ቶሎ መራመድ፣ ሮጥ ሮጥ ማለት አበዛ። ፈጠነ በርበሬ ተራ ከሴተኛ አዳሪዎች ሠፈር ደረሰ። ትንሽ ቆም አለ። እናቱ ተከራይታው ትኖርበት ከነበረው መደዳ ኪዮስክ ደረሰ። ከዚያም ቆም አለና ደብሪቱ ከዚያ ከመጀመሪያው ደጃፍ ካለው ኪዮስክ ብቅ ስትል አያታለሁ በሚል ተስፋ ከቆመበት ሳይነቃነቅ ለመቆየት አሰበ።

‹‹እናቴ ብታየኝስ ታውቀኝ ይሆን?›› የሚልም ሐሳብ መጣበት ‹‹አታውቀኝም፤ አድጌያለሁ፣ ትልቅ ሆኛለሁ፣ እስከ አሁን ትረሳኛለች። እኔ ግን ገና ሳያት አውቃታለሁ። ምንም ቢሆን እናቴን አልረሳትም። እዚሁ ቆሜ ብቅ እስክትል ድረስ ልጠብቅ!›› እያለ ራሱ በራሱ መልሱን እየሰጠና እናቱ አለችበት ከሚለው ደጃፍ ዓየኑ እንደተተከለ አንዲት ሴት ድንገት ብቅ አለች። ፈጠነ ክው አለ። አለቅጥ ደነገጠ። ዓይኑን ማመን አቃተው። ‹‹ይቺ እሷ አይደለችም፣ ሌላ ሴት ናት። የኔ እናት ቀጭን ነች። በዚህ ላይ እኔ ሳውቃት ቀይ አይደለችም ጠይም ነች። በዚህ ላይ ፀጉሯም ረዥምና ሉጫ ነው›› እያለ ሲያስብ ሴትዬዋ ስትገባ ስትወጣ ዓይኑ እሷ ላይ እንደተተከለ ቀረ። ፈጠነ በሩጫ ወደ ሴትዬዋ ቀረበ። ድንገት ከበራፉ ደርሶ ቁና ቁና ሲተነፍስ ሴትዬዋ መለስ ስትል ፈጠነን አየችውና ደነገጠች።

‹‹ውይ አንተ ልጅ! ምን ትፈልጋለህ? ምን ሆነክ ? ማን አባረረህ?››

ፈጠነ ሴትዬዋን እያየ ማልቀስ ጀመረ።

‹‹ምነው የኔ ልጅ! ምን ሆነሃል? ለምን ታለቅሳለህ? እስቲ ቁጭ

በል! ለመሆኑ የማነህ ልጅ?›› ብላ ሴትዮዋ የምትሆነው ጠፍቷት ፈጠነን ተጠጋችውና ልታባብለው አረፍ እንዲልላት ለማድረግ ሞከረች። ለመሆኑ ያባረረው ሰው ይኖር እንዴ ስትል ደግሞ ወደ ደጅ ብቅ ብላ ግራ ቀኙን አየች። አንድም ዝር የሚል ሰው ብታጣ ተመልሳ ወደ ቤት ገባች።

‹‹እናቴን ነው የምፈልገው። የኔ እናት እዚህ ነበረች። ይሄ የሷ ቤት ነበር። እማዬ ደብሪቱ የት ሄደች? እርሶ ማኖት ንገሩኝ? እኔ አልተሳሳትኩም። እኔ ራሴ ከእማዬ ጋር እዚህ ቤት ነበርኩ። ደብሪቱ የት ሄደችና ነው፣ እርሶ እዚህ የገቡት? አሁን የት ነው ያለችው? ይህንን ቤት ለቃለች ማለት ነው?›› እያለ ዕንባው በጉንጮቹ ላይ እየፈሰሰ ሴትዮዋን ቀና ብሎ እያየ ይወተውት ጀመር።

‹‹ወይኔ ዛሬ ጉዴ ፈላ! ኧረ ሰዎች እስቲ ኑልኝ! አልማዝ! ኧረ አልማዝ እባክሽ ቶሎ ነይ! ፀሐይ! ባንቺ አምላክ፣ እባካችሁ ከጉድ አውጡኝ! ጉዴ ፈልቷል!›› እያለች ሴትዮዋ ፈጠነን ከቤቷ ጥላ ወጣ አለችና ሴተኛ አዳሪ ጎረቤቶቿን ደጋግማ ተጣራች።

የተጠሩት ሦስት ሴተኛ አዳሪዎች ይህችኛዋ ሴተኛ አዳሪ ቤት እየበረሩ ገቡ። ‹‹ምን አገኘሽ? ደግሞ ምን ተፈጠረ?›› እያሉ ጠየቋት። ወደ ፈጠነ አዩና ደግሞ ‹‹ውይ! የምን ልጅ ነው? ምን ሆኖ ነው የሚያለቅሰው? እያሉ ተናገሯት።

‹‹ኧረ እባካችሁ ከጉድ አውጡኝ! እናቴን ውለጅ ነው የሚለኝ! እናቴ እዚህ ቤት ነበረች! እሷ የትሄዳ ነው አንቺ እዚህ ያለሽው? እያለ ሲያለቅስብኝ የምሆነው ጠፍቶኝ እኮ ነው እናንተን የጠራሁት!›› አለቻቸውና እሷም ዕንባዋ መጥቶባት ይተናነቃት ጀመር።

‹‹ማን ትባላለች እናትህ?›› ስትል አንዷ ጠየቀች።

‹‹ደብሪቱ ነች! እዚህ ነው ቤቷ! እናቴ ነች! የት ሄዳለች? ንገሩኝ እኔ እሷን ፍለጋ ነው የመጣሁት!›› አለና ከተጠየቀችው ሴትዮ ቀድሞ ተናገረ።

ሴቶቹ በሙሉ ‹‹ደብሪቱ! ደብሪቱ!›› እያሉ እርስ በርሳቸው ተያዩ። ፈጠነ ‹‹አዎን! ደብሪቱ ነች!›› እያለ አጣደፋቸው። እናቴን ውለዱ

አላቸው። ሴተኛ አዳሪዎቹ ዓይናቸው ዕንባ ሞላበት። ፈጠነ እነርሱን ሲያይ ባሰበት። እየተንሠቀሠቀ ማልቀስ ቀጠለ። እነሱም ባሰባቸው። ፈጠነን አባብለው ዝም ለማሰኘት አራቱም ሴቶች ቢጠጉትም ዕንባቸው እያሸነፋቸው መናገር አቃታቸው። ሁሉም የፈጠነን ዕንባ እየጠራረጉ፣ ራሱን እያሻሹ ወደ ራሳቸው ጠጋ አድርገው አንገቱን እያቀፉ መንሠቅሠቅ ቀጠሉ እንጂ ፈጠነን ዝም ማሰኘት አቃታቸው። ከዚያች ደብሪቱ የነበረችበትን ቤት ከተከራየችው ሴት በስተቀር የቀሩት ስለ ደብሪቱ ሰምተዋል። እሷ ከሞተች በኋላ ከገዳም ሠፈር ለቀው በርበሬ ተራ የሴተኛ አዳሪ ኑሮአቸውን ለመግፋት የተሰደዱ ቢሆንም በዚያን ጊዜ የሷ ጎረቤቶች የነበሩ ሴቶች ስለ ደብሪቱ ያወሩላቸውን ያስታውሳሉ። ከነኛ የደብሪቱ ጓደኞች መሐል አንዷ ከቤቷ ሞታ ስትገኝ፣ ሌሎቹ ወደ ክፍለ አገር የተሰደዱ በመሆናቸው አንዳቸውንም ጠርተው ከፈጠነ ጋር ሊያገናኙት አልቻሉም። ለልጁም እናትህ ከሞተች ዘመን የላትም ብለው ሊነግሩት አልደፈሩም። በወዲያ በወዲህ ብለው አባብለው ዝም ለማሰኘት ቢሞክሩም፣ ፈጠነ ስለ እናቱ ከመንገር ይልቅ እያለቀሱበት ሲያይ ጭራሹን ግራ ገባው። ከጃቸው ተመንጭቆ እየሮጠ ሄደ። እያለቀሰ በሩጫ መንገዱን ቀጠለ። እግሩ እንደመራው እንጂ ወዴት እንደሚሄድ አላወቀም። ሳያውቀው ሲዳሞ ተራ ደረሰ፣ ከራስ ሃይሉ ሲኒማ ጀርባ ወረድ ብሎ የሚገኘው አጋፋሪ ዝቄ ሆቴል ደረሰ። እዚያም የሆቴሉ ባለቤት ሰንበቴ ደግሰው ኖሮ አላፊ አግዳሚውን ብሉልኝ፣ ጠጡልኝ እያሉ አላሳልፍ ብለው ሲያያቸው ፈጠነ ሆዱን ራብ እንደተሰማው ታወቀው።

‹‹አባባ! እኔም ገብቼ ልብላ?›› ሲል ጠየቃቸው።

‹‹የጊዮርጊስ ዝክር ልጅ አዋቂ አይልም! በዚያ በኩል ግባ!›› አሉና አለባበሳቸው ዝቅ ያለ ተራ ሰዎች በሚጋበዙበት በኩል እንዲገባ ነገሩት። ወግ ማዕረግ የለሾች በርከትከት ብለው በሚራኮቱበት ገበታ ፈጠነም ተደመረ። የተራበ ሆድ ሆነና አሳላፊው ከገበታው ላይ እያመጣ የሚከምረውን ትርፍራፊ፣ ጥሬ ከብስል ሳይለይ ገባበት። እጁን ለመስደድ ቀዳዳ ባየበት ሁሉ እየሰደደ ከለማኙ፣ ከድሀው፣ ከኮሳሳው ጋር ያቅሙን ያህል እየተሻማ እንደጎራረሰ የሆዱ ረሀብ ታገሠለት። አሳላፊው በማንቆርቆሪያ የሚያድለውን ጠላ ይሁን ቅራሪ በኩባያ ተጎነጨና መላ ሰውነቱ ሰከን አለለት።

ከዚያ የተሠለፈበትን ማዕድ ልብ ብሎ አስተዋለ። ነገ ተመልሶ እንደማያገኘው ታወቀው። ወዲያው የአጋፋሪ ዝቄን ዝክር ትቶ ውልቅ አለ። ብዙም ሳይርቅ አንዱን ትልቅ አጥር ግቢ ተደግፎ ከመሬት ቁጭ ብሎ አረፍ አለ። ከዚያ መሬቱን እየጫረ ተቀምጦ ሳለ ጥቂት ሰዎች አንድ የተበላሸች መኪና እየገፉ እሱ ወዳለበት አቅጣጫ ሲመጡ ተመለከተ።

‹‹አባባ እኔም ልግፋ?›› አለና ከተቀመጠበት ፈጥኖ ተነስቶ የመኪናው አስገፊ ባለጋራዥ የሚመስለውን፣ ቱታው ብዙም በዘይትና በግሪስ ያልተጨማለቀውን ወፈር ያለ ሰውዬ ጠየቀው።

‹‹አንተ ምን አቅም አለህ?›› ሲለው ‹‹እችላለሁ አባባ!›› አለና ከሚገፉት ሰዎች ተጠግቶ እንደ አቅሙ መኪናውን ሲገፋ፣ ከርሱ ጋር እኩያ የሚመስሉ ልጆችም ልብሳቸው በዘይትና በግሪስ ጭምልቅልቅ ብለው ተመለከተ። በጋራዥ ውስጥ ‹‹ግሪስ ቦይነት›› ተቀጥረው እንደሚሠሩ ነገሩት። ፈጠነ እንደነርሱ መሆን አማረው። የመኪና አስገፊ ባለጋራዥ ግፋም አትግፋም ሳይለው እሱ መኪናውን መግፋት ቀጠለ። እየገፉም፣ እየታከከም አብሮ በተሰማ አባ ቀማው መንገድ ሄደ። የመኪናው አስገፊ ፈጠነን ዞር ብሎ እያየው ‹‹አንተ ልጅ አለህ?›› ሲለው ‹‹አለሁ!›› እያለ መግፋቱን ተያያዘው። ሰውየው እያለፈ እያለፈ ‹‹እኛ ሩቅ ነው የምንሄደው አንተ ልጅ ብትመለስ ይሻላል!›› ሲለው ‹‹ግድ የለም አባባ እርሶ የሄዱበት ድረስ እሄዳለሁ›› እያለ ተከተለ። አንበጣ መከላከያን አልፈው ከሠንጋ ተራ ደረሱ። ፈጠነ አልተለየም። ሰንጋ ተራን አልፈው ለገሀር ደረሱ። የመኪናው አስገፊ የፈጠነን ከልቡ አምርሮ መከተል እየገረመውና አልፎ አልፎም ዞሮ እያለ እያየው መኳለኪያን አልፈው ደብረ ዘይት መንገድ ደረሱ። ፈጠነ ከልቡ ሲገፋ ባለቤት ይሁን አለቃ በወግ ለመለየት የሚያዳግተው ሰውዬ እያየ ተገረመ። ወዲያው በስተግራ ታጥፈው በላይ ጋራዥ በሚል በትልቅ ሠሌዳ ምልክት ከተሰቀለበት ግቢ ደረሱ። ባለጋራዡ ለፈጠነ ምን ያህል ቢከፍለው እንደሚሻል ሲያወጣ ሲያወርድ ቆየና የራሱን ውሣኔ ሳያደርግ እጁን ከቱታው ከተተና የገንዘብ ቦርሣ አወጣ። ‹‹አባባ እኔ ፍራንክ አልፈልግም!›› አለ ፈጠነ። የጋራዡ ባለቤት እንደመገረም አለ። ወደ ፈጠነ ጠጋ እንደማለት አለ። ‹‹ታዲያ ምንድነው የምትፈልገው?›› ‹‹አባባ እባክዎ እንደነዚህ ልጆች ያድርጉኝ›› ሲል ትንንሾች ‹‹ግሪስ

ቦዮች›› ወዳሉበት እያሳየ ለመነው። ‹‹አይ የልጅ ነገር! ልጅ እኮ ያየው ሁሉ ያምረዋል›› ‹‹አባብዬ እባክዎ፤ እባክዎ እኔ እናት የለኝም! ምናለበት እንደነዚህ ልጆች ቢያደርጉኝ!›› የጋራዡ ባለቤት የፈጠነን ልመና ቸል የሚለው አልመሰል አለው። ‹‹አባትስ የለህም?›› በማለት ጠየቀው። ‹‹አባቴ ልጄ አይደለህም ብለው እንደከዱኝ ብቻ ነው የሰማሁት። ማን ይሁኑ ማን አላውቃቸውም?››

የጋራዡ ባለቤት የፈጠነ ልመና እውነትነት ያለውና የሚናገረውም ከችግር መሆኑን ተሰማው። ከኪሱ አውጥቶ ሊሰጠው የነበረውን አንድ ብር መልሶ ኪሱ ለመክተት አሰበና ቢሆንም ፈጠነን ጠርቶ ውሰድ አለው። ፈጠነ የተሰጠውንም ብር እጅ ነስቶ ተቀበለና ፈንጠር ብሎ ዕንባው ዓይኑ ላይ ቅርር እያለ ልመናውን ቀጠለ። የጋራዡ ባለቤት ታናሽ ወንድሙንና የጋራዥ ምክትል ሃላፊውን ጠራና ፈጠነ ከየት ድረስ ተከትሎ እንደመጣና ልመናውን ጭምር አስረድቶ ሐሳቡን ጠየቀው። ወንድምየውም በ‹‹ግሪስ ቦይነት›› እንደሌሎች ልጆች ቢቀበለው የሚጠቀመው እሱ መሆኑንና እንዲያውም አንድ ተጨማሪ ‹‹ግሪስ ቦይ›› እንደሚያስፈልግ ገለፀለት። ባለቤቱም ወደ ፈጠነ ዞር አለና ‹‹ከነገ ጠዋት ጀምሮ እዚህ መሥራት እንድትችል ፈቅጄልሃለሁ!›› አለው። ፈጠነ እዚያው ፈንጠር ብሎ ከቆመበት ሆኖ የባለቤቱን እግር የመሳም ያህል፣ የጠቀረውን መሬት እየደጋገመ ሳመ። ‹‹ልመናዬና ድህነቴ ተስምቷቸው ነው›› ሲል ፍንድቅድቅ አለ። የጋራዡም ባለቤት በዚሁ መንፈስ ተቀበልኩ ባይ ነው። ጠቃሚውና ተጠቃሚው አልተዋወቁም። ሁሉም እንዲህ እየሆነ ሳይታዋውቅ ነው የሚገናኘው። እንዲያማ ባይሆን ማንም በውዴታ አሽከርነትን፣ ተመዝባሪነትንና ተገዥነትን አይቀበልም ነበር።

ምዕራፍ አምስት

ሙሉነሽ አደገች። ስለ ወለደቻት እናቷ ምንም ሳታውቅ፣ ስለ ወላጅ አባቷ ምንም ሳትሰማ ያያቷ ፍቅር፣ የእናት አባት ፍቅር ሆኗት ዕድሜ ጨመረች። ከፍ ከፍ አለች። ነገር ግን በዕድሜ እኩዮቿ ከሆኑ ሴቶች ልጆች ጋር መዋል ጠላችና ከገሙ ሠፈር ወንዶች ጋር ሆነ ውሎዋ።

ስትሮጥ፣ ስትላፋ፣ ስትደባደብ የምትውለው ከወንዶች ጋር እንጂ እንደ እሷ ሴት ሆና ቀሚስ ከለበሰች ጋር አየኋት የሚል የለም። ወንዶቹ የሠፈሩ ልጆች ወደ ቤታቸው በሚገቡበት ሰዓት ካልሆነ በስተቀር ወደ ቤቷ አትገባም። ታዲያ ሠፈሩ፣ ገሙ ሠፈር ሆነና እነኚያ በሀሜትና በሽሙጥ የናቷን፣ የበላይነሽን ሥጋ የበሉት ሴቶች የሚኖሩበት ሆነና፣ ባሮጌ ልማድና ወግ የተተበተቡ አሮጌዎች መሸት ሲል ከነጃኖዋቸው ልጅ ተሰብስቦ ወደሚጫወትበት ተጠግተው በሆነው ባልሆነው ካልገሠጽን የሚሉ የሚኖሩበት ሠፈር ሆነና፣ ሙሉነሽም ገና በልጅነቷ በናቷ ከደረሰው ለማምለጥ አልቻለችም። ሃሜተኞች እናቷን እንዳብጠለጠሉት፣ እሷንም ያብጠለጥሉ ጀመር።

‹‹ይቺ ገና ባሥር ዓመቷ እንዲህ ቂንቂን ያደረጋት ትንሽ ከፍ ስትልማ ማን ይችላታል?›› አለቻት አንዷ አሽሟጣች፣ ሙሉነሽ ደብተሯን ይዛ ከትምህርት ቤት ስትመለስ፣ ወደ ምሽቱ ላይ ከመንገድ ያገኘቻት አጠገቧ ላለችዋ ሴት።

‹‹በናቷ ወጥታ! ምን ታድርግ? የበላይነሽ ልጅ አይደለች? ሰው ያልዘራውን አያጭድ!›› አለች እሷም አብረው ላሉት ሴቶች።

‹‹ምን ታድርግ? ባያት እጅ አይደል ያደገችው? አሁንማ ሽማግሌውም ታሰሩ። እመት ጌጤነሽ አቅም የላቸው፣ በምን ችለው ይቀጧታል!›› ስትል ሦስተኛዋ አዳነቀች። ደግነቱ እነኚህን ሦስት ሴቶች ሙሉነሽ አልሰማቻቸውም እንጂ እንደ አዋቂ ትመልስላቸው ነበር። እሷ እንደሆን አንድ ቃል ሲናገሯት ከሰማቻቸው ለምን ወልደው የሚያደርሷት አይሆኑም ታስታጥቃቸዋለች። አነጋገሯ ቀላል አይደለም። ስለ እናቷ ልትበቀላቸው የደረሰች እንጂ የአሥር

ዓመት ልጅ አትመስልም፤ ለአዋቂ ነን ባዮች አሽሚጣጮች ስትመልስ። የድፍረቷ ነገር አይጣል ነው። አንዳንዴ ሠፈርተኛው ሙሉነሽ ቤት ከመዋል ይልቅ ከወንዶች ልጆች ጋር ስትዘል ሲያዩዋት ‹‹ይቺ ወንዲላ!›› ይሏታል።

እመት ጌጤነሽ ሆኑ ባሻ አንድም ቀን ዱላ አንስተው ሙሉነሽን ዝንቧን እሽ ብለው አያውቁም። የአቅም ማጣት ሳይሆን ሲወዷት ለብቻው ነው። የአንድ ልጃቸው አንድ ልጅ ነች ምነው አይወዷት! በሻ ከታሰሩም ወዲህ እመት ጌጤነሽ ግድ ካልሆነባቸው በስተቀር ጠንከር ብለው ተናግረዋትም አያውቁ። ሌላ ሰውማ ሲናገርባቸው ሰይጣናቸው ይመጣል። አንዳንዴ ትንሽ ጥፋት ያዩባት እንደሆነ አምርረው ሲናገሯት ሙሉነሽም ትሰማቸዋለች። ታዝንላቸዋለች። ያለ ዕድሜዋ አዋቂ ትሆንባቸዋለች። የመንደሩ ሰው የሙሉነሽን ጨዋታ መውደድ ከወንዶች ጋር ስትዘል መዋሏን ያዩና ‹‹እረ ተይ ይህችን ልጅ አንድ ነገር አድርጊ!›› ሲሏቸው እሳቸው ‹‹ተዋት የልጅነት ነገር ሆኖባት ነው። ከፍ ስትል ነፍስ ስታውቅ አውቃ ትተወው የል!›› እያሉ ይመልሱላቸዋል።

‹‹ይቺ ሲመሽ ቤቷም አትገባ? ተቆጭም የላት?›› አለቻት ከገሙ ሠፈር ለብላባ ሴቶች አንዷ አበራሽ፣ ወደ 12 ሰዓት ገደማ ሙሉነሽ ከደንድር ሱቅ ፊት ለፊት ከሠፈሩ የ12ና የ13 ዓመት እኩዮቿ ከሆኑ ወንዶች ልጆች ጋር ቆማ የሞቀ ንትርክ ይዛ አግኝታት።

‹‹አንቺ ምን አገባሽ?›› አለቻት ሙሉነሽ፤ አንቱም አላለቻት አበራሽን። እርግጥ አንቱም ባትባል የሁለት ልጆች እናት ነች። ትልቁ ልጇ ከሙሉነሽ ሁለት ዓመት ነው የሚያንሰው።

‹‹ደግሞ ምን አገባሽ ትለኛለች ይቺ ያልተቀጣች!›› ብላ ጠጋ አለቻት።

‹‹በመጀመሪያ የራስሽን ልጅ ቅጪ!›› ስትል መለሰችላትና አበራሽ ይዛ ልትደበድባት እንደፈለገች አወቀችባትና የልቧን ተናግራ እየበረረች ወደ ቤቷ ሄደች።

እመት ጌጤነሽ ዓይን ያዝ ማድረግ ሲጀመር ሙሉነሽን ፍለጋ ዘወትር ወደደጅ ብቅ ይላሉ። እሷ አያቷ ፍለጋ እንደመጡባት ገና

ከሩቅ ስታያቸው ባይመቷትም ኩርፊያቸው ከፉኛ ስለሚያስጨንቃት ከወንዶቹ መሐል ቶሎ ትወጣና በሌላ አቋራጭ አሳብራ እሳቸው ሳያዩዋት ከቤት ገብታ ትጠብቃቸዋለች። እሳቸው ከደንድር ሱቅ ፊት ለፊት ካለው መንታ መንገድ መሐል ከተሰበሰቡት ወንዶች ልጆች መሐል ሲያጧት ወደ ቤታቸው ይመለሳሉ። ሙሉነሽ ግን በዚህ ጊዜ አያቷን ላለማስከፋት ባላት የልጅ አቅም በራሷ ላይ ሥራ ማብዛት ልማዷ ነው። እሳት አንድዳ፣ ወጥ አልተሠራ እንደሆን ድስት ጥዳ ያገኙዋታል። ይህን ሲያዩ የሚናገሩትን አጥተው ዝም ይላሉ። ሙሉነሽ ያያቷን አንጀት መብላት ታውቅበታለች። አንዳንዴማ እንጀራ ሲጋግሩ አላቅሟ እኔ ካልጋገርኩልሽ ትላቸዋለች። ወጥ መሥራት ስትማር ሰባት ዓመት እንኳን አልሞላትም። እመት ጌጤነሽ በዚህ በኩል ሐሳብ ባይኖርባቸውም እንደሌሎች እናቶች ሙሉነሽ ይህን አጠፋች ብለው፣ በዱላ ማገላበጥ ባይሆንላቸው አስፈላጊው በመሰላቸው ቁጥር ለመምከርና ለመገሠጽ ወደኋላ አይሉም። ‹‹ዱላ ያደድባል፤ የናት አባት ምክር አጥንት ሰብሮ ይገባል›› ይላሉ።

‹‹ምነው ልጄ ምናለ ቤትሽ በጊዜ ብትገቢ? ጨዋታስ ቢሆን የቀኑ አልበቃ ብሎሽ ነው? ምናለ እኔንስ በሰው አፍ ባታስገቢኝ? የሠፈሩ ሰው እንደሆነ ሀሜተኛ ነው። እኔ ሴት ሆኜ ወንድ የሌለበት ቤት ሆኖ የሚቀጣሽ፣ የሚገስጥ አጥተሽ የተበላሸሽ አድርገው ነው የሚያወሩት። የሰው አፍ እንደሆን ሐፃን አዋቂ አይልም። ምነው ልጄ ምክሬን ብትሰሚ!›› አሷትና ፊንጠር ብለው መስለው ከመደባቸው ተቀመጡ። ኩርፊያም ስላለችባቸው የዚያን ዕለት ወደ እሳቱ ዳር ሳይጠጉ አመሹ። የሳቸው ኩርፊያ ለልጅ ልጃቸው መገሰጫ እንዲሆንላቸው ብለው ነው። በልጅ ልጃቸው የሚያመር አንጀት የላቸውም። ሙሉነሽ እንደተከፋባት አውቃ እንድትታረም ብለው እንጂ፣ ያሮጊት ገላቸውን በእሳት ሳይንቃቁ እንቅልፍና አይወስዳቸውም እመት ጌጤነሽ።

ሙሉነሽ ከሌማቱ እንጀራ ቀረሰችና፣ ከሠራችው ወጥ ጨለፈችና፣ ራት ላያቷ አቀረበችና፣ እንደ ወትሮዋ አብራ ከመብላት ይልቅ እሷ ወደሳቱ ዳር ተመለሰች። እሳቸው አለቅጥ የከፉቸው የዚህ ጊዜ ነው።

‹‹አልበላም ውሰጂው!›› አሷት በቁጣ፣ የቀረበውን እንጀራ በጃቸው

ገፉ አድርገው ከመደባቸው ሰብሰብ አሉና። አሁን ይቺን ያህል ለምን ተናገረችኝ ብለሽ ካንቺው ብሶ አይደል አብረሽኝ እንዳትበይ አኩርፈሽ ለብቻዬ አቅርበሽልኝ የምትሄጂው? ለመሆኑ ከመቼ ወዲህ ነው ብቻዬን የምበላ?›› ብለው ተከፉ።

‹‹ላናደድኩሽ ብዬ ነው እንጂ፣ ለኔው ብለሽ ስትናገሪኝ አኩርፌ አይደለም። እማይዬ ሙች ነው የምልሽ አላኮረፍኩም!›› ስትል መለሰችላቸው።

‹‹አነጋገሯ እኮ ከእሷም የሚወጣ አይመስል እናንተው›› ብለው ለሦስተኛ ሰው የሚናገሩ መስለው ሳቃቸው መጣባቸውና ቁጣቸውን ረስተው ‹‹ በይ እኮ ነው ብዬ!›› አሏት። ራት በልተው እንዳበቁ ሙሉነሽ የወዘተችው ውሃ መሞቁን አየችና ያያቷን እግር ለማጠብ ገበቴ ቢጤ አቀረበች። አጠበቻቸው። የሳቸውና የሙሉነሽ ኩርፊያ ተረስቷል። እግራቸውን አጥባቸው እንዳበቃች አዩና ‹‹እደጊ ልጄ! እንጀራ ይውጣልሽ! ልቦና ይስጥሽ! ከክፉ ይጠብቅሽ!›› ሲሉ መርቀው፣ አምላኬ አለበት ወደሚሉት አቅጣጫ አንገታቸውን ቀና አደረጉና ደግሞ ‹‹አምላኬ በቃሽ በለኝ፣ የዚችን ልጅ እድል ደግሞ እስቲ አሣምርልኝ፣ ባሻንም ለቤታቸው አብቃቸው ለሁሉም አንተ ታውቃለህ፣ በሰላም ያዋልከን በሰላም አሳድረን። አንተ መቼም አያልቅብህም!›› አሉ። የሳቸው ልመና ሙሉነሽ እንደ እናቷ እንደ በላይነሽ ዕድለ ሠባራ እንዳትሆንባቸውና ዕድሜ ልኳን ስትንከራተት የትም ወድቃ እንዳትቀርባቸው፣ አንድ ልጃቸው የገጠማት ዓይነት ዕድል እንዳይገጥማት፣ አምላካቸውን መማጸናቸው ነው። ሰባት ዓመት ጽኑ እስራት የተፈረደባቸውም ባሻ ቢተው ተፈተውላቸው ለቤታቸው ሲበቁ ለማየት ልመናቸውን ከፈጣሪያቸው ዘንድ ለማድረስ ብለው ‹‹አንድዬ አንተ መቼም አያልቅብህም፣ ደቂቃ አይፈጅብህም፣ ታምራትህን ለማሳየት የሚሳንህ ነገር የለም›› ብለው ወደመኝታቸው ሄዱ።

ሙሉነሽ ትምህርት ቤት ገብታ ሦስተኛ ክፍል ደርሳለች። ያስገባት አስተማሪው ከበደ ነው። አስተማሪዎች ባመት አንድ ልጅ የማስገባት መብት ስለነበራቸው እሱም ሙሉነሽን የእህቴ ልጅ ነች ብሎ ነው ያስገባት። እሱ ባይኖር በየዓመቱ መስከረም 18 ትምህርት ቤት ሲከፈት ከበራፉ ከሚኮለኮሉ ቁጥር ሥፍር ከሌላቸው ከገሙ ሠፈር፣ ከደጃች በቀለ ወያ ሠፈር፣ ከሰፈረ ሰላም

ከዲቢዚቶ፣ ከካሣ ገብሬ ሠፈር ተኮልኩለው ልዑል መኮንን ትምህርት ቤት በር ላይ ከሚርመሰመሱት አዲስ ትምህርት ፈላጊዎች መሐል፣ እሷ ዕድለኛ ሆና ከመንግሥት ትምህርት ቤት ባልገባች ነበር።

ሙሉነሽ ሦስተኛ ክፍል እስከደረሰች ድረስ በፈተና የምታገኘው ውጤት የሚገርም ነበር። የእጅ ጽሕፈቷ የሷ ነው አይባልም። የምስክር ወረቀቷን ያዩ ሰዎች ‹‹ይቺ ስትዘል ነው የምትውል፣ መቼ ተምራው ነው እባካችሁ? ለካስ የዋዛም አይደለች፣ ቀለም ትይዛለች!›› ይሏታል። በዕድሏ ከፉ የተመኙላት አሽሟጣጮች እነአበራሽ መልሰው በዚያው ምላሳቸው ይክቧታል። ቢሆንም ከሦስተኛ ክፍል በላይ ትምህርቷን መቀጠል አልቻለችም። ባሻ ባይታሰሩ እንኳን ከወዲያም ከወዲህ ተብሎ እንድትቀጥል ማድረግ ይቻል ነበር። እመት ጌጤነሽ፣ ለባላቸው ስንቅ ማቀበል እንኳ በተሣናቸውና ለሳቸውና ለልጅ ልጃቸው ከርስ መትረፍ ባቃታቸው ጊዜ፣ ሙሉነሽን ማስተማር ከባድ ችግር ሆነባቸው። ቀደም ሲል ከበደ፣ ሙሉነሽ ከትምህርት ቤት ለምትጠየቀው ሁሉ እንደ ሥጋ ዘመድ ይረዳ ነበር። እሱ ትምህርቱን ለመቀጠል ወደ ዩኒቨርሲቲ ኮሌጅ ከተመለሰ ወዲህ፣ ሙሉነሽ ‹‹ይህን አምጭ! ያንን ግዥ!›› ተባልኩ እያለች አያቷን ማስቸገር፣ እሷንም ጭምር የሚያስቀቅ ሆነባት።

ሙሉነሽ ሰኞ ዕለት ከትምህርት ቤት ማልዳ ሄደችና ወደ ሦስት ሰዓት ገደማ ወደቤቷ ተመለሰች።

‹‹ምነው መጣሽ? ትምህርት የለም እንዴ?›› ሲሉ እመት ጌጤነሽ ጠየቋት።

‹‹የመጽሐፍ ማስያዥያ ሦስት ብር አልከፈልሽም ብለው አባረሩኝ›› አለቻቸው።

ለሳቸው፣ ሦስት ብር ለመክፈል ከችግራቸው ሁሉ የሚበልጥ ችግር ሆኖ ታያቸው። በተለይ ባሻ ቢተው ተፈርዶባቸው ወህኒ ከወረዱ ወዲህ ሦስት ብር ለሳቸው ቀላል ገንዘብ አይደለም። አንድ ሁለት ቦታ ለሰዎች ያበደሩት አምስት ብር ከነገ ዛሬ ይመለስልኛል ብለው ሲጠብቁ ብዙ ወራት አልፏቸዋል። እሱም ቢሆን ለሌላው ችግር ሊያውሉት እንጂ ለሙሉነሽ የመጽሐፍ ማስያዥያ ይሆነኛል

ብለው አላሰቡም። የዚህ ጊዜ ነው ‹‹አይ! ያ ከበደ ቢኖር በዚህ በዚህ መች እቸገር ነበር?›› ሲሉ እንደ ዘመድ ይረዳቸው የነበረውን ሰው ያስታውሱት። ወላጅ የድሃ ልጁን ማስተማር ከባድ ችግር ነው እያለ ሲመረር ከውጭ ሲሰሙት እንጂ በርሳቸው የሚደርስ አልመሰላቸውም ነበር። እንዲህ ችግሩ የተሰማቸው የልጅ ልጃቸው ለስሙ ያህል ትምህርት ቤት ደርሳ ከመመለስ ያለፈ ደብተር፣ እርሳስ፣ መጽሐፍ የሚባል በየጊዜውና በየዓመቱ ወጪ የሚጠይቁ ነገሮች ይገዛልኝ እያለች ባስቸገረቻቸው ጊዜ ነው።

ሙሉነሽ ከትምህርት ቤት የተጠየቀችውን ሦስት ብር ስላልከፈለች ለሣምንት ያህል ከትምህርተ ቤት ቀረች። በሣምንቱ እመት ጌጤነሽ ከየትም አምጥተው ቢከፍሉላት ለአንድ ሣምንት ከትምህርት ገበታ በመለየቷ ወላጅ አምጪ ተባለችና ከትምህርት ቤት ወደ ቤቷ ተመለሰች።

‹‹ምነው? ደግሞ ምን አምጪ አሉሽና መጣሽ ዛሬ ደግሞ?›› ሲሉ ያው የተለመደ የሚከፈል ነገር ኖሮ የልጅ ልጃቸው የተባረረች መስሏቸው ጠየቁ።

‹‹እስከ ዛሬ ከትምህርት ቤት ስለቀረሽ ወላጅ ማምጣት አለብሽ!›› አሉኝ አለቻቸው።

‹‹በገንዘቡ ምክንያት እናቴን ቸግሯት እስክትከፍልልኝ ነው የቀረሁት አትያቸውም?›› ሲሉ መለሱላት። እሷ ግን ይህን ምክንያት ነው ብለው እንደማይቀበሏት ነገረቻቸው።

ሙሉነሽ በየምክንያቱ ከትምህርት ቤት መቅረቷ አልቀረም። አያቷ አንድ ችግር ሲያጋጥማቸው ወይ ሲታመሙ፣ በቤት ሥራ እንደ አቅሟ ደፋ ቀና ስትል ሲረፍድባት፣ አንድ አስተማሪ ደብተር አልገዛሽም ብሎ ሲያባርራት፣ ሌላው አስተማሪ የቤት ሥራ አልሠራሽም ሲል በማስመሪያና በኩርኩም ሲገጫት፣ ሲደጋገም ወላጅ አምጪ እያለ ሲያባርራት፣ በትምህርቷም ደከም እያለች ሄደች። ባሻ ቢተው ሰባት ዓመት ተፈርደባቸው፣ እመት ጌጤነሽ በችግር ኑሯቸው ሌላ ችግር ወድቆባቸው፣ በተጨማሪ ሙሉነሽ ለትምህርቷ የሚያስፈልጋት ሁሉ ሊሟላላት ባለመቻሉ፣ እሷም በትምህርቷ ተስፋ ማሳደር አቃታት። ትምህርት ቤት መሄድ ማለት ሰቀቀን ሆነባት።

የመጀመሪያው ሴሚስተር ፈተና ሦስተኛ ክፍል ከሚገኙ መቶ አስራ ሁለት ተማሪዎች መሐል ሰባኛ ወጣች። ሰባኛ ብትወጣም ከበረታች ባመቱ መጨረሻ ወደ አራተኛ ክፍል ማለፍ ትችል ነበር። ነገር ግን ሌላ ችግር ተፈጠረና አንድ ቀን ከጥዋቱ ሦስት ሰዓት ገደማ ከትምህርት ቤት ቤቷ ተመልሳ አያቷ ከደጅ ሲገቡ አገኟት።

‹‹ደግሞ ምን አምጪ አሉሽ?›› አሏት የሳቸው ፍራቻ ያው ገንዘብ ክፈይ፣ ይህን ግዢ ተብላ ይሆናል የሚል ነው።

‹‹ዩኒፎርም አልገዛሽም አሉኝ!›› አለቻቸው። የፈሩት ባይቀርላቸውም ይሄ ‹‹ዩኒፎርም›› የሚባለው ነገር ምን እንደሆነ ለማወቅ ሙሉነሽን ጠይቀው ከተረዱ በኋላ አለቅጥ እዝን፣ ኩርምት ብለው ቀሩ። ብስጭትም ስለገባቸው ‹‹አይ እንግዲህ! እንደ ዕድልሽ ትሆኛለሽ፣ ድሮም ቀበጦቹ እኛ ነን። ድህነታችንን ረስተን፣ ሰው ልጁን ሲያስተምር አይተን፣ እኛም ካላስተማርን ያልን። እንግዲህ ልብስ መግዢያ አቅምም የለኝ። እንኳን ትርፍ ልብስ፣ የለበሽውንም መቀየሪያ መግዛት ቸግሮኝ ነው ዝም ያልኩሽ!›› አሉና ቢገባት ባይገባት እንደመጣላቸው ተናገሩ።

እመት ጌጤነሽ፣ ለልጅ ልጃቸው የተማሪ መለያ ልብስ መግዛት ከአቅማቸው በላይ ሆነባቸው። ሙሉነሽም በዚሁ ችግር ከትምህርት ቤት ቀረች። ዳግመኛ አልተመለሰችም። ብላታ ከሰጧቸው መሬት ላይ የነበረውን ባሕር ዛፍና ትንሽ መሬት ሸጠው ከቋጠሩት ላይ በላይነሽን አስታመውበታል። ያገራቸውን የጎጃም ጠላና ካቲካላ እያወጡ መሸጡን፣ በሰውነታቸው መጎዳት የተነሣ የዘወትር መተዳደሪያቸው ሊያደርጉት ስላልቻሉ፣ ያችኑ የተራረፈች ቅርስ ሲቆነጣጥሩ ጨርሰውታል። ብላታ ጎበዛየሁ የሚሰጧቸውም ቢሆን በየጊዜው እየቀነሰ በመሄዱ፣ ከዕለት ጉርሳቸውና ለባላቸው ከርቸሌ ሥንቅ ከማቅረብ የሚተርፍ አልሆነም። ለዚያውም በየጊዜው ስልቻና ከረጢታቸውን እየጎተቱ አፍንጮ በር ብላታ ቤት ድረስ እየሄዱ ደጅ መጥናቱን እንደ ምፅዋተኛ ራሳቸውን እየቆጠሩ መሄዱንም ተወት አድርገውታል። በዚህ ላይ ባሻ ከታሰሩ ወዲህ ካጠገባቸው ድንጋይ ቤት ሠርቶ የገባ አንድ ኮሎኔል ወሰን እየገፉ አስቸግሯቸዋል። የቀረቻቸውን ጎጆ ሊነጥቅ አስመርሮም ቢሆን በሆነ ዋጋ እጁ ሊያስገባ በነጋ በጠባው ይነታረካቸዋል። እሁድ

ጠዋት ‹‹አሽከር›› እመት ጌጤነሽ ድረስ እየላከ ያስጠራቸውና ካጥር ግቢ ውጭ እንደ ደጅ ጠኚ እያስቆመ፤ በሰንበት ምድር እንኳ በጠዋት ያገኟትን ቋጥረው ከወህኒ ቤት ሄደው ባላቸውን እንዳይጠይቁ መከራ ያሳያቸዋል። ችግሩ ሲደራረብባቸው፣ ይሄ ወሰነተኛው ኮሎኔል ሥቃይ ሲያሳያቸው፣ ሙሉነሽ ደግሞ ድንገት በመሀል ትገባና የትምህርት ቤቷን ጣጣ ስታነሳባቸው የሌለባቸው ቁጣ ቁጣ ማለት ከጀመራቸው ሰነበተ። የዚህ ጊዜ ነው፣ እመት ጌጤነሽ ከሙሉነሽ በትንሹም ነገር የሚጣሉት። ለሳቸው የልጅ ልጃቸውን ማስተማር ተጨማሪ ዕዳ ሆኖ ተስፋ አስቆርጧቸዋል። መንግስት የደሃ ልጅችም የትምህርት ዕድል እንዲያገኙ የትምህርት መሣሪያ፣ የመለያ ልብስና የመሳሰሉትን ወጭ በከፊል እንኳ የሚሸፍንበት ጊዜ ይመጣል ማለትም ዘበት ሆኗል። ሕዝቡም የኑሮ ደረጃው ከፍ ከፍ ብሎ መንግሥትን ሳያስቸግር ልጆቹን ለማስተማር የሚችልበት ጊዜ ይመጣል አይባል ነገር፣ ለዚህ ተስፋ የሚሰጥ ምልክት አይታይም። ይህም በመሆኑ የትምህርት ጥቅም ያሣረረው፣ ከትምህርት ገበታ እየተለየ የትም ባክኖ የቀረው፣ የታዳጊ ሕፃናት ቁጥር ሙሉነሽንም የመጨመሩ ነገር የማይቀር ሆነ። በዚያ ሰሞን የኮሌጅ ተማሪዎች ‹‹የድሃ ልጅ ይማር! ትምህርት ለሁሉ!›› እያሉ የተሠለፉትና ወረቀት የበተኑት ለደግ መሆኑን፣ እመት ጌጤነሽ ከገበያ ሲመለሱ የሰሙት ቢሆንም የሳቸው የልጅ ልጅ ቀርቶ በልጃቸው የልጅ ልጅ እንኳ በደረሰ ሲሉ ተመኝተውታል።

ሙሉነሽ ትምህርቷን ካቋረጠች ወዲህ ውሎዋ ከቤትና ያው ከመንደሩ ልጆች ጋር ሆነ። ዓይን አፋርነት ግን የሚከጅላት አልሆነችም። ከሴት ጓደኛ ብዙነሽን ብቻ ስትይዝ የቀሩት ጓደኞቿ ያው ወንዶች ናቸው። የብዙነሽ ጓደኝነትም ቢሆን እመት ጌጤነሽ እንጀራ እየጋገሩ አማኑኤል መሳለሚያ ካለው ጉልት መሸጥ ስለጀመሩ፣ እሷ ከትምህርት ቤት ከቀረች ወዲህ እንጀራውን ባናቷ ተሸክማ ወስዳ የምትሸጥ እሷ ስለሆነችና ብዙነሽም የእንጀራ ጋጋሪ ልጅ ስለሆነች፣ ጓደኝነታቸውም የናቶቻቸውን እንጀራ ባናታቸው ተሸክመው ጉልት ሸጠው አብረው ስለሚመለሱ ነው። እርግጥ ሙሉነሽ ለቅጠል ለቀማና ውሃ ለመቅዳት ከብዙነሽ ጋር አልፎ አልፎ ደጃች ገረሱ ጫካ ብትሄድም በተረፈ ውሎዋ ያው ከወንዶቹ ጋር ነው። በትርፍ ጊዜዋ እንደ ልጅ ከገሙ ሠፈር ጨፌ ላይ

ስትጫወት የሚያገኟት ሴቶችና አንዳንድ ሽማግሌዎች ግን አላረፉላትም። ‹‹እረ! ይህች ልጅ ነፍስ እያወቀች ሄዳለች! ኋላ አጉል ነገር እንዳይመጣ!›› ይላሉ። ከትምህርት ቤት በችግር ምክንያት ቤት ስትውል፤ በወለደቻት እናቷ በበላይነሽ የለመደው የነአበራሽ ምላስ በሙሉነሽም ላይ መወንጨፍ ከጀመረ ውሎ አድሯል። እነሱ ከገሙ ሠፈር ካልተነቀሉ እንኳንስ ልጅ እንደ ልጅነት ተጫውቶ፣ ደስ ብሎት ሊያድግ ይቅርና የአዋቂም ቅስም ለመስበር የማይመለሱ ናቸው።

ሙሉነሽ ትምህርት ከማቋረጧ በፊት ቀለም በመያዝ ሲነገርላት እንዳልነበረ ሁሉ፣ ከቤትና ከመንደር መዋል ከጀመረች ደግሞ የዘፈን ግጥምና ዜማ ስትይዝ ሌላ ሆነች። አዲስ የመጣውን ትዊስት የሚባል ዳንስ ከየት እንዳየችው ሳይታወቅ ለቀም አድርጋዋለች። አሽሟጣጮቹ የገሙ ሠፈርተኞች ‹‹የናቷ ልጅ አይደለች? በላይነሽ ለዘፈን ማን ብሏት!›› ይባባላሉ። የዕድር ዳኛውና የሠፈሩ ጭቃ ሹም፣ ያቶ ስጦታው አንዲት ሴት ልጅ ስታገባ ትልልቆቹ ልጃገረዶች ሳይቀሩ ሙሉነሽን ሲያዘፍኗትና ሲያስደንሷት እነአበራሽ ተጠቃቀሱ።

‹‹አይ! ይቺ በቃት እንግዲህ! አዝማሪ መሆኗ ነው!›› አለች አንዷ።

‹‹ምነው? ምን ኃጢአት ቢሠሩ ነው? ባሻ ቢተውና እመት ጌጤነሽ ከልጅም፣ ከልጅ ልጅም ሳይባረክላቸው የቀረ?›› አለችና ሦስተኛዋ አሽሟጣጭ የ12 ዓመቷ ሙሉነሽ ዕድል እንዳበቃ አድርጋ አዳነቀች።

‹‹አያችኋት እንዴት እንደሚያደርጋት? አንቀጥቅጥ የያዛት እኮ ነው የምትመስል!›› በማለት የመጀመሪያዋ ደገመች።

‹‹ከየት ተማረችው? ይቺ ጉደኛ! ሁለት ሦስት ዓመት የጨመረች ዕለት በቃት፣ እንደእናቷ ሆነች ማለት ነው!›› ስትል የአበራሽ ጓደኛ አበራሽን ጠርታ የሙሉነሽን ዘፈንና ዳንስ እያሳየች ተናገረች።

‹‹ዘር ከልጓም ይስባል የሚባለው እኮ ሀሰት አይደለም። የዘሬን ብተው ያንዘርዝረኝ ይባል የለ። አያችኋት አይደል? ራሷ በላይነሽ እኮ ነች!›› አለች አበራሽ ሙሉነሽን እንደጉድ ስታይ ዋለችና።

ይህቺ የገሙ ሠፈር ቀንደኛ አሽሟጣጭ ሲወራ ሰምታ ነው እንጂ፣ በላይነሽ እንኳን ስትደንስና ስትዘፍን፣ ስትናገርም አይታ ሰምታ አታውቅ። ሙሉነሽ ምንም ቢሆን የእመት ጌጤነሽ ችግርና አቅም ማጣት የሚገባት ልጅ ነች። ጨዋታ መውደዷን፣ እንደ ዕድሜ እኩዮቿ ትናንሽ ልጃገረዶች፣ ዓይን አፋር አለመሆኗ፣ ደፈር ብላ፣ ቀደም ቀደም ብላ የሚሰማትን ትንሽ፣ ትልቅ ሳትል የምትናገር፣ ንግግሯና አስተሳሰቧ ለዕድሜዋና ለአኗኗሯ የሚበዛ ስለሚመስል፣ የገሙ ሠፈር ሴቶች ዓይንሽን ላፈር አሏት እንጂ የቤቷ ችግር እንደ አቅሟ ይሰማታል። አያቷ ይህንን ያውቁታል። ለሰው አፍ ጆሮአቸውን የማይሰጡት የአንድ ልጃቸው አንድ ልጅ በመሆኗ ስለሚወዷት ብቻ አይደለም። ካቅሟ በላይ ለሆነው ሁሉ ካልረዳሁሽ ስለምትላቸውና በምትችለው ደግሞ የምታግዛቸው መሆኑን ስለሚያውቁት ነው።

በልጅነቱ ሠርግ ያለበት ሄዶ መጫወትና መዝፈን የማያምረው ልጅ የለም። እንዳው የሙሉነሽ ፈጥኖ የዘፈን ግጥም መያዝ፣ ያለ ሃፍረት ጨዋታ ለማድነቅ ከልጁ ሁሉ፣ የሷ ቀድማ መገኘት ቀጭና ተቆጣጣሪ የሌላት አሰኛት እንጂ፣ ለመሸኮርመምና ለመዳራትም ቢሆን ዕድሜዋ አልደረሰም። ያገር ልማድ ሆኖ፣ የሴት ልጅ መብትና እኩልነት የሚባል ነገር ገና የማይታወቅበትና እንዲያው ለነገሩ ያህል ቢነሳም ማፌዥ፣ያና ቅስም መስበሪያ በሆነበት አገር፣ ንቁና የመጣ ቢመጣ አንገቷን የማትሠብር፣ ገና የምታድግ ሴት ልጅ አንድ ስትገኝ ብልሹና መጨረሻዋ የማያምር የሚል ስም ያሰጣታል። እነ አበራሽና ሌሎችም የመንደር አውደልዳይ ወንዶችም ቢሆን ሙሉነሽን የመሳሰሉ ሴትና ወንድ ልጆችን፣ ቀንድ ቀንድ የሚሉ፣ እውነት በልጅ አስተዳደግ ላይ፣ የቤተሰብን ሆነ ያካባቢ ቁጥጥር አስፈላጊነት ምን ማለት እንደሆነ አውቀውት አይደለም። አብዛኞቹ እነርሱ ያደጉበት፣ የተዳኑበትና ያረጁበት የህብረተሰቡ ወግና ልማድ፣ የማይለወጥና መለወጥም ያለበት መስሎ ስለማይታያቸውና በየዘመኑ የሚወለደውና የሚያድገው አዲሱም ትውልድ በጭፍን ሊከተለው የሚገባ እየመሰላቸው ነው። ሌሎች ግን ሐሜትና ሽሙጥን፣ አጉል ከሆነውና ከማያኮራው የህብረተሰቡ የአኗኗር ሁኔታ የወረሱ ሥራ ፈቶች ስለሆኑ ነው።

እመት ጌጤነሽ እንጀራ እየጋገሩ፣ ከአማኑኤል መሳለሚያ ጉልት ሙሉነሽ ተሸክማ እየወሰደች ብትሸጥም፣ ገቢው ይህን ያህል

የሚጠቅማቸው አልሆነም። ከሱስ ይልቅ አቅም እያጡም ቢሆን፣ ባለላቸውና በሞላላቸው ጊዜ የሚጠምቁት ያገራቸው የጎጃም ጠላና የሚያወጡት ካቲካላ ይሻላቸዋል። የሠፈሩም ሰው ለጌጤነሽ ጠላና ካቲካላ አይሰንፍም። ያነሣላቸዋል። ችግር የሆነባቸው ባላቸው ከታሰሩ ወዲህ ስብርብር አሉና አቅም አጡ። ያ ብርቱ ሰውነታቸው እንደ ድሮው አልሆነም። ከድህነቱም ሆነ ከዕድሜው የጎዳቸው የባላቸው ሐሣብ ነው። ቢበሉ፣ ባይበሉ ምንም ግድ የላቸውም። ያቺው ሙሉነሽ ደፋ ቀና ብላ ጥሬም ሆነ ብስል አቅርባላቸው ‹‹እማዬ ብዪ›› እያለች እሷም ካጠገባቸው ሆና ዳር ዳር ካላለች በስተቀር፣ እህሉም ቢሆን አንጀታቸው ከፊት ብሎ አይቀመስ ላቸውም። ለእሳቸው ከእንግዲህ ያላቸው ተስፋ ከእጅ ወድቆ እንደሚሰበር ዕቃ ተጨንቀውና ተጠበው በድህነት ያሳደጓት የልጅ ልጃቸው ሙሉነሽ ነች። እሳቸው ዓይን ዓይኗን ይዩአት እንጂ ገና 13ኛ ዓመቷን የያዘች ልጅ ከቤት ያለውን አብስላ ከማቅረብ ሌላ በጉልበቷ ሠርታ እንጀራ ከውጭ ታመጣልኛለች ብለው የታያቸው ነገር የለም። በማገዶ ለቀማው፣ በውሃ መቅዳቱ፣ አማኑኤል መሳለሚያ ካለው ጉልት ወስዶ እንጀራ በመሸጡና በመሳሰሉት ቀጥ አድርጋ እንደያዘችላቸው ቢታወቃቸውም በዚህ ኑሮ እስከ መቼ እንደሚዘልቁት ግራ እንደተጋቡ ነው ጊዜው የሚመሽ የሚነጋ። ሙሉነሽ ግን ልጅም ብትሆን ያያቷንም ያህል ባይሆን የቤታቸው ጣጣ በሚገባ ታውቂታል። እሷ ቢሆንላት ያላትን የልጅ ጉልበት ቸርችራ አንድ ነገር ይዛ ብትገባ ፈቃዷ ነው። ደግነቱ የቤት ኪራይ የለባቸውም እንጂ ባለፈው ክረምት ኑሮ ተወዶ የእህል ዋጋ ባሸቀበ ጊዜ በቤታቸው የሚላስ የሚቀመስ በጠፋብት ጊዜ አንድ ሃሳብ መጥቶላት ነበር። ከአያቷ የተሻለ ሐሳብ ያገኘች ከመሰላት ሰነበተች። ‹‹ችግር የመፍትሔ ምንጭ ነው›› እንዲሉ ዓይነት እየታያት ሙሉነሽ ‹‹እማዬ!...›› አለቻቸው ሁለቱ ብቻ ቤት ካንዱ ጥግና ከሌላው ጥግ ሆነው ተቀምጠው ሳሉ።

‹‹እማዬ! ምናለበት ሥራ ብንገባ?››

‹‹የምን ሥራ ልጄ?›› አሏት ደንገጥ ብለው።

‹‹አይ ሥራ ነዋ!››

‹‹እኮ የምን ሥራ?››

‹‹እዚህ እንደነብዙነሽ አቶ በለጠ ሥጋጃ ፋብሪካ››

‹‹እህ! … እኔ ደግሞ የምን ሥራ ልታመጭ መስሎኝ!›› አሉና ከድንጋጤያቸው መለስ አሉ። አንድ ልጃቸው በላይነሽ የሙሉነሽ እናት ሥራ፣ ሥራ፣ ብላ ቡና አበጣሪ ሆነችና ያተረፈችውን በሽታና ከዚያም የደረሰባትን ስለሚያውቁ ሙሉነሽ ሥራ ልግባ ስትላቸው የታያቸው ያ ቡና አበጣሪነት ነው። ግን አለ ቡና ማበጠር ለልጃቸው በሽታ ማትረፍ የሚችል ሌላ የኩባንያና ፋብሪካ ሥራ የሌለ ስለሚመስላቸው እከሊት ቡና አበጣሪ ሆነች ሲሏቸው የሚታያቸው በአስምና በሳንባ በሽታ መማቀቅ፣ ማሳልና ደም መትፋት ነው። የትኛው የቱጃር መጋዘን፣ የትኛው ፋብሪካ፣ ሠራተኛውን ለአካልና መንፈስ መጎዳትና መታመም እንደ ማይዳርግ እመት ጌጤነሽ የሚያውቁት ነገር የለም። ለሳቸው የልጃቸውና የሳቸው ደመኛ ጠላት፣ የቡና ማበጠሪያ መጋዘን ነው።

ሙሉነሽ በሠፈሩ ሰው ያተረፈችውን ያንን የ‹‹ወንዲላነት›› ስም ይዛ፣ ደፈር ደፈር ማለቱንም አክላበት እኩዮቿ ሲቀጠሩ እንዳየችው እሷም ካቶ በለጠ የቤት ውስጥ የሥጋጃ ሥራ ፋብሪካ በቀን ሠራተኛነት ተቀጠረች።

የአቶ በለጠ ሥጋጃ ሥራ በመኖሪያ ቤታቸው ግቢ፣ በሁለት መለስተኛ የቆርቆሮ መጋዘን ውስጥ ይካሄዳል። አቶ በለጠ የእቴጌ እጅ ጥበብ በመባል የሚታወቀው ድርጅት አስተዳዳሪ ሲሆኑ በመደበኛ የመንግሥት ሥራቸው ላይ የሥጋጃ ሥራ ያካሂዳሉ። የእቴጌ እጅ ጥበብ አስተዳዳሪ መሆናቸው ለግል የሥጋጃ ሥራቸው አስፈላጊ የሆኑትን ጥሬ ዕቃዎች የማግኛውን መንገድ ለማወቅና በዚያ ለመጠቀም ደኅና ረድቷቸዋል። በዚህ ላይ በእቴጌ እጅ ጥበብ የሥጋጃ ሥራ ከውጭ አገር የሚመጣውና በሥጋጃው ላይ የሚጠለፈው ጥልፍ በጃቸው ስለሆነ ምርጥ ምርጥ የሆኑ የሥጋጃ ጥልፍ ንድፎችን እያመጡ በቤታቸው ስለሚሠሩ ካቶ በለጠ የሥጋጃ ፋብሪካ ተሠርተው የሚወጡት ሥጋጃዎች በዓይነታቸው የመንግስሥት ድርጅት ከሆነው እቴጌ እጅ ጥበብ ፋብሪካ የተሻሉና ተወዳዳሪ የሌላቸው ናቸው። ምንም እንኳ ያቶ በለጠ የሥጋጃ ሥራ ያልተስፋፋና በወር እስከ አሥር የሚደርሱ ሥጋጃዎች ብቻ ሠርቶ ከማውጣት የማያልፍ ቢሆንም አብዛኛውን ጊዜ የሚሰሩት ሥጋጃዎች በትዕዛዝ ስለሆነና ገዥዎቹም የውጭ አገር ቱሪስቶች ስለሆኑ አንዱ ሥጋጃ ብቻ እስከ አንድ ሺህ ብር ድረስ ያወጣል። አንዳንድ ጊዜ ንጉሠ ነገሥቱ አዲስ መርቀው ለሚከፍቱት

ቤተክርስቲያን እንኳ ሥጋጃው ካቶ በለጠ መጋዘን እንዲሠራ እንዲሠራ የሚታዘዝበትና ንጉሠ ነገሥቱ ራሳቸው ለጉብኝት የመጡበት ጊዜ አለ። ስለዚህም የሥጋጃው ሥራ ባለንብረት በወር ደመወዝተኝነት በመንግሥት ተቀጥረው ከሚያገኙት ጋር የሥጋጃው ገቢ ሲደመር፣ ደህና ሀብታም አድርጓቸዋል።

ያቶ በለጠ የሥጋጃ ሥራ አስተማማኝ ትርፍ ገና ከሥራው መጀመሪያ ላይ የተፈጠረ ነው። እንደ እቴጌ እጅ ጥበብ የአናጢ የሥጋጃና የሌሎችም ፋብሪካ ወዝአደሮች፣ ያቶ በለጠም ወዝአደሮች፣ የመንግሥት ደመወዝ መክፈያ ሞዴል የሚያውቃቸው፣ ዕውቅ የሆነ ክፍያ የሚያገኙ ደመወዝተኞች አይደሉም። እሳቸው ለሥጋጃ ሥራ ተቀጣሪዎች የሚከፍሉት ከአነስተኛ በታች ነው። ለአነስተኛ ክፍያ ሴቶች ስለሚመረጡ፣ ሠራተኞቻቸው በሙሉ ሴቶች ናቸው። የሚሠሩት በቀን ከአስራ አንድ ሰዓት በላይ ነው። በዚህ ላይ የአዋቂ ሴቶችና የትንንሾቹ ልጃገረዶች ክፍያ እጅግ ይለያያል። የሥራው ዓይነት ይህን ያህል የሚበላለጥ አድካሚና የማያደክም የሚባል ነገር ኖሮ አይደለም። ክፍያው የተበላለጠበት ምክንያት አብዛኛውን ጊዜ ዕረፍት የሌለውን አድካሚ ሥራ የሚሠሩት በዕድሜ ልጅ የሆኑት ትናንሽ ልጃገረዶች ስለሆኑ ነው። በዚህ ምክንያት የነርሱ ክፍያ ከአዋቂዎቹ ሴቶች ክፍያ ያንሳል።

አቶ በለጠ በሥጋጃ ሥራቸው በካቦነት መድበውት ‹‹ሌላው በለጠ›› ሆኖ የሚያሠራው ካገራቸው ከመንዝ ‹‹ሠላ ድንጋይ›› ከሚባለው ሥፍራ ያመጡት፣ ከቤታቸው የሚቀመጥ የሥጋ ዘመዳቸው ገላግሌ ነው። ገላግሌ አንድ ከቆዳ የተሠራች አለንጋውን በእጁ ይይዝና ሥጋጃው ከሚሰራበት የቆርቆር መጋዘን ትይዩ ከሆነው ቦታ ይቀመጣል። ትንሽ ሥራ ፈተው የሚያያቸውን ሴቶች በያዘው አለንጋ ሾጥ ለማድረግ ምሕረት የሌለው ክፉ ሰው ነው። ትናንሽ ልጃገረዶችንም ቀሚሳቸውን ገልቦ ነው የሚገረፈው። እኔ ነኝ ያለች ሴት ጠዋት አርፍዳ ከገባች ገላግሌን እግሩ ላይ ወድቃ ብትለምነው ከደመወዟ ለመቁረጥ ዓይኑን አያሽም። አምስት ሳንቲም ብትሆን አይምራትም፣ ይቆነድዳታል፣ ከልክ ብላይ ሴቶቹ ቢሽቆጠቆጡለት አይገርምም።

ሙሉነሽ የዕድሜዋ ልጅነት ታይቶ የተቀጠረችው በቀን ሃምሣ

ሳንቲም ነው። ሥራዋ እንደ ዕድሜ ጓደኞቿ ለሥጋጃው የሚሆነውን ክር ማጠብ፣ የታጠበውን ክር ማድረቅ፣ የደረቀውን ደግሞ ማክረር ነው። ከጠዋቱ ልክ በአንድ ሰዓት መገኘት ደንብ ነው። ለምሳ ደግሞ በሰባት ወጥታ በሰባት ሰዓት ተኩል ሥራዋ ላይ መገኘት አለባት። ቅዳሜም እስከ አሥራ ሁለት ሰዓት ስለሚሠራ፣ እሁድ ብቻ ነው ዕረፍት። ቅዳሜ ዕለት አርፍዳ የመጣች ሴት፣ የቅዳሜ ገበያ አለበኝ ብላ ብታለቅስ ሙሉ ደመወዟን ለመቁረጥ ገላግሌ ምህረት የለውም። በሌላ ችግርና አጋጣሚ የምትቀርም ከዚያ የበለጠ የሚያገኛት ነገር የለም። ሙሉነሽ እሁድ ትንሹ አቃቂ ሄዳ ልብስ ታጥባለች። ለማገዶ የሚሆን ቅጠልና እንጨት ከደጃች ገረሱ ጫካ መልቀምና መስበር ይኖርባታል። ከዚህ ሌላ በእንሥራ ውሃ የምትቀዳው ካደረሳት በሥራም ቀን ከአሥራ ሁለት ተኩል በኋላም ቢሆን፣ እንሥራዋን በጀርባዋ አዝላ ትሮጣለች። በተረፈ ቀኑን ሙሉ ስትደክምበት ከምትውለው የቤት ሥራ አንዱ ውሃ መቅዳት ጭምር ነው። እንዲህ ከሣምንት ሣምንት ስትባዝን የተመለከቷት የገሙ ሠፈር አሽሟጣቾች ‹‹ይቺ ልጅ ምን አገኛትና እንዲህ ጨመተች?›› ይሉ ጀመር። ዕረፍት የሚባል ነገርና ሙሉነሽ ከተለያዩ ሰነበቱና፣ ለጨዋታም፣ ለዘፈኑም፣ ለነ አበራሽ ሽሙጥና ስድብ እሷም እንደ አቅሟ እየተውረገረገች መልስ እንደ ቀድሞው መስጠት፣ ጊዜ በማጣት ብቻ ሳይሆን መንፈሷም የሚያተኩርበትና ዓይኗ የሚያርፍበት ጉዳይ ስላልሆነ ጨርሶ ተለወጠች።

ሙሉነሽ ልክ ልኩን ብትነግረው ደስ የሚላት፣ ሲገላምጣትም ለመገላመጥ የማትመለሰው፣ ምርር የሚላት፣ ለንዴቷ መወጫ ለማዳሽቅ የምትመኘው፣ ነጋ ጠባ በአለንጋ ቀሚስሽን ገልቤ ካልገረፍኩ፣ ደመወዝሽን ካልቆረጥኩ፣ እኔ ገላግሌ አይደለሁም እያለ የሚዝትባትን ያቶ በለጠ ሥጋጃ ፋብሪካ ካቦ ነው። በተረፈ ያ ክንዷን ሊገነጥል ምንም የማይቀረው የክር ማክረሪያ መዘውር ጠላቷ ነው የሚመስላት።

ሙሉነሽ በቱባ በቱባ የታሠረውን የሥጋጃ ክር እየፈታች ማጠቢያ ገንዳው ውስጥ ጣለችና ማጠብ ጀመረች። ከፊቷ ያለውን ቧንቧ ትከፍታለች። ውሃው ጠርቀም እስኪልላት ቀና ትላለች። ቧንቧውን ዘግታ ደግሞ ከወገቧ ታጥፋ ታጥባለች። ያጠበችውን ትጨምቃለች፣ የጨመቀችውን ታሰጣለች። ካሰጣች በኋላ ደግሞ ሌላውን ቱባ እየፈታች ከገንዳው እየጨመረች እንደገና ማጠብ

ትጀምራለች። በሷ ተርታ፣ በሷው ዕድሜ ያሉ ትንንሽ ልጃገረዶች ይሄንኑ በረድፍ በረድፍ ሆነው እንዲሁ ያጥባሉ፣ ይጨምቃሉ፣ ያሰጣሉ፣ መልሰው አጠባውን ይጀምራሉ።፡ ከጠዋት እስከ ማታ ሙሉነሽና እኩዮቿ የሆኑ ትናንሽ ልጃገረዶች ይህንኑ ለሥጋጃ የሚሆን ቱባ ክር ማጠብ፣ መጭመቅ፣ ማስጣት ነው።

‹‹ውይ! አሁንስ ወገቤን ብጥስ አደረገው!›› አለች ሙሉነሽ የማጠቢያው ገንዳ እስኪሞላላት ድረስ ካጠባው ቀና ብላ፣ ወገቧን በሁለት እጆቿ ደገፍ አድርጋ።

‹‹ደሞ የልጅ ወገብ ምኑ ተነካና ነው እንዲህ የምትይው?›› አላት ገላግሌ አለንጋውን ይዞ እንደተቀመጠ።

‹‹እረባክዎ! እርሶማ ምን አለቦት? ቁጭ ብለው ነው የሚውሉት!›› ስትል መለሰችለት።

‹‹ይቺ ምላሰኛ እንግዲህ ጀመረች! አንቺ በዚህ ዕድሜሽ ነገር የት ነው የተማርሽው? ዝም ብለሽ እጠቢ ነው የምልሽ! ይቺ አለንጋ ናፈቀችሽ መሰለኝ! ታውቂያት የለ?›› ሲል ገላግሌ ቆጣ ብሎ ተናገራት። እሷ ግን ከመጤፍም አልቆጠረችው። ይልቁንስ ቄስ ትምህርት ቤት ስትማር በየቀኑ ባለንጋ ሲገርፏት የነበሩትን ቄስ ወልደ መስቀልን አስታወሳትና ከት ብላ ስቃ አጠባዋን ቀጠለች።

ወዲያው ከነሙሉነሽ ተርታ አጎንብሳ የምታጥበው የሙሉነሽ ጓደኛ ብዙነሽ ካጎነበስችበት ቀና ስትል፣ አዙሯት ወደ ኋላዋ ወደቀች። ሙሉነሽ አጠባዋን ትታ ልታነሣት ጠጋ አለች። ገላግሌ ከነአለንጋው ከተቀመጠበት መጣና ብዙነሽ ምን እንደሆነችም ሳያጣራ ቁጣ ቁጣ አለው።

‹‹አሁን ምን ሆነችና ነው የምትከቧት? ሥራ ለመፍታት መላ ብላችሁት አይደል? ሁልሽም ዞር በይና ሥራሽን ቀጥይ! እሷ ምንም አልሆነች!›› አለ።

‹‹እንዴት? ምንም አልሆነች ይላሉ፣ አዙሯት ስትወድቅ ጋሼ ገላግሌ?›› አለች ጓደኛቸው ወድቃ እያየች የሥጋጃ ክር ወደ ማጠቡ መመለስ ያልፈለገችው ሙሉነሽ።

‹‹የሚያዞር ነገር ይዙርብሽ! ምን ሆነችና ነው የሚያዞራት! አላትና

አለንጋውን አወናጭፎ እጇ ላይ አሳረፈባት። ሙሉነሽ እጇ ላይ የተጋደመውን ሠንበር ስታይ መልሶ እንዳይመታት ፈርታ ወደ አጠባዋ እንደ መመለስ ተሞጣሞጠችበት።

‹‹ዕውነቱን ነው! ቁርሷን ሳትበላ ነው የመጣችው! አዙሯት ስትወድቅስ ጊዜ እርሶ ምን ያማታዎታል?››

ገላግሌን ጨርሶ የማትፈራው ሙሉነሽ ብቻ ነች። እንኳን ትንንሾቹ ልጃገረዶች፣ ትልልቆቹና የልጅ እናት የሆኑ ሴቶች ሳይቀሩ ይፈሩታል። እሱም አለንጋውን ሲያወናጭፍ ልጅ አዋቂ አይልም። የወለደች እንኳ ብትሆን በሥራ ለገምሽ ብሎ በአለንጋ ለመምታትም ሆነ ደመወዟን ለመቁረጥ አይመለስም። አቶ በለጠ ለክፍያው ዝቅተኛነት ሲሉ ከቀጠሯቸው አብዛኞቹ ከ14 እና ከ15 ዕድሜ የማይበልጡ ልጃገረዶች ናቸው። ገላግሌም በየቀኑ ቀሚሳቸውን እየገለበ ባለንጋ እየገረፈና እያስለቀሰ ያለዕረፍት የሚያሠራው እነርሱን ነው። ሙሉነሽ ሥራዋን እየሠራች አንዳንዴ ሲመጣባት ገላግሌን አንዳንድ ነገር ከመናገር ፈርታ ወደ ኋላ አትልም። እሱም ባለንጋ ገርፎ አቅቶታል። ቢቸግረው የአንድ ቀን ደሞዟን፣ ሃምሣ ሳንቲም ሳይሰጣት የሸኛት ጊዜ አለ። ያም ሆኖ በሥራዋ ለግማ ትንሽ ስታርፍ አያግኛት እንጂ ገላግሌም ያለውዴታው የሷን ድፍረት ከቀን ወደ ቀን አውቆላታል።

የክር ማክረሪያው መዘውር እጀታ ክብደቱ ለብቻው ነው። እጀታውን ይዞ ከማሽከርከር በፊት እያንዳንዱን ታታ የደረቀ ቱባ ክር እየተረተሩ በመዘውሩና ከመዘውሩ 20 ሜትር ርቀው በሚገኙት የተቀለመሙ ብረቶች ላይ በስድስት ረድፍ መጥለፍ ያስፈልጋል። ከዚያ የመዘውሩን እጀታ ይዞ እያሽከረከሩ፣ ክሮቹን ማክረር ነው። ከተከረሩ በኋላ ክሮቹን ማማሰያ በሚመስሉ ዘንጎች ላይ መጠምጠም ያስፈልጋል። ይህ የተጠመጠመው ክር ነው፣ ወደ ሥጋጃ መሥሪያ ላይ የሚቋጠረው። የከረረው ክር ሥጋጃ ክፍል እስኪሄድ ድረስ ያለውን ሥራ የሚያጠናቅቁት እነ ሙሉነሽ ናቸው። አጠባና ክር ማክረር ቀላል ሥራ ይመስል የተሰጠው ለትንንሾች ልጃገረዶች ነው።

‹‹እያንዳንዱን ክር በደንብ ነጠልሽው?››

‹‹አዎን!››

‹‹በኋላ ያልተነጠለ ክር ከተገኘ የሚቆረጠው ያንቺ ደመወዝ ነው!››

‹‹ግድ የለሽም!››

‹‹ልጥለፈው ክሩን?››

‹‹ተጠንቅቀሽ ጥለፊው!››

‹‹ከጭቃ ላይ የወደቀ እንደሆነ ጋሽ ገላግሌ አይለቁሽም!››

‹‹ተበጠሰልሽ!››

‹‹ታዲያ ቢበጠስ እቀጥለዋለሁ!››

‹‹በይ እንግዲህ ማክረር ጀምሪ!›› ይባባላሉ እነ ሙሉነሽ።

የሥጋጃ መሥሪያውን ክር መተርተር፣ በስድስት ረድፍ ባሉት ሹካ መሳይ ችካሎች ላይ መዘርጋት፣ በመዘውሩና በማነቀው ላይ መጥለፍ፣ ከወዲያ ወዲህ፣ ከወዲህ ወዲያ ካንድ ጥግ፣ ሌላው ጥግ ምልልስ፣ ያንን ማክረሪያ ከብረት የተሠራ መዘውር ባንድ እጅ ማሽከርከር በርግጥ ያደክማል። በተለይ ይህንን ሥራ ልጆቹ መሥራታቸው፣ ከወዲያ ወዲህ ሲመላለሱ፣ ክር ሲተረትሩ፣ ሲዘረጉ፣ ሲጠልፉና ሲያከሩ ቢውሉ ሥራውን እንደ ጨዋታ እያዩት ሳይወቃቸው ይሰሩታል ብለው አቶ በለጠ አስበው ከሆነ የልጅን ጉልበት ለመበዝበዝ አንዱን ዘዴ አግኝተውታል ማለት ነው።

ያንን ከሙሉ ብረት የተሠራ የማኪና ቸርኪ የሚመስል ባለእጀታ መዘውር ሙሉነሽ እያሽከረከረች ማክረር ጀመረች። በተሽከረከረ ቁጥር ተሽከረከርኩ የሚል ይመስል ከረረረ... ከረረረ... ይላል። በነሙሉነሽ ጉልበት ሊሽከረከር ቢችልም ብዙ ደቂቃዎች ማሽከርከር አዳጋች ነው። በቀኝም በግራም እጅ ቢያሽከረክሩት፣ አንዷ ስትደክም ሌላዋ እየተተካች ብታሽከረክረውም ከማድከሙ የተነሳ ክንድ ይበጥሳል። ሲደክም አረፍ አይባል ነገር የገላግሌ አለንጋ ይጠብቃቸዋል፤፤

‹‹ውይ! ውይ እናቴ ክንዴ ንቅል አለ አሁንስ!›› አለች ሙሉነሽ የክር ማክረሪያውን መዘውር ስታሽከረክር ቆየችና ደክሟት ለተረኛ አሽከርካሪዋ እየለቀቀች።

‹‹አንቺ መቼም የምትናገሪው አታጪ! ምነው? እንጀራ ስትበይበት

እጅሽ አይነቀል?›› አላት ገላግሌ። ሙሉነሽ ሰይጣኗ መጣ። ድፍረቷ ያደገችበት የልጅነት ድፍረት አይመስልም። ‹‹የማን እጅ እንጀራ ሲበሉበት ይነቀላልና ነው የኔ የሚነቀለው? አሁንስ አበዙት! ምነው ሰው ነኝ እኮ የማይደክመኝ መሰሎት እንዴ? እስቲ እርሶ ይምጡና ይሞክሩት!›› አለችው።

እንዲህ እስኪናገሩት ድረስ ሳይጠብቅ ባለንጋ የልጆቹን ገላ የሚጠብሰው ገላግሌ ደንገጥ አለ። የሙሉነሽ አነጋገር የምሬት መሆኑ የታየው መሰለ። ለመማታት ከጅሎ ከነበረው ሰው ከተቀመጠበትም አልተነቃነቀም። ከሙሉነሽ ይልቅ ጓደኞቿ እነ ብዙነሽ ፍርሃትተገባቸው። በተለይ አለንጋ ይዞ የሚያሠራ፣ ሊገርፍና ያችኑ በቀን ከሚያገኟት 50 ሳንቲም ላይ የፈለገውን ያህል ሊቆርጥ የሚችል ካቦ ከፊታቸው ተቀምጦ፣ እንዲህ ሙሉነሽ ደፍራ አንድ ሁለት ስትባባል አለቅጥ ፈሩላት።

‹‹ኧረ እባክሽ! ተይ ሙሉነሽ!›› አለቻት ጓደኛዋ ብዙነሽ ለተናገረችው ንግግር ገላግሌ በአለንጋ ከመግረፍ አልፎ ምናልባትም ከሥራ ያባርራታል ብላ ፈርታላት።

‹‹ተዋት! እናንተ ተዋት እሷን አለንጋ አይደለም የሚመልሳት አንድ ስሙኒ ስትቆነደድ ልክ ትገባለች!›› አለ ገላልግሌ።

‹‹ለምንድን ነው የሚቆርጡብኝ? አርፍጄ መጥቻለሁ? ወይስ በሥራዬ ስለግም አግኝተውኛል ሲደክመኝ ጊዜ ወይ ዛሬስ እጄ ተነቀለ ብዬ ብናገር እርሶን ምን አልኮት?›› አለችው ደግሞ የባሰውን በብሽቀት።

ትልልቆቹ ሴቶች ከሥጋጃው መሥሪያ መጋዘን ውስጥ ሆነው ሙሉነሽና ገላግሌ የሚነጋገሩትን ይሰማሉ። ሥጋጃው ላይ የሚጠለፈውን አበባ፣ የሚጠልፉትን ንድፍ ከፊታቸው ዘርግተው የክሩ የመውጫያና መግቢያ የሚያልፉበትን የሚፈልጉ እየመሰሉ። ገሚሶቹ የሥጋጃውን አርብ ለመጠቅለል አግዳሚውን ዘንግ በውስጡ ሠርሥረው ከገቡት ቅትርት ከመሰሉ እንጨቶች ወደ ላይ ከፍ አድርገው ለማውጣት የተሰበሰቡ መስለው። እነርሱ ባሉበት ዝምታ ሲነግስ፣ ሥራ ፈተው የቀመጡ መስሎት ገላግሌ እንዳይጠረጥራቸው የሥጋጃውን መደምደሚያና እንዲያዘረዝር መምቻቸውን፣ በሥጋጃው ድም ድም እያደረጉ ተጠጋጉና

ስለሙሉነሽ ድፍረት ተንሾካሾኩ።

‹‹የዚች ልጅ ድፍረት እኮ እንደ ትልቅ ሰው ነው እናንተው›› አለች አንዷ።

‹‹ምን ታርግ? እውነት አላት! በጉልበታችን መሥራታን አንሶ አለንጋው ምንድነው?›› ስትል ተቀበለች ሌላዋ።

‹‹እሷ የልጇን ብትናገር እንደኔ ጡት የሚጠባ ልጅ የላት! ምን ቸገራት!›› አለችና ሦስተኛዋ ቀጠለች።

‹‹አንቺ ደግሞ ምን ነካሽ? ገላግሌ አላበዛውም ነው እንዴ የምትይው? እኛስ እንሰማ የል እንዴ? እስቲ ይቺ አንደ ፍሬ ልጅ ምን ተናገረችው? ክንዴ ተነቀለ ስላለች ነው እንዴ?›› አለች አራተኛዋ።

‹‹አሁን አቶ በለጠ ያውቃሉ ብለሽ ነው ይህን ሁሉ ገላግሌ የሚሰራብንን ግፍ?›› ስትል የመጀመሪያዋ ጠየቀች።

‹‹አንቺ ደግሞ! አለንጋ ገዝተው ሲሰጡ ምን አርግበት ብለው ነው ታዲያ?›› ፎቶግራፍ እንዲነሳበት ብለው የሰጡት መሰለሽ እንዴ?›› አለችና ሌላዋ ተናገረች።

ሙሉነሽ ቅዳሜ ዕለት የተከፈላት 40 ሳንቲም ብቻ ነው። ገላግሌ አሥሩን ሳንቲም ቆርጦባታል። አሥር ሳንቲም ለደሀ አሥር ብር ብቻ ማለት ነው። እስከ ሶስተኛና አራተኛ ድረስ የሚያጠጣ ቡና ይገዛል። ስድስት ራስ ሽንኩርት አሳምሮ ያሸምታል። ለሁለት ድስት የሚሆን ዘይት ያስገበያል። ጊዜውም ጥሩ ነው። ያዲሳባ ኩሊ ጠግቦ የሚበላው ባስር ሳንቲም ዶኬ ነው። ባቶ በለጠ ሥጋጃ ፋብሪካ 10 ሳንቲምና ስሙኒ መቁረጥ ቅጠል የመበጠስን ያህል ቅር አያሰኝም።

‹‹ብር እንደሆነ ጌቶች ቤት እንደ አፈር ነው! ባጎቱ ሀብት እሱም የከበረ የሚመስለው ገላግሌ ከበለጠ የበለጠ በለጠ ነው፡ ኧረ ጌቶች መልአክ ናቸው። ባንድ እጅ የሰጡትን በሌላኛው እጅ አይቀበሉም። ይህ እባብ ነው እንጂ ቁም ስቅላችንን ያሳየን!›› አለች ሌላዋ የልጅ እናት። ባቶ በለጠ ሥጋጃ ፋብሪካ ለብዙ ዓመት የሰራች ነች። ሌሎቹም ሴቶች ከዋናው ጌታ፣ ትንሹን ጌታ እየጠሩ ተመረሩበት።

ገላግሌ አሥር ሳንቲም ቆርጦ ሲሰጣት ዕንባ እየተናነቃት ሙሉነሽ አለወትሮዋ፣ ምንም ሳትናገረው ወደ ቤቷ ሄደች። ዕንባዋን ዋጥ አድርጋ የቤቷን መንገድ ቀጠለች። ለገላግሌም ግራ ያጋባ እንግዳ የሆነ ትዕግሥት አሳየች። ብሽቀትና ንዴት ቢኖርባትም የዚያን ዕለት አንዱንም አላሳየችም። በሁኔታው የተገረመው እሱ ጭምር ነው። ‹‹ሌላ ጊዜ እንኳን ፍራንክ ተቆርጦባት ትንሽ ባለንጋ የተመታች እንደሆነ ስንቱን ትቀባጥር ነበር›› አለና እሱም በተራው ለብቻው ተናግሮ ለሌሎቹም ሴቶች የየቀኑ ክፍያቸውን እየሰጠ አሰናበተ።

ሰኞ ልክ ባንድ ሰዓት ሙሉነሽ ሥራዋ ስትገባ ገና የክር ማክረሪያውን መዘውር ስታይ ንዴት ያዛት። የቅዳሜ ዕለት ደመወዜን ካምሣ ሳንቲም አሥሩን ሳንቲም ያስቆረጠባት ይህ የክር ማክረሪያው መዘውር ይመስል እንደሰው ገላመጠችው። አንድ ቀን ከሥጋጃ ሠራተኞች አንዳሬሬ የሆነችው ባለትዳር ሴት ስትናገር ከሰማቸው ጋር አያይዛ ‹‹ጣሊያን ሲወጣ የጣለውን ብረት ይሰበስቡና ክንዳችንን ሲያወልቁት ይውላሉ!›› ብላ ሙሉነሽ ስትናገር የሰማችው ሌላዋ ጓደኛዋ ቀበል አደረገችና የክር ማክረሪያውን መዘውር መርገም ጀመረች። ያባቷ ገዳይ መስሎ ታያት።

‹‹ ምነው እግዜር አንድ ቀን መብረቅ በመታልን!›› ስትል ምሬቷን ገለጸች። ደግነቱ ገላግሌ አልሰማቸውም። በተለይ ይቺኛዋን ቢሰማት ቀሚሷን ገልብጦ በዚያ በጉማሬ አለንጋ ያቀምሳት ነበር። ‹‹አንቺ ደግሞ ሌላ ሙሉነሽ መሆንሽ ነው?›› ይላት ነበር።

‹‹ምነው ዘረዘረ? እዚህ ጋ አልተሰገሰገም!›› አለች በጇ ሥጋጃውን እያሳየች። በሥጋጃው ሥራ አቶ በለጠ ቤት ያደገችው፣ ከማደግም ተድራበት የልጅ እናት የሆነችው፣ እነሙሉነሽ የስንታየሁ እናት የሚሏት ዘብይደር ‹‹አንድ ቀን እንደሌላው የሥጋጃ ሠራተኛ እኛም በሜትር ካሬ የሚከፈለን ቀን መች ይመጣ ይሆን?›› እያለች ስትናገር ገላግሌ አነጋገሯ ደግ አለመሆኑ ታውቆት ‹‹ምነው ዘብይደሩ! እንደ ዘመድ ስናይሽ አንቺም እንዲህ መናገር ጀመርሽ!›› ቢላት ከዚያ ወዲህ ስትናገር አትሰማም። የሥጋጃውን የጥልፍ ሥራና ጌጥ ማውጣት ዘብይደሩን የሚያህላት የለም።

‹‹መሰግሰጊያ! መሰግሰጊያ አቀብሉኝ!››

‹‹ከሦስት ዙር በኋላ አባባውን መጥልፍ እንጀምራለን!››

‹‹እየቆጠርሽ ነው የምትቋጥሪው?››

‹‹ጥምዙ ገና በደንብ አልወጣም፣ ሁለት ዙር ይቀረዋል››

‹‹መቀስ! መቀስ የታል?››

‹‹ምላጭ ያውልሽ!››

‹‹እንዲጠቀጠቅ እባክሽ!››

‹‹በመስግሰጊያ ሰግስጊው እንጂ፣ ምን ነካሽ?››

‹‹መደምደሚያውስ?››

ድምድምድምድም ... ድም ... ድምድምድምድም ... ድምድም

ሥጋጃ ክፍል የሚሠሩት ሴቶች የልጅ እናቶች ስለሚበዙባቸው ልጃቸውን የሚጠብቅላቸው ስለሌለ በጀርባቸው እያዘሉ ይመጣሉ። ሥጋጃ ክፍል የሕፃን ልጅ ለቅሶ በየደቂቃው ይሰማል። እናቶቻቸው የንጀራ ነገር እየሆነባቸው ሥራቸውን ጥለው ልጆቻቸው ሲያለቅሱ፣ ለማባበል ጊዜውም የላቸው። አንዳንዴ ሥራው ላይ ያለዕረፍት ያተኩሩና በጀርባቸው የታዘለ ልጅ እስከመኖሩም ይረሳሉ። አንዳንዱ ልጅ በእናቱ ጀርባ ተጠፍሮ ሰውነቱ ስልል ሲል ያለቅሳል። ወርዶ መናፈስ፣ መጫወት የማይፈልግ ሕፃን የለም። መታዘል ሲሰለቸውና ሲጨንቀው፣ ይድህም እንደሆነ ለመዳህ፣ በእግሩ ዳዴ ይልም እንደሆነ ዳዴ ለማለት ይፈልጋል። እናቶች ሥጋጃውን እየሠሩ የታዘሉ ልጆቻቸውን ‹‹ዝም በል ልጄ! እሹሩሩ ... ሩሩ!›› እያሉ በማባበል አይዘልቁትም። እርግጥ አልቅሶ ሲደክመው እዚያው የታዘለበት እንቅልፍ የማይወስደው ልጅ የለም። በአቶ በለጠ የሥጋጃ መጋዘን ልጇን አዝላ የምትሰራ ሴት ልጇ፣ በጩኸት፣ በድምድም፣ በክር ብናኝና በዝንብ መንጋ ሥቃዩን ማየቱ አይቀርም። አንዳንዴ ገና ባንድ ሰዓት ልጃቸውን ካቶ በለጠ ግቢ ያፈሱና እነርሱ ሥራቸው ላይ ይጣደፋሉ። ልጁን የሚጠብቀው የሚያየው የለም። ያገኘውን ወደ አፉ ሲሰድ፣ ሲንከባለል፣ ሲወድቅ፣ ሲፈነከት፣ ሲቆስል፣ ሲያለቅስ፣ ባገኘበት እንቅልፍ ሲያዳፋው ይውላል።

ያንዲት ምድር ልጆች፣ ቅፅ ፩ ገፅ 301

‹‹እባክዎ ጋሼ ገላግሌ! ልጄ ርቦታል! አንዴ ከጀርባዬ አውርጄ ላጥባውና ይተኛ!›› ስትል ፈቃድ ጠየቀች።

‹‹ወየው ጉድ እናንተው! በይ! ቶሎ አውርጂና አጥቢ! ምናለ ልጆቻችሁን ቤታችሁ ጥላችሁ ብትመጡ!››

‹‹ማን? እንዲጠብቅላቸው ነው ከቤት ጥለው የሚመጡት?›› አለች የተከረረ ክር ሥጋጃ ክፍል ለማድረስ ብቅ ብላ የነበረችው ሙሉነሽ፣ በአንዲ የልጅ እናትና በገላግሌ መሐል ድንገት ጣልቃ ገብታ። ገላግሌ በአለንጋ ሙሉነሽን ሊመታት ሲያወናጭፍ፣ እሷ ተፈናጥራ ከሥጋጃው ክፍል ወጣችና ወደ ሥራዋ ሄደች።

‹‹ውይ! ጋሼ ገላግሌ፣ ልጄ አንድ ነገር ሆነች መሰለኝ ታለቅሳለች፣ አንዴ አይቻት ልምጣ?›› ስትል የልጇን ልቅሶ የሰማችው ሴት ጠየቀች።

‹‹አሁንስ በዛ! ልጅ ደግሞ ላያለቅስ ነው እንዴ? እንዳው ሥራው በምን ይበደል ብለሽ ነው እንጂ›› አለና መለሰላት።

‹‹ምነው ጋሼ ገላግሌ?... የልጅ አባት ነኝ እያሉ እንዴት በልጅ ይጨክናሉ? አንድ ደቂቃም ለማይወስድ ነገር!›› ስትል ሌላዋ ሴት ደርባ ተናገረች።

‹‹አንቺ ደግሞ ጥብቅና ለመቆም ያልሺው ነው?›› ብሎ አለንጋውን ቢሰነዝርባት ከጇ ላይ አንዳች የሚያህል ሠንበር ተጋደመ።

‹‹አይ! በዛ አሁንስ! ባሪያችሁ አደረጋችሁን እኮ! ታዲያ ምን ያማታዎታል?›› አለች የጇን ሠንበር እያሻሸች። ሴት ሁሉ ሥራውን ትቶ ገላግሌ ላይ አፈጠጠበት። ሁሉም ‹‹ኤጭ! ኤጭ! አሁንስ በዛ!›› አሉ። ፊታቸውን አጠቆሩ። ገላግሌ አዲስ ሁኔታ በሴቶቹ ላይ አየ።

‹‹እከከከከ... ሴቱ አድማ መምታት አምሮታል መሰለኝ! ምናለ በለጠ ቤት ገብታችሁ እንጀራ አገኛችሁ። አሁንማ የጅ ሙያ ተማራችሁ፣ ጥጋባችሁን ማን ይቻለው?››

እንደ ሙሉነሽ፣ እትዬ ዘብይደሩ የሚሏት የስንታየሁ እናት፣ አቶ በለጠ ቤት በሥጋጃ ሥራ የኖረችም ብትሆን በገላግሌ አረመኔነት

ብልጭ አለባት። እንደ ቤተ ዘመድ ነው የምናይሽ ይበሏት እንጂ በሰባት ዓመቷ ሳንቲም ጭማሪ ባለማግኘቷ ሆዷን እየበላው ዝም ብላ ተቀምጣለች። በዚህ ላይ የገልግሌ ንግግር ደሟን አፈላው።

‹‹አቶ በለጠ ለፀድቅ ብለው የቀጠሩን መሰሎት እንዴ? ደግሞስ ሙያ ሙያ የምትሉት ሙያውንስ ለኛ እንጀራ ማግኛ ብለው ያስተማሩን መሰሎት እንዴ ጋሼ ገልግሌ? አሁንስ ያበዙት እርሶ ነዎት። የወለደች የልጅ እናት ምንም ከርሶ በዕድሜ የምታንስም ብትሆን በአለንጋ መምታት እግዜርስ ይወደዋል?››

ገላግሌ አላመነም። ዘብይደሩ አልመሰለችውም እንዲህ የምትናገረው። አቶ በለጠ ቤት፣ ቤተ ዘመድ እየተባለች በሌላውም ጊዜ የምትገባ፣ የምትወጣ፣ በበዓል ቀን አረቄና ጠላ የምትጋበዝ ስለሆነች እንደማትነጥፍ ጥገት ስትበዘበዝ ብትኖር አንድም ቀን የሚመራት አልመሰለውም። የስንታየሁ እናት ዘብየደሩ ‹‹አለ እኔ የሥጋጃ ጥልፍ ጠንቅቆ የሚያውቅ የለም›› ብላ የምትዘባነን እንጂ፣ ይህን ያህል የሚያናግራት ነገር ኖሮ ያውም በሰው ነገር ረዳት ሆና የምትናገር ሊመስለው አልቻለም ገላግሌ። አለንጋውን እያወናጨፈ ሾጥ የሚያደርጋቸው፣ ሾጥ ባያደርጋቸውም እንዲሁ ሲያዩት የሚሽማቀቁት ሴቶች፣ እንዲህ አፍ አውጥተው ምሬታቸውን ሲናገሩ፣ ያልጠበቀው ሆነበትና ፈዞ ከተቀመጠበት ቀረ። ሙሉነሽ የተከረረ ክር ይዛ ወደ ሥጋጃው ክፍል እንደገና መምጣቷን እንኳን እስከመርሳት ደረሰ። የዘብይደሩን ምሬት እዚያው ቆማ ስታዳምጥ ካሁን አሁን ሂጂ ወደ ሥራሽ ብሎ በአለንጋ አስፈራርቶ ማባረሩን ዘነጋው።

‹‹የስንታየሁ እናት! የስንታየሁ እናት! እትዬ አዛለች?›› እያለች ለማናገር ስትጣራም፣ ገላግሌ እየሰማ ዝም አለ። ‹‹እርሶ ከዚህ ቢሄዱ ሥራ አያጡም። ሌላ ቦታ የሥጋጃ ፋብሪካ የለም እንዴ እስከዚህ ድረስ? እጅን ስሞ አንዱ ይቀጥሮታል!›› ስትል ገላግሌ ከህልሙ እንደባነነ ሰው አደረገው።

‹‹ይቺ ደግሞ ከየት መጥታ ነው ነገር የምታዳንቅ እናንተው?›› አለ ገላግሌ ለመምታትም፣ ጠንከር ብሎ ለመቆጣትም ቸግሮት።

‹‹ለኔማ ሲሆን ይበረታሉ! ጉልበት አያጡም›› አለችውና ወደ ክር ማከረሪያው መዘውር በረረች። የዚያን ዕለት ገላግሌ በድንጋጤ

እንደተሸማቀቀ ሠራተኞቹም ጥርሳቸውን እንደነከሱ ወደየቤታቸው የመሄጃ ሰዓት ደረሰ። ወዛደሮችም ቢሆኑ የነገውን አያውቁትም። እንደተለመደው ባለንጋ እየተለመጡ መበዝበዝን ግን ከጥያቄ ውስጥ ማስገባታቸውና የደመወዛቸውም ነገር መከንከኑ አልቀረም። ገላግሌም የቅዳሜ ደመወዝ እየሰጠ ሲያሰናብት ሙሉነሽን በጥሩ ዓይን አልተመለከታትም። ሰኞለት ለሥራ ስትመጣ ከነአካቴው ‹‹ይህች ገና ከመሬት ብቅ ሳትል አድመኛ፣ ሴቱን ሁሉ ነገር የምታስተምር፣ ዱሮስ የማን ልጅ ነችና! የዚያ የቢተው ልጅም አይደለች?›› ብሎ ከበሩ መለሳት። የቀራት ዕድል አያቷን በጠላውና ካቲካላው እያለች መደገፍ ሆነ።

ምዕራፍ ስድስት

ባሻ ቢተው ከወህኒ ቤት ትኋንና ቁንጫም ሆነ ከቀረው እስረኛ ጋር ደህና ተለማመዱ። ያዲሳባ ወህኒ ቤት፣ ያንድ አውራጃ ከተማ ህዝብ የሚገኝበት ስለሚመስል፣ ባሻ ሰው ከሞላበት ከተማ መሐል የተለቀቁ እንጂ፣ ወህኒ የገቡ ሳይመስላቸው ስለሚውሉ፣ እስረኛነታቸው የሚታወቃቸው ሲመሽ ለቆጠራ ዘቦች ሲመጡ፣ ትኋኑ ሲነጫቸው፣ ቁንጫው ሲቆነጥጣቸው፣ ሰውነታቸውን ሲፎክቱና እንቅልፍ አጥተው ሲቸገሩ ብቻ ነው። እሱም ቢሆን የማይለመድ ነገር የለም፣ ቶሎ ለመዱት።

ባሻ ወደ ማለዳው ላይ የሌሊት ልብሳቸውን ከደጅ ያሰጡና ተባዩን ሲለቅሙ፣ ሲጨፈልቁ ይውላሉ። እስረኛ የተባለ በሙሉ ሀብታም ሀብታሙንና ደህና ቅርስ ትቶ ወህኒ የወረደውን ሳይጨምር፣ ሁሉም የሚፈጽመው የማለዳ ተግባር ነው። ከዚያ ሁሉም መሰሉን፣ ጓደኛውን፣ አቻውን እየፈለገ ሲሄድ እሳቸውም የተወዳጃቸውን ፍለጋ ይወጣሉ። የፖለቲካ እስረኛ በመሆናቸው፣ እንደሌላው ወንጀል ሠርቶ፣ ነፍስ አጥፍቶ እንደተፈረደበት ፍርደኛ ለሥራ አይሠማሩም። የባሻ የእስር ቤት ጓደኞች ይበልጡን ወጣቶች ናቸው። በኮሚኒስትነት ተጠርጥረው ከታሠሩት ሦስት ወጣቶች ጋርም በጣም ተወዳጅተዋል። እሳቸው እነኚህን ወጣቶች ፍለጋ ባይሄዱም፣ እነርሱ ፈልገው ባሻ ያሉበት ድረስ ይመጣሉ። ወጣቶቹም የባሻ የጨዋታ ፍላጎት ወዴት እንደሚያደላ ስለሚያውቁ፣ የሚጠይቋቸው ስለ አርበኝነት ታሪካቸው ነው።

የአምስቱን ዓመት የጠላት ወረራ ዘመን እንደዋዛ ሲተርኩላቸው ወጣቶቹም የባሻን ለዛ ያለው ንግግር እየወደዱት ከሳቸው አይለዩም። በተለይ ባሻ ቢተው፣ በዚያ ዕድሜያቸው በፖለቲካ ጉዳይ ታስረው እንደተፈረደባቸውና ጉዳያቸውም ከብላታ ኀበዛየሁ ጋር የተገናኘ መሆኑን ወጣቶቹ ማወቃቸው፣ እነርሱ በኖሩበት የፖለቲካ አካባቢ የብላታን ዝነኛ ታሪክና ለውጥ ፈላጊነት ስለሚያውቁ ለባሻ ያላቸው ፍቅርና አክብሮት እንዲጠነክር ምክንያት ሆናቸው።

አንድ ቀን ወጣቶቹ፣ ባሻን ከመሐላቸው አድርገው ስለ አንድ አርበኛ ታሪክ እንዲያወሩላቸው ጠየቋቸው።

‹‹ እኔ ምኑም የቀረኝ የለም! ይኸው እዚህ ወህኒ ቤት ከተገናኘን ጀምሮ የማውቀውንና የሚታወሰኝን ሁሉ አውርቼላችኋለሁ። ደግሞ እኮ በነጋ በጠባው አውራልን የምትሉት ቁም ነገሩን ሁሉ ከወሬ ቆጥራችሁታል መሰለኝ›› አሉና እንደመኮሳተር አሉባቸው።

‹‹አለቅጥ ወረፉን እኮ ባሻ!› አላቸው ከሦስቱ ወጣቶች መሐል አንደኛው ‹‹እኛ ቁም ነገሩንና ተራውን ነገር ሳንለይ የቀረን አስመሰሉብን እኮ! እኛ ከቁም ነገር ብንቆጥረው ነው እንጂ ወደርሶ ሰብሰብ ያልነው። ወሬ ፍለጋማ ቢሆን የምንሄድበትና የምንውልበትን መች እናጣው ነበር? በከተማው ምን አዲስ ነገር እንዳለ? ምን እንደተፈጠረ? ምን እንደታሰበ? መጠየቅም ቢሆን ከተራ ወሬ አይቆጠርም። እርሶ እንዳው ከውጭ የሚገባ የሚወጣውን፣ የወህኒ ፖሊሱንም ጭምር ወሬ ስንጥይቅ የማንውል መሆናችንን በሌላ ተረጎሙት መሰለኝ!››

‹‹አረ! ልጆቼ ባጠፋሁ ይቅር በሉኝ! እኔ አባባሌ የወገን ታሪክ፣ ጀግንነቱ፣ አርበኝነቱ ለትውልድ አኩሪ መሆኑ ጠፍቶኝም አይደል። እንዳው ካልሠሩበት፣ ሁሉም በተራው፣ ከታሪክ የሚገባ ቁም ነገር ሠርቶ ለማለፍ ትምህርት ካልሆነው በስተቀር፣ እንዲያው ያኔ አድዋ ላይ፣ ማይጨው ላይ እንዲህ ሆኖ፣ እንዲያ ተሠርቶ ብለው ቢያውሩት ወሬ ሆኖ ይቀራል ለማለት የፍራቻዬን፣ የሚያንገበግብኝን ለመናገር ያህል እንጂ እናንተ ከፖሊሱም፣ ከሚወጣ ከሚገባውም በከተማው፣ ባገሩ ምን የተፈጠረ ነገር እንዳለ፣ ጃንሆይ ደህና አድረው እንደሆን መጠየቁን፣ ከቁም ነገር ሳላገባው ቀርቼ አይደለም!›› አሏቸው።

ባዲሰባ ከተማ ቀርቆ ከዚያም በራቀ አገር ቢሆን አንድ የታሰበ፣ የተወራና የደረሰ ነገር ቢኖር ከመቅፀበት አዲሳባ ወህኒ ቤት ይደርሳል። በዚህ ላይ፣ ለዚያ ሁሉ እስረኛ ወሬውን ዜናውን አብራርቶ የሚያደርስ ዘመናዊ መሣሪያ ያለ ይመስል ከመቅፅበት ለሁሉም ይዳረሳል። ሁሉም ያወራዋል። ይከራከርበታል ይወራረድበታል። ለአገር፣ ለወገን አዲስ የሚጠቅም ነገር ካለበትም የፖለቲካ እስረኛው አብሮ ይደሰታል። ከመሆኑ በፊት ይፈነጥዛል።

ላገር የታሰበው እንደተደረገና እንደተፈጸመ አድርጎ ያምናል። ተጠራጣሪውን ይገላምጣል። በጃንሆይ መንግሥት ላይ ይሄ ደረሰበት፣ ይሄ ታሰበበት፣ መንግሥት ለመገልበጥ የታሰበው ሳይሳካ ቀረ የሚለው ወሬ፤ ካዲሳባ ወህኒ ቤት ከመድረሱ ሁሉም የራሱን ምኞትና ፍላጎት እየጨመረበት ካንዱ ወዳንዱ ስለሚያስተላልፈው መጀመሪያ የሰማውና መጨረሻ ወሬው የደረሰው ቢገናኙ የተራራቀና የማይገናኝ እንጂ አንድ ነገር ካንድ ቦታ ያገኙ የሰሙ አለመምሰላቸው ደግሞ ሌላው የወህኒ ቤት ትርዒት ነው።

ባሻ ቢተው ካርቱም ብላታ ኅበዛየሁ ዘንድ ካርበኞች ተልከው ሄደው በነበረ ጊዜ፣ ለጥቂት ቀናት ተገናኝተው ተዋውቀው ስለነበር ተመስገን ገብሬ ስለሚባል ስመጥር አርበኛ ለከበቧቸው ወጣቶች ያወሩላቸው ጀመር።

‹‹… ይገርማችኋል ልጆቼ! ስመጥር አርበኛ ነበር። ተየህ ቀደም ስለ በላይ ዘለቀ፣ ስለ ቢትወደድ ነጋሽ በዛብህ እንዳወራሁላችሁ ዓይነት ሳይሆን ይኸኛው ለየት ያለ ነው። ተመስገን ገብሬ አርበኝነቱ በጎንደር በኩል ነበር። መቼም ያን ጊዜ በጎንደር፣ በአርማጭሆና በጭልጋ ደጃች ብሬ ዘገዬና ደጃች አየናዬ ቸኮል ነበሩ። ተመስገን ገብሬ ከሁሎቹም ዘንድ ደህና የታወቀ፣ የተማረና ስሙ የተጠራ አርበኛ ነበር። እርግጥ የውጭውን ትምህርት በብዙ የሚያውቁ ባላምባራስ አሸብር ገብረ ሕይወትም፣ ከነደጃች ገብሬና ደጃች አየናዬ ጋር ነበሩ። ይሁንና እኔ፣ ተመስገን ገብሬን የማደንቀው ከትምህርቱና ካርበኝነቱ ያለፈ ካርቱም ላይ ስለ ሠራው ትልቅ ሥራ ነው። እናንተም የዘመኑ ልጆች ልብ ልትሉት የሚገባ በዚሁ ይመስለኛል።››

‹‹…መቼም የብላታ ኅበዛየሁ ሰው ነው ተብሎ እንግሊዞች በካርቱም ያሳሰሩትና የጃንሆይን መመለስ ይቃወም የነበረ ተመስገን ገብሬ ነው። ንጉሥ ከሸሸ በኋላ መልሶ ባገር ላይ ማንገሱ፣ ያን ያህል ዘመን ከኢጣሊያ ፋሽስት ጋር ተናንቆ ነፃነቱን ሊቀዳጅ ለደረሰ ሕዝብ ስድብ ነው ይል ነበር ነፍሱን ይማረውና። እንዳው ብቻ እኔ ከሁሉም፣ ከጃንሆይ መመለስ አለመመለስ ይልቅ፣ ለትውልድ የሚተርፍ ድንቅ ስራ ሠርቷል ብዬ የምኮራበት አንዱ፣ ካርቱም በስደት ሳለ ትምህርት ቤት አቋቁሞ የኢትዮጵያን ልጆች ሰብስቦ ለማስተማር መብቃቱ ነው። ተመስገን በሱዳን የሚገኙ ያገሩን

ኢትዮጵያ ሕፃናትና ወጣቶች ሰብስቦ ፊደል ከማስቆጠሩ፣ ቀለም እንዲለዩ ከማብቃቱ ያለፈ ኢጣሊያ ፋሽስትን እንዲጠሉ፣ ባገር ፍቅርና በወገን መውደድ ታንፀው ለቁም ነገር እንዲበቁ ጥረት ማድረጉ ነው እኔን አልረሳኝ ያለ። አንድ ጊዜ ካርቱም ላይ ኢትዮጵያውያን ከከተማው ተሰብሰበው የደመራን በዓል ሲያከብሩ ተመስገን ተማሪዎቹን አሰልፎ ብቅ አለ። ከፊት ሆኖ የሚመራ እሱ ነው። አንዱ ከፊት ያለ ተማሪ የኢትዮጵያን ባንዲራ ወደ ላይ አድርጎ ይዟል። መቼም እዚያ ሠልፍ ላይ ተመስገን ከተማሪዎቹ ጋር ሆኖ የዘመረው መዝሙር የደመራ በዓላችንን ሌላ አደረገው። እኛም ከሕፃናቱና ወጣቱ አንደበት የወጣውን ስንሰማ ከተቀመጥነበት መርጋት አልሆንልን አለ። እየተነሣን ሽለላና ቀረርቷችንን አወረድነው። ወዲያው ወደ ዱራችን ተመልሰን ጣልያንን እስክንዋጋው ድረስ ቸኮልን። ተመስገን ተማሪዎችን ‹‹በለው! በለው! በለው! አትለውም ወይ? ኢጣሊያ ፋሽስት ሊገዛህ ነወይ?›› እያለ ተማሪዎቹን እንዳሰለፈ፣ ወደ መጣበት ተመለሰ እላችኋለሁ›› ብለው ሦስቱ ወጣቶች ፍዝዝ ብለው የቀሩበትን የተመስገን ገብሬን ታሪክ አንዱን ወገን አወሩላቸው።

ባሻ ከወጣቶቹ እንደተለያዩ ልብሳቸውን መጥቀም ጀመሩ። በቀን ውስጥ አንድ ጊዜ ሳይሰሩት የማይውሉት እንደ መደበኛ ሥራ የሚቆጥሩት ነገር ቢኖር እሱም ቡቱቷቸውን ሲደርቱ መዋል ነው። አንዳንዴ ቀኑን ሙሉ ይውሉበታል። እጁ መርፌና ክር ጨብጦ የማያውቅ እስረኛ ሁሉ በቀን አንዴ አንደሚፀልይ አማኝ፣ በቀን አንዴ አንድ ነገሩን ሳይጠቅም አይውልም። ባሻም እስራታቸው እየረዘመ ችግሩ በእጅ በእግራቸው እየገባ፣ የሚለብሱት ልብስ በላያቸው ላይ እያለቀ ሲሄድ፣ እንኳን የቀኑን የሌሊት ልብሳቸውን ጭምር ይደርቱ ገቡ። እንደሳቸው አጠገባቸው ተቀምጦ ድሪቶ ከሚደርተው ጋር ወሬያቸውን እየሰለቁ የቀለም ዓይነቶች ለናሙና የቀረቡበት የሚመስለው ብርድ ልብሳቸው ላይ፣ ሌላ ቀለም ያለው ጨርቅ ከወደቀበት አንስተው በሸማኔ የጥለት ክር ተያያዙት።

‹‹ጎጃም ነው አገሬ አልከኝ?›› ሲሉ ካጠገባቸው ተቀምጦ አብሮአቸው ቡትቶ የሚደርተውን እስረኛ ጠየቁት።

‹‹እንዴታ! ጎጃም ነው አገር፣ ያየ ይናገር የምባል ነኝ። የሚቆጨኝስ አገሬ ከተወለድኩበት፣ ከዘመዶቼ መሐል ፍርዴን ብጨርስ

የሚሻለኝን፣ ለይግባኝ ሸዋ አምጥተው እዚሁ ወድቄ መቅረቴ ነው››

‹‹ጎጃም የት የት ቢሉ የት ነህ አያ?››

‹‹ቆላ ደጋ ዳሞት አውራጃ ሁለት እጅ እነሴ ከሚባለው ነኝ እኔስ››

‹‹ኧረገኝ! እኔም እኮ እዚያው ነኝ!››

‹‹ማ ቢወልድ ማ?››

‹‹የኔንስ ታውቀውም አይመስለኝ፣ እኔም ጣልያን ሲገባ የወጣሁ አልተመለስኩም!››

‹‹እንግዳውማ ጎጃም አገሬ ነው ሊሉ እንዴት ይገባል?››

‹‹እሱስ እውነትክን ነው። ያልኖሩበት አገር ምን አገር ይባላል አያ!››

‹‹ጎጃምን ያህል አገር ትተው ይህን ያህል ዘመን ሸዋ ችለው መቀመጡ ነው እኔስ አልገብቶኝ ያለ እንጂ ርግጥ ያልኖሩበት አገር ምኑ አገር ይባላል!››

‹‹እሱስ እውነትክን ነው። ሸዋስ አንዴ ከገባህበት ይበላሃል። ይልቅስ ጌጤነሽ ፈንቴን ሳታቃትም አትቀር!››

‹‹ጌጠነሽ ደግሞ ምኒት ነች?››

‹‹ጌጤነሽ ፈነቴ የኔ ሚሽት!››

‹‹ጌጤነሽ ፈንቴ፣ ጌጤነሽ ፈንቴ ሳላውቃቸውም አልቀር!››

‹‹ኧረ ስታውቃትም አትቀር እዚያው ሁለት እጅ እነሴ ነች። ደብሩን የተከሉ የናቷ አባት አያቷ ደጃች እንደግ ለኋለው ናቸው።›› ‹‹ኧረገኝ! ኧረገኝ! አውቃቸዋለሁ እንጂ! የዲማውን አቃቸዋለሁ! ባለቤትዋ ናአው?››

‹‹አዋን እሷ ነች!››

‹‹ታዲያ እሳቸው ከሸዋ ከገቡእኮ ሰነበቱ! ምን አገር አለኝ ብለው ጎጃምን ጌጤነሽ ፈንቴ አገሬ ይሉታል?››

‹‹እሷ ትሻላለች፣ ባይሆን ለማለት ነው!››

‹‹እንዴ ሰው ሸዋ ከዘለቀ መመለሻም የለው ነው የሚባል!››

‹‹ይኸውልህ የኔ ምሽት በናቷ ደግሞ የአቡኑ የታላቅ እህት ልጅ ነች!››

‹‹እኚህ የሸዋው አቡን?››

‹‹አዎን እኚህ የሸዋው!››

‹‹አዬ የሳቸውስ የሚያኮራም አይደል!››

‹‹እንዴት ነው አያኮራም ብሎ ነገር?››

‹‹ኧረ ወዲያ ከጎጃም ቁጥር የሚገባም አይደል!››

‹‹እኮ ምን ብለህ ልታስወጣአው ነው?››

‹‹የሽማኔ ዘር አላቸው ነው የሚባል። ምን ብሎ ከዘር ይቆጠርና ያኮራል? እና ጎዳሞች የምንል እንኚህን መቼ ይሆናል?››

ባሻና 15 ዓመት እስራት የተፈረደበት እስረኛ ድሪቶአቸውን እየደረቱ ደፏና ሲያወሩ ቀኑን ውለው በመጨረሻ ተካረሩ። የያዙት ድሪቶ የመጥቀም ሰራ ቀንም ሙሉ ጎልቷቸው ቢውል ደህና ሲጫወቱ ቆዩና በጀመሩት ጉዳይ መጣጣም አቅቶአቸው ተወው ይቅር ተባብለው የየራሳአውን ሥራ ቀጠሉ። ብዙም ሳይቆዩ እንደገና ማውጋት ጀመሩ።

‹‹ምን ሠርተህ 15 ዓመት ተፈረደብህ?›› ሲሉ ባሻ ጠየቁት።

‹‹ኧረ የኔስ ፍርዱ ማርቆስ ላይ ሞት ነው የነበረ፣ እናቴ አስማረችኝ እንጂ!››

‹‹እንዴት ብለው እናትህ ያስምሩሃል?››

‹‹አስማረችኝ እንጂ! ይግባኙ ሸዋ ሆነና፣ ሃያ ዓመት ሆነ እንጂ ፍርዱ፣ እዚያው ካገሬ ቢሆን እስራቱም ብዙም አይጎዳኝም ነበር!››

‹‹እኮ እንዴት? ምን ሰራህና ነው?››

‹‹አንድ ባላጋራዬን ጣልኩታ! ያባቴ አልቤን ነበር በሱ ባወራርድበት እዚያው ይቀራል። እኔም እሸፍታለሁ ስል እጄ ይያዛል። ብቻ ዛሬ ድረስም አይቆጨኝ። ባልተቤቴ ውሃ ልትቀዳ ወንዝ ብትወርድ፣ አፈፍ አድርጎ ይደፍራታል። እኔም ይሄን ሰምቼ ባንዲት ቀለህ አስቀረሁት። ኋላ ማርቆስ ያሉ ዳኞች በሞት ይቀጣ ብለው ቢፈርዱ፣ እናቴ ኡኡ አለች። አለእኔም ልጅ የላት። በዚያ ላይ እወልዳለሁ አትል አብቅታለች። አንድ ልጇ አይሞትብኝም ትልና ይግባኝ መጠየቅ። እሷም ዕንባዋን እያዘራች፣ ከወደቀችበት ትነሳና የጠቅላይ ገዥውን ስም እያነሳች ‹‹ደጃዝማች ጌታ ወርቅ የግዜር ታናሽ ወንድም፤ የዛሬን ማርልኝ ከእንግዲህ አልወልድም›› ብላ ለኔ ለአንድ ልጇ ምህረት ለመለመን፣ ጠቅላይ ገዥው ከሞት ወደ ሃያ ዓመት ፍርዱን መለወጥ፣ የሟች ወገኖች እንደገና ይግባኝ ማለት፤ እኔም እንደታሰርኩ ሸዋ መምጣት። ፍርዱ ጠቅላይ ገዥው እንደፈረዱት በአስራ አምስት ዓመት መፅናት።››

‹‹ታዲያ ፍርዱ ትክክል ነው የምትል?›› ሲሉ ባሻ ጠየቁ።

‹‹ከሞት መትረፌ ደግ ነበር፣ እስራቱ በዛብኝ እንጂ!››

‹‹በዚህ አይነት ባገራችን በግፍ የገደለ ሁሉ እኮ ላይሞት ነው?››

‹‹እንዴት እንዲህ ይላሉ ባሻ? ምኑ ነው በግፍ መግደል? ባልተቤቴን እኮ ነው የተዳፈረ?››

‹‹አይ እንዳው ነገሩን ማለቴ ነው። እናትህ ግጥም በገጠሙ፣ ጠቅላይ ገዥውን ባሞገሱ፣ የግዜር ታናሽ ወንድም ባሉት አንተ ሰው ገድለህ ቢፈረድብህ ከሞት መትረፍህ ነው እኔስ የገረመኝ። እናትህስ ወልደውሃል፣ መቼስ ምን ያድርጉ? ጠቅላይ ገዥውም የሟች እናት ያለቀሰችው አንሶ የገዳይም እናት ማልቀሷ አንዴ ለሞተው አይረባውም ብለው ይልቅስ አንተ በሕይወት ኖረህ በትቀጣ ይሻላል ብለው ከሆነ አስተዋይ ናቸው። ብቻ ትክክለኛ ፍርድ ባገራችን የጠፋ፣ በአፍ ጉቦና በመደለያው መሆኑ ነው እኔስ ያሳዘነኝ!›› አሉት። እሱ ግን መለሰና ‹‹አይ ባሻ! እንዳው የጃንሆይን ባለስልጣን ሁላ በምን ልስደበው? ይበሉ እንጂ እሳቸውስ ምንም ሸዌ ቢሆኑ በዚህስ አይጠረጠሩም። ያፍ ጉቦና መደለያ ይዞ የቀረበ አይቀጡ ቅጣት ነው ሲቀጡ የኖሩ። እንዳው ብቻ የጃንሆይን ባለስልጣን ሁሉ በምን ልተቸው ብለው ነው››

አላቸውና ተራርቀው ተቀመጡ።

ባሻ ወህኒ እንደገቡ በየሳምንቱ ሚስታቸውና የልጅ ልጃቸው እየተመላለሱ ይጠይቋቸው ስንቅ ያቀብሏቸው ነበር። እመት ጌጤነሽ ከልጅ ልጃቸው አፍ እየመነጩቁ፣ የራሳቸውን ወስፋት ዘግተው፣ የታሰሩት ይብሳሉ እያሉ እንደምንም ሆነው ያገኟትን ይዘው ከርቸሌ ለመሮጥ ያች አንድ እሁድ እስክትደርስላቸው ይጣደፉ ነበር። ነገር ግን የባሻ እስራት በወር ላይ ሌላ ወር፣ በዓመት ላይ ሌላ ዓመት እየጨመረ ሲሄድ አቅማቸው ደከመ። ስለዚህም እንዳመቻቸውና እንደሞላላቸው ካልሆነ በስተቀር ሳምንትን አልፎ ሌላ ሳምንት ሲተካ ባዶ እጃቸውን ለመሄድ እየከበዳቸው ወር ድረስ እየቆዩ ከርቸሌ ብቅ ማለትን ተላመዱት። በወር አንዴ የሚሄዱባትም እሁድ ብትሆን ወሰነተኛቸው ኮሎኔል ባዲሱ ቪላ ቤቴ ላይ ጭስ አጨሰችብኝ፣ ጎርፍ ለቀቀችብኝ፣ ቆሻሻ ደፋችብኝ እያለ በእድር እየከሰሰ በስብሰባ እንድትቀርቢ እየተባሉ ወደ ባሻ ለመሄድ መንገድ ጀምረው የተመለሱበት ጊዜ አንድ ሁለት አይባልም። እሳቸውም ‹‹ዛሬስ ሞልቶልኛል እስቲ ባሻዬን ሄጀ ልያቸው!›› ብለው ሲነሱ ሰው ብቅ ያለባቸው እንደሆነ በእድር ዳኛው የተላከ ሰው እየመሰላቸው ልባቸው ስንጥቅ ይላል።

ባዲሳባ ወህኒ ቤት እስረኛውና ጠያቂው በሚተያይበት እለት ትርምሱና ግፊያው፣ መጯጯሁ ይህ ነው አይባልም። በደረቅ ወንጀል፣ በፍትህ ብሔር፣ በፖለቲካ ወህኒ የገባው የተፈረደበት፣ ፍርድ የሚጠባበቅ፣ በቀነ ቀጠሮ ያለ፣ ፅኑ እስራት የተባለ፤ ዕድሜ ልክና ይሙት በቃኝ የተፈረደበት ሁሉ ከዘመዱ፣ ከጠያቂው ለመተያየት፣ ለመነጋገር ከወዲህና ከወዲያ ማዶ ሆነው ሲጯጯህ የሚውለው እሁድ፣ እሁድ፣ እስከ ቀኑ ሰባት ሰዓት ድረስ ነው።

እመት ጌጤነሽና ሙሉነሽ ከፍርደኛ መጠየቂያ ደርሰው ባሻ ቢተው አጋዥ የለው እንዲጠሩላቸው አስጠየቁ።

‹‹ባሻ ቢተው አጋዥ የለው!›› እያለ የእሥረኛው ካቦ ከፍርደኛው መሐል ሊጣራ ቁልቁል ወረደ።

ባሻ ለጠያቂ መተያያ ወደ ሆነው አጥር እስኪጠጉ ድረስ ሚስታቸውና የልጅ ልጃቸው አላወቋቸውም። እሳቸው ናቸው፣ አይደሉም ለማለት ምንም አልቀራቸውም። ስለዚህ እስኪቀርቧቸው

ድረስ እመት ጌጤነሽም ሆኑ ሙሉነሽ ፍዝዝ ብለው ተመለከቷቸው። ከላይ የሚለብሱት ልብስ አልቆ፣ ተጠጋግኖ፣ ተደርቶ፣ ሊሰፋ ከማይቻልበት ደረጃ በመድረሱ ብርድ ልብሳቸውን እንደ መነኩሴ ቀሚስ ሰፍተው ለብሰው ብቅ አሉ። ብርድ ልብሱም የነተበ ከመሆኑም በላይ አለፍ አለፍ ብሎ የተለያዩ ቀለም ያላቸው አሮጌ ጨርቆች ተደርተውበታል። እመት ጌጤነሽና ሙሉነሽ ዓይናቸው የሚያየውን አላምን ብለው እዚያው ከቆሙበት ድርቅ ብለው ቀሩ። ዓይናቸው ዕንባ እያቀረረ፣ ማየት ያቃተውም ባለፈው ካዩዋቸው ጊዜ ይልቅ ባሻ አርጅተውና ጠቁረው በተመለከቷቸው ጊዜ ነበር።

‹‹እንደምን ናችሁ? ደህና ናችሁ ወይ? እኔ ደህና ነኝ! ለመሆኑ እናንተስ ደህና ናችሁ?›› እያሉ ከሚስታቸውና ከልጅ ልጃቸው ጋር ዓይን ለዓይን ሲገጣጠሙ የሳቸው ዓይን ዕንባ አላቀረረ ይመስል ዋዋ አድርገው፣ ፈገግ ለማለት እየሞከሩና እንዳይታወቅባቸው ግራ ቀኙን እየተመለከቱ አናገሯቸው። እመት ጌጤነሽ ግን መናገር አቅቷቸው እየተናነቃቸው እንደቆሙ አቀርቅረው ቀሩ።

‹‹አባባ እንደምን ነህ? ደህና ነህ ወይ?›› አለችና ሙሉነሽ ብድግ ብድግ እያደረጋት፣ ድምጿን ከፍ አድርጋ አነጋገረቻቸው።

‹‹ጌጤነሽ ደህና ነሽ ወይ? እንዳው ከተለያየን እኮ ወራት አለፉ!››

‹‹ባሻዬ ችግር አጨካከነን፣ ምንላርግ ብለው ነው? ባዶ እጄን ምን ብዬ ዓይኖን አያለሁ እያልኩ...›› ብለው ዕንባቸውን ዋዋ አድርገው መለሱላቸውና የያዙትን አገልግል እንጀራና በጋዜጣ የተጠቀለለ ካኪ ኮትና ሱሪ በመሐላቸው በቆመው ‹‹ስነ ሥርዓት ተቆጣጣሪ የወህኒ ፖሊስ›› አማካይነት አቀበሏቸው።

‹‹አዬ ...ጌጤነሽ! እንዳው ነው የተቸገርሽው፣ ይልቅስ የናንተ ችግር ሳይብስ ቀርቶ ነው? የቤቴን ጉድ ምንስ ቢሆን እዚህ ሆኜ የማላውቀው ሆኜ ነው? የአገልግሉ አንሶ ይህን ጨርቅ ይዘሽ መምጣትሽ፣ እኔ እናንተ የምትቀምሱት አጥታችሁ በረሀብ ታልቃላችው እያልኩ የማስብ ለናንተ ነው። ስትጠፉማ ጊዜ አንድ ነገር ሆናችኋል ብዬ ነው እንጂ ማሰቤ ... አዬ ጌጤነሽ ደግም አላደረግሽም!›› ካኪውን ኮትና ሱሪ እያገላበጡ ተናገሩ።

‹‹እንዲህ አይበሉ ባሻዬ! ለኔ ቢሞላልኝማ እንኳን ይህንን ከዚህ የበለጠውን ባደርግ ወጌ ነበር። ይልቅስ ይህንን የገዛችው ሙሉዬ ነች! እሷ ላባቴ ብላ አስባ እንደ ልጅ ቀሚሱና ጫማው ሻሹ ሳያምራት ቀን ውላ ከምትገባበት አጠራቅማ የገዛችው ነው። ሙሉዬ ይኸው ለዚህ ደረሰች። ይበሉ ባሻዬ ይመርቋት!፣ ያባት ምርቃት እንዳይቀርባት ብዬ ነው እንጂ፣ እኔማ በነጋ በጠባው እንደመርቅኋት ነው!›› ብለው ንግግራቸውን ሳይጨርሱ ዕንባ ተናነቃቸው።

ባሻ ቢተው ይህንን ሲሰሙ ጭራሹን አንደበታቸው ተያዘና ሲቃ መጣባቸው። ለጥቂት ደቂቃ መናገር የተሳነውን አንደበታቸውን እስኪያላቅቁ ድረስ ከሚስታቸው የሰሙት ቃል አፍዝዞ አስቀራቸው። ሙሉነሽ የምትናገረው ጠፋት። ፈገግ ብላ አያቷን ትመለከት የነበረችው ልጅ ባሻ ዓይናቸው ደፍርሶ ዕንባ ሲሞላበት እሷም አንገቷን ደፋች።

‹‹ይሁን እስቲ ሙሉዬ ለዚህ ከደረሰች... ሙሉዬ ልጄ!›› ድምፃቸው ከፍ አደረጉ ‹‹ተባረኪ! መቼም ሌላ ምን እላለሁ! ለወግ ለማዕረግ ያብቃሽ! ከክፉ ይጠብቅሽ! የሰው መውደወድ ይስጥሽ!››

ሙሉነሽ ያያቷን ምርቃት እንዳቀረቀረች ተቀበለች። ቀጠል አደረጉና ‹‹ኧረ ጌጤነሽ፣ ያ ጉዳይሽ ከምን ደረሰለሽ?››

‹‹የቱ ባሻዬ?››

‹‹ከዚያ ከጎረቤትሽ፣ ከኮሎኔል ማንትሴ ጋር ከምን ደረሳችሁ?››

‹‹አዬ ባሻዬ!›› ብለው እዝን አሉና ‹‹እሱንስ ይተውት! ይኸው ያችኑ ያንገታችንን ማስገቢያ የደሀ ጎጆአችንን ሊነጥቀን ብሎ እንጂ ሌላማ ምን የበደልነው ነገር አለ ብለው ነው? መቼም የደሃን ጎረቤት ሀብታም ሳይፈልገው ቢቀር እኛ እንግዲህ ምን እንሁን? የት እንግባ? መቼም የጎርፍ ውሃ አንዱ መቀበል ያለ ነው። ጎርፍ ትለቅብኛለች ብሎ መክሰሱ አልበቃ ብሎት፣ ጭስ ታጨስብኛለች፣ ቤቴን በጭስ አበላሸችው ብሎ በዚያ ሰሞንም ዕድሩ ላይ አቅርቦኝ ነበር።››

‹‹እንዲያው እኮ ደሀ በስንቱ ይቀጣል ጌጤነሽ? እሱን ደግሞ ለቅጣት የላከብን ሰው ያለ ይመስል፣ እኔ ወሀኒ ከመውረዴ ቤቱን

ሰርቶ ቢገባ አንቺን አበሳ የሚያሳይሽ መሬቱን ፈልጎ ነው እንጂ ሌላማ ምን የበደልሽው ነገር አለ? ግድ የለሽም ጌጤነሽ ወንድ አለመኖሩን አውቆ ነው።

‹‹አዬ ...ባሻዬ! ወንድስ ቢኖር ጊዜ ያነሳውን ምን ያረጉታል ብለው ነው?››

‹‹እንዴት ምን አያረጉትም ጌጤነሽ? እኔ እዚህ ባልሆን ይደፍር ብለሽ ነው?››

‹‹ኧረ ይተውኝ ጌታዬ! እንዳው የርሶ ንግግር አለሁ ለማለት ያህል ነው እንጂ ቢኖሩስ ምን ያደርጉታል? ይተውኝ! ...እኔ በነገር አልጥበስዎት ትርፉ ብስጭት ነው። ዕድር ዳኛውም ሽማግሌዎችም ቢሆኑ በትክክል ለመፍረድ ተቸግረው ነው እንጂ ዕውነቱ አልጠፋቸውም። እንዳው የኔስ ሐሳብ ለርሶ ስንቅና ያመት ቀለብ የምተርፍ ብሆን እንደሆነልኝ ሽጬ፣ ወለድ አግድም ቢሆን አንዱ ዘንድ ሆኜ ለመኖር ነው።››

‹‹እንግዲህ እንደ ሐሳብሽ! እኔ መቼም ከዚህ ሆኜ የሚበጀውን ልመክር አይሆንልኝም። አንቺ ታውቂያለሽ ባይሆን ብላታ ዘንድ ብቅ ብለሽ ብታማክሪው ይበጅ ይመስለኛል።››

በዚያ በወህኒ ቤት ሁካታ መሐል እመት ጌጤነሽ ‹‹ባሻዬ! ባሻዬ!›› ብለው ጠሯቸው። ሙሉነሽ እንድታጫውታቸው ተደማምጦ ለመነጋገር የሚሻለውን ሥፍራ ትተውላት ፈንጠር ብለው ቆይተው እንደገና ተጠጉና ፈካ ብለው፣ ፍንጭት ጥርሳቸው እስኪታይ ድረስ ፈገግ ብለው ባላቸው ይደርሳል ብለው ያላሰቡትን ነገር ይነግሯቸው ጀመር።

‹‹ይበሉ ይስሙኝ፣ ቄስ ወልደመስቀል ቅስናውን አፍርሶ... ከቆረበላት ሚስቱ ሌላ የወለደው ዲቃላ ተገኘበትና ካማኑኤል የደብር ዕልቅናው ተገፎ፣ ቆቡን ጥሎ፣ ተዋርዶሎት ይኸው የሰው መሳለቂያ ሆነ እሎታለሁ። የምንደሩ ልጅ ሳይቀር መሳቂያ አደረገው። ሚስቱም በፍርድ ቤት ካልከሰስኩ ብላ ተነስታለች››

‹‹ኧረግ! አይደረግም ጌጤነሽ!››

‹‹ምን አይደረግም! ተደረገ እንጂ! የምንደር ልጅ ሳይቀር መሳቂያ

አደረገው። ሚስቱ ሕግ ፊት ልታቀርበው ነው። የሰፈር ሽማግሌ እነ አቶ አሳየ ሳይቀሩ እግዚኦ ቢሉ አሻፈረኝ አለች። የገሙ ሰፈር ሰው፣ የባሻ ቢተው አምላክ ነው ለዚህ የዳረገው ይላል። በሀሰት፣ በግፍ፣ ሰው ላይ ያላዩትን ዳዊት ጨብጦ መመስከር፣ ያውም ቄስ ሆኖ ቆብ የደፉ፣ ይህንን ሲያደርግ ሌላም የከፋ መከራ ቢያገኘው አያሳዝንም እያለ ነው ወዳጃችን የሆነ የሰፈሩ ሰው ባሻዬ!››

‹‹እንዲያው ጌጤነሽ ምን ወሬ ይዘሽ መጣሽ? ጆሮዬን ሰሞኑን ሲቆረቁረኝ የሰነበተው ለካስ ይህን ሊያሰማኝ ኖሯል?››

‹‹በሰው ክፉ ሲደርስ እሰይ አይባልም እንጂ፣ ለጠላትም ቢሆን ሞቱን አይመኙለትም እንጂ ተጫኔም አርፏል!››

‹‹ኧረግ!... ኧረግ!... ምን አገኘው እሱን ደግሞ? አንቺ ሴት ምን ይዘሽ ነው የመጣሽው? አይ የሰው ነገር እንዲህ መሆን ላይቀር!... አይ ተጫኔ! አዬ ጉድ!v አረፈ አልሽኝ ጌጤነሽ?››። ‹‹አረፈ! ያውም ታሞ መሞት ደግ ነው። ደርሶ መቼም እግዜር ተዓምራቱን እያሳየዎት ነው። እንዳው የግዜርን ነገር ቸል እያሉት፣ እያማረሩት ዝም ቢል የሌለ እየመሰሎት ቢያስችግሩት መከራውን አበዛብዎት እንጂ ለጠላቶቸዎማ የጃቸውን እየሰጣቸው በየተራ ሲቀጣቸው አሳይቶታል። ከእንግዲህ ፈጣሪዎን እያመሰገኑ የቀረዎትን ሁለት ዓመት መጠበቅ ነው።

‹‹እንዳው ለማንኛውም በሀሰት በሰው ላይ የመሰከሩ፣ ግፍ ተንኮልና ምቀኝነት፣ የሚሠሩትን ያሳጣቸው ሁሉ ለካስ መጨረሻቸው አያምርም። ግድ የለሽም ጌጤነሽ ሁሉም የጁን ያገኛል። ኧረ ለመሆኑ ተጫኔ ምን ሆኖ ሞተ ጌጤነሽ?››

‹‹ባሻዬ! የሱንስ አሟሟት ባይሰሙት ይሻላል። እንዳው ብቻ ሌላ ሌላውን ንግግር ትተው ወደ ፈጣሪ መመለስ ነው። ከንግዲህ ልብንና አንደበትን ለምድሩ ሳይሆን ለሰማዩ እንዲበጅ ማድረጉ ይሻላል። ተጫኔስ ከአፈር የተሠራ ገላውን ይዞ ለአፈር ሳይበቃ ነው የቀረው።››

ባሻ አለቅጥ ዘገነናቸው። ራሳቸውን ይዘው አዘኑ። ተጫኔ ለበደሉ፣ ለክፉ ሥራው፣ ለተንኮሉና ለትዕቢቱ ተመጣጣኝ ቅጣት ያገኘ አልመሰላቸው አለ። እመት ጌጤነሽ በባላቸው ላይ በሀሰት

መስክረው ሰባት ዓመት በግፍ እንዲፈረድባቸው ካደረጉ ሰዎች ሌላ ባላቸው ሌላ ጠላት የሌላቸው፤ እነሱ ባይመሰክሩባቸውም ሌላ የሀሰት ምስክር የማይገኝ መስሏቸው በጠላት ዓይን ያዩዋቸው ሰዎች በደረሰባቸው ሁሉ አላዘኑላቸውም። የከሰሰ መንግሥት የሚመሰክረለት ቢያጣ ራሱ ከሳሽ፣ ራሱ ፈራጅ፣ አሳሪና ገዳይ መሆን እንደማይገደው ሊረዱ አልቻሉም እመት ጌጤነሽ። ስለዚህ የባላቸው መከራ ማየት፤ የሳቸው አሣራቸውን መብላት አስጨከናቸው። የትዳራቸው የችግራቸው ነገር ታያቸውና። በዚህ ላይ አጋጣሚው ሁሉ የግዜር ተዓመር ነው። ባላቸው ወደፈጣሪያቸው እንዲመለሱላቸው፣ የታሰሩት አምስት ዓመት አንሷቸው፣ በአፍ እላፊ ሌላ ችግር ውስጥ እንዳይገቡባቸው፣ የቀረችውን ጊዜ ወደ አምላካቸው እየፀለዩ ጨርሰው ለቤታቸው እንዲበቁ ነው ምኞታቸው። ለዚህም ነው መልሰው መላልሰው ባሻን የሚለምኗቸው።

‹‹እንግዲህ ባሻዬ ባለፈው በቃ ይበሎት እንጂ፣ ለራስዎት ቢቀር ለኛ አስበውልን፣ ሌላ ሌላውን ጉዳይ መከታተሉን ትተው፣ በአፎ ፈጣሪን ‹‹አንተ አያልቅብህም!›› እያሉና እያመሰገኑ፣ እሱ ያመጣውን እሱ እንዲመልሰው እየለመኑ ይቀመጡ።››

‹‹አዬ ጌጤነሽ! አንቺ መቼም ይኽ ሥጋትሽ መቼ ይሆን የሚለቅሽ? ይልቅስ ያንቺ አምላክ የሚለመንሽ ከሆነ እስቲ ይህ ቀን አልፎ ያሳየን። እሱን ተይውና ለመሆኑ ኩራባቸው የት ደርሶ ይሆን?›› ሲሉ ሰለሌላው ባላጋራቸው ሚስታቸውን ጠየቁ ።

‹‹አለ እሱ አባባ! ደፏና ነው! እስካሁን ምንም አልሆነ!›› ስትል ከእመት ጌጤነሽ ቀድማ ሙሉነሽ መለሰችላቸው።

‹‹እሱስ ደህና ይሁን! ክፉ አይንካው! ይልቁንስ ልቦና ይስጠው። እነ ተጫኔ የደረሰባቸውን አይቶ እሱ እንኳ ሰው ቢሆን። ይረባኝ ብሎ የያዘውን ክፋትና ተንኮል ቢተው። ምንም አይነካው ኩራባቸው። አይ ተጫኔ! ምናለ ነበር፣ በምድር ኖሮ ሁሉም ሲያልፍ ቢያየው። ከሱ የከፉት ሁሉ የጥዋት ጤዛ ሲሆኑ በሕይወት ኖሮ ቢያየው ባልከፋ ነበር። የሱስ ቅጣቱ በዝቶበታል። ብቻ ጌጤነሽ ምን አለፋሽ! የክፋት ደቀ መዝሙሮች ዕድሜያቸው አጭር ነው። እንደ ጥዋት ጤዛ ተነው ማለፋቸው ይቀር እንዳይመስልሽ ጌጤነሽ!››

‹‹ኧረ ይበቃል ባሻዬ! ሰው እኮ መታሰሩ ትምህርት እንዲሆነው ነው። መቼም አለጥፋት፣ በሀሰት በግፍ መታሰር ቢያስቆጭም ማጨመት አለበት እንጂ ሊያብስ አይገባም!›› አሏቸው። የአነጋገራቸው አዝማሚያ ስላላማራቸው እኛ የሚያውቋቸው ባላቸው ባሻ ቢተው ‹‹የክፉት ደቀ መዝሙሮች›› የሚሏቸው እነማን እንደሆኑ እመት ጌጤነሽ ያውቃሉ። ‹‹ክፉ ቀን›› ማለትም እሳቸው የሚጠሉትን የቀዳማዊ ኃይለ ሥላሴ የአገዛዝ ሥርዓት ማለታቸው እንደሆነም አያጡትም። ደጋግመው እሳቸውና ባሻ በሚግባቡበት አነጋገር የሚመላለሱት ይህንኑ ነው። እመት ጌጤነሽ ያንን ለእስራት ያደረሰ አነጋገራቸውን እንዲተውና ወደ ፈጣሪያቸው እንዲመለሱ ይለምናሉ። ባሻ ደግሞ ፈጣሪያቸውን በክፉም ሆነ በደግ ስሙን ሲጠሩ አይሰሙ እንጂ ያንኑ የተለመደ የተቀናቃኝነት አንደበታቸውን ማለዘብ እያቃታቸው ዳር ዳር ሲሉ ይታወቅባቸዋል።

‹‹እባክሽ ጌጤነሽ! ከዚህ በኋላ ምን ይመጣብኛል ብለሽ! ለዕድሜውም እንደሁ ምን ቀረኝ ብለሽ ነው? ደግሞ ከኛ ወህኒና ከእናንተ ወህኒ የማን ይብስ መሰለሽ?››

እመት ጌጤነሽ ብስጭት አሉ። ፊታቸው ባንድ ጊዜ ደም ለበሰ። ሀዘን ገባቸው። ሆድ ባሳቸው። ዕንባቸው በዓይናቸው ሙልት አለ። ሙሉንሽም የባሻ ቢተው አነጋገር ያኮማተራት አንሰዋት እመት ጌጤነሽ እንዲያ በሀዘን ልውጥውጥ ሲሉ ስታያቸው የምትሆነውን አጣች።

‹‹እንግዲያው ይህንን ሁላ የሚያናግሮት በሀዘን አልቅሼ እንድ ሞትሎት ከሆነ ሁለተኛ እዚህም አልደርስ። ይሄ ከሆነ የኔ ውለታ ድርሽም አልል ተንግዲህ። አልሰማ ካሉ እንደፈቃድዎ! እንዳሻዎት ይሁኑ!›› እያሉ በነጠላቸው ጫፍ ዓይናቸውን አበሱት። ዕንባቸውን ለማድረቅና አፍንጫቸውን ደጋግመው ያብሱ ጀመር።

‹‹ተይ እንጂ ጌጤነሽ! ምን ነካሽ? እዚህ የሚያደርስ ምን ቃል ተናገርኩ?›› ሲሉ የእስረኛ መጠየቂያ ሰዓት ማብቃቱን የሚያረዳው ደወል ተደወለና ባሻ፣ እመት ጌጤነሽና ሙሉነሽ፣ ዓይኖቻቸው ዕንባ ቋጥረው እንደተያዩ፣ እንደዚያው ዓይኖቻቸው ዕንባ እንደቋጠሩ ተለያዩ።

እመት ጌጤነሽ ከልጅ ልጃቸው ጋር እንኳን መነጋገር ተስኗቸው፣ እንዳለቀሱ ዓይንና አፍንጫቸውን እንዳባሱ፣ ፊታቸው በዚያ በቅላታቸው ላይ የበለጠ ደም መስሎ ከወህኒ ቤቱ ቅፅር ወጥተው ወደ ቤታቸው ጉዞ ቀጠሉ። ሙሉነሽም እንዴት እንደምታባብላቸው ጨነቃት። ሆድ ቢብሳትም ጥርሷን ነክሳ፣ ዋጥ አድርጋ ካያቷ አለወትሮዋ የተሻለች መሰላ ከወህኒ ቤት ገሙ ሠፈር ቤታቸው ደረሱ።

‹‹እማዬ ዝም በይ እንጂ! የታሰራ ሰው ይበሳጫል እያልሽ ስትናገሪ የነበርሽው አንቺ ሆነሽ፣ ምን እንዲህ ያደርግሻል? እባክሽ ዝም በይ!›› አለቻቸው። እሳቸው ግን መልስም አልሰጧት። አዋቂ ቀርቶ ልጅ በመንገድ ሲያነባ፣ ቆም ብሎ መጠየቅና የተቸገረም ከሆነ መርዳት ቢቀር ማዋየት፣ ከደግ ደጉ ያገር ልማድ አንዱ በመሆኑ አላፊ አግዳሚው የእመት ጌጤነሽን እንደዚያ መሆን እያየ ደንገጥ ከማለት አልፎ ቆሞ ብሎ ሙሉነሽን ‹‹እናትሽ ምን ሆነው ነው?›› ብሎ የሚጠይቀው በዛ። ሙሉነሽም ‹‹አይ ምንም አልሆነችም፣ አባባ ስለታሰረብን ነው›› እያለች ትመልስ ጀመር። ‹‹እናትሽን አይዞት በያቸው፣ አፅናኚያቸው እንጂ! ወንድ ልጅ እየታሰረ እየተፈታ ነው›› እያሉ፣ ደግ ደጉን እየተመኙ የሚያልፉት ደግሞ ለቁጥር የሚታክቱ ነበሩ።

‹‹ኸረ እባክሽ እማዬ! ሌላ ጊዜ የምትቆጭኝ እኔን አልነበር እንዴ?››

‹‹አይ! እባክሽ ልጄ ተይኝ!››

ገሙ ሠፈር እንደደረሱ የሚባላ የሚጠጣ እንኳ አልቀምስም ብለው፣ በዋሉበት ውለው እንዲሁ ሲያድሩ፣ ከሙሉነሽ ያለፈ ጎረቤት ሳይቀር ግራ ተጋባ። እሳቸው ግን ምን ሆንሽ የሚላቸው ሳይፈልጉ፣ አፅናኝ ቤታቸው እንዲመጣባቸው ሳይሹ፣ ከልጅ ልጃቸው ጋር እንኳ ብዙም ሳይነጋገሩ፣ ከሰዓት በኋላውንና ምሽቱን እንዲሁ አሳለፉ። ለመከራም ሆነ ለችግር ብርቱ የነበሩትና ሀዘናቸውን በሆዳቸው አምቀው ለመኖር የማይገዳቸው፣ ምንም ሆደ ቡቡም ቢሆኑ በጥንካሬአቸው የሚደነቁት ሴት፣ ባላቸው በታሰሩ፣ ያውም በሦስተኛው ዓመት እንደዚህ አዝነውና ተክዘው ስታያቸው ሙሉነሽ ራሷ ልቧ ተሸበረባት። ከፉኛ ሐሳብ ገባት። ለእመት

ጌጤነሽ የተኛች መስላ ሌሊቱን ስታዳምጣቸውና እሷም ዕንቅልፍ ባይኗ ሳይዞር፣ አይነጋ የለም ሌሊቱ ነጋ።

በሌላ ጊዜ ወህኒ ቤት ለአያቷ ስንቅ ይዛ የሄደችው ሙሉነሽ ነበረች። ባሻ ቢተው የልጅ ልጃቸውን እንጂ ባለቤታቸውን በዓይናቸው ፈልገው ሲያጡ ‹‹ሙሉዬ እናትሽ ምን ሆና ቀረች? በኔ ተቀይማ ነው ወይስ ጤና ባትሆን?›› ሲሉ ወዲያውኑ ሥጋት በተመላበት አነጋገር ጠየቋት።

‹‹አይ ደህና ናት። ብላታ ኀበዛየሁ ዘንድ ሄዳ ነው። አለዛሬ ስለማታገኛቸው። እዚህ እኔን ሂጂ ብላኝ እሷ አፍንጮ በር ሄደች እንጂ ደህንነትስ ደህና ነች። ቤታችንንና መሬቱን ሸጣ ለችግሯ ለማድረግ ማሰቧንና እሷም ወለድ አግድ በርካሽ ያገኘችበት አቃቂ በሰቃ ለመውረድ መፈለጓን ለብላታ ኀበዛየሁ ነግራቸው እሳቸውም እንደፈለግሽ አድርጊው ከቸገረሽ ብለዋት ስለነበር ይህንኑ ጉዳይ ከዳር ለማድረስ ብላ በጥዋት አፍንጮ በር ሄዳ ነው።››

‹‹ከሆነ ጥሩ ነው!›› አሉና መለስ ብለው ‹‹ይኽ የገዛሽልኝ ኮትና ሱሪ እኮ ወጣት አስመሰለኝ ሙሉዬ! አንቺም እኮ የወጣት እንጂ የሽማግሌ እንዳልሆነ አጥተሽው አልመሰለኝም ይህንን ስትገዢው!››

‹‹ታዲያ ወጣት ብትመስል ጥሩ ነው እንጂ አባዬ! ደግሞ ደስ ያለኝን ነው የገዛሁልህ። የሽማግሌ ልብስ ደግሞ ደስ አይለኝም።››

ባሻና ሙሉነሽ ይህንን ሲነጋገሩ የሚሰሙት እስረኞችና ጠያቂዎች ሳይቀሩ ዞር እያሉ፣ እያዩአቸው ሳቅ አሉ። በእስረኛውና በጠያቂ መሐል የቆመው ‹‹ሥነ ሥርዓት አስከባሪ፣ የወህኒ ቤት ፖሊስ ሳይቀር ፈገግ አለ። አንዳንዶቹ ሙሉነሽን መረቋት። አንደኛዋ እስረኛ ጠያቂ ሴት ‹‹አይ ተባረኪ፣ ያውም የዛሬ ልጅ እንኳን ወላጁን ሊያለብስ መች ዞር ብሎ ያያል? የአንቺን ያህል ቁም ነገር ያለው ልጅ አሥር ይወለድ!›› አለቻት። ‹‹ገና በዚህ በልጅ ዕድሜዋ ምኑን ከምን አርጋ አባቷን አለበሰቻቸው፣ ይህን ያሳሰባት እግዜር ጥሎ ባይጥላቸው ነው!›› አሉ አንድ አዛውንት እስረኛ ጠያቂ። እሳቸው የባሻ ቢተውንና የሙሉነሽን ምልልስ ይሰሙ ኖሮ። ከባሻ ቢተው አጠገብ የቆሙ ወጣት እስረኞችም ከዘመዶቻቸውና ከጠያቂዎቻቸው የሚነጋገሩ እየመሰሉ ሙሉነሽን አስተዋሏት።

‹‹ኧረ! የቤትና ቦታውን ጉዳይ እንዴት አረገችው ጌጤነሽ?››

‹‹ ጨርሳለች! አቃቂ በሰቃ ወለድ አግድ አግኝታለች ብዬ እኮ ነገርኩህ አባዬ››

‹‹አይ ልጄ! ይኸውልሽ ልጄ፣ የሽማግሌ ነገር መደጋገም ጀመርኩ። አንዱን ነገር አሥር ጊዜ እጠይቃለሁ፣ ለመሆኑ ጌጤነሽ ገሙ ሠፈርን ጥላ ለመሄድ ቆረጠች ነው የምትይ ሙሉዬ?››

‹‹አዎን አባዬ፣ ገሙ ሠፈር እኮ የሀብታም ሠፈር እየሆነ ሄዷል። እንደ እኛ ዓይነቱ ደሀ እዚያ ሠፈር ምን ይሠራል ብለህ ነው? የአስረስ እናትም ሠፈሩን ለቀው ወደ ቀራንዮ ሄደዋል። እትዬ በቀለችም ከነባላቸው ዲቢዚቶ ገብተዋል። ሠፈሩ በሙሉ የሀብታም ቤት ብቻ ሆኗል። እኛ ብቻችንን ገሙ ሠፈር ምን እናደርጋለን? ጎረቤቶቻችን እንደሆኑ አንዳቸውም የሉም!››

‹‹ሀብታም በደረሰበት ደሀውን እያስለቀቀው፣ ደሀው ደግሞ ሀብታም ወደማይደርስበት እየሸሸ አባራሪና ተባራሪ ሆነው መኖራቸው ነው በይኛ ሙሉዬ?››

‹‹አዎን! እንደዚሁ ነው! ድህነት ከተወለዱበትና ካደጉበት መንደር እስከ መነቀል ያደርሳል አባዬ›› ብላ ሙሉነሽ ስትመልስላቸው ከባሻ አጠገብ የቆሙት ወጣት እስረኞች መሐል ሙሉነሽን ዞር እያሉ ማስተዋላቸው አልቀረም። አንደኛው እስረኛ ጠያቂዎቹ ተሰነባብተው ከሄዱ በኋላ ሥፍራውን ከሌላ ዘመድ ለሚጠይቀው እስረኛ እንደመልቀቅ እንዳውም ወደ ባሻ እየተጠጋ መጥቶ ሙሉነሽን አተኩሮ መመልከቱን ቀጠለ።

‹‹ኧረ እባክዎ! የርሶ አንሶ ይህቺን ልጅ ደግሞ ነገር አያስተምሩ›› አላቸው በአጥሩ መሐል ‹‹ሥነ ሥርዓት ለማስከበር›› የቆመው ከዕድሜውም፣ ከሆዱም የገፋ ሸበቶና አጭር የወህኒ ፖሊስ።

‹‹ለመሆኑ እናትሽ ገዥ አግኝታለች ወይስ እያስማማች ነው? ቤትና ቦታውስ ምን ያህል ነውና ነው። ከላይ ከላይ ስንል የቀረው ሁለት መቶ ስድሳ አምስት ካሬ ሜትርስ ይደርሳል ብለሽ ነው ሙሉዬ?››

‹‹እሱስ ይሆናል፣ ግን እኮ እማዬ ገዥ ማማረጥ አትችልም! ያው

ጎረቤታችን ኮሎኔሉ አሰፍስፈው ሊወስዱት እማዬን በእድሩ፣ በፖሊስ ጣቢያውና በወረዳው ፍርድ ቤት ጭምር እያዋከቧት ነው››

‹‹ደሞ እሱ ማነው ልጄ?››

‹‹አዬ አባዬ! ረሳኸው እንዴ? እማዬ እኮ ነግራህ ነበር፣ እኛ ኮሎኔሉ ጎረቤታችን ናቸዋ!››

‹‹እኮ ታዲያ እሱ ባለጊዜ ሆኖ ምን ልሁን ነው የሚል?››

‹‹ቅድሚያ የኔ ነው ለሌላ አትሽጥም ነዋ የሚሉት! ጭስ አጨሽብኝ፣ ቆሻሻ አፈሰሽብኝ፣ ውሃ ደፋሽብኝ እያሉ አንተ ከታሰርክ ጀምሮ ሥቃይዋን እንዳሳዩዋት፣ እማዬ ነግራህ የል እንዴ?። አሁን ይኸው ደስ ይበላቸው የፈለጉት መሬቱን ነበር ከኔ ሌላ ማንም አይገዛውም ብለው፣ በእድሩም፣ በወረዳውም አስፈርደው እሳቸው በፈቀዱት ዋጋ ሸጣላቸው አቃቂ በሰቃ ልንሰደድ ነው።››

ባሻን እየተጋፋ የመጣው በኮሚኒስትነት ተጠርጥሮ የታሰረው ወጣት እስረኛ አጥሩን ተደግፎ ሙሉነሽን ሲያዳምጥ የወህኒ ፖሊሱም ጣቱን አፍንጫው ላይ አድርጎ ይሰማ ኖሮ ‹‹አይ ልጅቷም እንደ አባቷ ልትሆን ምንም አልቀራት። አባትዬው ነገር እያስተማሩ ነው ያሳደጓት›› ብሎ ሲናገር ወጣቱ እስረኛ በነገሩ ጣልቃ ገባ።

‹‹ያምሳ አለቃ! ያምሳ አለቃ!›› ሲል ወጣቱ እስረኛ ተጣራና ‹‹እርሶ የታሪክ ዕድገት ሕግ ምን እንደሆን ስላልገባዎት ነው። ሒስቶሪካል ማቴሪያሊዝም ምን እንደሚል ስለማያውቁ ነው። አዲሱ ትውልድ ገና ብዙ እያወቀና ከኛ በፖለቲካ ከታሰርነው የበለጠ እየነቃ እንደሚሄድ ብነግሮት ላያምኑኝ ይችላሉ። ለዚህ ምስክሩ የባሻ የልጅ ልጅ ናት። እስቲ የምትናገረውን ሒስቶሪካል ሃቅ ማዳምጥ ይበቃል›› አላቸው። በኮሚኒስትነት ከዩኒቨርሲቲ ተጠርጥሮ የተያዘው ወጣት እስረኛና ሃምሳ አለቃው ተነታረኩ። ሃምሳ አለቃው ወጣቱ ስለሚያጣቅሰው መፅሐፍት ወሬውን ሰምቶ እንደሆን አንጂ ሌላ የሚያውቀው ነገር እንደሌለ መለሰለት። የባሻና የሙሉነሽ ንግግር በመሃሉ ተቋርጦ ኖሮ ባሻ ከልጅ ልጃቸው ጋር የጀመሩትን ጉዳይ ትተው ወደሌላው ጉዳይ አመሩ።

‹‹እኔ የምልሽ… ሙሉዬ ሰማሽ! እነኚህን ወጣቶች እወቂያቸው!

ልጆቹ ናቸው! ከነርሱ ጋር ከተዋወቅሁ ወዲህ የምበላውና የምጠጣው ቸግሮኝ አያውቅም። የሚያሳዝነኝ የእነኚህ ወጣቶች ዕድሜ በእስር ቤት ከላይ ከላዩ መቀናነሱ ነው። ይኸኛውማ ቤተሰቦችህ ሲመጡ እንድታሳየኝ አደራ ስላለኝ ነውና እወቂው። እንዳው ለነገሩ ያህል የሚረዱኝ እነኚህ ናቸው ለማለት ነው እንጂ አንቺም ሆንሽ እናትሽ ውለታ መላሽ አይደላችሁም። እርግጥ ነው ሰው ማወቅ ጥሩ ነው። ሰውና ሰው የት ይገናኛል አይባልም። እናትሽንም አሳያቸዋለሁ ብዬ ነበር ይኸው ዛሬ ሳትመጣ ቀረች!›› ሲሉ ባሻ ቢተው ከሃምሣ አለቃው የሚነታረከውንና ሌሎች ሁለት ወጣት እስረኞችን ጠርተው ለሙሉነሽ አሳዩዋት። ሃምሳ አለቃው የወህኒ ቤቱ ሥነ-ሥርዓት ተቆጣጣሪ የባሻን አነጋገር አልወደደውም።

‹‹ምነው ባሻ! ብዙ ትርፍ ቃል ጠያቂ በመጣ ቁጥር አይናገሩ፣ ባሽሙር ቦለቲካ መናገር ይቅርብዎት ብዬዎት አልነበር? እምቢ ካሉ ከዘመድ እንዳይገናኙ ነው የማደርገው ይህን ያህል ንግግር ምን ይጠቅመኝ ብለው ነው? ይልቁንስ ሌላ ጉዳይ ተጨዋውተው ከዘመድ ቢሰነባበቱ ይሻሎታል ነው የምለው!›› አለና ሃምሳ አለቃው ባሻን አስጠነቀቃቸው።

ወጣቱ የፖለቲካ እስረኛ ሙሉነሽን ለማነጋገር ተጠጋ።

‹‹ትማሪያለሽ?›› አላት።

‹‹አይ አልማርም!።

‹‹ታዲያ ምን ትሠሪያለሽ ?››

‹‹ሥጋጃ ፋብሪካ እሰራ ነበር። አሁን ግን ወጥቻለሁ።››

‹‹ለምን ወጣሽ ከሥራሽ?›› ሲል ሌላው ወጣት እስረኛ ጠየቃት።

‹‹አስወጥተውኝ ነው!›› ሙሉነሽ በአድመኝነት ከሥራ መባረሯን አያቷ ፊት መናገር አልፈለገችም።

‹‹ታዲያ እንዴት ትኖራላችሁ?›› አለና ሌላው የፖለቲካ እስረኛ ጠየቃት።

‹‹እማዬና እኔ ጠላ እየጠመቅንና አረቂ እያወጣን እሱን እየሸጥን

እንኖራለን።››

የፖለቲካ እስረኞቹ እርስ በርሳቸው ተያዩ። ፊታቸው የሀዘኔታ መልክ ታየበት። ምንም ተጨማሪ ጥያቄ ማቅረብ እንደ ማያስፈልጋቸው ታወቃቸው። ጠይቀው በተረዱት ሃዘን ቢሰማቸውም የታሰሩበት ዓላማ ሙሉነሽንና እሷን የመሳሰሉ ብዙሃን ያገሪቱ ዜጎች፣ ጉስቁልና፣ መብት የለሽነት አስከፍቷቸው መሆኑን ሲያስቡ የመፅናናት ገጽታ እየታየባቸው፣ እሷና ባሻ ደግሞ እንዲጨዋወቱ ቦታውን ለቀቁላቸው።

ሥነ ሥርዓት አስከባሪው ሃምሳ አለቃ ከባሻ ቢተው ጋር መጨቃጨቁ ሰልችቶት ተዋቸው። ያንን ሁሉ እስረኛ ጠያቂ መቆጣጠር አልሆንለት ሲለው በሁለት ወገን በታጠረው አጥር መሐል ወዲያ ወዲህ ለመጎራደድ ተገደደ። እዚያው አንድ ቦታ ቆሞ እንዲህ ሁኑ፣ አትሁኑ ለማለት አልቻለም። የቀሩት የፖለቲካ እስረኞችም ጠያቂዎቻቸውን እየሸኙ ባሻ ወዳሉበት ሰብሰብ አሉ።

‹‹እነኚህ ልጆች እንዲህ እንዳይመስሉሽ፣ የተባረኩ ናቸው። ሲያከብሩኝ፣ ሲያስቡልኝ ለብቻ ነው። እኔ ካልበላሁ፣ ካልጠጣሁ ደስ አይላቸውም። አሁን እንዳው በምኞት የምኖር እንጂ የታሰርኩ እመስላለሁ ሙሉዬ? አታይኝም አምሮብኝ?›› አሏት ሙሉነሽ ግን አያቷን ትክ ብላ ከማየት አልፋ ቶሎ መልስ አልሰጠችም።

‹‹አይ አባባ!... እሱስ ከስተሃል፣ ጠቁረሃል። እንደድሮው አይደለህም። እማዬም ይህንኑ ነው የምትለው፡ ቤትና ቦታውንም የምትሸጠው ከኮሎኔሉ ጭቅጭቅ ለመገላገል ብላም ቢሆን ለአንተ ሥንቅ ማመላለሻ ቅርስ ለመጨበጥም ብላ ነው። ታዲያ እዚህ ስትመጣ፣ ሌላ ሌላ ነገር አውራላት እንጂ እንደዚያን ቀኑ ዓይነት ወሬ አታውራት። ብትፈልግ የዚያን ዕለት ስታለቅስ፣ ስታለቅስ ነበር። እኔ እንኳ ባባብላት እሺ አላለችም። እሺ አባዬ?››

ባሻ የልጅ ልጃቸው አነጋገር ሆዳቸው ገባ። አለቅጥ ተሰማቸው፣ ሚስታቸውን ማሳዘናቸው ታወቃቸው። ሙሉነሽን እንደ ትልቅ ሰው አዳመጧት። ዕዝን እንዳሉም፣ እንደተከዙም ቆዩ።

‹‹እሺ ልጄ እንዳልሽ! እንደዚያ ዓይነት ያለ ቃል አይወጣኝም ዳግመኛ። እኔ መቼም ጌጤነሽን እንዳሳዘንኳት አውቃለሁ።

አንቺም የልጅ መካሪ ሆነሻል። እንግዲህ እናትሽ እንዳታዝንብን እንደኔ ሆነሽ ንገሪያት!›› ብለዋት ‹‹እስቲ እንግዲህ ደግሞ ደግደጉን ቀን ያምጣልን፣ ሁላችንንም የነገ ሰው ይበለን›› ብለው የእስረኛ መጠየቂያው ሰዓት አልቆ ወደ እስር ክፍላቸው ተመለሱ።

ምዕራፍ ሰባት

ባላታ ኅበዛየሁ በሰንበት ቀን ቤተ ክርስቲያን ለማስቀደስ አልሄዱ ኖሮ ከመኝታቸው ተነስተው ቁርስ አድርገው ከበረንዳቸው እንደቆሙ አንድ እንግዳ መሳይ ከመኪናው ወርዶ ከበሩ ቆሞ አይተው እንዲያስገቡት አሽከራቸውን ጠርተው አዘዙት። ብላታ ዓይናቸው እየደከመ በመሄዱ ማንነቱን አይለዩት እንጂ ከበር የቆመው፣ በነጭ ሸሚዝና ኸጉርጉር ከረባቱ ላይ ግራጫ መሳይ ሱፍ የለበሰውና ሰውነቱ መወፈር የጀመረው የቀድሞው ወዳጃቸው ከበደ ኖሯል። ባገርና በሕዝብ ጉዳይ ላይ ከሚያማክራቸው የተማሩ ወጣቶች መሃል አንዱ ነበር። የዩኒቨርስቲው ትምህርቱን ጨርሶ ከተመረቀ በኋላ ግን ከቤታቸው ድርሽ ማለቱን ትቶታል። አሁንም ባገር ጉዳይ እንደቀድሞው መማከሩ ቢቀር በባሻ ቢተው ጉዳይ የሚያደርገው ነገር ቢኖር ይህንኑ ከብላታ ለመማከር የመጣ መሰላቸው። እሱም ብላታ ወደቆሙበት በረንዳ ተጠግቶ እጅ ነሳቸው።

‹‹ኖር! ኖር! የባንክ ሹመትና ብር እንዲህ ባንድ ጊዜ ሰውነት ሲሆን አንተን አየሁ። እውነት ምን አቀመሱህና እንዲህ ወፈርክ ጃል? ደግሞ አለቅጥ ጠፋህሳ! ምነው ለመሆኑ ቢተውንስ ከርቸሌ ጠይቀህ ታውቃለህ?›› አሉት ብላታ።

‹‹ኧረ ብላታ አልጠፋሁም! እንደሚያውቁት የባንክ ሥራ ወከባ የበዛበትና በጣምም ስለሚበዛና በተለይ ሕንዶቹ ለቀው እኛ ኃላፊነቱን ከተረከብን ወዲህ ብዙ የምናጣራውና የምናስተካክለው ሥራ በመኖሩ በዚህ የተነሳ እስከ ምሽቱ ሁለት ሰዓት ድረስ የምንሰራበት ጊዜ ስላለ ነው እንጂ በሌላስ አይደለም የጠፋሁት። ባሻ ቢተውም በጣም ደህና ናቸው። በሣምንት ቢቀር ባስራ አምስት ቀን ሳልጠይቃቸው ቀርቼ አላውቅም።››

ከዩኒቨርስቲ ተመርቆ ሥራ ከያዘና ባለብዙ ደሞወዝ ከሆነ ወዲህ ወህኒ ቤት ቀርቶ ሠፈር ብቅ ብሎ እመት ጌጤነሽን ጠይቆ አያውቅም። ሐሰቱን እውነት አስመስሎ የሚናገር ሁሉ ዕውነተኛ ይባል ይመስል ከበደም ውሸቱን እውነት በማስመሰል ግጥም

አድርጎ ተናረ። የሰው መመዘኛው እንደበተ ርቱዕ የሚያሰኝ ንግግሩ ብቻ እንዳልሆነ ለብላታ የተሰወረ አይደለም። ድርጊቱ፣ የስነ ምግባርና ሀቀኝነት ምስክር ቢሆኑም፣ ብላታ የከበደን ድርጊት አይተው መመስከር ባይችሉም ውጫዊ ገፀታው የውስጥ ገበናውን ለመሸፈን ቀደም ቀደም የሚል መስሎ ታያቸውና በከበደ ንግግር አልተሞኙም።

ከበደ ያቋረጠውን የዩኒቨርስቲ ትምህርት ጨርሶ ባንክ ተቀጥሮ ባለደህና ደሞዝ ከሆነ ወዲህ አልፎ አልፎ ብላታ ዘንድ ብቅ የሚለው ለቁምነገር እንዳልሆነ ብላታ ከተረዱት ሰንበቱ። አገር ወዳድነቱና የወገን ተቆርቋሪነቱ ከውስጡ ተንጠፍጥፎ አልቆበታል። አለምን በራሱ ጥቅም ዙሪያ አጥሮ መመልከት የጀመረው ገና የሶስተኛ ወር የባንክ ደሞዙን እንደበላ ነው። ቢሆንም ለውጥ ፈላጊ ለመምሰልና ከለውጥ ፈላጊ ጋር ለመታየትና ያንኑ እንደ ጉራ ማውራቱን አውቆበታል። በሚያውቁትና በማያውቁት አካባቢ ባንኮኒ ተደግፎና የውስኪ መለኪያ ጨብጦ ‹‹ዛሬኮ ጎበዛየሁ ዘንድ ደርሼ መጣሁ! ያች ሽማግሌ እኮ ልቧ አይሞትም! እኛ እንኳን እንደማይሆን አውቀን የተውነውን ጉዳይ፣ እሷ እኝኝ እንዳለች ልትሞት ነው!›› እያለ ሲዘብትባቸው እንጂ ከበደ የለውጥ ፋና ወጊነት ዘመኑ ያበቃው በተማሪነቱ ጊዜ ነበር። ባንክ ተቀጥሮ አመት ሳይሞለው በገዛት፣ እንደ ከተማ ታክሲ ከፒያሳ አራት ኪሎ ስትመላለስ በምትታወቀው መኪናው ‹‹ዲኬ ደብልዩ›› እየተባለ እንጂ ዩኒቨርስቲ ተማሪ ሳለ የሚጠራበት ‹‹ክሮኮዳይል›› የሚል ቅፅል ስም ከበደን የሚጠራው ከቀረ አመት አልፈዋል።

‹‹አይ የዛሬ ልጆች! አይ የልብ ድካም በሽታ! መች ይሆን የሚለቃቸሁ?›› ብላው የከበደን ሁለመና ተመልክተው እንደ መተከዝ አደረጋቸውና ‹‹በል እስቲ ገና ከመምጣትህ በነገር አልጥመድህ!›› ብለው ይዘውት ወደ ሳሎን ገብተው ከፊት ለፊቱ ተቀመጡ።

‹‹የዛሬ ልጆች ትምህርት ቤት እያላችሁ ባገር ጉዳይ የሚቀድማችሁ የለም። ትምህርታችሁን ጨርሳችሁ ስራ ስትይዙና ገንዘብ ስትጨብጡ ደግሞ በአለማዊና ባስረሽ ምችው ጉዳይ ቀድማችሁ የምትገኙ እናንተው ናችሁ። ልጅ ያቦካው ለራት

አይበቃም የሚባለው ሀሰት አይደለም። ተፈሪም ደህና አውቆበታል። ኮሌጅ ትምህርቱን ጨርሶ ለሚመረቅ የመቋቋሚያ እያለ ደህና ገንዘብ ይሰጣል። ስራውም ደሞዙም እንዳይጎድልባችሁ ደህና ይዟችኋል። የናንተን በልጓም እንዲህ መያዝ ስመለከተው ‹‹ቼቼ… ቼቼ… ›› ሲሉት ጥሬ ያገኘ መስሎት ከጋጣው እንደሚወጣ የጋማ ከብት ነው›› ሲሉ ብላታ ተረቱበት።

‹‹የባንክ ስራ እኮ እርሶ መቼ አጡት ብላታ ጊዜ እኮ አይሰጥም። ኧረ እንዳው በሌላ አይጠርጥሩኝ። እኔ ያው ከበደ ነኝ!›› አላቸው እሱም የምንተፍረቱን።

‹‹እኔም እኮ የጥርጣሬ ነገር ሳይሆን ያየሁብህንና የመሰለኝን ልንገርህ ብዬ ነው እንጂ በኢኮኖሚ ትምህርት ተመርቄ የባንክ ስራ ምን ያህል ጊዜ እንደማይሰጥ አውቄ አይደለም። እኔ አባትህ ያልነገርኩህ ማን ይንገርህ ብዬ ነው?›› ሲሉት ድሮም ከመጣባቸው የመሰላቸውን የሚናገሩት ብላታ ጎበዛየሁ መሆናቸው እንዳዲስ ይታወሰውና ከበደ የሚገባበት ጠፋው። መጀመሪያ ገና ከዩኒቨርስቲ ሲመረቅ በተማሪነቱ ሲቆረቆርለት የነበረውን ህዝብ፣ ስራ ሲይዝ የበለጠ የሚደርስለትና በዚያው አላማው ቆርጦ የሚከራከርለት አድርጎ ራሱን ቆጥሮ እንደነበር ታወሰው። በመጀመሪያ ደሞዙ ደህና ደህና መለባበስ ሲጀማምር፣ በሁለተኛውና በሶስተኛው ወር ደሞዙ ደህና የሚባሉት የካሳንቺስና የንፋስ ስልክ ቡና ቤቶችና የማታ ክበቦች መጎብኘትና እዚያው ማመሻሸት ሲጀምር፣ እንዲያ እንዲያ እያለ የከተማውን ህይወት ሲላመድና ባለ ‹‹ዲኬ ደብልዩ›› መኪና ሲሆን፣ ሁለትና ሶስት የሴት ጓደኛ ሲያማርጥ ካላማዬ ብዙም አልራኩም ባይ እንደነበረ ከበደ ትዝ አለው። ‹‹የፖለቲካ ሰው መሆን፣ የለውጥ አስተሳሰብ አራማጅ መሆን ይህን ሁሉ አይከለክልም። አሁንም ቢሆን በሰው ዘር እኩልነት አምናለሁ፣ ሶሻሊዝም እንደሆን ካልታጋሉለትና ካልተሰውለት እንዲሁ ተጎትቶ ይመጣ ይመስል፣ አይቀሬ ነው›› እያለ የታሪክ ሀቅ በሚል ራሱን መሸንገሉ ውልብ አለበት። የሹመትና የደሞዝ ተጠቃሚ እየሆነ በሄደ ቁጥር የት ድረስ ርቆ እንደሄደና ተማሪ በነበረበት ጊዜ ይቃወመው የነበረውን ስርአት እንኳንስ ሊቃወም ለራሱ እየተስማማው እየለመደውና በውስጡ እየሰመጠ መሄዱን ብላታ ከዳርዳር እያሉ ሲነግሩት ጨርሶ መዝናናት አቃተው። ደራሲ ብርሃኑ ዘርይሁን ባንዲት ልበወለድ መፅሃፍ ማስረሻ በሚል

በፈጠረው ባህሪ እንደገለፀው ራሱንም፣ ብላታንም፣ ማንንም ‹‹እናቱን፣ እናታችሁን... ›› እያለ ይራገም ገባ።

‹‹ተጫወት እንጂ ምነው ዝም አልክ?››

‹‹እጫወታለሁ!››

‹‹ለመሆኑ ምን ይምጣልህ? ምን ትጠጣለህ?››

‹‹ሻይ ይሻለኛል!››

‹‹አይ እሱን ተወው እባክህ! ይልቁንስ ውስኪ ጠጣ አትፍራ! ውስኪ ጠጣ! ››

‹‹የለም ብላታ አልጠጣም!››

‹‹ምነው ጠዋት ሆነ ብለህ ነው? ይልቁንስ ጠጣ አትፍራ! የዛሬ ልጆች ሌላ ምን ሥራ አላችሁ? ከአሁኑ አንድ ብለህ የሰንበትን ቀን ብትጀምር ይሻልሃል!›› ብለው ቀለዱበትና የሱንም እሽታ ሳይጠብቁ አጋፋሪያቸውን ጠርተው ውስኪ እንዲያመጣለት አዘዙ።

ከበደ የሚናገራቸው ጠፍቶ ሀፍረት ያዘው። ክራባቱን ማላላት አሰኘው። ብላታ ልክ ልኩን ሲነግሩት ደፈር ብሎ ክፉ ደግ እንዳይመልስላቸው አክብሮቱም ሀፍረቱም ተባበሩትና አንገቱን አስደፉት። በተለይ ብላታ በጨዋታ እያስመሰሉ፣ እየጨማመሩ ሲናገሩት ‹‹ሁለተኛ የብላታን ደጅ ብረግጥ እኔ ከበደ አይደለሁም›› የሚል መሃላ እስከመማል የደረሰ መሰለ። ምክንያት ፈጥሮም ቢሆን ቶሎ ከቤታቸው ወጥቶ የሚሄድበትን አሰላሰለ። ‹‹እናቱን›› ይል ጀመር በልቡ። አጋፋሪው የታዘዘውን ውስኪ ቶሎ አምጥቶ እስኪቀዳና እሱም ቶሎ ያንን ቶሎ ተጎንጭቶ ከብላታ ቤት እርም ለማለት ከመጣደፍ የተነሳ አጋፋሪው የገባበትን ጓዳ ባይኑ እየሰረቀ መመልከቱ አልቀረም።

ከበደ ከውስኪው ጎንጨት ሲል አንደበቱም ፈታ እያለ ሀፍረቱም እየለቀቀው ሄደ። ቀና ቀና ማለት ያዘ።

‹‹ብላታ ብዙ ወቀሱኝ እኮ! እንዲያው በጣም እኮ ነው የነካኩኝ! ይቅርታ አድርጉልኝና የድፍረት ሳይሆን እንዲያው ስለተሰማኝ ነው!›› አላቸው።

‹‹ምን ላድርግ ብለህ ነው? በዘመኑ ልጆች እኮ ተስፋ እየቆረጥኩ ነው!››

‹‹ለምን ተስፋ ይቆርጣሉ ብላታ? እኛም አመቺ ጊዜ እየጠበቅን ነው እንጂ እርሶ ቀደም ሲል እንዳሉት፣ ትምህርታችንን ጨርሰን ሥራ ከያዝን ወዲህ ያገርና የወገን ጉዳይ እርም ብለን አይደለም። እርግጥ ይህንን አውቀን ለማስመሰል የማናደርገውም ልንኖር እንችላለን። በገዢው መደብ አካባቢ ራስን አስጠግቶም ሆነ ሰርጎ በመግባት ጠላትነታቸው ማወቅም ሆነ ከውስጥ ሆኖ መታገል፣ በዛሬው ተጨባጭ ሁኔታ የተሻለ ዘዴ ሆኖ አግኝተነውም ሊሆን ይችላል። በተለይ የፀጥታ ክፍሉን ክትትል ከራሳችን ለማራቅም ሆነ ዱካችንን ለማጥፋት የምንችለው አሁን ባልኩት ዘዴ ነው›› አለና ከውስኪው ሁለት ጊዜ አከታትሎ ተጎንጨና መልሶ አስቀመጠውና በተቀመጠበት ሶፋ ላይ ተመቻቸ። ብላታም በጥሞና አዳመጡት።

‹‹ይህም ዘዴ እንዳልከው ጥሩ ሊሆን ይችላል። እርግጥ እኔ ብዙ በትምህርት ያገኘሁት ነገር ባለመኖሩ ልቃወምህ ይቸግረኛል። እኔ የምናገረው ከራሴ ልምድ ነው። በዕድሜዬ ሙሉ ካየሁትና ከማውቀው ማለቴ ነው። አሁን አንተ እንዳልከው የተማረው ወጣት፣ ይህን ዘዴ እንዳው ዘዴ ብሎት ከንጉሳዊያን ቤተሰብ መሃል ሰርጎ ቢገባ፣ ከመኳንንቱና ከባለስልጣኑ ሰምና ወርቅ ቢሆን ለገዛ ጥቅሙ እንጂ፣ ላገር ለወገኑ ሲል ያደረገው ነው ብሎ የሚያምነው ይኖር ይመስልሃል? እንዳው እናንተ የተማራችሁ ወገኖች ከዛሬ ነገ አንድ ለውጥ ታመጡልኛላችሁ እያለ ህዝቡ ከናንተ ብዙ ሲጠብቅ ምንም ሳታስገኙለት ቀልጣችሁ ስትቀሩ የበለጠ ያዝንባችሁ ይመስለኛል። ደግሞስ በንጉሠ ነገሥቱና በባለስልጣኑ አካባቢ ምን የማይታወቅ አለና ልጄ፣ እኛ እናውቀው የለ! አትሞኝ እኔ ሃምሳ ዓመት ያህል በሹመቱም በማዕረጉም አብሬ ኖሬ አይቸዋለሁ። እርግጥ በተማሩት ትምህርት ላገር መስራት ይከፋል ለማለት አይደለም። ካልክስ ትልቅ እድል ነው። እኔስ ቆሜም ተቀምጬም የሚያሳዝነኝ ብዙ የተማሩ ወጣቶች ትምህርት ቤት ሳሉ አይናችሁ ላፈር ከሚሏቸው ጋር በጥቅም ለመተሳሰር፣ ዘር ቆጥረው ለመጠጋት፣ ባምቻና ጋብቻ ለመዛመድ፣ ከንግሡ ቤተ መንግስት ሳይቀር ደጅ ጠኝ እነርሱ መሆናቸውን በማየቴ ነው። ከባልስልጣኑ ጡት ለመጣባት ሳይቀር ደጀ ጠኚ

እንደናንተው ባገር ውስጥና በውጭ አገር ዩንቨርስቲ ተምረው የመጡት መሆናቸውን በማየቴ ነው። እስቲ እንዲያው በኔ ሞት! በዚህ ጉዳይ ከንጉሡ ነገሥቱ ተግባብቼ፣ ተመሳስዬ፣ ላገሬ እሰራለሁ በልና ንገረኝ!... ተው ልጄ! ራስህን አታሞኝ!››

ከበደ የውስኪ ብርጭቆውን አጣጥሞ እንደጨረሰ ብላታን ተሰናብቶ ለመሄድ አለቅጥ ተጣደፈ። ድገም ቢባልም አሻፈረኝ አለ። ቆይ ተጫውተህ ቀስብለህ ትሄዳለህ ቢሉትም ቀጠሮ አለብኝ አላቸው። ልብ ብሎ ለተመለከተው ዳግመኛ ከደጃቸው ድርሽ እንደማይል ያስታውቅበታል። እሳቸውም ይህንኑ የተረዱት መሰሉ። ተከትለውት በረንዳው ድረስ ብቅ አሉና በሩን ወጥቶ ከመኪናው እስኪገባ ከቆሙበት ቀርተው እያዘኑ አስተዋሉት። ‹‹አይ ኢትዮጵያ! ምነው እግዜር የልጆቿን ሆድ እንኳ ቢያራራላት? ምነው ልጆቿ እንዲህ አልባረክ አሉ?›› ብለው ለብቻቸው ተናግረው እያዘኑ ወደ ሳሎናቸው ተመለሱ።

ብላታ ኅበዛየሁ አገራቸው የምትለወጥ፣ ሌላው የደረሰበት የምትደርስና ህዝቧም ያልፍላታል ብለው ተስፋ ያደረጉት በተማሩና የሌላውን አለም ስልጣኔ ባወቁ ምሁራን ነው። እምነት ያሰደሩበት የተማረው ወጣት ሁሉ እንደከበደ የሚሆን እየመሰላቸውና አገራቸው ተለውጣና ህዝቦቿም በልፅገውና አልፎላቸው የማየት እድላቸው እየመነመነ መሆኑ ከዕድሜያቸው ሽምግልና ጋር እያያዙ ይመለከቱትና እዝን ይላሉ። እሳቸው እስከ እርጅና ዘመናቸው ድረስ በኢትዮጵያ ሲያስቡት የኖሩትን ሕገመንግስታዊ አስተዳደር አፋጥኖ ከማምጣት ይልቅ የሚያንትቱት ከእነኝህ ከተማሩ ኢትዮጵያውያን መሃል በስልጣንና በጥቅም የተገዙትን ጭምር እንጂ ንጉሠ ነገሥቱ ብቻቸውን አይደሉም በማለት ‹‹ተፈሪማ ብቻውን ቢሆን እዚህም አይደርስ ነበር›› እያሉ ከቀን ወደ ቀን የተስፋ መቁረጥ እየታየባቸው ሄደ። መለስ ሲልላቸው ደግሞ ‹‹ተፈሪ ቢጠፋ የኢትዮጵያ ችግር አብሮ የሚጠፋና የተማረው ሁል ላገሩ ለመስራት እንዲተባበር ማድረግ አይገድም ነበር›› እያሉ በስመ ምሁር ሁሉም አገር ወዳድና ለወገኑ ተቆርቋሪ የሚሆን እየመሰላቸው የሚፅናኑበት ጊዜ አለ። የመጀመሪያው የሁለተኛውን ሃሳባቸውን እያፈረሰባቸውና ለውጥ ፈጥኖ ባገራችን ለማምጣት የሚያዋጣው መንገድ የቱ እንደሆነና ባሰቡት ሁሉ እምነት እያጡ ብስጭትጭት እያሉና ተስፋ

እየቆረጡ የበኩላቸውን ድርሻ ፈፅመው ከማለፍ በስተቀር የሚናፍቃቸው ሌላ አማራጭ እንደሌለ እራሳቸው ለራሳቸው ይነግሩና ይህንኑ ለመፈፀም ይጣደፉ ጀመር ።

ብላታ ኅበዝአየሁ ከእልፍኝ ወደ በረንዳ መቀስ፣ ፈጠን፣ ዘና ማለታቸውን ለተመለከተ ‹‹ምነው ብላታ አለወትሮአቸው መንፈሳቸው የተረበሸ መሰሉ?›› ማለቱ አልቀረም። እሳቸው የዕድሜያቸውን ግማሽ ያህል ያሰቡትን ያገር ጉዳይ፣ በእርጅና እየደከሙ በሄዱበት ዘመን ይፈፀሙት አይፈፀሙት እንደሆነ ማሰላሰል ይቸግራል። ቢሆንም ያ የሚያፈሩበት፣ ባገር ጉዳይም የሚሰጡት ሃሳብ የሚደመጡበት፣ ለዕውነተኛ ዳኝነት የሚሰየሙበት ጊዜ እንዳለፈ ብላታ ተሰምቷቸዋል። በተለይም በንጉሠ ነገሥቱ አካባቢ ባይነ ቁራኛ መታየታቸው ካበሳጫቸው ዘመናት ቢያልፉም የዛሬው ሁኔታቸው ግን ‹‹ብላታ ምን ቢያስቡ ነው እንዲህ እርጋታ ያጡ›› የሚያሰኝ ነው።

‹‹ለካስ እርጅናና ሞት አይተናነሱም። እኔም ባመጣሁት ጣጣ ቢተው እንኳ ያን ያህል ዘመን ሲታሰር እኔን የተውኝ ቢንቁኝ አይደል ቆይ እሰራለታለሁ!›› እያሉ ለብቻቸው እያወሩ አንድ ቦታ መቆምና መቀመጥ አልሆንልህ አላቸው። ካንዱ ወዳንዱ እያሉ የቤታቸውን ክፍሎች በሙሉ ያዳርሱ ጀመር። አንድ ሁለቱን ክፍል ተመላለሱበት። ከእልፍኛቸው ወደ በረንዳ ብቅ ይሉና መልሰው ደሞ ያለሰሚ ለብቻቸው ያናግራቸዋል። ‹‹ቆይ ግድ የለም እንተያያለን! ወይ የኔ ወይ ያንተ መጨረሻ በቅርቡ ይገለፃል!›› አሉና ከእንግዳ መቀበያው ካለው ሶፋ ወደቁበት።

ቀኑ እየመሸ ሲሄድ ብላታ ኅበዛየሁ ቁጣቸው እየበዛና እየገነፈሉ ይሄዱ ጀመር። ብቻቸውን ሲናገሩና ከወዲያ ወዲህ ሲንቆራጠጡ እኩለ ሌሊት ያልፋል። ማታና ጠዋት የማይለያቸውን የፀሎት መፃፋቸውን እንኳ በመኝታ ሰዓት አንስተው ሳይደግሙት አልጋቸው ላይ እንደተጋለሉ ይነጋላቸው ጀምሯል።

‹‹እነሆ ይበሉ ዳዊቱን ይድገሙ!›› አሿቸው ባለቤታቸው ብላታ የማታውን ፀሎት ችላ ብለውት መሰንበታቸው ደስ አላላቸው ኖሮ፣ ወደ መኝታ ሰዓት ላይ ዳዊታቸው ከተቀመጠበት አንስተው ሊያቀብሏቸው እጃቸውን እየዘረጉ።

‹‹ከነበረበት መልሰሽ አኑሪው! የማለዳው ፀሎት ይበቃል!›› ሲሉ ብላታ መለሱላቸው። ከባለቤታቸው ያልጠበቁትን ምላሽ በማግኘታቸው እንደተከፉ ፊታቸው አስታወቀባቸው።

‹‹ከመቼ ወዲህ ነው ደግሞ እንዲህ ያለ ጠባይ ያመጡ? ሰው ወደ አምላኩ ዘንድ የሚሄድበት ዕድሜው እየቀረበ ሲሄድ ሌት ከቀን ተንበርክኮ ተለመነኝ ፈጣሪዬ ሊለው ሲገባ፣ በጠላት ጊዜ እንኳ ያልተውትን ዛሬ ልተወው ቢሉ የሚሆን ነገር አይደለም። በሉ ይበሉ ዳዊቶን ይቀበሉኝ!››

‹‹በቀን አንዴ ይበቃል አልኩ እንግዲህ፣ እሱንም አላጓደልኩ››

‹‹እሱ ምን አጓደለብዎትና ብለው እርሶ ያጓድሉበታል?››

‹‹አይ እንግዲህ ነገርኩሽ! አትጨቅጭቂኝ! አምላክ ያጓደለውማ በኔ ሳይሆን በአገሬና በሕዝቤ ላይ መሆኑን መች አጣሽው? ይህንን ህዝብ መች ታረቀውና? መች ተለመነውና? መቼ ፊቱን መለስ አደረገለት? ለፀሎቱማ ከኔ የበለጠ ስንቱ ፀሎተኛ አለ አይደል? አምላክ እነርሱንም አልሰማቸውም! ስንቱን ነገር እያየ ዝም እንዳለ ነው!›› አሏችውና ብርድ ልብሳቸውን ገልጠው ባልጋቸው ውስጥ ተከተቱ።

‹‹እኔ ሌላ ቦታ አልሄድኩም። እኔ የተናገርኩት እርሶን ነው። ከእንግዲህ ልጅነት የለም። ካምላክ የመታረቂያውና አንተ ተለመነኝ ማያው ጊዜ አሁን ነው። አንተ ታውቃለህ ቢሉትና ሁሉንም ለሱ ላንድዬ ቢተውት ነው የሚሻል። ዕድሜዎን ሙሉ የጠቀሞት ነገር የለም። መከራ ካየበት እየፈለገ የሚነከር እርሶን አየሁ፣ እኔስ!››

ብላታ ብርድ ልበሳቸውን ገልጠው ካንገታቸው ቀና አሉና ከፊት ለፊታቸው ካለችው አጭር ፎቴ ላይ የተቀመጡት ባለቤታቸውን ትክ ብለው ተመለከቷቸው። ወዲያው ከት ብለው ሳቁ። ‹‹የተፈሪ ስልጣን ገደብ የለሽነቱ ባገር ብቻ መስሎኝ ነበር! ለካስ በሰው ትዳርና ጓዳ እየገባ ሰዓት ሳይመርጥ ባልና ሚስት እስከማባላት ደርሷል። ወየው ጉድ! አሁን አንቺም ዳር ዳር የምትይው ተፈሪን አትችለውም! አርፈህ ተቀመጥ! በወጣትነትና በጎልማሳነት ዕድሜህ ያልሆነልህን፣ ካረጀህ ወዲህ ምን ልፍጠር ነው የምትል ማለትሽ

ገፅ 334 ያንዲት ምድር ልጆች፣ ቅፅ ፩

አይደል? እንተያያለን ከሱም ጋር ግድ የለም!›› ብላታ ከልብ ሳይሆን ካንገት በላይ ፈገግና ሳቅ ብለው ተመልሰው ወደ አልጋቸው ገቡ። ባለቤታቸው ግን የብላታን ሁኔታ አይተው የደግ አልመሰላቸው አለ። ፍርሃት ገባቸው። የሚመልሱት አጥተው አንገታቸውን አቀርቅረው ቀሩ። ከጃንሆይ ጋር የስጋ ዝምድና ቢኖራቸውም ለባላቸው እንደሚያደሉ ልባቸው ያውቃል። ባሌም ያውቅልኛል ባይ ናቸው። ድንገት በተነሳ ጉዳይ የተመላለሱትን ሲያሰላስሉ ከተቀመጡበት ሳይነሱ ሃሳብ ሲያናውዛቸው እኩለ ሌሊት ሆነ።

‹‹እነኝህ የዛሬዎቹ ደግሞ ምንዎ ናቸው?›› ብለው ብላታን ጠየቋቸው። ሶስት ሰዎች ሲመሽ በአንድ አሮጌ ቮክስዋገን ከቤታቸው መጥተው ለብቻቸው ከአንደኛው ክፍል ተቀምጠው ከብላታ ጋር እስከውድቅት ድረስ አብረው ቆይተው እግራቸው ወጣ ማለቱን አይተው።

‹‹ምነው ጠየቅሽኝ?››

‹‹አይ የዛሬዎቹን ደግሞ አይቻቸው የማላውቃቸዉ ሆነውብኝ ነው!››

‹‹የትኞቹን ነው አንቺ የማታውቂያቸው? አሁን የማውቂው ሰው ከነርሱ መሃልማንን አየሽና ነው? ኧረ ተይ ከመሬት ተነስቶ ነገር መጠርጠር! ተይኝ ብልሽ እኮ እምቢ አልሽ!››

‹‹ለምን ጠየቅሽኝ ከሆነ ሁለተኛም አልጠይቆ። የማውቃቸውማ ቢኖን ምን ያስጠይቀኝ ነበር? መቼም ወታደር መሳዮችን ሌላ ቀን አይተሻቸው ታውቂያለሽ አይሉኝ ነገር የርሶም ልብ ያውቀዋል። እርግጥ መምሬ በላይስ ይሁን መቼስ ንግግራቸው ባያምረኝም የነፍስ አባቴ ናቸው። እሳቸውን እንደ አዲስ እንግዳ አልጠየኮትም። ደርሰው ቁጣ ቁጣ የሚሉት ጉዳይ ነው እኔስ የጠፋኝ፣ ይቅር አልጠይቆትም፣ ይቅር ይተውት?›› ብለው ወደ መኝታቸው ሄዱ።

ብላታ ከሳሎን ለብቻቸው ተቀምጠው ሲያሰላስሉ አመሹ። በነጋታው ባለቤታቸውን በጥሞና ለማነጋገር ወስነው ኖሮ ከቤተስኪያን መልስ አብረው ቁርስ አድርገው የቀረበላቸውን ቡና

እንደያዙ ድንገት ‹‹ሰማሽኝ የምነግርሽ አለኝ!›› አሉዋቸው። እሳቸውም የቡናውን ስኒ ካፋቸው መልሰው ከጠረጴዛው አኖሩትና ብላታ የሚነግሯቸው ነገር ምን እንደሆነም ሳይጠይቋቸው፣ በሆዳቸው ድንጋጤ ገብቶአቸው ዝም ብለው እየተመከቷቸው።

‹‹ይህችን ሁለት ሶስት ቀን ከታችኛው ቤት ለብቻዬ መሰንበት እፈልጋለሁና እስቲ ለነሻንቆ ነግረሽ የኔ የሆነውን ሁሉ ከዚያ ቤት እንዲዘጋጅ አድርጊ!››

‹‹ምነው? ምን ሆኑና ነው ብቻዎን መሆን ያሰኝዎት?››

‹‹አይ! እንግዲህ ነገርኩሽ! ርቄ ካዲሳባ መውጣቱን ስላልፈለኩት ነው! የታችኛው ቤት እንደምታውቂው ነፋሻ ነው። በዚህ ላይ አንቺን ብለው ከሚመጡ ከዘመዱ ከምኑ ለትንሽ ቀናት ፀጥታ ላገኝ ብዬ ነው!››

‹‹ይሁን ካሉ ደግ ! አሽከሮቹ ቤቱን እንደሆነ ባንዴ ያሰናድታል!›› አሉዋቸው።

‹‹ብላታ አፍንጮ በር ካሏቸው ቤቶች ምድር ቤትና ፎቅ አንዱና፣ ከመንገዱ ርቆና ወደ ወንዝ ዝቅ ብሎ ለብቻው ከተሰራው ቤታቸው ገቡ። ባለቤታቸው ለቁርስ፣ ለምሳና ለራት የሚበላና የሚጠጣውን ከላይኛው ቤት እያዘጋጁ፣ ብላታ ወዳሉበት ያወርዳሉ እንጂ ከብለታ የግል ሚስጥረኛ እንግዶች በስተቀር ቀንም ሆነ ማታ፣ ከታችኛው ቤት ዝር የሚል የለም። ካሽከሮቻቸውና ከግል ታማኞቻቸው በስተቀር ብላታን ተከተሎ፣ ውሎውና አዳሩን ከታችኛው ቤት ያደረገም የለም። ቀን ቀን ብላታ ያንን የሚያህል ከወንዝ ጥግ የተሰራ ትልቅ ቤት አቅፈው ይዋሉ እንጅ ሲመሽ ግን ብዙ እንግዶች ይስተናገዳሉ። ባለቤታቸው ማንነታቸውን የጠየቋቸው የወታደር መኮንኖች የሚመስሉትና የነብስ አባታቸው መምሬ በላይ ማታ ማታ ከብላታ ተለይተው አያውቁም። እስከ ውድቅት ሌሊት አብረዋቸው እያመሹ ነው ወደየቤታቸው የሚሄዱት።

የብላታ ባለቤት ነገሩ ሁሉ አላማራቸውም። ባላቸው ላንድ ሰሞን ለብቻዬ መሆን እፈልጋለሁ ብለው ወደ ታችኛው ቤት የወረዱበት ጉዳይ ውስጥ አንድ ነገር አለው ብለው ጠርጥረው ኖሮ በሶስተኛው

ቀን ረፈድፈድ ሲል ለብቻቸው ብላታ ካሉበት ወረዱ።

‹‹ምነው? ምን መልሶ አመጣሽ? ቁርስ አድርገን ተለያይተንም አልነበር?›› አሉዋቸው። ባለቤታቸው በደህና እሳቸው ወዳሉበት አለመምጣታቸውን ጠርጥረው ኖሮ።

‹‹አይ ለጉዳይ ነው የመጣሁት!››

‹‹እኮ ምን ጉዳይ አለሽ ?››

‹‹አይ ብቻ እዚህ ታችኛው ቤት ብለው ለብቻዎ መከረምዎን አልወደድኩትም። ይሰሙኝ እንደሆን ይስሙኝ። እንኳን እኔ የገዛ ልጅዎም አልወደደችሎትም። አንድ ልጅዎም አባቴ አንድ ያሰበው ነገር ቢኖር ነው እንጂ እንዲህ ብቸኝነት አያምረውም እያለች ምን እንደታያት፣ ምን እንደሰማች፣ አላውቅም ቀኑን ሙሉ እንዳለቀሰች ነው። እኔም ሰው እንዳያውቅብኝ ብዬ ነው እንጂ፣ ዝም ያልኩ ሌሊቱ እንዴት እንደሚነጋልኝ ፈጣሪዬ ነው የሚያውቀው። መሸት ባለ ቁጥር የሚገባ የሚወጣው ሰውና መኪና እንኳን ቤተሰቡ አላፊ አግዳሚው ሳይቀር ክፉ ነገር እየጠረጠረ ነው። ይህንን ሁሉ እያወቅሁ በልቤ ይዤ መቀመጡ አልሆንልሽ ብሎኝ ነው አሁን የመጣሁት። ያሰቡት ነገር ካለ ትተውት አርፈው ቢቀመጡ ይሻላል። እዚህ ብቻዎን መቆየቶ ደግሞ ሰው የባሰ እንዲያወራ መንገድ መስጠት መሆኑን እወቁ ከላይናው ቤት ቢመሰሉ ነው የሚበጅ ብዬ ለማለት ነው የመጣሁ። አይ አይሆንም ካሉ ምን ይደረጋል? እንደፈቃድዎ ብሎ መተው ብቻ ነው።››

‹‹በይ አሁን በመጣሽበት እግር ተመልሰሽ ሂጂ! ሁለተኛም ወደ እኔ ብቅ እንዳትይ! ከናንተ ምንም የምፈልገው ነገር የለኝም ! በቃ ተው! አንዳችሁም አትምጡብኝ! ሚስት ሆነ ልጅ ማየት አልፈልግም! ሂጂልኝ! ውጭልኝ ነው የምልሽ!›› ሲሉ በሃይለ ቃል ተናገሯቸው።

የብላታ ባለቤት የገባቸው አሳብና ጭንቀት እንኳን ለሳቸው ቀርቶ ለማንም የሚከብድ በመሆኑ ከብላታ ጋር አብሮ በኖሩበት ረጅም ዘመን ሰምተውት የማያውቁት ሃይለ ቃል ከባላቸው አፍ ሲወጣ ሲሰሙ እግራቸው መራመድ አቅቶት ከተቀመጡበት ሆነው ስቅስቅ ብለው አለቀሱ።

ያንዲት ምድር ልጆች፣ ቅፅ ፩ ገፅ 337

‹‹እንዳው ማልቀሱን ትተሽ እባክሽ ለዚች ሰሞን ብቻ ለብቻሽ ከላይኛው ቤት ሁኚልኝ። እኔ ላንቺና ለልጆቼ የሚያዝን ሆድ አጥቼ አይምሰልሽ። ዓይኖቼ ዕንባ አፍስሰው ጨርሰው መድከማቸው አንሶ አንደኛው ዓይኔ እምቢ እንዳለኝ አንቺም ታውቂዋለሽ። ያፈሰስኩት ዕንባ ለዚች መሬትና ለሚኖሩባትም ህዝቦች ጭምር እንደሆነ እንደማይጠፋሽ አውቃለሁ። የኔ ደም፣ ያኔ ባርበኝነት ጊዜ ከኢጣሊያ ፋሽስት ጋር ስተናነቅ መፍሰሱ ብቻ በቂ አልሆነም። ዕንባዬ ከደከሙትና ማየት ከተሳናቸው ዓይኖቼ መፍሰስ አልቻለም። ከቀረው ሰውነቴ ግን ሌላ ደም መፍሰስ የሚችል መስሎኛል። ይልቅስ ሂጂ የኔናት ካጠገቤ። ይረፍድብሽና ከኔው ጋር ትቀሪያለሽ። እኔን የሚፈልጉ እንግዶች መምጫቸው ነው። ሰዓቱ ደርሷል። ማልቀሱን አሁን ለጊዜው ተወት አድርጊውና ከላይኛው ቤት ሄደሽ እዚያው ቆይኚ!›› ብለው ባለቤታቸውን ከተቀመጡበት አስነስተው፣ አንድ እጃቸውን ይዘው ደረጃውን ደግፈው አወጧቸውና ‹‹እንግዲህ እዚያው ላይኛው ቤት ጠብቂኝ! ዛሬ እንኳ እዚህ አላድርም! የመጨረሻዬ ነው! ወደ ማታ እመጣለሁ። ግድ የለሽም አትዘኚ! አታልቅሺ›› ብለው ሸኝተዋቸው ተመለሱ። ወዲያውኑ ታማኝ ተከታዮቻቸውንና አሽከሮቻቸውን ከእልፍኝ ሰበሰቡ።

‹‹እንግዲህ ጎበዝ! ከእናንተ የሚደበቅ ነገር የለኝም። ይኸውም በሰላም ከተቀመጥኩበት አላስኖር ያሉኝ አንሶ ያሰሩኝ፣ ያጋዙኝ አልበቃ ብሏቸው እጅህን ይዘን እንደፈለግን ካላደረግንህ ብለው መጥተውብኛል። እኔ በሰባ አመት ዕድሜዬ ከእንግዲህ በተፈሪ እጅ ላልገባ ቃል ለምድር ለሰማይ! እኔም ቢሆንልኝ ላጠፋው፣ አገሬንና ወገኔን ከዚህ ክፉ ጠላት ልገላግለው ሞክሬ ነበር፣ አልሆነልኝም። እንግዲህ ዕድሜዬን ሙሉ ያሰብኩት የግዜር ፈቃድ ሳይጨመርበት ቀረ መሰል አልተሳካም። ስለዚህ ከእኔ መለየት የሚፈልግ ካለ ለመለየት ይችላል። ከኔ ጋር ለመቅረት የሚፈልግ፣ ለታሪክና ለትውልድ የማይረሳ ውለታ ለመዋል የቆረጠ ነውና እጄን ዘርግቼ በክብር እቀበለዋለሁ።››

የብላታ ጎበዛየሁ ተከታዮችና አሽከሮቻቸው ድምፃቸውን አንድ ላይ ከፍ አድርገው ‹‹እኛ ከጌታችን አንለይም! ቢሞቱ እንሞታለን! ቢቆስሉ እንቆስላለን! ይኸው ነው ቃላችን!›› አሉ። እነርሱም በበኩላቸው እንደተመካከረ ሰው በጌታቸው ፊት ቃል ገቡ። ብላታ

ፊታቸው አለቅጥ ፈካ። ደስ አላቸው።

‹‹ዛሬ እናንተ ለጌታ እንደሚያድር ባሪያ አብሬ በልቼ፣ አብሬ እሞታለሁ እንጂ እንዴት እለያለሁ እንደሚል የቤት አገልጋይ ሳትሆኑ እኔ ልሰዋላት ለወደድኳት አገር ለዚች ኢትዮጵያ እናንተም ልትሰውላት የቆረጣችሁ የነፃነት፣ የፍትህና የእኩልነት ደቀመዛሙርት እንደሆናችሁ ልታምኑ ይገባል። እኔ ከተፈሪ ጋር እዚህ ልደርስ የቻልኩት፣ የጎደለብኝ ኖሮ እንዳልሆነ የምታውቁት ነው። ባገር ላይ ያስተዳደር መዛባት፣ የፍትህ መጓደል፣ የነፃነት መጥፋት አስመርሮኝ ኢትዮጵያ ተፈሪ እንጂ ሌላም ጠላት የላት ብዬ ስለመሆኑ ለናንተ አዲስ አይደለም። ለዚህ ውድ ያገርና የወገን ፍቅር፣ ከኔ ሳትለዩ የሚደርስባችሁን ሁሉ በፀጋ ከኔው ጋር ለመቀበልና በታሪክም ሆነ በትውልድ የማይረሳ ሞት ለመሞት ከቆረጣችሁ እንግዲያው ያውላችሁ!›› ብለው ካጠገባቸው ያለውን በእጃቸው እያሳዩ ‹‹እንግዲህ በሉ! የምታውቁትንና የሚስማማችሁን እየመረጣችሁ መያዙ የናንተ ፋንታ ነው!›› አሏቸው። ተከታዮቻቸው እና ታማኝ አሽከሮቻቸው በውዚው መትረየስ፣ በቤልጅጉ አውቶማቲክ መሳሪያ፣ በኤም ዋኑ፣ በአልቤኑ ጠመንጃ፣ በኮልቱ ሽጉጥና በእጅ ቦንቡ ተረባረቡበት፣ ተሻሙት።

‹‹ቤልገጉን ለውጠኝ! እኔ የማውቀው በሱ ነው። አባቴም አለ ቤልገጉ ሌላም እጁ ሳይጨብጥ ነው አርማጭሆ ላይ ከኢጣሊያ ፋሽስት ጋር ሲተናነቅ የወደቀ! ለውጠኝ በሞቴ!››

‹‹እንግዲያው ዑዚውን ወዲህ በለው! እኔ አለሱም አይሆንልኝ!››

‹‹አልቤኑም ቤልዥጉም ይዳረሰናል!››

‹‹አንተዬ እኔስ ጭልጋ ትዝ አለኝ! ያኔ ጠላትን ያርበደበድንበት! አዬ ዱሩ፣ ገደሉ፣ ጫካውና ደኑ ጠፉ እንጂ! ልሙትልህ ጭልጋ ነው ትዝ ያለኝ!››

‹‹የእጅ ቦምብ እኮ ይዳረሱናል! ያውም ሁለት ሁለት ነዋ!››

‹‹እንግዲህ ጌታችን ቦታ ቦታችንን ይስጡን እንጂ፣ ብረቱስ አልጎደለብንም››

የንጉሡ ነገሥቱ ልዩ ካቢኔ ሹም ላዕለ ከፍያለው፣ ያገር ግዛት

ሚኒስቴር የፀጥታ ሃላፊ ፣ሱሌማን አባድር የንጉሠ ነገሥቱን የግል ሕይወትና አገዛዛቸውን ከጠላቶቻቸው በመጠበቅ በኩል፣ ከሁሉም በላይ የፀጥታ ሹምነት በንጉሠ ነገሥቱ የተሰጠውና በአየርና የብስ ስልጠና ከፍተኛ ደረጃ የደረሰው የትልቋ ልዕልት ወንድ ልጅ ከሁሉም ቀደም ብሎ ገብቶ ለአያቱ በቀጥታ ነገሩን አስረዳቸው። ጃንሆይም እንደፈለጋችሁ አድርጉ ሲሉ ተስማሙበት። እሱም ለበታቶቹ የካቢኔና የፀጥታ ሹሞች በየረድፉ ዝግጅታቸውን ባጭር ጊዜ እንዲያጠናቅቁ ትዕዛዝ ሰጣቸው። የምድር ጦር መረጃ ክፍልም እንዲተባበር አዘዘ። ዝግጁቱ ተጠናቀቀ። የሚጠበቀው ንቅናቄ ብቻ ነው።

ላዕለ ከፍያለው የሚመራው ልዩ ካቢኔም፣ ያገር ግዛቱም ፀጥታ ሹም ሱሌማን አባድር ሃይላቸውን አዘጋጅተው በተጠንቀቅ ቆሙ። ያገር ግዛቱ ሚኒስትር ለፖሊሱ አዛዥ አሳወቀው። የፖሊሱ አዛዥ ለፈጥኖ ደራሹ አዛዥ ትዕዛዝ ሰጥቶት፣ እሱም ፈጥኖ ደራሹ ትጥቁን አሳምሮ በቀረበለት የጀርመን ማርቼዲስ ተሳፍሮ ካምፑን ለቆ የሚወጣበትን ሰዓት ተጠባበቀ። በኮሎኔል አያልውና በሌተና ኮሌኔል ይርዳው የሚመራው የካቢኔና የፀጥታ ልዩ ቡድን የሲቪል ታርጋ በየሰዓቱ እየቀያየሩ የሬዲዮ መገናኛ በገባላቸው የተለያዩ የቤት አውቶሞቢሎች ቀኑን ሙሉ በሰጣቸው ቀጣና መመላለስና መዘዋወር ያዙ። እግረኛና ነጭ ለባሾችም በተመደበላቸው መንገዶች እንደ አሸን ፈልተው እየተርመሰመሱ አካባቢውንና ግራ ቀኙን ሳይቀር ይቃኛሉ። ከመሐላቸው ስልክ እንጨት ተደግፈው የቆሙም፣ ካስፋልቱ ዳርና ዳር በሚገኝ ድንጋይ ላይ፣ አረፍ አረፍ ያሉ መንገደኞች የሚመስሉና እንደማይተዋወቅ ተራርቀው ግንባር ለግንባር የሚተያዩ ከወዲያ ወዲህ መለስ ቀለስ የሚሉም ነጭ ለቦሾች አሉባቸው።

ሻምበል ጭጭ አይበሉ በናይጀሪያ ኤምባሲ፣ በሣህለ ሥላሴ ግቢ ቁልቁል ወደ አፍንጮ በር በሚወስደው መንገድ ነጭ ቮልስ ዋገኑን እያሽከረከረ ወረደና በቀዳማዊ ሃይለ ሥላሴ በጎ አድራጎት የየረር ጎታ አትክልትና ፍራፍሬ መሸጫ በኩል ወደ ቀጨኔ ሸቅብ በሚመልሰው መንገድ የሚታጠፍ መስሎ ወደ ዳር አቆመና የመልዕክት መቀበያውን ማይክራፎን አንስቶ ‹‹አሎ! አሎ! ...›› ማለት ጀመረ። ሻምበል ባይሳ በራስ መኮንን ድልድይ በኩል ወደ አፍንጮ በር በሚመልሰው መንገድ ታጠፈና ከመንታው መንገድ

ከደረሰ በኋላ ወደ ስድስት ኪሎ በሚያወጣው ዳገት የከተማ ታክሲ የምትመስለውን ፊያት ሚሌቼንቶ መኪናውን ጥግ አስይዞ እሱም የራዲዮ መልዕክት ተቀበለ። ሌተና ኮሎኔል ይርዳው ደግሞ ለመኪና እሽቅድድም ሲባል የተኸጎረጎረች የምትመስለውን መደበኛ ቀለሟ ውሃ አረንጓዴ የሆነውን መቶ ሃያ አምስት ፊያት አውቶሞቢል ከደጃች ውቤ ሰፈር እያሽከረከረ አፍንጮ በር ደረሰ መልዕክት መቀበያውን ማይክሮፎን በአንድ እጁ ከመሪው ጋር ይዞ ‹‹አሎ!...፣ አሎ!...፣ አንድ! ሁለት! ሶስት! 0001 0002 0003 በቀጠና በቀጠናቸሁ ናቸው! ዱዲዳዳ!... ዳዳ!... ዱዱ!...›› እያለ ወደ ራስ መኮንን ድልድይ የሚታጠፈውን ትቶ በላይኛው መታጠፊያ ወደ አራራት አርመን ክለብ ተጠምዝዞ የልዩ ካቢኔው ኮሎኔል አያሌው ከናዝሬት ት/ቤት አንደኛ በር ከፍ ብሎ፣ ነጭ ማርቼዲስ ቤንዝ መኪና ወደ መንገዱ ዳር አቁሞ የሬድዮ መልዕክቱን ከውስጥ ተቀምጦ ከሚያዳምጥበት ደርሶ ተገናኘው።

‹‹የፈንጂ ሽቦ አቀጣጣዩ ሌላ ቢሆን ኖሮ ምን ይባል ነበር? የገዛ ንጉሠ ነገሥቷን የገደለች አገር ብሎ አለም እስከዘላለሙ ሲዛበትብን ይኖር ነበር። ጃንሆይ ግን እኮ ከኛም የበለጠ የሚጠብቃቸው አምላካቸው ነው። እዚያ ሰበታ አፋፍ ላይ ኀበዛየሁ የሰራው ቤት ለካስ አንድ ቀን ጃንሆይን ለማጥፋት እንዲጠቀመው ኖሯል እባክህ? ቡሌት ፕሩፍ መኪና ቀርቶ ታንክ የሚያወድም እኮ ነው የፈንጂው ጉልበት! ከነተከታዮቻቸው ለማጥፋት የሚችል ባለ አስር ሜጋቶን! ይገርማል! ጃንሆይ ከዚህም ሽማግሌ የባሰ ጠላትም ገጥሟቸው አያውቅ። ይኸው ከሱም አድኗቸዋል። ለወደፊቱ ምንም አያገኛቸውም!›› ሲል ሌተና ኮለኔሉ ተናገረ።

‹‹የፀጥታ ሹሙ እኮ ብዙ ጊዜ ሲያማርሩ ሰምቻለሁ። ልዑል ኮሞዶር ድረስ ገብተው እኔን እዘዙኝና በጄ ላስገባው ብለው ስንት ጊዜ ደጅ እንደጠኑ ሲናገሩ ሰምቻአለሁ። ልዑል ኮሞዶር ደግሞ ጃንሆይ ካልፈቀዱ አይሆንም እያሉ ነገሩ እዚህ ደረሰ እንጂ፣ ይህን ሽማግሌ የፀጥታ ሹሙ ገና ዱሮ ጉድ ያደርገው ነበር። ደግሞም የፀጥታ ሹሙ እኮ ገና ጉምሩክ ሹም እያሉ ጀምሮ ብላታውን ደህና ተከታትለው ደርሰውበት ነበር። ሁኔታውን ለጃንሆይ የልጅ ልጅ እራሳቸው ቀርበው ቢነግሯቸው እና ባንድ በኩል ብቻ ሳይሆን በሌላም መስመር የምንከታተለው ስለሆነ የትም አይደርስ አሏቸው እንጂ፣ ብላታው እዚህም አይደርስ ነበር። ብቻ በሚስጥር ያዘው

እንጂ ብላታውን እኮ የፀጥታው ሹሙ በግሉ የሚፈልገው ሰው ነው። ከዚህ በፊት ኮክቴል ላይ ቢገናኙ ሳይደርስባቸው ‹‹ይልቁንስ አባድርን ትተህ አባት ባወጣልህ ስም በአብደላ መጠራቱን ብታውቅበት ይሻላል!›› ብለው ባሽሙር ሰድበውኛል እያለ ይዝትባቸው ነበር። ይኸው እጁ ላይ ጣለለት አለና የልዩ ካቢኔው ኮሎኔል መለሰለት።

ኮሎኔል አያሌውና ሌትና ኮሎኔል ይርዳው ሲነጋገሩ ሻለቃ ብሩህ በታኖስ 14 ኤም ደርሶ ተደባለቃቸው። ‹‹በቁጥጥር የዋለው ሻምበል እኛ ዘንድ ሲመረመር ምን ነበር ያለው?›› በማለት ሻለቃው ሌተና ኮሎኔልን ጠየቀው ።

‹‹ፈንጂውን ከየት እንዳመጣው አልናገር ብሎ ነበር እሱማ። ከክፍላቸው መሰረቁንና የተሰረቀውም እሱ ተረኛ መኮንን ሆኖ ባደረበት ሌሊት እንደሆነ ለዚህም የመሳሪያ ግምጃ ቤቱ መስኮት መሰበር ማስረጃ መሆኑን የምስክሮችን ቃል አስመክረን ብናነብለት አላምን ብሎ ነበር!››

‹‹እኛም ዘንድ እንዲህ አስቸግሮ ነበር። እርግጥ እናንተ ዘንድ ተጠይቆ ቢክድም ፈንጂው ከክፍላቸው መሰረቁ ከመድፈኛው አዛዥና ከተረኞቹ ስለተመሰከረበት እኛ ዘንድ ለምርመራ መላኩ አስፈላጊ ባይሆንም እኛ ግን ያው የማሳመኛ ዘዴውን ተጠቅመን አሳመነው። ጎፋ ሰፈር አምስተኛ መድፈኛ ድረስ ሄደ።››

‹መርቶ ለማሳየት ፈቃደኛነቱንም ተናግሯል!›› ሲል የልዩ ካቢኔው ኮሎኔል ጨመረበት።

‹‹ለማሳመኑ እኮ እኛም አናንስ ነበር። ለማንኛውም የፀጥታ ሹሙ ህዝቡ ከአካባቢው እንዲርቅ፣ ፈጥኖ ደራሽም ከበባ አድርጎ ጨለምለም እስኪል እንዲቆይና የመጨረሻው እቅድ ሥራ ላይ እንዲውል ለማድረግ ስለሁኔታው እንዳስረዳ ቢሮ አንዴ ብቅ በል ብለውኛል!›› ብሎ የልዩ ካቢኔው ኮሎኔል የፀጥታው ቢሮ አባሎቹን እዚያው ትቶ ወደ ማርቼዲሱ አመራ።

ሁለቱ ኮሎኔሎች ከአካባቢው ህዝብ የማራቁም ሆነ ከበባው ልክ ከምሽቱ 12 ሰዓት ሊጀመር እንደሚችል ካለቆቻቸው ተነግሯቸው ተመለሱ። ሰዓቱ እየገፋ ሄዶ ከሰዓት በኋላ ተጋምሶ ጀምበር

ማዘቅዘቅ ጀመረች። ከቀኑ 12 ሰዓት ሲሆን የትራፊክ ፖሊሶች ከፒያሳም ሆነ ካራት ኪሎ የሚመጣው ተሽከርካሪ በራስ መኮንን ድልድይ ታጥፎ ወዳፍንጮ በር እንዳይሄድ መከልከል ጀመሩ። የደጃች ውቤ መንገድም እስከ አዲስ አበባ የምግብ አዳራሽ ድረስ ካልሆነ በስተቀር ዋናው መንገድ ለትራፊክ ዝግ ሆነ። ማንኛውም ተሽከርካሪ ከናይጀሪያ ኤምባሲ፣ ከልዑል ሣህለ ሥላሴ ግቢ ወደ አፍንጮ በር እንዳይገባ ተከለከለ። ከቅድስት ማርያም ወደ አራራት ክለብ ሆነ ወደ አፍንጮ በር የሚወስደው ለትራፊክ ዝግ ሆነ። ባዔ ቴዎድሮስ መንገድ እስከ አሜሪካን ኢንስቲትዩት የሚወስደው፣ በናዝሬት ት/ቤት አድርጎ ወደ አራት ኪሎና ወደ ፒያሳ የሚያገባው መንገድ ክፍት ሲሆን ወደ አፍንጮ በር የሚመለሰው ግን ተዘጋ። ለተሽከርካሪ የተከለከለው መንገድ ወደ ምሽቱ አንድ ሰዓት ላይ ለእግረኛውም ዝግ ሆነ። ወደ አንድ ሰዓት ከሩብ ላይ ፈጥኖ ደራሽ ከነሙሉ ትጥቁ አካባቢውን ወረረው። በአፍንጮ በር ድልድይ፣ በወንዙ ውስጥ፣ በገደሉ ዳርዳር፣ በድሮ ወህኒ ቤት አካባቢ ፈጥኖ ደራሽ ‹‹ማስ›› የሚባለውን የፈረንሳይ አውቶማቲክ ጠመንጃውን አንግቶ፣ ገሚሱ የሚያስለቅስ ጭስ መከላከያ ጭምብሉን ይዞ ደፈጣ ገባ። የእግረኛው ነጭ ለባሽ በአንድ የአስር አለቃና ሃምሳ አለቃ እየተመራ ወደ አንድ አካባቢ ሰብሰብ ማለት ጀመረ።

ብላታ ኅበዛየሁ መከበባቸውን ገና ቀን ነው ያወቁት። እቅዳቸው መክሸፉን እንዳወቁ ባላቸው መሣሪያ ታማኝ ተከታዮችና አሽከሮቻቸውን ይዘው ምላሹን ሰጥተው፣ የሚከፈለውን የህይወት መስዋዕትነት ለመክፈል ተዘጋጅተዋል። ባርበኝነት ዘመናቸው ያልተለያቸውን የጦር ሜዳ ልብስ እንደ ክት ልብስ ከተቀጠበት አውጥተው ለብሰዋል። አጭር መትረየሳቸውን በእጃቸው ይዘው ወዲያ ወዲህ ይንጎራደዳሉ። የመሸጉት ከምድር ቤት ነው። ዋናውን በር ትይዩ አድርገው ይዘዋል። በየሰዓቱና በየደቂቃው ለተከታዮቻቸው፣ መመሪያ ይሰጣሉ፣ ያበረታታሉ። ከላይ ቤት ታች ቤት፣ ከፎቅ ቤት ምድር ቤት ይላሉ። ከቤታቸው በስተኋላ የታደላቸውን መሳሪያ ይዘው የእጅ ቦንባቸውን ከወገባቸው አድርገው ከወንዙ በኩል ሽቅብ ለሚመጣው አፀፋውን እንዲመልሱ የተመደቡትንም ብላታ ተመላልሰው ጎበኟቸው። ሳቅ ሳቅ እያላቸው ፊታቸው ፈገግ እንዳለ እያነጋገሩና እያበረታቱ ወደራሳቸው ምሽግ ይመላለሳሉ።

‹‹እንግዲህ ለራት ግብዣችሁ ተዘጋጅታችኋላ!›› አሉ ካጠገባቸው እስከመጨረሻው ሳይለዩ ሕይወታቸውን ለማሳለፍ ቃል ለገቡላቸው ተከታዮቻቸው።

‹‹የለመድነውና የምናውቀው ዱር ባይገኝ ሊቆጨን አይገባም! ጀግና የረገጣት መሬት ሁሉ ጀግንነቱን ትመሰክርለታለች! ጠብታ ደሙ ያፈሰሰባትማ ለዘላላም የስሙ መጠሪያ ትሆንለታለች!›› አሏቸው።

ወዲያው ካሽከሮቻቸው መሃል አንደኛው ብላታ ወዳሉበት እየሮጠ ገባ።

‹‹ጌቶች!... ጌቶች!... እጃችሁን ስጡ! እጃችሁን ስጡ!›› እያሉ በድምፅ ማጉያ እየተናገሩ ነው በማለት ነገራቸው። ብላታ አለወትሮአቸው ሳይገነፍልባቸው ፈገግ እንዳሉ አዳመጡት።

‹‹ከናንተ መሃል እጁን መስጠት የሚፈልግ ካለ ሊሰጥ ይችላል! እኔ ግን አላደርገውም! ተፈሪ የህዝብ ጠላት! ያገር ጠላት ነው! ብዬ አምኜበት፣ ዕድሜዬን ሙሉ ኖሬ ላጠፋው ሞክሬ ሳይሳካልኝ ቢቀር፣ ስምና ታሪኬን ላጎድፍ በሱ እጅ አልገባም። የትውልድና የታሪክ መሳቂያ፣ መሳለቂያ አልሆንም! ለመሆኑ የኔን እጅ ለመያዝ የሚደፍር ማነው? ስማ አንተ ይልቁንስ እንደጀግና ልገጥማቸው ተዘጋጅቼ እየጠበኳቸው መሆኑን መለስ ብለህ ብትነግራቸው በወደድኩ! በል አንተ ከኔ ጋር ለመሞት ከፈለግህ ከስፍራህ ሂደህ፣ ትውልድ የማይረሳው ወንድነት ሰርተህ፣ የማይቀረውን ሞት ለመሞት ተዘጋጅ! እጄን መስጠት እፈልጋለሁ ብለህ ሕይወት ካጓጓህም፣ ያሳብህን ልታደርግ ባለመብቱ አንተ ነህ! ይህ ቃል የመጨረሻ ቃሌ ይሆናል!›› አሉና ወደ ቀሩት ተከታዮቻቸው መለስ አሉ።

‹‹ብላታ ኀበዝ አየሁ እጅን በሰላም እንዲሰጡ ጊዜ ሰጥተኖዎታል!›› እያለ ሻምበል ጭጭ አይበሉ በያዘው ማይክራፎን እየተናገረ፣ ብላታ ከመሸጉበት ግቢ አጥር ተጠጋ። ፈጥኖ ደረሹ መሣሪያውን አቀባብሎ፣ ጥሶ ወደ ግቢው ለመግባት ተዘጋጅቷል። ሲቪል የለበሱ የፀጥታ ሰዎችም መሳሪያቸውን ይዘው ወደ አጥሩ አካባቢ እንደ ቆሙ ናቸው። ሻምበል ባይሳ የሚያስለቅስ ጭስ የያዙ ፈጥኖ ደራሾች ወደ ግቢው እንደምንም ተጠግው ቦታ እንዲይዙ

አዛዦቻቸውን ያነጋግራል። ዋናው የፖሊስ አዛዥ ጀኔራል፣ የፌጥኖ ደራሹ አዛዥ፣ የልዩ ምርመራ ክፍል አዛዥና የልዩ ካቢኔው ሃላፊ እርስ በርሳቸው በየደቂቃው ይመካከራሉ።

‹‹ብላታ ኀበዛየሁን እጅን በሰላም የማይሰጡ ከሆነ እርምጃ ይወሰድብዎታል!›› ሲል ማይክራፎኑን ይዞ አጥር አጥሩን ከመዞር በቀር ደፍሮ ወደግቢው ያልገባው ሻምበል ጭጭ አይበሉ ተናገረ።

‹‹ፌጥኖ ደራሹ ጥሶ ቢገባና ቦታ ቢይዝ አይሻልም?›› አለ የፖሊስ አዛዡ።

‹‹በወንዙ በኩል ያሉትን ወታደሮች ወደ ላይ እየገፉ እንዲጠጉ ይነገራቸዋል!›› ሲል ፌጥኖ ደራሹ አዛዥ ተናገረ።

‹‹ጌታዬ ቀድሞ ወደቤቱ ውስጥ ጭስ ይተኮስባቸውና ከዚያ ወደ ውስጥ ጥሰው ወታደሮቹ እንዲገቡ ቢደረግ ይሻላል!›› የሚል ሃሳብ የልዩ ካቢኔው ኮሎኔል አቀረበ። ሁለቱ ጀኔራሎች በኮሎኔሉ ሃሳብ ተስማሙ።

‹‹ቆይ አንድ እድል ይሰጣቸው!›› ሲል ዋናው የፖሊስ አዛዥ ተናገረ።

‹‹ብላታ ኀበዛየሁ ይህ የመጨረሻው ይሆናል! እጅን በሰላም ለመስጠት ፈቃደኛ ከሆኑ እኛም በሰላም ልንቀበልዎት ዝግጁ ነን!›› ማይክራፎኑን የያዘው ጭጭ አይበሉ።

ብላታ ከመሸጉበት አንድም ሰው እጁን ለመስጠት ብቅ ያለ የለም።

የመርዝ ጭስ ለመተኮስ ፖሊሶች ተዘጋጅተው ጭምብላቸውን ለብሰው ከበሩ ደረሱ። ‹‹ማስ›› ጠመንጃቸውን ያቀባበሉትም ወደ ጊቢው ጥሰው ለመግባትና ተኩስ ቢከፈት መሬት ይዘው ለመተኮስ የመጨረሻው ዝግጁነታቸው ተረጋገጠ። ሲቪል የለበሱት ነጭ ለባሾችም በነፍስ ወከፍ የያዙትን ሽጉጥ አቀባበሉ። አካባቢው ለፍልሚያ የተዘጋጀ መሰለ። ጀኔራሎቹ፣ የካቢኔና የፀጥታ ኮሎኔሎች፣ ተሽከርራካሪዎችን ምሽግ አድርገው ትእዛዝ የሚሰጥበትን ደቂቃ ተጠባበቁ።

ይህ ሁሉ ሲሆን ብላታም መትረየሳቸውን ተንተርሰው ለዋናው በር ትይዩ የሆነ ስፍራ ይዘው፣ ከውጭ የሚከፈት የተኩስ እሩምታ

በቀላሉ ከማያገኛቸው ምድር ቤት ሆነው የውጭውን እንቅስቃሴ በምታሳያቸው ቀዳዳ የተወሰነውን አካባቢ በዓይናቸው ይቃኛሉ።

የመርዝ ጭሱ ወደ ቤት ውስጥ ተተኮሰ። ፈጥኖ ደራሹ ጥሶ ገባ። የፀጥታ ነጭ ለባሾችም ፈጥኖ ደራሹን ተከትለው ወደ ውስጥ ገቡ። የመጀመሪያው የጥይት ድምፅ ግን የተሰማው ከብላታ ኀበዛየሁ በኩል ነው። ያ የተተኮሰ የጥይት ድምፅ እንደተሰማ፣ የፀጥታው አስር አለቃ ሆዱን ተመቶ ሲወድቅ ከአስር አለቃው ፊንጠር ሲል ደግሞ ሌላው ነጭ ለባሽ ከታፋው ላይ ተመቶ ወደቀ። ፈጥኖ ደረሹና የፀጥታው ፖሊሶች የተኩስ አፀፋ ሰጡ። ባገኙት አቅጣጫ እየተኮሱ በሆዳቸው እየተሳቡ ወደ ብላታ እልፍኝ ከሚያወጣው ደረጃ ገሚሶቹ ሲጠጉ ገሚሶቹ ደግሞ ለሁለት ተከፍለው ቤቱን ለመክበብ በግራኛ በቀኝ ተሰንጥቀው አመሩ። ከነርሱ መሃል ሰው ሲወድቅ እንጂ፣ የነሱ ጥይት ሰው ሲጥል አልታየም። እንዳገኙ በፊት ለፊታቸው የጥይት እሩምታ ለቀቁ። አንዴ የተጣለው የመርዝ ጭስ አልተደገመም። ከሁለቱም ወገን የሚተኮሰው የጥይት ድምፅ ከጥቂት ደቂቃዎች በኋላ ረጭ ሲል ከሁለቱ የፀጥታ ፖሊሶች ሌላ አንድ ፈጥኖ ደራሽና አንድ የበታች ሹም እጅና እግራቸውን ተመተው ኖሮ አምቡላንስ ቁስለኞቹን ለማንሳት ተራወጠ። ወታደሩ የማጣሪያ ተኩስ እየተኮሰ ወደ ዋናው ቤት ሲገባ ምላሽ የሚሰጠው አላገኘም። ሆኖም የመሸገው ሰው ማን እንደሆነ የተነገረው ስለነበር፣ ፈጥኖ ደራሹም ሆነ እሱን ተከትሎ የገባው ነጭ ለባሽና መኮንኖቹም የተኩስ መልስ ሳይገጥማቸው በመቅረቱ ጥርጣሬ ገባቸው። አላመኑም። ኀበዛየሁ ካንዱ አሳቻ መሽጎ ሁሉንም ሊጠርጋቸው እንደተዘጋጀ ቆጥረው በጨለማ ውስጥ ተውጠው ቀሩ። ደፍሮ አንድ እርምጃ ብላታ ወደመሸጉበት የሚራመድ ጠፋ። ለመራመድም፣ ድምፅ ለማሰማትም፣ መብራት ለማብራትም መድፈር አቃታቸው። ለተወሰነ ጊዜ ፀጥታ ሰፈነ። በመጨረሻ በመኮንኖቹ ትእዛዝ ብርሃን አቀጣጣይ ጥይት ወደ ምድር ቤቱ ተተኮሰ። ብላታ ኀበዛየሁ የመትረየሱን አፈሙዝ ባፉ ጎርሶ በራሱ ደም እየዋኘ ተገኘ። የጠላቱ ጥይት ያላገኘውን ሰውነት፣ እሱ ራሱ በስቶታል። እሱ ራሱን ጨርሷል። ከጠላት ጊዜ ጀምሮ ያልተደፈረ ሕይወቱን፣ እሱ ራሱ ደፍሮ አጥፍቶታል። እንዲያ ሆኖ እንኳ የሚደፍረው አጥቶ እንደነበር መለስ ብሎ ቢያየው ኀበዛየሁ አንዴት ደስ ባለው!

ገፅ 346 ያንዲት ምድር ልጆች፣ ቅፅ ፩

ምዕራፍ ስምንት

የብላታ ኅበዛየሁ አሟሟት በማግስቱ ወህኒ ቤት ተሰማ። በከተማ የተወራው፣ የተፈሳው ሳይቀር አዲሳባ ወህኒ ቤት ይደርሳል። ንጉሠ ነገሥቱን ሰበታ መንገድ ላይ በፈንጂ ለመግደል ሳይሳካላቸው ቢቀር ከፀጥታ ፖሊሶች ጋር ተታኩሰው በመጨረሻ የራሳቸውን መትረየስ ሽጉጥ ጠጥተው እንደሞቱ ለውህኒ ቤቱ ዳር እስከዳር ተሰራጨ። ይህ ዜና ባሻ ቢተው ጆሮ ሲደርስ ባሻ ያልጠበቁት መርዶ ሆነባቸውና እንደ እብድ አደረጋቸው። ይወድቁ፣ ይነሱ፣ ይጮሁ፣ ያለቅሱ ጀመር ።

የብላታ ኅበዛየሁ መጨረሻ ከነዝርዝር ሁኔታው በወህኒ ቤት የታሰረው አብዛኛው የፖለቲካ እስረኛ ሲሰማ ስሜቱን በሆዱ ይዞ ድምፁን አጥፍቶ ተቀመጠ እንጂ እንደባሻ ደፍሮ ለብላታ ኅበዛየሁ ሃዘኑንና ፍቅሩን አፍ አውጥቶ የገለፀ የለም። የቀረው እስረኛ በጉዳዩ ላይ እርስ በርስ ለመነጋገር ተፈራራ። የሚተማመኑ ብቻ እየተፈላለጉ ተንሾካሾኩ። የሚያደንቃቸው አደነቃቸው። ባሻ ቢተው ግን እስረኛው ሁሉ እስኪፈራላቸውና እስኪፈራቸው ድረስ ዕንባቸውን ያፈሱት ጀመር። ባሻን የሚቀርቧቸው ከኮሌጅ በኮሚኒስትነት ተጠርጥረው የታሰሩት ወጣቶች ሳይቀሩ ባሻን ይበቃዎታል ብለው ቢመክሩ እሳቸው አልሰማ አሏቸው። ቢቸግራቸው አንድ ቦታ ተቀምጠው እርምዎን ያውጡ ብለው ለመኗቸው። እሳቸው ግን ከወዲያ ወዲህ እየተነጎራደዱ እጃቸውን ወደኋላቸው አድርገው ያርበኘነቱን ጊዜ እያነሱ ሙሾ ማውረድ ያዙ።

‹‹ኧረ እባክዎ ባሻ ቢተው! የንጉሠ ነገሥቱን ሕይወት ለማጥፋት ለተነሳና ሕይወቱ በዚህ ዓይነት ላለፈ ሰው እንዲህ ሲያለቅሱ የወህኒ ቤት ፖሊሶች ሲሰሙ የሌላ ነው የሚመስላቸው። ጃንሆይ ሳይሞቱ በመቅረታቸው የሚያለቅሱ ነው የሚያስመስልብዎ። የብላታ ሚስት ልጆቻቸውና የቅርብ ዘመዶቻቸው እንኳ ሀዘናቸውን ይፋ ማድረግ የሚችሉ እንዳይመስሎዎ። እርሶ ያውም ከብላታ ኅበዛየሁ ጋር በተገናኘ ጉዳይ ታስረው ፍርድዎን ሊጨርሱ ጥቂት ወራት ሲቀርዎ እንዲህ ሲሆኑ የተሰማ እንደሆን የባሰ ችግር

ያመጣብዎታል። ሃዘን በልብ ነው። ሀዘኑ እኮ የርሶ ብቻ አይምሰሎት።

‹‹ባሻ ሁላችንም ያጣነው ትልቅ አገር ወዳድ ጀግና ነው! ቢሆንም ትግሉ ተጀመረ እንጂ በብላታ መሞት አላበቃም›› አላቸው አንዱ ወጣት ከዩኒቨርስቲ ኮሌጅ በኮሚኒስትነት ተጠርጥሮ የታሰረ።

‹‹ባሻ ምን ሆነዋል? ይልቁንስ የብላታ ሰርጋቸው እንጂ ሞታቸው አይደለም። እንዴት እንዲህ ይሆናሉ! ብላታኮ በጀግንነት ነው የወደቁት! እንዲህ ዓይነቱ የጀግና ሞት የልብ ልብ ሊሰጥና ሊኮራበት ይገባል እንጂ እንዲህ ራስዎን እስኪስቱ ድረስ የሚያስለቅስዎት አይደለም። ደግሞም ጠላት ለምን ደስ ይበለው? የሚሻለውስ በዚህ ጊዜ ጠንክሮ መገኘት ነው!›› ሲል ሌላው ወጣት የፖለቲካ እስረኛ ለመናቸው።

‹‹አይ ተውኝ እባካችሁ! የምትሉኝ ሁሉ ጠፍቶኝ አይምሰላችሁ። ምነው የኔንም ዕጣ ከዚያ ባደረገው! ይሻለኝ ነበር። በዚህ ዕድሜዬ እዚህ ከምበሰብስ ክብሬ ማዕረጌ ከጌታዬ ጋር አብሬው መሞት ነበር። ውለታቸው ከብዶኝ እኮ ነው ልጆቼ! አልቅሼላቸው ይውጣልኝ!›› አሉና ባሻ መንታ ዕንባቸው በዓይናቸው ጥግ ኩልል እያለ ሲወርድ እጃቸውን ወደኋላቸው እንዳደረጉ ከወዲህ ወዲያ ከወዲያ ወዲህ እየተንጎራደዱ ሙሾ ማውረዱን ቀጠሉ።

‹‹ምን አለ ባሻ የኛን ምክር ቢሰሙ? ሃዘንኮ የዛሬ ብቻ አይደለም። ምነው ቢበቃዎት! እነኚህ ፖሊሶች እየሰሙ እንደሆን አንድ ችግር ይፈጥርበዎታል።››

‹‹አንተ ደግሞ ካቦው ፊቱን አጥቁሮ ሲሄድ አየኸውም አይደል! ለተረኛ ሃምሳ አለቃ አመለክታለሁ እኮ ነው የሚለው!››

የፖለቲካ እስረኞቹን ምክር ባሻ አልሰሟቸውም።

‹‹ልጆቼ ግድ የላችሁም ተውኝ! ከእንግዲህ የፈለጋቸውን ያድርጉኝ! ምን እንዳልሆን! ምን እንዳይቀርብኝ! ››

ባሻ እያገረሸባቸው ሄደ። ከባሻ ጋር ባንድ ክፍል የታጎረው ፍርደኛ ቀርቶ ሌላው ለራሱ እየፈራ ካጠገባቸው እየሸሸ ሄደ። ከኮሌጅ ተማሪዎቹ በስተቀር ባጠገባቸው የሚታይ ጠፋ።

ካቦው ከፊት ፊት እየቀደመ መጣ። ከኋላው ሁለት የወህኒ ፖሊሶችና ተረኛ ሃምሳ አለቃ ተከትለውታል።

‹‹ፖሊሶቹ መጡ!›› አለ አንዱ።

‹‹ወዴት ነው የሚመጡት?›› ሲል ሌላው ጠየቀ።

‹‹ወደዚሁ ነው!›› በማለት ሶስተኛው ደገመ።

‹‹ኧረ በእጃቸው ምናምን ይዘዋል!››

‹‹ድቅድቅ ነው ድቅድቅ ነው የያዙት!››

‹‹የለም እግረ ሙቅ ነው!››

ተረኛ ሃምሳ አለቃውና ሁለት ፖሊሶች በእስረኞቹ ካቦ እየተመሩ ባሻ ቢተው ካሉበት ክፍል ሰተት ብለው ገቡ። እስረኛው ድምፁን አጠፋ።

‹‹ጃንሆይ ለምን አልሞቱም ብለህ አይደል እንዲህ ወህኒ ቤቱን ሰላም ነስተህ የምትበጠብጠው?›› አላቸው ሃምሳ አለቃው እግረ ሙቁን እያንቃጨለ።

‹‹እዚህ የፖለቲካ ፍርደኞች ባሉበት የምትጮኸው ለማስረበሽና እስረኛው ለጥበቃ ችግር እንዲፈጥር ብለህ አይደል?›› ሲል ሌላው ፖሊስ ደገመ።

ባሻ ለአንዳቸውም መልስ አልሰጡም።

‹‹ጠጋ በል ወዲህ!›› አላቸው ተረኛ ሃምሳ አለቃው። እንደብራቅ እየጮኸ።

‹‹እንኳን እግሬ እጄም ያውልህ!›› አሉት ባሻ።

ሃምሳ አለቃው በሁለት እግራቸው እግረ ሙቁን አስገባና አሰራቸው። ባሻ እግረ ሙቁ ሲገባላቸው ተመለከቱ። ጋብ ብሎ የነበረው ልቅሶአቸው እያስገመገመ የሚመጣ የመብረቅ ድምፅ እየመሰለ ሄደ። ብዙም የማያላውሰውን እግረ ሙቅ እንደምንም እየጎተቱ ራመድ መለስ አሉ። ድምፁን አጥፍቶ የተቀመጠው እስረኛ በዓይን ተከተላቸው። ወዲያው ሃዘንና ለቅሶው ቀረና

ቀረርቶና ሽለላቸውን እየተንቆራጠጡ ያወርዱት ጀመር። የብላታ ኅበዛየሁን ያርበኝነት ታሪክ፣ ጀግንነታቸውንና ጀብዱአቸውን በግጥም አወረዱት። ያንድ ጀግናን የሕይወት ታሪክ በግጥም ማውረድ ለአርበኝነቱ፣ ለሰራው ጀብዱ፣ ለጣለው ግዳይ ቅኔ መቀኘት ባገራቸው በጎጃም የተለመደና ሲያያዝ የመጣ ያገሬው ባሕል ነው። ጀግና የሚሞገስ እንዲያ እየተደረገለት ነው። ባሻ ቢተውም ያገራቸው ልማድ ትዝ አላቸው። እግረ ሙቁን እየጎተቱ አወረዱት። እስረኞቹ የ44ቱን ታቦት ስም እየጠሩ ቢለምኗቸው አልሰማ አሉ። ይዘው ሊያስቀምጧቸው ቢሞክሩ አሻፈረኝ አሉ። እግሮንም ይጎዳዋል እግረ ሙቁን አይራመዱበት። ባይሆን አንድ ቦታ ይሁኑ ቢባሉ አልሰሙም። ግጥሙንና ቅኔውን ከዚህ በፊት እንዳዘጋጁት፣ እንዳጠኑት ያህል ልብ የሚነካ የሽለላና የቀረርቶ ድምፅ አንዳንዴም እንደ እንጉርጉሮ እያደረጉ አሉት።

‹‹… ጄኔራልም ገድሏል … እያስመሰከረ፣
ጣልያንንም ገድሏል … እያስመሰከረ፣
ወንዱ ኅበዛየሁ ራሱን ሲገድል… ማነው የነበረ?

ጀግና ጥራ ቢሉኝ ያገሬን እላለሁ፣
ከበላይ ዘለቀስ ማን በልጦ አገኛለሁ!
ኅበዛየሁ ብዬ አነሣሣዋለሁ
እንኳን ቆሞ ሲሄድ፣ በሞቱ እኮራለሁ!

እንኳን እኔ ጭፍራው የአምሳሉ ፍጡር
ጎራውና ዱሩ ያርበኞቹ ምድር
ያጅሬን ሞት ሰምቶ ማንባቱም አይቀር።

እንኳን እኔ ባሻው የቁርጡ ቀን ጭፍራ
የኅበዛየሁን ሞት ሲሰማ ሲወራ
መጮኩ አይቀርም ሊሸልል ሊያቅራራ
ሀገሩን ሲያከብር የመሸገው ጎራ!

ጀፍናናው ወታደር የጠሩ አበጋዝ
ወራሪውን ጣልያን ያንቆራጠጠ መርዝ፣
ሕያው ነው አይሞትም ታሪክ አለው ጥራዝ! … ››

የታሰሩበትን ጅቦ እግረ ሙቅ ወዲያና ወዲህ እያንገላቱት ይበልጥ እየጋሉና እየነሸጣቸው ፉከራውን ማጉረፍ ቀጠሉ።

‹‹እንዴት ሆና ይሆን? ምንስ ዋጣት ይሆን? ያቺ ሰለክላካ፣
ያባ ጉና ጎራ፣ ዳሞትና ጭልጋ የወለጋው መልካ
ያኔ ባስገኘው ድል እንዲያ ስታወካ!
ወንዱ ጎበዛየሁ ዛሬ ክንዱ ዝሎ በወደቀው ወርካ!

ዘራፍ! ዘራፍ! የጎበዛየሁ ጭፍራ!
ለነብስ ሥጋ ብሎ ሞት የማይፈራ!
የሚገረምም ደቦል አንበሳ!
ላለቀች ሕይወት ምኔም አይሳሳ!

ንግርቱ እንደሆነ ጥንቱንም ገብቶናል፣
ጀግና እንዳይበቅልበት መርገምት ይዞናል፣
በላይ ዘለቀም አስተምሮን አልፏል!

እዘኝ ኢትዮጵያ እንደዚህ ላለው!
አንጀትሽ መቼም ከቶም አይችለው፣
ጎበዙን ልጅሽ ብሎ ይግረመው፣
ጦርነት ፈርቶት ሰላም ገደለው!

... ቲቲቲቲቲ!

የዲማ ጊዮርጊስ ... እኔስ ታዘብኩህ፣
ጀግናው ከሞቱ ... እንዲያመልጥ ብለህ፣
ሠንጋ ፈረስክን ... አለመስጠትህ!

ኤድያ! ኤድያ! ኤድያ!››

የእልህ አረፋ እንደመድፊቅ ቃጣቸው። እስረኞቹ ወደ በሻ እየቀረቡ ያቀረቡት እግዚአታ ዋጋ አላገኘም። ‹‹እረ! ባሻ በራስዎ ላይ ምን ለማምጣት ነው እንዲህ የሚሆኑት? ምነው ዝም ቢሉ?›› አለ አንዱ እስረኛ። ‹‹ከራስዎ አልፈው ለኛ ሁሉ ሳይተርፉን አይቀሩም!›› አለ ሌላው ጠና ያለ ፍርደኛ በደረቅ ወንጀል የታሰረ። ሁለቱ ከባሻ ጋር የሚቀራረቡት ወጣት የፖቲካ እስረኞች ወደ ባሻ ቀረቡ።

‹‹እስቲ ምን አለ ቢበቃዎት? ሰው ሁሉ እኮ በርሶ ምክንያት ለራሱ እየፈራ ነው!›› አላቸው አንደኛው። ‹‹ምነው እኛን እንኳን እሺ ቢሉን? አለዛሬም እኮ ፈቃዳችንን እንዲፈፅሙ ለምነንዎት አናውቅም!›› ሲል ሁለተኛው ተደገመ። እስረኛው ሁሉ ባሻን ካሉበት እየጣላቸው ወጣ። ወጣቶቹም ጥለዋቸው ሊወጡ ሲሉ ‹‹ስማ አንተ!›› አሉት አንደኛውን ባሻ ።

‹‹ያንን ኮቴን አልብሰኝ!››

አለበሳቸው።

‹‹ካፖርቱን ደርብልኝ!››

‹‹ባሻ ቀኑ እኮ በጣም ይወብቃል!›› አለ እየደረበላቸው መልስ ይስጡ አይስጡ እንዲሁ እየጠበቀ።

‹‹ደርብልኝ ነው የምልህ!››

‹‹እሺ!››

‹‹ከዛሬ ሌላ አላስቸግርህም!››

‹‹ኧረ ምን ችግር አለ?››

‹‹አንተ ብቻ አይደለም! ሁላችሁንም አላስቸግርም!››

እስረኞቹ በባሻ አነጋገር ግራ ተጋብተው ወደ ወጪ መውጣታቸውን ትተው አስተዋሉቸው። አነጋገራቸውም ሆነ ሁኔታቸው የጤና አልመስል አሏቸው። ወዲያው ደግሞ እንጉርጉሮአቸውን ቀጠሉ።

‹‹አንተዬ አቁምና ጠይቅልኛ ወሬ
ሃጂው መጭው ሳይቀር ከዳሞት ከቡሬ
ካጫወተህ ስማው መንገሻ ጀምበሬ
አሞራው ውብነህ ካለ ደጃች ብሬ
ጎበዛየሁ ብሎ ይንገርህ ጎንደሬ!

ሁነኛ ምስክር ከሰው መች ይታጣል
ሁሉጊዜም ባይገኝ ምንተዳህ ያስቆጫል
አባ ሰላም ሲሉት አርማጮሆ ሰምቷል

ጉድሩና ሊሙስ መች ይረሱታል
ገደልና ዱሩ ሁሉቹም ያውቁታል!
ሸዋ አጠፋሁት ቢል አገር ያነሳዋል!››

ባሻ ቢተው እግረ ሙቃቸውን እየጎተቱ ያለ የሌለ ልብስና ድሪቷቸውን በላያቸው ላይ ደርበው አንጉራጎሩ።

‹‹የሸዋ መኳንንት ከቶም ወንዶች ናቸው፤
ማይጨው የተፈታው ጦር ሰራዊታቸው፤
ካፍንጮ በር ዘምቶ ድል አግኝላቸው፤
ኀበዝአየሁ ኖሯል ለካስ ጠላታቸው፤
እነርሱ ሳይግሉት ሙቶ የቆያቸው።››

ባሻ ምግብ እንዲቀምሱ ቢለመኑ አሻፈረኝ አሉ። ቁርስም ምሳ ሆነ እራት ሳይቀመሱ ከመደበኛ መኝታቸው ቀርቶ ከተቀመጡበት እንቅልፍ አድክሟቸው ከዛው ነጋላቸው። በመግስቱ እንዲሁ እህል አልቀምስም ብለው ዋሉ። ምላሳቸው ደረቀ፣ አፋቸው ኩበት መሰለ። መናግር አቃታቸው። ሰውነታቸው እየዛለ ከመድከማቸው የተነሳ እግረ ሙቁን እየጎተቱ፣ ከወዲያ ወዲህ መንጎራደድ ተሳነቸው። ከአንድ ቦታ ወደሌላ ቦታ መላወስ ሳይሆንላቸው ቀኑ እንዲሁ ሆኖ መሸ። ባሻ ጠብታ ውሃ እንኳን አልቀምስም አሉ። ስቅታ ጀመራቸው። እስከ ምሽት ስርቅታው አልተው አላቸው።

ከምሽቱ ሁለት ሰዓት ላይ ያዲሳባ ወህኒ ቤት ሰላም አላገኘም። ባስራ ሁለት ሰዓት ተቆጥሮ ከገባ በኋላ መዝጊያው በውጭ የተከረቸመበት ፍረድኛ አለቅጥ መታመስ ጀመረ። በሩ ይደበደባል። ኡኡ ይባላል። የሚከፍት ከየት ቢመጣ!።

‹‹ኧረ! ኡኡ! ተረኛ ፐሊስ ክፈትልን! ስለ ውንድ ልጅ አምላክ! ኡኡኡ! ... ›› አንዱ ፍርደኛ ወደተዘጋው በር ተጠግቶ ጩኸቱን አቀለጠ። ሁሉም በህበረት ጩኸታቸውን ቀጠሉ። መዝጊያውን ድበደቡት። ከምሽቱ ሁለት ሰዓት ላይ በር መደበደብ፣ መጮህ እና መጣራት የጀመረው፣ ብርሃን በሌለው ጥቅጥቅ ጨለማ የተዋጠው እስረኛ፣ የሰው ኮቴ ከውጪ፣ ከሁለት ሰዓት በኋላ ሲሰማ፣ እንደገና መጮህ ጀመረ።

ያንዲት ምድር ልጆች፤ ቅፅ ፩ ገፅ 353

‹‹ምንድነው የሚያስጮሃችሁ? ምን ሆናችኋል?›› ሲል ተረኛ ሀምሳ አለቃ የወሀኒ ቤት ፖሊስ ወደ ፍርደኞቹ ክፍል ተጠግቶ፣ ጆሮውን ከበሩ ላይ ለጥፎ እያዳመጠ ጠየቃቸው።

‹‹ኧረ ከፍቱልን አንዴ! ሰው አንድ ነገር ሳይሆንብን አይቀርም። እናንተው ከፍታችሁ እዩልን እንጂ እኛ የሆነውን አናውቅም›› አለና የፍርደኞቹ ካቦ ተናገረ።

‹‹አይከፈትም ዘም በሉና ተኙ!››

‹‹ኧረ ስለ ወንድ ልጅ አምላክ!››

‹‹ከመቼ ወዲህ ነው? ሌሊት ለእስረኛ የሚከፈተው? ህጉን መች አጣችሁት! ጣጣችሁን መጨረስ ቀን ነበር። አንዴ ተቆጥረህ ከገባህ በኋላ አይከፈትም። አንተ ስንት ዓመት የእስረኛ ካቦ ሆነህ ስትሰራ ኖረህ ዘሬ ነው እንደ አዲስ የምትጠይቀኝ?››

እስረኞቹ ከውስጥ ሆነው የተረኛ ሃመሳ አለቃውን ድምፅ ለመለየት ሞከሩ ሃመሳ አለቃውን የለየው ካቦ አንዱን ጠና ያለ ባለገንዘብ ፍርደኛ ጎተተና ወደበሩ አሰጠጋና ‹‹ሃመሳ አለቃ ያ! የርሶ ወዳጅ ነው! እርሶ ያነጋግሩት። በረሶ አይጨክንም።ያው ነገ የለመደውን ጎቦ ያጎረሱታል›› እያለ መለመን ጀመረ።

‹‹የሰጡት ጉቦ ለዛሬ ካለሆነን ለመቼ ሊሆነን ነው? ይልቁኑ ጠጋ ብለው ይንገሩት። ሃመሳ አለቃ ያ! የእርሶ መልክተኛ! ብዙ ጊዜ ሳይታመሙ ታመዋል እያለ ይዞት ከተማ የሚወጣው? አንድ ቀን ቤትዎ ወስዶ ከሚስትዎ ጋር ያገናኞት ያሉት ሃመሳ አለቃ ነው!›› ሲል እኝሁኑ ባለገንዘብ እስረኛ ለመናቸው። እሳቸውም ከሁሉም ይልቅ የባሻ ነገር አሳዝኗቸው ከውስጥ ሆነው ሀምሳ አለቃውን ይጣሩ ጀመር።

‹‹ሃመሳ አለቃ! ሃመሳ አለቃ! እኔ ነኝ! አወከኝ?›› አሉት ወደ በሩ ተጠግተው።

‹‹አወቄዎታለሁ! ምነው? ምን ሆናቸሁ?›› ሲል ሃመሳ አለቃው ጠየቃቸው።

‹‹ኧረ እባክህ! በኔ ይሁንብህና አንዴ ከፈትልን! ኧረ ዝም

የማትሉት ጉዳይ ገጥሞን ነው!››

‹‹ዛሬ እስረኛ በደንብ እንድንጠበቅና በምንም ዓይነት ቢሆን ሌሊት በር እንዳንከፍት ጥብቅ ትዕዛዝ ተሰጥቶናል!››

‹‹ሰውም አንድ ነገር ቢሆን? እውነት ለኔ ስትል ላትከፍት?››

‹‹ዛሬ አይቻልም! ትዕዛዝ ነው! ይኸው ከትናንት ወዲህ አፍንጮ በር ተኩስ ከሆነ ወዲህ እስረኛ በደንብ ጠብቁ ተብለናል። እዚያ አፍንጮ በር የብላታ ኅበዛየሁን እጅ ለመያዝ ተኩስ ቀልጦ የሳቸውን እጅ የሚይዝ አልተገኘም። እሳቸው ራሳቸውን ገድለው ተገኙ። በዚሁ ምክንያት የሚሆነው አይታወቅምና ጥበቃ አጠንክሩ፣ ሌሊት እንዳትከፍቱ የሚል ትእዛዝ ደርሶናል። ምን አድርግ ይሉኛል?››

‹‹ያፍንጮ በሩንማ እኮ ሰምተነዋል! አሁን ለችግራችን እርዳን ነው የምልህ!››

ባለ ሃብቱ እስረኛና ሃምሳ አለቃው አንዳንድ ሲመላለሱ እስረኛው በድንገት ኡኡታውን አቀለጠው። አምሳ አለቃው ተደናገጠ። እስረኛውን ምን እንደሚያስጮኸው ቢጠይቅ ወዲያውኑ መልስ አላገኘም።

‹‹ምንድነው የሚያስጮሃችሁ? እናንተ ሌሊቱን በሙሉ ስትጮሁ ብታድሩ በሩ አይከፈትም ከተባለ አይከፈትም! ትዕዛዝ ነው! ለምን ድብን አትሉም! እወቁት!››

ሃምሳ አለቃ! ሃምሳ አለቃ! እሬሳ አቅፈን ማደራችን ነው! ባሻ ቢተው አርፈዋል!››

ባሻ ቢተው ወደ ማታው ተዳከመው፣ ከምሽቱ ሁለት ሰዓት ጀምሮ ጣር በዝቶባቸው፣ በአራት ሰዓት ተኩል ላይ ሕይወታቸው አለፈ። ብላታ ኅበዛየሁ እራሳቸውን በገደሉ በሁለት ቀን ልዩነት እሳቸውም ‹‹የግዜር ሞት›› ወሰዳቸው። እኔ ልቅደም አንተ ተከተለኝ የተባባሉ ይመስል፣ ባሻ ብላታን ተከትለው የማይቀረውን ሞት፣ ታስረው በማቀቁበት ወህኒ፣ የተፈረደባቸውን ሰባት ዓመት ፅኑ እስራት ጨርሰው ሊወጡ አራት ወራት ያህል ሲቀራቸው አረፉ። ቃል ኪዳኔን ልጠብቅ ብለው የሞቱ ይመስል ብላታን ተከትለው ሄዱ።

ባገርና በህዝብ ጉዳይ ገብተው በፖለቲካ ተከሰው፤ ተፈርዶባቸው ወህኒ ወርደው፣ ብላታ ኀበዛየሁ ባሰቡት ውለው፣ ላሰቡት ዓላማ ሲያልፉ እኔ ከጌታዬ ቀርቼ መኖር አልፈልግም ብለው ላምላካቸው ጥያቄ ያቀረቡ ይመስል፣ ፍርዳቸውን ጨርሰው ለመውጣት ጥቂት ሲቀራቸው በሞት ኀዳና ተከተሏቸው። ሃዘኑ የሚመረው ለእመት ጌጤነሽ ነው። ብላታ ኀበዛየሁ ዘንድ እያሉ መሄድ ይቅርብዎት! ኋላ በላይዎ ላይ መከራ እንዳያመጡ›› ቢሏቸው ‹‹እኔና እሳቸውን ሞት ነው የሚለየን!›› ብለዋቸው ነበር። በሞቱም አልተለያዩ። ብላታን እንደማዕረጋቸው፣ ባሻን እንደባሻነታቸው፣ ጌታን ከፊት አሽከርን ከኋላ አድርጎ አምላካቸው በተራ የጠራቸው ይመስል ሞት አከታትሎ ወሰዳቸው። መከራው ግን ፊትም በእስራታቸው ኋላም በሞታቸው የተረፈው ለእመት ጌጤነሽ ነው። ብላታ እንኳን ትልቅ ስም ስላላቸው፣ በስማቸው አስተዋሻቸው ብዙ ነው። የእመት ጌጤነሽ ባል፣ ምስኪኑን ባሻ ቢተው ግን ባገርና በህዝብ ጉዳይ መሞታቸውን፤ ፊትም በአርበኝነት አምስት አመት መንገላታቸውን፣ መቁሰል መድማታቸውን የሚያውቅላቸው የብላታን ሩብ ያህል እንኳ የማይገኝ መሆኑ ነው ይበልጥ እመት ጌጤነሽን ያሳዘነው። የብላታ ሞት ተወርቶ ሳያበቃ፣ ቅኔ እየተቀኙላቸው፣ ተከታያቸው ነበርኩ የሚለው እንደ አሸን ሲፈላ የባሻ ስም ግን ከሚስታችውና ከልጅ ልጃቸው ያለፈ የሚያውቀው፣ የሚያነሳው ጨርሶ አልተገኘም። ሙሾ ደርዳሪ እመት ጌጤነሽ፣ ተቀባይ ሙሉነሽ ብቻ ሆኑ። ብላታ ግን ሙሾ ደርዳሪና ተቀባይ፣ ቅኔ ተቀኝና አድናቂው፣ እንኳን እሳቸው የሚያውቁት እሳቸውን አንድ ቀን አይቶ የማያውቀው ሁሉ ሆነና፣ ካገር አገር ስማቸውና ዝናቸው፣ ታሪካቸው ተጠራ። ከባህር ማዶ ያለ የኢትዮጵያ ተማሪዎችም ‹‹ኀበዛየሁማ አልሞተም ተገኘ፣ ከመኝታው ወርዶ በደም እየዋኘ!›› ብለው ገጠሙላቸው። ‹

‹‹አገር ወዳድ ነበር! ያገር ፍቅር መንፈሱ እንደጋለ አንዴም ሳይቀዘቅዝ፣ የአርበኝነት ስምና ታሪኩን ሳያጎድፍ እንዳስከበረ፣ ለጠላቱ እጁን ሳይሰጥ የራሱን ህይወት ያሳለፈ የትውልድ መመኪያ!›› ብሎታል የተማሪዎቹ መግለጫ። ከዚህ ጋር አያይዞ ‹‹ብላታ ኀበዛየሁ ንጉሥን እንጂ ንጉሠ ነገሥታዊ አገዛዝን ለመጣል የተነሣ አልነበርም። የለውጥ ዓላመው ግልፅ አልነበርም። ግልፅ የሆነ የፖለቲካ መመሪያ ግብ ነበረው ማለት አይቻልም። ቢበዛ

እሱ የቆመለት የለውጥ አስተሳሰብ በዚያው በገዢው መደብ መሐል በሚደረግ የስልጣን ክፍፍልና ድለድል የሚያበቃ፣ ከሕገ መንግስታዊ አገዛዝ የማያልፍ ነበር ማለት ይቻላል። ምንም እንኳን እኛ ለሥርዓተ ማህበር ሹም ሹር የቆምንም ቢሆንም የብላታ ኅበዛየሁ ሀገር ወዳድነትና ቆራጥነት በአዲሱ ትውልድ ሊወረስ የሚገባ ነው እንላለን›› ሲል በማተት አላበቃም።

‹‹ኢትዮጵያ አንድ ኅበዛየሁ ብቻ ሳይሆን ብዙ ኅበዛየሆች ያፈራችና የምታፍራ ሀገር ነች። ባገር ፍቅር ስሜት ተቃጠሉ፣ ያገርን ውርደትና የወገንን ጥቃት አናይም ብለው መከራ የተቀበሉና የሚቀበሉም፣ በስም ተጠርተው የማያልቁ ሀገር ወዳድ ጀግኖች በዚሁ አጋጣሚ ሊታወሱ ይገባል!›› ሲል ብላታ ኅበዛየሁ ያረፉበትን ዕለት ምክንያት በማድረግ የተማሪዎቹ ማህበር መግለጫ ጽፏል።

አፍንጮ በር የዘመተው የካቢኔና የፀጥታ ሹም፣ የበታቾችም ሳየቀሩ በንጉሠ ነገሥቱ የታዘዘ የማዕረግ ዕድገት፣ የሜዳልያ ሽልማትና የገንዘብ ስጦታ ተደረገላቸው። እመት ጌጤነሽና ሙሉነሽም ገሙ ሠፈርን እርም ብለው ወደ አቃቂ በሰቃ ተሰደዱ። ሕዝቡ ግን ‹‹አይ! አሁንስ ጃንሆይ ቢበቃቸው!›› እያለ ማጉርምረም ያዘ። ከሳቸው ይልቅ ሕዝቡ የአንጋቹን፣ የጠባቂውን፣ የፀጥታውን ሹምና ጆሮ ጠቢ መጨረሻ ለማየት ይመኝ ጀመር።

የእመት ጌጤነሽን፣ የሙሉነሽንና የፈጠነን ታሪክ የዚህ ተከታይ በሆነው ‹‹ያንዲት ምድር ልጆች››ቅፅ ሁለት ይቀጥላል።

የቃላት መግለጫ

ቃል	መፍቻ
ጎራ	ቡድን (የኢትዮጵያ አርበኞች የተዋደቁበትን መሬት ይጨምራል)
አልቤን	ከሁለተኛው የዓለም ጦርነት በፊት የተሠራ ጠመንጃ
ባሻ	ከሃምሳ እልቅና ለጥቆ የሚሰጥ ማዕረግ
ዲቢዚቶ	ኮልፌ ወይም ከቅርብ ዘመን ወዲህ ሉካንዳ በመባል የሚታወቀው ሠፈር ስም
ሐኪም ቦራ	የራስ ደስታ ሆስፒታል የቀድሞ መጠሪያ
ዶክቶር ላምቤ	የፓስተር ኢኒስቲትዩት የቀድሞ መጠሪያ
ቡፋንቲ	የቀድሞ ልጃገረዶች ከቀሚሳቸው ሥር የሚለብሱት፣ ቀሚሳቸውን ወደ ውጭ ገትሮ የሚይዝ ውስጥ ልብስ
ቱጃር	የውጭ ዝሪያ ለነበራቸው እንደ ግሪክ፣ አርመንና ዓረብ ሃብታም ነጋዴዎች፣ የመጋዘን ባለቤቶች መጠሪያ
አባ ኮራን ሠፈር	ከፊታውራሪ ሃብተጊዮርጊስ መንገድ፣ ራጉኤል ቤተ ክርስቲያንን ወደግራ ትቶ፣ በጎጃም በረንዳ አድረጎ፣ እስከ ዮሐንስ ክርስቲያን ድረስ የሚዘልቀው መንገድ። ቀደም ባለው ዘመን፣ ይህ መንገድ በደጃዝማች ነሲቡ ዛማኤል ስም ይጠራ ነበር

ቃል	መፍቻ
ኮንጎ ጫማ	በ1950ዎቹ ዓመታት፣ በተባበሩት መንግሥታት ሥር፣ ሠላም ለማስከበር ኮንጎ ዘምቶ የተመለሰው የኢትዮጵያ ጦር ይዞት የገባው፣ ከፕላስቲክ የተሰራ ጫማ። በገበያ መዋል ከጀመረም በኋላ በዚሁ ስም ይታወቅ የነበረ
ሽልንግ	ሃምሳ ሳንቲም
ስሙኒ	ሃያ አምስት ሳንቲም
ሜዞ	አምስት ሳንቲም
ሁለት ፍራንክ	አምስት ሳንቲም
ብላታ	በዘውድ አገዛዝ ዘመን፣ በከፍተኛውና በጠቅላይ ንጉሠ ነገሥት ፍርድ ቤት ለሚሰየሙና ለንጉሠ ነገሥቱ በአማካሪነት ለሚመረጡ፣ የውጭ ሀገር ትምህርት ላላቸውም ሆነ ለሌላቸው፣ ይሰጥ የነበረ ወደ ደጃዝማችነት የሚጠጋ ማዕረግ
አውታንቲ	የሹፌር ረዳት ወይም ወያላ
አጋፋሪ	በደረጃ ከፍ ላሉ የቤተ መንግሥት መስተንግዶ አገልጋዮች የሚሰጥ ማዕረግ
ፊታውራሪ	ከቀኛዝማችነት ቀጥሎ፣ ደጃዝማች ከመባል በፊት የሚሰጥ ማዕረግ
ፓውንድ	አሥር ብር

ገፅ 360 ያንዲት ምድር ልጆች፣ ቅፅ ፩

ቃል	መፍቻ
እፍፍ ኮሌጅ	ለቡና አበጣሪ ሴቶች ከተሜው ያወጣላቸው መጠሪያ
ዓይን ማዝ	የትራኮማ በሽታ
በክሪዝ መመታት	መቸገር
አባ ዲና	የዳግማዊ ምንሊክ የፈረስ ስምና አርበኞች ትምህርት ቤትን አለፍ ብሎ የሚገኘው አካባቢ መጠሪያ ስም
ቦርቾሌ	ካዛንቺስ ይገኝ የነበረው የአባላዘር በሽታ መከላከያ ሆስፒታል የቀድሞ መጠሪያ
ወፌ ይላላ	በቀዳማዊ ኃይለ ሥላሴና በደርግ ዘመን፣ የፀጥታ ምርመራ ክፍል ውስጥ እግር ገልብጦ ለመግረፍ የሚጠቀምበት፣ የድብደባና ማሰቃያ ዘዴ
ቱሻ ማሰር	መዋሸት
ኡጀ	ፖሊስ ለማለት ቦዘኔውና በረንዳ አዳሪው የሚጠቀምበት አጠራር
ከልታማ	እንግልት ወይም ከርታታ
ኡዚ	ሃምሳ ጎራሽ በእስራኤል የተሰራ አጭር መትረየስ

ያንዲት ምድር ልጆች፣ ቅፅ ፩ ገፅ 361

ቃል	መፍቻ
ኤም ዋን	በአሜሪካኖች የተሰራ፣ በጃንሆይ ጊዜ ሠራዊቱ በብዛት ታጥቆት የነበረ ጠመንጃ
ጅቦ	እግረ ሙቅ፣ በዘውድ አገዛዝ ዘመን በተለይ በፖለቲካ ሞት የተፈረደበት እስረኛ የሚታሰርበት በእያንዳንዱ እግር ላይ በብሎን የሚጠብቅና የሚላላ፣ ሁለቱን እግሮች ሚዛኑ በከበደ የብረት ሰንሰለት የሚያገናኝ ተጎታች የእግር ብረት
ድቅደቅ	ይህም ተመሳሳይ የሆነ እጅና እግር ላይ ክብደት ያለው የእግር ብረት
ግሪስ ቦይ	ጋራዥ ውስጥ፣ በለማጅነትና በዕቃ አቀባይነት የሚያገለግል ሕፃን ልጅ
[illegible]	ሕፃን ልጅ
ሁለት ገበሬ	ሁለት ብር (ገበሬ የሚለው ስያሜ በቀድሞው ብር ላይ የነበረውን የገበሬ ስዕል በማስመልከት ሲሆን ቃሉም አንድ ብር ለማለት ያገለግል ነበር)
አዶላ	የወርቅ ማዕድን ይወጣበት የነበረውና ክብረ መንግሥት በመባል የሚታወቀው ቀጠና
ድቁስ	ብትን በርበሬ
ፎደፎደኝ	ራበኝ

ቃል	መፍቻ
ኮሮኮዳይል	በአሜሪካ የቬቴትናም ወረራን ተከትሎ ፀረ ሲ አይ ኤና ፀረ አሜሪካ፣ ፀረ ኢምፔሪያሊስት ሆኖና በዘመኑ የምዕራቡን ዓለም የባህል ተፅዕኖ በመቃውም በአዲስ አበባ ዩኒቨርስቲ የተነሳው ቡድን መጠሪያ ስም

www.ingramcontent.com/pod-product-compliance
Lightning Source LLC
LaVergne TN
LVHW021220080526
838199LV00084B/4299